ገዳይ ግኝቶች

ምዕራፍ 1፡ በቤተ ሙከራ ውስጥ ያለ ጥላ

የብሔራዊ ጤና ኢንስቲትዩት የፍሎረሰንት መብራቶች ማራ ቫንስ የልብ ምትን ለመምታት ልዩ ነጥብ ነው። አየሩ ብዙውን ጊዜ በፀረ-ተባይ እና በዓላማ ጠረን ፣ በብረታ ብረት ደም ተንጠልጥሏል። በጄኔቲክስ ዲፓርትመንት ውስጥ እያደገ የመጣው ኮከብ ዶ/ር ኤልያስ ቶርን በቤተ ሙከራቸው ላይ በተወለወለው የኮንክሪት ወለል ላይ ተዘርግቶ ተኝቷል፣ ይህም በዙሪያው ካለው የጸዳ አካባቢ ጋር በእጅጉ ተቃራኒ ነው። ዓይኖቹ የተንሰራፉ እና የማይታዩ, ወደ ጣሪያው አፍጥጠዋል, በመስታወት ጥልቀታቸው ውስጥ ጸጥ ያለ ክስ.

ማራ ከጎኑ ተንበርክካ፣ ወፍራም የደንብ ልብስ ለብሳ ቅዝቃዜው ወደ አጥንቷ ገባ። የሰላሳ ሁለት ዓመቷ፣ አእምሮዋ ስለታም ከኤፍቢአይ ጋር ለዓመታት ታድጋ፣ ጨካኝ፣ ድንገተኛ እና ብዙ ጊዜ ትርጉም የለሽ ከመሆኑ በፊት ሞትን አይታለች። ይህ ግን የተለየ ስሜት ተሰማው። በተበታተኑ መሳሪያዎች እና በተትረፈረፈ የስራ በታዎች መካከል የቶርን ሕይወት አልባ ቅርጽ ያለው ጥበባዊ አቀማመጥ በትእይንቱ ላይ አስደንጋጭ ትክክለኛነት ነበር። ከትግል በኋላ የተፈጠረው ትርምስ አልነበረም; በጥንቃቄ የተሰራ ሠንጠረዥ ነበር፣ የሚያደርጉትን በትክክል ከሚያውቅ ገዳይ የሰጠው ጸጥ ያለ መግለጫ።

የላብራቶሪ በር፣ ከባድ የብረት ጉዳይ፣ ከውስጥ ተቆልፏል። በግዳጅ የመግባት ምልክቶች የሉም። ምንም የተሰበረ መስኮቶች የሉም ፣ ምንም ምልክት የለም ፣ ምንም የተረበሹ የቤት ዕቃዎች የሉም። ገዳዩ መዳረሻ ነበረው፣ እና ያ መዳረሻ ቁልፍ ነበር። ማራ በብርድ ብረት ላይ ጓንት እጇን እየሮጠች አእምሮዋ ቀድሞውንም እየሮጠ ነው። የቶርን ባልደረቦች፣ ተቀናቃኞቹ፣ የሞቱ ተጠቃሚዎች ሊሆኑ የሚችሉ ⍰ ሁሉም ተጠርጣሪዎች ነበሩ።

ዓይኖቿ ዝርዝሩን እየቃኘች በታውን ቃኘች። ዘመናዊው የጂን ተከታይ ያልተነካ ነበር፣ ነገር ግን በአቅራቢያው ያለ ሴንትሪፉጅ በትንሹ ተጠየቀ፣ ይህም ትግል ሊኖር እንደሚችል ወይም ምናልባትም መርማሪዎችን ለመጣል ሆን ተብሎ መፈናቀልን ይጠቁማል። ግማሽ ባዶ የሆነ የቡና ስኒ ከብዙ ውስብስብ የኮምፒዩተር መከታተያዎች ጎን ተኝቷል፣ ስክሪኖቹም በሚስጥር ቅደም ተከተል ያዙ። አየር ማቀዝቀዣው ባልተለመደ ሁኔታ ዝቅተኛ በሆነ ሁኔታ ተቀምጧል፣ ይህም ትንሽ ቅዝቃዜን በመፍጠር አጠቃላይ መረጋጋትን እንዲጨምር አድርጓል። የቶርን እጅና እግር ስውር አቀማመጥ እንኳን በተሰላ መድረክ ላይ ፍንጭ ሰጥቷል፣ መልእክት ለመላክ የተደረገ ሙከራ።

የሕክምና መርማሪው ዶ/ር አልብራይት፣ ዓይኖቻቸው የደከሙ ሰው፣ ብዙም ሳይቆዩ መጡ። የእሱ አገላለጽ የማራን የመጀመሪያ ግምገማ አረጋግጧል፡ ሞቱ ከተፈጥሮ ውጪ ነው። ወዲያውኑ ምንም አይነት የአሰቃቂ ምልክቶች አልታዩም, ነገር ግን በአንገቱ ላይ ያለው ስውር ቀለም መታፈን ይቻላል. ነገር ግን ምንም የሚታዩ ምልክቶች አልነበሩም. የቶክሲኮሎጂ ዘገባው ጊዜ ይወስዳል።

" ግልጽ የሆነ ነገር አለ, ዶክ?" ማራ ጠየቀች, ድምጿ የተቀነጨበ እና ባለሙያ.

ዶ/ር አልብራይት ቃተተ፣ በቀጭኑ ፀጉሩ እጁን እየሮጠ። "ወዲያውኑ የሚታየው ነገር የለም። ንፁህ ነው፣ ከሞላ ጎደል በጣም ንጹህ ነው። ምንም የሚታዩ ቁስሎች፣ የትግል ምልክቶች የሉም። የሞት መንስኤ ተጨማሪ ምርመራ ያስፈልገዋል፣ ነገር ግን ከቀላል ጥቃት የበለጠ የተወሳሰበ ነገር እጠራጠራለሁ።

ማራ ራሷን ነቀነቀች፣ እይታዋ ወደ ቶርን ህይወት አልባ አካል እየተመለሰ ነው። የትዕይንቱ ጥንቃቄ የተሞላበት ገዳይ ከፍተኛ የማሰብ ችሎታ ያለው፣ የቶርን ስራ እና የዕለት ተዕለት ተግባር የሚያውቅ፣ ይህን በብርድ ያቀደ፣

በትክክል ያሰላል። ስለ አንድ ባለሙያ ወይም ምናልባትም የወንጀል ሂደቶችን በትኩረት ያጠና ሰው ይጨኻል።

ምርመራው የቶርን ህይወት እና ስራ በዝግታ እና በዘዴ መፈተሽ ተጀመረ። የሥራ ባልደረቦቹ ግልጽ መነሻ ነበሩ። ዶ/ር አንያ ሻርማ፣ የቶርን የቅርብ ተባባሪ፣ ድንቅ ነገር ግን በጣም ተወዳዳሪ የባዮኬሚስትሪ ባለሙያ፣ በሚታይ ሁኔታ ተናወጠች፣ መረጋጋትዋ በእጆቿ ላይ መንቀጥቀጥን አልደበቀችም። የእሷ ምላሾች ተለክተዋል፣ ጥንቁቅ፣ ተለማመዱ ማለት ይቻላል። ማራ ከመልስዎ በፊት ትንሽ ማመንታት ፣ በቀላሉ የማይታወቅ የመንጋዋን መቆንጠጥ ፣ ስውር አለመግባባቶችን አነሳች። የሆነ ችግር ነበር።

በጨካኝ ምኞታቸው የሚታወቁት ከፍተኛ የጄኔቲክስ ሊቅ የሆኑት ዶ/ር ቤን ካርተር በሚያስደንቅ ሁኔታ ረጋ ያሉ ነበሩ፣ ራቅ ያሉ ነበሩ። ውጫዊ የሀዘኑ ማሳያው ላይ ላዩን፣ ከአፈጻጸም ጋር የሚያያዝ ይመስላል። ስለ ድብቅ አጀንዳ የሚጠቁም ፣ እውነተኛ ስሜቱን የመደበቅ ችሎታ ያለው ቀዝቃዛ መረጋጋት ነበረው።

ከዚያም በቶርን ስር የሚሰራ የድህረ ዶክትሬት ተመራማሪ ዶክተር ጂያን ሊ ነበሩ። ፈርቶ ነበር፣ ዓይኖቹ በክፍሉ ዙሪያ ይሽከረከራሉ፣ እጆቹ ያለማቋረጥ ይሽከረከራሉ። የሱ መልሶች በጥንቃቄ የተመረጡ ቃላት

ከማብራራት ይልቅ ለማድበስበስ የተነደፉ ነበሩ። በእጆቹ ውስጥ ያለው ስውር መንቀጥቀጥ፣ ከዓይን ንክኪ መራቅ ጋር ተዳምሮ የጥፋተኝነት ስሜት ይጮኻል።

ማራ የቶርን የምርምር ወረቀቶችን፣ ኢሜይሎቹን እና የግል ንብረቶቹን በማጣራት ሰዓታትን አሳለፈች። የመረጃው ብዛት ከአቅም በላይ ነበር። ቶርን ስፍር ቁጥር የሌላቸውን የዘረመል በሽታዎችን የመፈወስ አቅም ባለው አብዮታዊ የጂን አርትዖት ቴክኒክ ትልቅ ግኝት ላይ ነበር። ነገር ግን ሊታሰብ ለማይቻል አላግባብ መጠቀምን ፣የፓንዶራ ሣጥን የስነምግባር ቀውሶችን የመፍጠር እድልም ነበረው። ጥናቱ በጣም አስፈላጊ ነበር, ግን ደግሞ አከራካሪ ነበር. አንድምታው አስገራሚ ነበር። ኢላማም አድርጎታል።

በቶርን የኮምፒውተር ስክሪኖች ላይ ያለው ሚስጥራዊ ኮድ ጉልህ ፍንጭ ነበር። ማራ ውስብስብ ስልተ ቀመሮችን የመግለጽ ችሎታ ያለው ልዩ ባለሙያ ያስፈልጋታል። በ የሳይበር ወንጀሎች ክፍል ውስጥ የምትሰራውን ባልደረባዋን አነጋግራለች፣ ኤጀንት ዴቪስ የሚባል ልምድ ያለው ተንታኝ፣ ለዝርዝር ዓይኑ እና በጣም ውስብስብ የሆኑትን ዲጂታል እንቆቅልሾችን እንኳን የመለየት ችሎታው ይታወቃል። ዴቪስ መጀመሪያ ላይ ተጠራጣሪ ነበር፣ ነገር ግን የቶርን ምርምር ሊያመጣ የሚችለው አንድምታ እና የግድያው ትክክለኛ ትክክለኛነት ፍላጎቱን

አነሳሳው። ይህን ከቀላል ግድያ ያለፈ ነገር ግን እጅግ የከፋ ነገር እንደሆነ በመገንዘብ ለመርዳት ተስማማ።

ማራ ወደ ቶርን ስራ በጥልቀት ስትመረምር፣ የሳይንሳዊ ምኞት፣ የአካዳሚክ ፉክክር እና ስነ-ምግባር የጎደላቸው ሊሆኑ የሚችሉ ልማዶችን አገኘች። ሚስጥራዊ ትብብርን፣ የተሰረቁ ምርምሮችን እና ሚስጥራዊ ስብሰባዎችን፣ በ ጨርቅ ውስጥ የተጠለፈ የማታለል መረብ ማስረጃ አገኘች። የቶርን ሞት የተለየ ክስተት አልነበረም; በሳይንሳዊ ተቋሙ ልብ ውስጥ እየተንሰራፋ ያለው ትልቅ እና አደገኛ ህመም ምልክት ነበር።

ምንም ጉዳት የሌላቸው በሚመስሉ ወረቀቶች በተሞላ መሳቢያ ውስጥ ተደብቆ የተገኘው የተደበቀው የዳታ ድራይብ፣ የመረጃ ውድ ሀብት ሆኖ ተገኝቷል። የቶርን የምርምር ማስታወሻዎች፣ የግል ግንኙነቶቹ እና የፋይናንሺያል መዝገቦቹን የያዙ የተመሰጠሩ ፋይሎች። እነዚህ የህገ-ወጥ ግብይቶች፣ የባህር ዳርቻ ሂሳቦች እና ከበስተጀርባ የሚሰሩ ጥላሸት ያላቸው መረጃዎችን ያካተቱ ሲሆን ሁሉም ከ ግድግዳዎች በላይ የራቀ ሰፊ ሴራን ያመለክታሉ።

ማራ የተበታተነውን እንቆቅልሽ አንድ ላይ ስታጣምር፣ አእምሮዋ ያለማቋረጥ ይሽከረከራል፣ የተመሰቃቀለውን

ቁርጥራጮች ለመረዳት ስትሞክር ቀናት ወደ ሌሊት ተቀየሩ። ገዳዩ እንደገና ሊመታ ይችላል በሚል ፍራቻ የተነሳ ጭናው እየጨመረ ሄዶ የኃላፊነት ክብደት ወደ እሷ እየገሰገሰ ነው። ለዓመታት በዘለቀው የመገለጫ ችሎታዋ የተከበረው አእምሮዋ፣ ዓይን ከማየት የበለጠ ግድያ እንዳለ ነገራት። ይህ ቅናት ወይም ሙያዊ ፉክክር ብቻ አልነበረም; ጉዳቱን እና ስጋቱን በተረዳ ሰው በጥንቃቄ የታቀደ፣ በጥንቃቄ የተፈፀመ ድርጊት ነበር፣ ሳይታወቅ በላቢሪንታይን የሃይል ኮሪደሮች ውስጥ መንቀሳቀስ ይችላል። ከሰአት ጋር የሚደረገው ውድድር ተጀምሯል፣ እና ማራ እያንዳንዱ ሰከንድ እንደሚቆጠር ታውቃለች። በቤተ ሙከራ ውስጥ ያለው ጥላ ከቶርን የሥራ ቦታ ገደብ በላይ ተዘርግቷል; በመላው እና ምናልባትም በአለም ላይ ረዥም እና አደገኛ ጥላ ጥሏል።

የመጀመሪያዎቹ ቃለመጠይቆች እርስ በእርሳቸው የሚጋጩ ትረካዎችን አፍርተዋል፣ እያንዳንዱ ክር በጥንቃቄ በተመረጡ ቃላት የተሸመነ እና ረቂቅ፣ ከሞላ ጎደል ለመረዳት የማይቻል፣ ይናገራል። የቶርን የቅርብ ተባባሪ የሆነችው አንያ ሻርማ የሐዘንን ገጽታ አቀረበች፣ ነገር ግን የቁጥጥር ባህሪዋ እና አልፎ አልፎ፣ የማይታወቅ፣ በእጆቿ ውስጥ ያለው መንቀጥቀጥ ስር የሰደደ ጭንቀትን ይጠቁማል። ለማራ ጥያቄዎች የሰጠቻቸው መልሶች ትክክለኛ፣ በጣም ትክክለኛ ነበሩ፣ ስፍር ቁጥር የሌላቸውን ጊዜያት ደጋግማ እንደ ሰለቻቸው። ለተወሰኑ ጥያቄዎች መልስ ከመስጠቷ በፊት ትንሽ ማመንታት፣ በአይኖቿ ዙሪያ ያለው ጊዜያዊ መጨናነቅ - እነዚህ ጥቃቅን

አለመመጣጠኖች ድብቅ የሆነ ነገር ላይ ፍንጭ ሰጥተዋል፣ በጥንቃቄ የተሰራ ከተወለወለ ወለል በታች።

ማራ ለቶርን ታላቅ ምርምር ባደረገው አስተዋጾ ላይ በማተኮር ማራ በጥልቀት መርምራለች። እሷ የሥራ ክፍፍልን, እያንዳንዳቸው ያደረጓቸው ልዩ ሙከራዎች, እያንዳንዱ መዳረሻ ወሳኝ የሆኑትን መረጃዎች ጠየቀ. ሻርማ ከቅርብ ሳምንታት ወዲህ በተለየ ፕሮጀክት ላይ ራሱን ችሎ እየሰራ መሆኑን ተናግሯል፣ ይህ የይገባኛል ጥያቄ ምቹ መስሎ ነበር፣ በተለይም የቶርን ሞት ጊዜ። የእሷ ማብራሪያ፣ ላይ ላዩን ሲታይ አሳማኝ ቢሆንም፣ የእውነተኛ የማስታወስ ተፈጥሯዊ ፍሰት ስለሌለው፣ በተወሰነ ደረጃ የተሰላ ፈጠራን ፍንጭ ይሰጣል። በጊዜ መስመርዋ ውስጥ ያሉት ስውር ልዩነቶች፣ ከተገለጹት በላይ ለመደበቅ የተነደፉት በጥንቃቄ የተመረጡ ቃላቶች፣ ሁሉም በጥንቃቄ ወደ የተሰራ አሊቢ ያመለክታሉ።

ርህራሄ በሌለው ምኞት የታወቁት ከፍተኛው የጄኔቲክስ ሊቅ ዶ/ር ቤን ካርተር በተቃራኒው ጥናት ነበር። ሻርማ የተቆጣጠረ ጭንቀትን ባሳየበት ቦታ፣ ካርተር በግዴለሽነት የሚወሰን ቀዝቃዛ መረጋጋት አሳይቷል። ሀዘኑ የተመረተ፣ እውነተኛ ስሜት የሌለው አፈጻጸም ይመስላል። ምላሾቹ እጥር ምጥን ያለ፣ ከድንበር ጋር የተቆራኙ፣ እይታው የማይናወጥ እና በጠንካራ ሁኔታ ላይ ያተኮረ፣ ከሞላ ጎደል ርህራሄ የሌለው ነበር። ማራ እውነተኛ ስሜቱን የመደበቅ ልምድ ያለው ሲሆን ይህም

የማታለል ልምድ እንዳለው የሚጠቁም የስሜታዊ ቁጥጥር ደረጃ ነው። የማራን ጥርጣሬ የበለጠ እንዲጨምር የሚያደርገውን የበላይነቱን አየር በመጠበቅ እያንዳንዱን ጥያቄ ለመመለስ የማይነቃነቅ ችሎታ ነበረው።

ከቶርን ጋር ሙያዊ ፉክክር ውስጥ መግባቱን አምኗል፣ ይህም የፉክክር መንፈስ ለዓመታት ሳይንሳዊ ግባቸውን እንዲጨምር አድርጓል። የትብብር ጥረታቸውን ዘርዝሯል፣ ነገር ግን በጥንቃቄ ዝርዝር ጉዳዮችን አስቀርቷል፣ መልሱ ግልጽ ያልሆነ እና አጠቃላይ። በህይወቱ የመጨረሻዎቹ ሳምንታት ስለ ቶርን እጅግ አስደናቂ ምርምር ምንም እውቀት እንዳልነበረው ተናግሯል፣ ሆኖም በግራ ዐይን ሽፋኑ ላይ ያለው ስውር ምት ድብቅ ግንዛቤን አሳልፏል። ብዙውን ጊዜ ማታለልን የሚያመለክት ይህ ያለፈቃዱ የጡንቻ መወዛወዝ በጥንቃቄ የተገነባው መረጋጋት የተደበቀ የእውቀት ክምችትን የሚሸፍን ቀጭን ሽፋን እንደሆነ ጠቁሟል።

የድህረ ዶክትሬት ተመራማሪው ዶ/ር ጂያን ሊ ከሦስቱ በጣም ውጫዊ ነርቮች ነበሩ። በሚናገርበት ጊዜ እጆቹ ይንቀጠቀጡ ነበር፣ አይኖቹ በክፍሉ ዙሪያ ይሽከረከራሉ፣ የአይን ንክኪን በማስወገድ። የእሱ መልሶች ግልጽ ያልሆኑ እና በጥንቃቄ በተመረጡ ሀረጎች የተሞሉ እና ግልጽ ባልሆኑት ረጅም ቆም ያሉ ነበሩ። ትረካውን ለማስቀጠል

ታግሏል፣ ትዝታው የተበታተነ እና ወጥነት የሌለው፣ ወደ ድብቅ እውቀት በሚጠቁሙ አለመጣጣሞች የተሞላ ነው። ጭንቀቱ ምንም እንኳን ሊታወቅ የሚችል ቢሆንም, በተወሰነ ደረጃ ደረጃ ላይ እንደሚገኝ ተሰማው; የተደናገጠ እና ንፁህ ተመልካች በመሆን ሚና የሚጫወት ይመስላል።

እያንዳንዱ ግለሰብ ምንም እንኳን ተቃራኒ ባህሪያቸው ቢኖረውም, አንድ የጋራ ባህሪን አካፍሏል: የተሰላ ሙከራ ትረካውን ለመቆጣጠር, በማራ የምርመራ አቅጣጫ ላይ ተጽዕኖ ያሳድራል. የእነርሱ ምላሾች, በጥንቃቄ የተቀረጹ እና የተለማመዱ, ስለ ሁኔታው ክብደት የጋራ ግንዛቤን, በትብብር እና ራስን በመጠበቅ መካከል ያለውን ጥቃቅን ሚዛን ግንዛቤን ያንፀባርቃሉ. ይህ የዓላማ አንድነት፣ ስውር ሆኖም የማይካድ፣ ወደ ቅንጅት ደረጃ አመላክቷል፣ ይህ የጋራ መነሳሳት ከወዲሁ ከሙያዊ ፉክክር በላይ ነው።

የማራ ምርመራ ከቶርን ባልደረቦች የቅርብ ክበብ አልፏል። የፋይናንስ መዝገቦቹን፣ ኢሜይሎቹን እና ማህበራዊ ግንኙነቶቹን እየመረመረች ወደ ግል ህይወቱ ገባች። ከተለያዩ ዩኒቨርሲቲዎች እና የግል ተቋማት ተመራማሪዎችን በማሳተፍ ከ ባሻገር የተዘረጋ ውስብስብ የትብብር መረብ አገኘች። የቶርን ምርምር በጣም ሰፊ ነበር፣ ትኩረትን እና ተባባሪዎችን ከአለም ዙሪያ ይስባል። ይህ የተወሳሰበ የግንኙነት መረብ የምርመራውን ወሰን

አስፍቶ፣ ብዙ አዳዲስ ተጠርጣሪዎችን እና የምርመራ መንገዶችን አስተዋወቀ።

የቶርን የተደበቀ የውሂብ አንፃፊ ይዘት ተጨማሪ ውስብስብነት ደረጃዎችን አሳይቷል። የተመሰጠሩት ፋይሎች ስለ ሚስጥራዊ ስብሰባዎች፣ ሚስጥራዊ ትብብር እና ጉልህ የገንዘብ ልውውጦች መረጃን ይዘዋል። የተመሰጠሩት ፋይሎች ከባህር ዳርቻ ሒሳቦች የሚመነጩ እና ማንነታቸው ከማይታወቅ የሼል ኮርፖሬሽኖች ጋር የተገናኘ አጠራጣሪ የገንዘብ ዝውውሮችን አሳይተዋል። እነዚህ የፋይናንስ ችግሮች ከባህላዊ የአካዳሚክ ምርምር ወሰን በላይ የሚዘረጋ የገንዘብ ድጋፍን ጠቁመዋል፣ ይህም ወደ ሕገወጥ የገንዘብ ምንጮች እና ሊበላሹ የሚችሉ ግንኙነቶችን ያመለክታል።

የዲጂታል ዱካው ማራ እና ኤጀንት ዴቪስ ወደ ጥንቸል የተመሰጠሩ የመገናኛ ቻናሎች ጉድጓድ ውስጥ እንዲገቡ አድርጓቸዋል፣ የዲጂታል አሻራዎች መጀመሪያ ካሰቡት በጣም ትልቅ በሆነ አውታረ መረብ ላይ ይጠቁማሉ። ተከታታይ ኮድ የተደረገባቸው መልእክቶች፣ ውስብስብ ሴራን የሚጠቁሙ፣ በጥላ ስር የሚሰሩ የግለሰቦችን መረብ፣ መረጃን በማጭበርበር እና በምርምር አጀንዳዎች ላይ ተጽእኖ ማሳደር ችለዋል። የእነዚህ ግንኙነቶች ድብቅነት የምርመራውን አጣዳፊነት ከፍ አድርጎታል። ማራ እና ዴቪስ በቆፈሩ ቁጥር፣ በሳይንሳዊ ምኞት፣

በግላዊ ፉክክር እና ጥላ በበዛበት እኩይ ተግባር መካከል ያለው መስመሮች ይበልጥ እየደበዘዙ ይሄዳሉ።

ማራ እውነትን ለማግኘት ያላሰለሰ ጥረት ማድረጉ ሳይንሳዊ እድገት ከአደገኛ ምኞትና ከሥነ ምግባር የጎደላቸው ልማዶች ጋር የሚጋጩበትን ዓለም አሳይቷል። የመጀመርያው ምርመራ፣ ቀጥተኛ የግድያ ወንጀል፣ በፍጥነት ወደ ውስብስብ የማታለል ቤተ ሙከራ ተለወጠ፣ በሳይንሳዊ የማወቅ ጉጉት እና የወንጀል ዓላማ መካከል ያለው መስመር ደበዘዘ። የገዳዩ ትክክለኛነት ለሳይንሳዊ ፈጠራ እና ለደም ነፍስ ግድያ የሚችል አእምሮን ጠቁሟል ፣ ይህ ቀዝቃዛ ጥምረት የማራን አከርካሪ ወደ ታች እንዲንቀጠቀጥ አድርጓል። በቤተ ሙከራ ውስጥ ያለው ጥላ፣ በአንድ ወቅት ተራ ዘይቤ፣ አሁን እያንዣበበ ያለውን አደጋ ይወክላል፣ ይህም ስጋት መላውን ሳይንሳዊ ማህበረሰብ ላይ ያሳጣ። የመጀመሪያው ምርመራ የበረዶ ግግር ጫፍን ብቻ አገኘ; ከመሬት በታች ሰፊ እና አደገኛ የሆነ የማታለል እና የማታለል ውቅያኖስ አለ። የቶሮንን ገዳይ ለመለየት እና በዙሪያው ያለውን መረብ ለመበተን የሚደረገው ሩጫ ገና ተጀመረ። ግፊቱ እጅግ በጣም ብዙ ነበር፣ ጉዳቱ ከፍ ያለ ነበር፣ ነገር ግን ማራ ቫንስ፣ ለፍትህ ያላትን የማያወላውል ቁርጠኝነት በማነሳሳት ወደ ፊት ተገፋፍታ፣ ወንጀለኞችን ለፍርድ ለማቅረብ ባደረገችው ቁርጠኝነት እና ግልፅ በሚመስለው የብሄራዊ ጤና ተቋማት ፋና ውስጥ

የተደበቀውን አስከፊ ሴራ በማጋለጥ። የቀዘቀዘው የላብራቶሪ ዝምታ አሁንም በአእምሮዋ አስተጋባ።

የማራ ምርመራ ከቶርን ባልደረቦች ግለሰባዊ ተለዋዋጭነት ወደ ሥራው ሳይንሳዊ ልብ ተሸጋገረ። የሱ ላብራቶሪ መጀመሪያ ላይ ንፁህ መስሎ እና ተደራጅቶ አሁን የማካብሬ ስራ ለመስራት እንደ መድረክ ተሰምቶታል። እያንዳንዱ በጥንቃቄ የተለጠፈ ብልቃጥ፣ የሚያብረቀርቅ ዕቃ ሁሉ፣ የቶርን ምርምር እውነተኛ ተፈጥሮ የሚጠቁም ሚስጥሮችን የሚያንሾካሾክ ይመስላል። ደህንነቱ የተጠበቀ አገልጋይ ማግኘት፣ ከ የህግ ቡድን ጋር ከተራዘመ የህግ ፍልሚያ በኋላ የተሰጠው፣ የዓላማውን ጥልቀት ለመክፈት እና የጀግንነት ስራው የሚያስከትለውን መዘዝ ቁልፍ ሰጥቷል።

መረጃው የቶርን የጂን አርትዖት ምርምር ሙሉ ወሰን አሳይቷል፣ ማራ መጀመሪያ ላይ ካሰበችው ከማንኛውም ነገር እጅግ የላቀ እና አደገኛ ሊሆን ይችላል። እሱ አሁን ባሉት ጂኖች ብቻ አልነበረም; የሳይንሳዊ ስነ-ምግባር ድንበሮችን በመግፋት እና የፓንዶራ ሳጥንን ሊከፍት የሚችል የህይወት መሰረታዊ ህግን እንደገና ይጽፍ ነበር። የእሱ ፕሮጀክት፣ በኮድ የተሰየመው ⍰ፕሮጀክት ቺሜራ፣ ከዚህ በፊት ታይቶ በማይታወቅ ሁኔታ የሰውን አቅም የመቀየር አቅም ያለው፣ በተፈጥሮ ውስጥ ያልተገኙ፣ ልብ ወለድ ዘረ-መል (ጅን) ቅደም ተከተል መፈጠሩን ዘርዝሯል። አንድምታው አስገራሚ ነበር። የተሻሻለ የማሰብ ችሎታ ፣ በሽታን የመቋቋም ፣ ረጅም ዕድሜ

እንኳን - እድሎች ገደብ የለሽ ቢመስሉም አደጋዎቹም እንዲሁ።

የምርምር ሰነዶቹ ቶርን ያዘጋጃቸውን የዘረመል ማሻሻያዎችን የሚያሳዩ ውስብስብ ስልተ ቀመሮችን እና ውስብስብ ንድፎችን ይዘዋል ። የሥራው ውስብስብነት እጅግ በጣም ብዙ ነበር, ስለ ጄኔቲክስ, ባዮኢንጂነሪንግ እና የላቀ የስሌት ባዮሎጂ የላቀ ግንዛቤን ይፈልጋል. ማራ፣ በባህሪ ሳይንስ ዳራዋ፣ ከጥልቅነቷ ውስጥ በጣም ተሰምቷታል። ምንም እንኳን የፕሮፋይለሮቹ ውስጣዊ ስሜቶች አሁንም ጥንቃቄን ቢጮሁም በዶክተር አኒያ ሻርማ እውቀት ላይ በጣም ትመካለች። የሻርማ ማመንታት ትብብር ማራ ጄኔቲክስ ባለሙያው አንዳንድ ወሳኝ የእንቆቅልሹን ክፍል እየደበቀች እንደሆነ እንድትጠራጠር አድርጓታል፣ ምናልባትም ከፈቀደችው በላይ በፕሮጀክት ቺሜራ ውስጥ ገብታለች።

አንድ የተለየ ፋይል የማራን ትኩረት ስቧል፡ ተከታታይ የማስመሰል ስራዎች የቶርን የጂን አርትዖት ቴክኒኮችን ሊያስከትሉ የሚችሉትን ተፅእኖዎች በመቅረጽ ያካሂዳሉ። ማስመሰያዎቹ ሊገመቱ የማይችሉ መዘዞችን፣ አንዳንዶቹ ጠቃሚ፣ ሌሎች ደግሞ ጥፋት እንደሚያደርሱ ተንብየዋል። ተምሳሌቶቹ ያልተጠበቁ የጄኔቲክ ሚውቴሽን, ለተሻሻሉ ጂኖች ያልተጠበቁ ምላሾች እና የተቀየሩ የጂን ቅደም ተከተሎችን በአጠቃላይ ህዝብ

ውስጥ የመስፋፋት እድልን አሳይተዋል. የሰው ልጅን ስነ-ህይወት እና የዝርያውን የወደፊት እጣ ፈንታ በመሠረታዊነት ሊለውጥ የሚችል የማይገመቱ ሚውቴሽን በመፍጠር መዘዞቹ ይወድቃሉ።

ሰነዶቹ በተከታታይ ያልተገለጹ ክሊኒካዊ ሙከራዎችን ማጣቀሻዎችንም ይዘዋል። ከሥነ ምግባራዊ ክለሳ ሰሌዳዎች እና ከሕዝብ እይታ የተደበቁት እነዚህ ሙከራዎች ቶርን በሰዎች ጉዳዮች ላይ የጂን አርትዖት ቴክኒኮችን ቀድሞውኑ መሞከር እንደጀመረ ጠቁመዋል። ይህ የስነምግባር መስፈርቶች መጣስ ስለ ምኞቱ ስፋት እና ሊያደርስ የሚችለውን ጉዳት በተመለከተ አስፈሪ ጥያቄዎችን አስነስቷል። የጥረቱ ድፍረት የማራ አከርካሪው እንዲቀዘቅዝ አደረገ፣ ይህም ከቁጥጥር ውጪ የሆነ ምኞት የሞራል ውድመትን በመገንዘብ ነው። በሰው ልጅ ላይ ሊፈጠር የሚችለውን አንድምታ በቀላሉ ለመረዳት በጣም ሰፊ ነበር።

በመረጃው ላይ የበለጠ በመረመረች መጠን ምስሉ የበለጠ ያልተረጋጋ ሆነ። የቶርን ምርምር እጅግ የላቀ ሳይንስ ብቻ አልነበረም። አምላክን በመጫወት የሕይወትን ሕንጻዎች በግዴለሽነት በመተው ነበር። ለሁለቱም አስገራሚ እድገቶች እና አስከፊ መዘዞች እምቅ ጥንቃቄ በተመጣጣኝ ሁኔታ ውስጥ ተንጠልጥሏል. የተሻሻለው የጂን ቅደም ተከተል በአጋጣሚ ወደ

አጠቃላይ ህዝብ የመልቀቅ እድል፣ አስከፊ መዘዞች፣ ትልቅ ያንዣበበ ነበር።

ማራ በቶርን እና በተለያዩ አለምአቀፍ ተባባሪዎች መካከል በሚስጥር እና ኮድ የተደረገባቸው ተከታታይ የኢሜይል ልውውጦችን አገኘች። እነዚህ ግንኙነቶች ከሥነ ምግባራዊ ግምገማ እና የቁጥጥር ቁጥጥር ወሰን ውጭ የሚሰሩ በተመሳሳይ የጂን-ማስተካከያ ፕሮጄክቶች ውስጥ የተሳተፉ ዓለም አቀፍ ተመራማሪዎችን ጠቁመዋል። የእነዚህ ትብብሮች ድብቅ ተፈጥሮ በጥላ ስር የሚሰራ ድብቅ ሳይንሳዊ ወንድማማችነት አይነት ሴራ ላይ ፍንጭ ሰጥቷል።

የቶርን ምርምር በሳይንሳዊ እድገት ላይ ብቻ አልነበረም; ስለ ኃይል፣ የሰውን ልጅ ማንነት ስለመቆጣጠር ነበር። ልዕለ-ወታደር ከመፍጠር አንስቶ ዲዛይነር ሕፃናትን እስከ መንደፍ ድረስ የእሱ የጂን አርትዖት ቴክኒኮች ሊሆኑ የሚችሉ አተገባበርዎች ገደብ የለሽ ነበሩ። ማራ እውነትን ለማጋለጥ ያላትን ቁርጠኝነት አበረታቶታል።

ከጥናቱ ጋር አብረው ያሉት የፋይናንስ መዛግብት በተመሳሳይ ሁኔታ የሚረብሹ ነበሩ። ከማይታወቁ ምንጮች ብዙ ገንዘብ ወደ ቶርን ፕሮጀክት ገብቷል፣ ባህላዊ ሳይንሳዊ የገንዘብ ድጋፍ መንገዶችን በማለፍ።

እነዚህ ግልጽ ያልሆኑ ግብይቶች ማራ በተደበቀ አውታረ መረብ ላይ ያለውን ጥርጣሬ የበለጠ አጠንክረውታል፣ በጥላ ስር የሚሰሩ፣ ለሥነ ምግባር የጎደላቸው እና አደገኛ ሊሆኑ ለሚችሉ ጥናቶች የገንዘብ ድጋፍ አደረጉ።

ዱካው ማራን ወደ ተከታታይ የሼል ኮርፖሬሽኖች እና የባህር ዳርቻ አካውንቶች አመራ። ለቶርን ምርምር የገንዘብ ድጋፍ የሚያደርጉ የበለጸጉ ግለሰቦች ወይም ድርጅቶች በራሳቸው የግል ፍላጎት የተነሳ ሚስጥራዊ መረብ ጠረጠረች። ለቀዶ ጥገናው የገንዘብ ድጋፍ የሰጡ ሰዎች ማንነት በምስጢር ተሸፍኖ በምስጢር ግድግዳ እና በህጋዊ ግርዶሽ ተሸፍኗል። ማራ ለትልቅ ነገር በጣም ቅርብ እንደሆኑ ተረድታለች፣ ትልቅ ተጽእኖ ያለው፣ ተቃዋሚዎችን ዝም ለማሰኘት እና አለምአቀፍ ክስተቶችን ለመቆጣጠር የሚችል ጥላ ያላት ድርጅት።

ተጨማሪ ምርመራ የተሰረዙ ፋይሎችን እና የተደበቁ ክፍልፋዮችን በቶርን ዳታ አንፃፊ ላይ፣ ቀደም ሲል የነበሩትን ቅሪቶች፣ እንዲያውም የበለጠ አደገኛ ሙከራዎችን አገኘ። እነዚህ ቁርጥራጮች ቶርን ከጂን አርትዖት ባለፈ በፕሮጀክቶች ላይ እየሰራች እንደነበረች ጠቁመዋል። ይህ እጅግ የከፋ ነገርን ፍንጭ ሰጥቷል፡- አውዳሚ አቅም ያለው ባዮሎጂካል መሳሪያ፣ወይም ደግሞ የበለጠ የማያስቸግር፣ከሰው ልጅ የመረዳት ሁኔታ ውጭ።

ማራ የዶ/ር ቶርን መገደል የፍትወት ወይም የባለሙያ ፉክክር ወንጀል ብቻ እንዳልሆነ ተገነዘበች። እሷ ካጋጠማት ከማንኛውም ነገር እጅግ የላቀ እና የበለጠ አደገኛ ሴራን ለመከላከል የተቀነባበረ የተሰላ ድርጊት ነበር። ነፍሰ ገዳዩ ማራ የቶርን ምርምር ሚስጥር ለመጠበቅ ጥልቅ ኢንቨስት ያደረገ ሰው፣ ድብቅ ስራቸውን ለመጠበቅ ግድያ ለመፈጸም ፈቃደኛ የሆነ ሰው እንደሆነ ገምታለች። የገዳዩ ማንነት አልታወቀም ነገር ግን ተግባራቸው ርህራሄ የለሽ ቅልጥፍናን እና ቆራጥነትን የሚያሳይ አሪፍ ምስል አሳይቷል።

የግኝቱ ክብደት ማራ ላይ ወድቋል። የተግባሯን ግዙፍነት፣ ይህንን ጥላ የለሽ መረብ ማጋለጥ እና አባላቱን ለፍርድ ማቅረብ እንደሚያስፈልግ ተሰምቷታል። የቶርን ጥናት ምንም እንኳን በቤተ ሙከራ ውስጥ በጸዳ ውሱንነት ብቻ የተገደበ ቢመስልም ከሳይንስ ማህበረሰቡ እጅግ የራቀ አንድምታ ነበረው ወደ አለምአቀፉ የፖለቲካ ምህዳር የተዘረጋ እና ምናልባትም የሰውን ልጅ ህልውና አደጋ ላይ የሚጥል። የላብራቶሪ መሰሪያው ጸጥ ያለ ግርግር አስከፊ ሰው አልባ ሰው አልባ ሆነ። በቤተ ሙከራ ውስጥ ያለው ጥላ፣ በአንድ ወቅት ዘይቤያዊ መገኘት፣ አሁን የሚታይ ስጋት፣ ከሳይንሳዊ እድገት ወለል በታች ተደብቀው የነበሩትን የተደበቁ አደጋዎች ቀዝቃዛ ምልክት ነው። ጉዳዩ ከቀላል ግድያነት ወደ የሰው ልጅ የወደፊት ዕጣ ፈንታ ወደ

ትግል ተለውጧል። ግፊቱ እጅግ በጣም ብዙ ነበር፣ ጉዳቱ ሊታሰብ የማይቻል ነው፣ ነገር ግን ማራ ቫንስ በማያወላውል የፍትህ ስሜቷ እና በአለምአቀፉ አንድምታ ላይ በማደግ ላይ ያለች ግንዛቤ በመንዳት እውነትን ያላሰለሰ ጥረት ለማድረግ ቃል ገባች። የላቦራቶሪው ዝምታ፣ በአንድ ወቅት የሳይንሳዊ ቁርጠኝነት ምልክት የሆነው፣ አሁን አለምን ሊዋጥበት የሚችል ሴራ ከቀዘቀዘው አስደንጋጭ ድምጽ ጋር አስተጋባ።

የቶርን ምርምር ክብደት ማራ ላይ እንደ አካላዊ ሸክም ተጭኖበታል። አንድምታዎቹ አስገራሚ ነበሩ፣የፓንዶራ ሣጥን የጄኔቲክ ማጭበርበር እና መዘዝ የሰው ልጅን እራሱን ሊቀርጽ ይችላል። ሆኖም፣ በላቢሪንታይን መረጃ እና ኢንክሪፕትድ የተደረጉ ግንኙነቶች መካከል፣ ይበልጥ ፈጣን የሆነ እንቆቅልሽ ትኩረቷን ጠየቀ፡ ዶ/ር ኤልያስ ቶርን ማን ገደለው? በቶርን አለምአቀፍ ተባባሪዎች እና በድብቅ የገንዘብ ድጋፍ ምንጮች ላይ የተደረገው የመጀመሪያ ትኩረት ትክክለኛ የሆነ ተጠርጣሪ አላስገኘም ፣ ይህም ማራ በዩኒቨርሲቲው ውስጥ ያሉ ባልደረቦቹን ወደ ቤት ይበልጥ እንዲመረምር አደረገ።

ዶክተር ጁሊያን ራይስ ጎልተው ታዩ። ከባህር ዳርቻ ሒሳቦች የሚሠራ ጥላሸት ያለው ሰው አልነበረም። በመምሪያው ውስጥ የሚታይ መገኘት ነበር፣ ፊቱ በዘለአለማዊ ብስጭት ተሸፍኗል፣ ይህም ቂም መሟጠጥን ይጠቁማል። ራይስ፣ ድንቅ የባዮኬሚስት ባለሙያ በመሠረታዊ ሥራ (ምንም እንኳን አወዛጋቢ

ባይሆንም) መልካም ስም ያለው፣ ከዚህ ቀደም በብዙ ፕሮጀክቶች ላይ ከቶርን ጋር ተባብሮ ነበር። ትብብሩ ግን ከዓመታት በፊት ተባብሶ ነበር፣ በመካከላቸው በተለዋወጡት የስርቆት እና የእውቀት ስርቆት ውንጀላ በጭካኔ አብቅቷል። ማራ መራራውን ውድቀት የሚያሳይ የወረቀት መንገድ አገኘች፣ ተከታታይ ሞቅ ያለ ኢሜይሎች እና ሙሉ በሙሉ ያልቀነሰ ጥልቅ ጥላቻን የሚጠቁሙ ማስታወሻዎች ።

ግጭታቸው ከአካዳሚክ አለመግባባቶች አልፏል። በዩኒቨርሲቲው ውስጥ የቶርን ሜትሮሪክ ዕድገት በግልጽ ተቆጥቷል፣ ምርምራቸው ከፍተኛ የገንዘብ ድጋፎችን እና ዓለም አቀፍ አድናቆትን በመሳቡ የ የራሱ አስተዋፅዖዎች በአንጻራዊ ሁኔታ ዝቅተኛ እውቅና አግኝተዋል። የስኬት ልዩነት፣ ማራ ተገነዘበች፣ በቀላሉ ወደ ብጥብጥ ሊቀየር የሚችል ኃይለኛ የቅናት እና ቂም ኮክቴል እንዲጨምር አድርጓል። ይህ ሙያዊ ቅናት ብቻ አልነበረም። በቶርን ቀጣይ ስኬቶች የተበሳጨ፣ የሚያቃጥል ቁስል ነበር።

' ያልተጨነቁ ለመምሰል ያደረገው ሙከራ ደካማ ነበር። በምርምር ስራው ተጠምዶ ምሽቱን ቤት ውስጥ ብቻውን እንዳሳለፈ ተናግሯል። ነገር ግን፣ ምስክርነቱ ተጨባጭ ዝርዝሮች፣ የማራ ፕሮፋይለር ደመ ነፍስን የሚያስቀምጡ ግልጽ ያልሆኑ ምላሾች እና አጠራጣሪ ማብራሪያዎች የሉትም። የተወሰኑ የቴሌቭዥን

ፕሮግራሞችን፣ የተኛበትን ትክክለኛ ሰዓት፣ ወይም የሚበላውን ምግብ እንኳ ማስታወስ አልቻለም። ባህሪው በጣም በጥንቃቄ የተሰራ ነበር፣ ትክክለኝነት የጎደለው ጨዋነት የጎደለው ተግባር ነው።

ማራ እንደገና የ' ቤተ ሙከራን ጎበኘች፣ በጥንቃቄ የታዘዘ ቦታ ከቶርን በኋላ ከተመሰቃቀለው ጋር በእጅጉ ይቃረናል። ፅንሱ ግን ሰው ሰራሽ፣ የተሰላ፣ የጠለቀ ነገርን የሚሰውር የፊት ገጽታ ተሰማው። ሁሉም ነገር ከቦርዱ በላይ ብቅ እያለ፣ የማራ የተለማመደው አይን ስውር አለመጣጣሞችን አገኘ። በተጣለ ፓይፕ ላይ ያለው ደካማ የደም ምልክት፣ ለዓይን በቀላሉ የማይታይ ነገር ግን በፎረንሲክ ምርመራ በቀላሉ የሚታይ፣ የችኮላ ማፅዳትን ጠቁሟል። የአንድ ደቂቃ የቶርን ለየት ያለ የቲዊድ ጃኬት ጨርቅ በቤተ ሙከራ ኮት መንጠቆ ላይ ተንጠልጥሎ የማራን ጥርጣሬ የበለጠ አጠናከረ።

የደም ዱካ ምንም እንኳን አነስተኛ ቢሆንም ወሳኝ ማስረጃ ነበር። የዲኤንኤ ትንተና የቶርን የደም አይነት መሆኑን አረጋግጧል። የጨርቁ ቁርጥራጭ፣ በአጉሊ መነጽር ሲታይ፣ ቶርን እንደሚለብስ ከሚታወቀው ጃኬት ጋር የሚስማማ የሽመና ንድፍ አሳይቷል። እነዚህ ጥቃቅን የሚመስሉ ዝርዝሮች፣ ተራ ተመልካች በቀላሉ ችላ የተባሉት፣ ቀስ በቀስ አንድ ላይ የሚመጣን ምስል ሳሉ።

በቶርን ላብራቶሪ ውስጥ እንደነበረ ይጠቁማል፣ እና የማጽዳት ጥረቱ የተፋጠነ እና ያልተሟላ ነበር።

ማራ በሁለተኛው ምርመራ ወቅት ን ተጫን። እሱ በውጫዊ ሁኔታ የተረጋጋ፣ ጨዋነት ያለው ቢሆንም፣ የረቀቀ የሰውነት ቋንቋው ግን ጭንቀቱን አሳልፎ ሰጠው። እጆቹ በትንሹ ተንቀጠቀጡ፣ እይታው በክፍሉ ዙሪያ ዞሯል፣ እና ፊቱን ደጋግሞ ነካው፣ የታችኛውን ውጥረት አሳልፎ ሰጠ። ማራ የሪድ ቴክኒኩን ልዩነት ተጠቀመች፣ ቃናዋን በዘዴ ቀይራ፣ አቀማመጧን እና የአይን ንክኪዋን ትቀይራለች፣ አለመግባባቶችን በመፈተሽ እና ምላሾቹን በመመልከት። በጥንቃቄ የተገነባው ራይስ በዚህ ግፊት መቀልበስ ጀመረ።

የመጀመሪያ ታሪኩ ተሰበረ። ቤት ውስጥ እንዳሳለፍኩ የተናገረበት ጊዜ በድንገት ትክክለኛነቱ ያነሰ ነበር። በዚያ ምሽት ለእግር ጉዞ መሄዱን አምኗል፣ ነገር ግን ትክክለኛውን መንገድ ወይም የእግር ጉዞውን ቆይታ ማስታወስ አልቻለም። እሱ በቶርን ላብራቶሪ አጠገብ እንዳልነበር ተናግሯል፣ ነገር ግን ማራ የተጣለበትን ፒፕት ስትጠቅስ ቆም ብሎ፣ ዓይኖቹ በድንገተኛ ማንቂያ ወድቀዋል። ደሙ ለማብራራት የማይቻል ነበር, እሱ አጥብቆ ተናገረ, ነገር ግን የእሱ ማብራሪያዎች ከጊዜ ወደ ጊዜ የማይጣጣሙ እና የማይቻሉ ሆኑ.

ማራ ከፕሮፌሽናል ምቀኝነት በላይ ማንኛውንም እምቅ ተነሳሽነት በመፈለግ ወደ ምርምር በጥልቀት ገባ። ያቀረበችውን ተከታታይ የድጋፍ ማመልከቻዎች አገኘች፣ የቶርን ፕሮጀክት ቺሜራ አንዳንድ ገጽታዎችን የሚያንፀባርቁ ግን በቋሚነት ውድቅ ተደርገዋል። ውድቅ የተደረገባቸው ደብዳቤዎች ስውር ትችቶችን የያዙ፣ የ የታቀደ ምርምር መነሻ እና አዋጭነት ጥያቄ ውስጥ የሚያስገባ፣ የቶርን ስራ የላቀ መሆኑን በተዘዋዋሪ የሚጠቁሙ ናቸው። ይህ፣ ማራ ገምታለች፣ የ ን ቂም የሚያባብስ ተጨማሪ ምክንያት ሊሆን ይችላል። ውድቅ የተደረገው ማመልከቻ የሳይንሳዊ ፉክክር ጉዳይ ብቻ አልነበረም። የብቃት ማነስ እና የፍትህ መጓደል ስሜቱን የበለጠ የሚያጎለብት ሙያዊ ውድቀትን ይወክላሉ። የፋይናንስ አንድምታም ወደ ጨዋታ መጣ; ውድቅ የተደረገው ከፍተኛ የምርምር የገንዘብ ድጋፍን አምልጦታል ፣ ይህም በቶርን ላይ ያለውን የቂም ስሜት ይጨምራል።

ማራ በተጨማሪም የ ን የምሽት የኢንተርኔት እንቅስቃሴ የሚያሳይ መረጃ አገኘ፣ የፍለጋ ታሪኩን በመከታተል የጂን አርትዖት ቴክኒኮችን በተለይም ከፕሮጀክት ቺሜራ ጋር ተዛማጅነት ያላቸውን በርካታ መጣጥፎችን አሳይቷል። ከትብብራቸው መራራ ፍጻሜ በኋላም ቢሆን ከሙያዊ የማወቅ ጉጉት በላይ በሆነ መልኩ የቶርንን ስራ በጥንቃቄ ይመርምር ነበር። የጥናቱ ጥንካሬ እና ትኩረት ወደ

ፕሮጀክቱ ቴክኒካዊ ገጽታዎች ተዘርግቷል, የተወሰኑ የዘር ቅደም ተከተሎችን እና በቶርን ሙከራዎች ውስጥ ጥቅም ላይ የዋሉ አልጎሪዝም ሂደቶችን ይመረምራል. ውጤቱን ብቻ ሳይሆን ከቶርን ስኬት በስተጀርባ ያለውን ዘዴ የመረዳት ፍላጎትን ጠቁሟል።

ከጊዜ ወደ ጊዜ እየጨመረ የሚሄደው ማስረጃዎች ቢኖሩም, ማራ በጥንቃቄ ነበር. የሌላ ተጠርጣሪ እድል ሙሉ በሙሉ አልቀነሰችም; የጥላ ድርጅት ወይም ከቶርን አለም አቀፍ ተባባሪዎች አንዱ አሁንም እውነተኛ ገዳይ ሊሆን ይችላል። ሆኖም፣ በጣም ግልጽ፣ ፈጣን ተጠርጣሪ ነበር። ባህሪው፣ የተወጠረው አሊቢ፣ ከወንጀሉ ቦታ ጋር የሚያገናኘው የፎረንሲክ ማስረጃ ሁሉም ጥፋተኛ መሆኑን ያመለክታል። ሆኖም፣ የሆነ ነገር በደንብ አልጨመረም። ጥንቃቄ የተሞላበት ተፈጥሮው እና ከቶርን ጋር የነበረው ያለፈው ትብብር ቶርን ከተገደለበት ጨካኝ እና ውስብስብ ያልሆነ መንገድ ጋር የማይጣጣም ነበር።

ድርጊቱ ራሱ በጣም ጨካኝ ነበር፣ በትኩረት ለተደራጁት ም ቁጥጥር ያልተደረገበት ነበር። የግድያው ትዕይንት አንድ ሰው ከሳይንሳዊ ዳራው የሚጠብቀው ትክክለኛነት አልነበረውም። ገዳዩ ብዙ ማስረጃዎችን ትቶ ነበር። ልምድ ያለው ባለሙያ በንጽህናቸው የበለጠ ጠንቃቃ፣ የበለጠ

ጥንቃቄ የተሞላበት ይሆናል። ይህ ከ ከሚታወቀው ስብዕና ጋር የሚጋጭ የስሜታዊነት ደረጃን ጠቁሟል።

ማራ በስሜታዊ ሁኔታው ላይ በማተኮር ን ከተለየ አቅጣጫ ለመቅረብ ወሰነ። ከዚህ ቀደም ከዩኒቨርሲቲ የምክር አገልግሎት ጋር በነበራቸው ግንኙነት የተጠናቀረ የ ን የስነ-ልቦና መገለጫ ማግኘት ችላለች። እሱ የጭንቀት ታሪክን እና ቁጣን ፣ በምርመራው ወቅት ካሳየው ባህሪ ጋር የሚጣጣሙ ባህሪዎችን አሳይቷል። ማራ ይህንን በእሱ ላይ ለመጠቀም ወሰነች.

በሚቀጥለው የምርመራ ጊዜ ማራ ስልቷን ቀይራለች። እሷ በቀጥታ አልከሰሰችውም፣ ይልቁንም በ የብቃት ማነስ እና ውድቀት ስሜት ላይ በማተኮር። ስሜታዊ ድክመቶቹን በእርጋታ ከመመርመራቷ በፊት የመቀራረብ ስሜትን በመፍጠር የሰውነት ቋንቋውን በዘዴ አንጸባረቀች። ስላጋጠሙት ሙያዊ እንቅፋቶች፣ ስለ እምቢተኝነት መውጊያ እና እውቅና ስለሌለው ችሎታ ስቃይ ተናግራለች። ቃላቶቿ በጥንቃቄ የተመረጡት ቂም, ምቀኝነት እና የቁጣ ቁጣ በተረጋጋ ውጫዊ ክፍል ስር ይንኩ.

ይህ አዲስ አካሄድ ጥሩ ውጤት አስገኝቷል። ረትስ ተሰበረ፣ በጥንቃቄ የተሰራው የፊት ገፅው በእንባ እየተናጨ። የእሱ

ኑዛዜ የተደበላለቀ ቁጣ፣ ጸጸት እና ራስን ማጽደቅ ነው። ቶሮንን መግደሉን አምኗል፣ ነገር ግን ሂሳቡ የተበታተነ ነበር፣ ግልጽ የሆነ የጊዜ ቅደም ተከተል ትረካ አልነበረውም። ስሜቱ ወረረው፣ ዝርዝሩን እያደበዘዘ፣ የኑዛዜውን አሻሚነት ይጨምራል።

ቶርንን ለመጋፈጥ አምኗል፣ በአዕምሮአዊ ስርቆት ውንጀላ እና በገንዘብ አያያዝ ልዩነቶች ላይ በወቅቱ ሙቀት ውስጥ የተፈጠረ ክርክር። ግጭቱ ወደ አካላዊ ትግል ተሸጋገረ፣ በ ቶርን በሞት መቱ። እሱ ሆን ተብሎ የታሰበ እንዳልሆነ፣ በድንገት የተቀሰቀሰ ብስጭት እና ቁጣ ፈንድቷል። የሰጠው የእምነት ቃል ግን ወጥነት የሌላቸው እና ክፍተቶች ውስጥ ተሸፍኗል። በጥንካሬ የተደራጁት ከየትኛውም የረቀቀ ደረጃ ጋር ግድያ ለማቀድ የማይችሉ ይመስሉ ነበር።

በጥንቃቄ በተደራጀው ሳይንቲስት እና ገዳይ ገዳይ መካከል ያለው ልዩነት ቀርቷል። ማራ ምንም እንኳን መናዘዝ ቢኖርም ፣ አንዳንድ የእንቆቅልሽ ቁርጥራጮች አሁንም እንደጠፉ ያውቅ ነበር። ገዳይ ሊሆን ይችላል, ነገር ግን እሱ ብቻ ላይሆን ይችላል. ሰፋ ያለ ሴራ የመፍጠር እድል፣ ከትዕይንቱ በስተጀርባ ያለው የጠቆረ ጥላ፣ አሁንም በአየር ላይ ተንጠልጥሏል፣ የቶርን ስራ ስለተገለጠው ውስብስብ የምስጢር ድር አሳዛኝ ማስታወሻ። ምርመራው ገና አልተጠናቀቀም።

የቶርን ላብራቶሪ የፍሎረሰንት መብራቶች አጉረመረሙ፣ ከግድያው በኋላ ለተፈጠረው ጸጥታ በጣም ተቃራኒ ነው። አየሩ፣ ጥቅጥቅ ባለ የኬሚካል እና ፀረ ተባይ ሽታ ያለው፣ ቀዝቃዛ ጸጥታን ይዟል። እይታዋ ስለታም እና ታዛቢ ፣በተበተኑት ወረቀቶች እና በተሰበረ የመስታወት ዕቃዎች ውስጥ በዘዴ ተንቀሳቀሰች ፣አእምሯ ቀድሞውንም የተወሰሰበ የእንቆቅልሽ ስብርባሪዎችን አንድ ላይ እየፈለፈለ ነው። የ ኑዛዜ አንድ ወሳኝ ክፍል አቅርቧል፣ ነገር ግን ግድያው ቀላልነት በ ጥንቁቅ ተፈጥሮ ሲምፎኒ ውስጥ የማይጣጣም ማስታወሻ ሆኖ ቆይቷል። የሆነ ነገር ተሰምቶት ነበር፣ ችላ ለመባል ፈቃደኛ ያልሆነ አሳዛኝ አለመስማማት።

የፎረንሲክ ምርመራን ትክክለኛ ትክክለኛነት የለመዱ ልምድ ያላቸው እጆቿ ስራቸውን ጀመሩ። የገዳዩን ስውር አሻራ በመፈለግ እያንዳንዱን መሳሪያ በጥንቃቄ መረመረች። የሴንትሪፉጅ አደራደር ላይ አተኩራ፣ የተወለወለው ምድራቸው ኃይለኛውን የፍሎረሰንት ብርሃን በሚያንጸባርቅ፡ ማንኛውም አይነት ማጭበርበር፣ የጣት አሻራ ወይም የወንጀለኛውን ሰው አገናኝ ሊሰጥ የሚችል የባዘኑ ፀጉሮች መፈለግ። እያንዳንዱ ፓይፕ፣ እያንዳንዱ ምንቃር፣ እያንዳንዱ የመሞከሪያ ቱቦ በጥንቃቄ ተመርምሯል፣ መሬቱ ለማንኛውም የደም፣ የቲሹ ወይም ሌላ ባዮሎጂካል ቁሶች ተተነተነ። በእሷ ላይ ያሉት የላቁ የፎረንሲክ ቴክኒኮች ድብቅ የደም ቅባቶችን ለመለየት፣ የላቀ የዲኤንኤ ትንተና፣ ከኋላው የቀሩ

የዘረመል ቁሶችን ለመለየት እና የሌሊት ክስተቶችን እንደገና ለመገንባት በአጉሊ መነጽር በሚታዩ ፋይበር እና ሌሎች የመከታተያ ማስረጃዎች ላይ በትክክለኛ ? ጥቅም ላይ ውለዋል።

የመጀመርያው ፍለጋ ብዙም ሳይቆይ ወዲያውኑ መደምደሚያ ላይ ደርሷል። ቤተ-ሙከራው ምንም እንኳን የግድያ በታው ትርምስ ቢኖርም ፣ በሚያስደንቅ ሁኔታ ንጹህ መስሎ ታይቷል ፣ ይህም ገዳይ መገኘቱን የሚያረጋግጥ ማንኛውንም ማስረጃ ለመሰረዝ መሞከሩን ያሳያል ። ይህም የመጀመርያ ጥርጣሬዋን አጠንክሮታል፡- ግድያው፣ ጭካኔ የተሞላበት ቢሆንም፣ በሚያስደንቅ ሁኔታ ያልተወሳሰበ፣ ከ ጠንቃቃ ተፈጥሮ ጋር ፍጹም ተቃርኖ ነበር። የማጽዳት ጥረቱ፣ በጥልቅ፣ ፍፁም አልነበረም፣ ይህም ችኩልነትን እና ማስረጃዎችን በብቃት የማስወገድ ልምድ እንደሌለው ይጠቁማል።

ትኩረቷን ወደ ቶርን ኮምፒዩተር አዞረ፣ ባለ ቀልጣፋ፣ ባለ ከፍተኛ ሃይል ያለው ማሽን በተዘበራረቀ ጠረጴዛ ላይ ተቀምጧል። ደህንነቱ በተጠበቀ ሁኔታ ተቆልፏል፣ ነገር ግን ማራ፣ በቡድኗ እርዳታ የይለፍ ቃል ጥበቃውን በፍጥነት አልፋለች። ነገር ግን ሃርድ ድራይቭ በሚያስደንቅ ሁኔታ ባዶ ነበር፣ ይዘቱ ተጠርጓል፣ ይህም ማንኛውንም ወንጀለኛ ውሂብ ለማጥፋት ሆን ተብሎ የተደረገ ሙከራን ያመለክታል። ገዳዩ ከጥቃቱ ግትርነት ጋር የሚጋጭ

የዕቅድ ደረጃን የሚያመለክት የፎረንሲክ ምርመራ ቀድሟል።

ግን ከዚያ በኋላ፣ እይታዋ በትንሽ በትንሹ ከሞላ ጎደል ትንሽ ዝርዝር ላይ ወደቀ። ከወረቀቶች ክምር ስር ተደብቆ፣ በተዝረከረኩበት ሁኔታ ተሸፍኖ የነበረ፣ ትንሽ ያልታወቀ የመረጃ ድራይቭ ነበር። በቀላሉ የማይታለፍ ነበር፣ በግርግር መካከል ተደብቋል፣ የቶርን ምናልባት ያልተደራጀ ተፈጥሮ የሚያሳይ ነው። ይህ ተራ የዩኤስቢ ድራይቭ አልነበረም; ሚስጥራዊነት ያላቸው እና ምናልባትም የተመሰጠሩ ፋይሎችን መያዙን የሚጠቁም ትንሽ፣ የበለጠ አስተዋይ ነበር።

አሽከርካሪው በጥንቃቄ ተወግዶ በፎረንሲክ ቦርሳ ታሽጎ ወደ አስተማማኝ ላብራቶሪ ተወስዷል። ምስጠራው የተራቀቀ ነበር፣ ነገር ግን ማራ ቡድኗ እሱን ለመበጥበጥ ችሎታ እንዳለው ታውቃለች። የሚጠበቀው ነገር ግልጽ ነበር; የአሽከርካሪው ይዘት በቶርን ግድያ ዙሪያ ያለውን ምስጢር ለመክፈት እና የበለጠ ትልቅ ሴራን ለማሳየት ቁልፉን ሊይዝ ይችላል።

የፎረንሲክ ቡድን ውሂቡን ዲክሪፕት ለማድረግ ያለመታከት ሲሰራ ቀናት ወደ ሳምንታት ተለውጠዋል። የተመሰጠሩት ፋይሎች የጽሑፍ ፋይሎች፣ ምስሎች እና

የድምጽ ቅጂዎች ውስብስብ ሞዛይክ ነበሩ። ከእነዚህም መካከል ቶርን ከጥላ ካላቸው ድርጅቶች እና ስማቸው ከተቀየረ ሀብታም ግለሰቦች ጋር ያለውን ግንኙነት የሚገልጹ ተከታታይ በጣም የተከፋፈሉ ኢሜይሎች ይገኙበታል። ኢሜይሎቹ ማራ ከገመተችው ከማንኛውም ነገር የበለጠ ሚስጥራዊ እና ሩቅ የሆነ የገንዘብ ምንጮችን፣ ትብብርን እና ፕሮጀክቶችን ፍንጭ ሰጥተዋል።

በተመሰጠሩት ፋይሎች ውስጥ፣ "ፕሮጀክት ቺሜራ ￼ ደረጃ 2" የሚባል የተደበቀ አቃፊ አግኝተዋል። ይህ ማህደር በይፋ ከታወቀ ከማንኛውም ነገር እጅግ የላቀ እና አደገኛ ሊሆኑ የሚችሉ የዘረመል ማጭበርበርን በተመለከተ ዝርዝር የምርምር ማስታወሻዎች፣ የሙከራ መረጃዎች እና ማስመሰያዎች ይዟል። ሙከራዎቹ በዩኒቨርሲቲው የሥነ ምግባር ቦርድ ከተፈቀደው ከማንኛውም ነገር እጅግ የራቁ ናቸው። የጥናቱ ወሰን እና መጠን ከቀላል ሳይንሳዊ የማወቅ ጉጉት በዘለለ ከሥነ ምግባር እና ከሥነ ምግባራዊ ድንበሮች ሊያልፍ የሚችል አደገኛ እና አደገኛ ሙከራ ላይ ደርሷል።

ተምሳሌቶቹ በሰው እና በማሽን መካከል ያለውን መስመሮች በማደብዘዝ ያልተለመደ ችሎታ ያላቸው በዘረመል የተሻሻሉ ህዋሳትን የመፍጠር አቅምን አሳይተዋል። አንዳንድ ፋይሎች "የተሻሻሉ የሰው

ችሎታዎች"፣ "ባዮሎጂካል መሳሪያ" እና "የዘረመል አለመሞች"ን ያመለክታሉ። የቶርን ምርምር፣ ራሱን የቻለ ህይወት መውሰዱ፣ አውዳሚ እንድምታ ያላቸውን ግዛቶች ወደ መዘፈቁ ግልጽ ሆነ። ስራው መጀመሪያ ካሰበችው በላይ አደገኛ ነበር፣ ውስብስብ የሆነ ሚስጥራዊ ፕሮጄክቶችን እና ግለሰቦችን ያቀፈ፣ ሁሉም በምስጢር ተሸፍነዋል።

በቴክኒካዊ መረጃው መካከል፣ ጥቂት የድምጽ ፋይሎች የማራን ትኩረት ሳቡት። አንደኛው በቶርን እና ማንነቱ ባልታወቀ የወንድ ድምጽ መካከል የጦፈ ክርክር ነበር፣ ቃላቶቻቸው በክህደት እና በስርቆት ተከሰው ነበር። ማራ ድምፁን የጁሊያን ራይስ መሆኑን ገልጿል። ሌላ ቀረጻ የቶርን ድምፅ ብቻውን፣ ዝግ በሆኑ ቃናዎች ሲናገር፣ በሹክሹክታ ማለት ይቻላል፣ ሊከሰት ስለሚችል ስጋት እና ስለ ክህደት ያለውን ጥርጣሬ ሲገልጽ ነበር። ቃላቶቹ ጥልቅ የሆነ የፓራኖያ ስሜት፣ የመጋለጥ ፍራቻ እና የምርምር ውጤቱን ያመለክታሉ።

የድምጽ ቅጂዎቹ በ እና መካከል ያለውን የጦፈ ፉክክር አረጋግጠዋል፣ ነገር ግን ጥልቅ፣ የበለጠ መጥፎ አካልም አሳይተዋል። የቶርን ፍርሃት ሌላ ሰው በስራው ውስጥ፣ እንደከዳው የሚሰማውን ወይም አደገኛ ሊሆን የሚችል ሰው ላይ ተሳታፊ ሊሆን እንደሚችል ጠቁሟል። በምርመራው ላይ አዲስ ውስብስብነት ተጨምሯል,

ይህም በባለሙያ ቅናት ከሚመራው ቀላል ግድያ በላይ የሆነ ሴራ ነው.

ተጨማሪ ትንታኔ በምስሎቹ ውስጥ የተደበቁ ተከታታይ ኮድ የተደረገባቸው መልዕክቶችን አሳይቷል። እነዚህ መልእክቶች፣ አንዴ ከተገለጡ፣ ኢንቨስትመንታቸውን ለመጠበቅ እና ምስጢራቸውን ለመጠበቅ ብዙ ርቀት ለመሄድ ፈቃደኛ የሆኑትን በቶርን ምርምር ላይ ፍላጎት ያላቸውን የዓለም አቀፍ ተባባሪዎች መረብን ያመለክታሉ። እነዚህ ግለሰቦች ከዩኒቨርሲቲ ወይም ከአካባቢው ሥልጣን በላይ ነበሩ; ኃይላቸው እና ተጽኖአቸው መጀመሪያ ላይ ከተገነዘበው በላይ በጣም ሰፊ ነበር።

የመረጃው አንፃፊ ብዙ ማስረጃዎችን አስገኝቶ ነበር፣ ነገር ግን መረጃው ራሱ በጣም ውስብስብ እና ሰፊ በመሆኑ ከመለሰው በላይ ብዙ ጥያቄዎችን አስነስቷል። መናዘዝ ያነሰ ቀጥተኛ ሆነ; ድርጊቱ የአንድ ትልቅ ሴራ አካል ሊሆን ይችላል እንጂ ነጠላ የጥቃት ድርጊት አይደለም። እሱ በትልቁ ጨዋታ ውስጥ፣ ባለማወቅ ይበልጥ ኃይለኛ በሆኑ ተጫዋቾች ጥቅም ላይ የዋለ ፓውን ነበር? ከበስተጀርባ ሆኖ ክስተቶችን የሚቆጣጠር የጥላ ድርጅት ትልቅ ሴራ የመፍጠር እድሉ የበለጠ ተጨባጭ እውነታ ነበር።

ምርመራው ገና ከመጠናቀቁ ርቆ ነበር የጀመረው። የውሂብ አንፃፊው መገኘቱ የፓንዶራ ሳጥን ከፍቶ ነበር፣ ይህም ሚስጥራዊ ፕሮጀክቶችን፣ ጥላ የሆኑ ድርጅቶችን እና አለማቀፋዊ ሴራዎችን አሳይቷል። ማራ እራሷን በማታለል አዙሪት ውስጥ ተውጣ፣ እያንዳንዱ እንቅስቃሴዋ በጥንቃቄ ሲሰላ፣ እያንዳንዱ እርምጃዋ በአደገኛ አደጋዎች ተሞልታ አገኘች። ጉዳዩ፣ በአንድ ወቅት ቀላል ግድያ ምርመራ፣ ወደ ውስብስብ የውሸት፣ የክህደት እና የሳይንሳዊ ምኞት ድር ተለውጧል። እውነት፣ እሷ ታውቃለች፣ በመረጃው ላይ ባለው የላብራቶሪነት ጥልቀት ውስጥ፣ ከማመስጠር እና ከመደበቅ ጀርባ ተደብቆ ነበር። በቤተ ሙከራ ውስጥ ያለው ጥላ የበረዶ ግግር ጫፍ ብቻ ነበር; በጣም ጠቆር ያለ፣ የበለጠ አስከፊ ኃይል ከመሬት በታች ተደብቆ ለመውጣት በመጠባበቅ ላይ።

ምዕራፍ 2፡ ሚስጥሮች እና ውሸቶች

የፎረንሲክ ቡድን፣ በስክሪፕቶግራፊ፣ በመረጃ መልሶ ማግኛ እና በዲጂታል ፎረንሲክስ ውስጥ ያሉ የባለሙያዎች ስብስብ፣ ተቆጣጣሪዎቻቸው ላይ ተኮልኩለዋል፣ ፊታቸውም በስክሪኖቹ ግርዶሽ ብርሃን አበራ። የቶርን መረጃን የሚከላከሉ የምስጠራ ንጣፎችን ለመፍታት በትጋት ሲሰሩ ቀናቶች ወደ ምሽቶች ደሙ። በላብራቶሪ ውስጥ ያለው አየር በትንሽ የትኩረት ድምፅ ጮኸ፣ በቁልፍ ሰሌዳዎች ምት ክሊክ እና አልፎ አልፎ በሚከሰት ብስጭት ብቻ የተሰበረ። ግፊቱ በጣም ብዙ

ነበር; በአሽከርካሪው ውስጥ የተያዙት ምስጢሮች ጉልህ ተፅእኖ ያላቸውን እና ሀብቶች ያላቸውን ግለሰቦች የሚያከትት ትልቅ መጠን ያለው ሴራ ሊያጋልጥ ይችላል።

ምስጠራው ውስብስብ ባለ ብዙ ሽፋን ስርዓት ነበር፣ ወደ ውስጥ ለመግባት በጣም የተራቀቁ ሙከራዎችን እንኳን ለመቋቋም የተነደፈ ዲጂታል ምሽግ ነው። ቶር ስራው ሊታወቅ የሚችልበትን እድል አስቀድሞ ገምቶ እንደነበር እና ምስጢሩን ለመጠበቅ ብዙ እርምጃዎችን እንደወሰደ ግልጽ ነበር። ቡድኑ የብሩት-ሀይል ስንጥቅ፣ የተራቀቁ ስልተ ቀመሮችን እና የላቀ የዲክሪፕት ቴክኒኮችን በመጠቀም ቀስ በቀስ የመከላከያ ንብርብሮችን እየቆራረጠ ተጠቀመ። ቀስ ብሎ፣ በትጋት፣ የዲጂታል ምሽግ መፍረስ ጀመረ።

ምስጠራው እንደወጣ፣ ብዙ መረጃዎች ወደ ስክሪናቸው ተጥለቀለቁ። ዲክሪፕት የተደረገባቸው የመጀመሪያዎቹ ፋይሎች የፋይናንሺያል መዝገቦች፣ ከባህር ዳርቻ አካውንቶች፣ ከሼል ኮርፖሬሽኖች እና ከክፍያ ጋር የተገናኙ የግብይቶች ድርድር ናቸው። የፋይናንሺያል እንቅስቃሴ መጠኑ በጣም አስገራሚ ነበር፣ ይህም ለቶርን ምርምር አስተዋፅዖ የሚያደርጉ ግለሰቦች እና ድርጅቶች ኔትወርክን ይጠቁማል። በህጋዊ የአካዳሚክ ቻናሎች ከሚገኙ ሀብቶች እጅግ የላቀ መጠን ያለው መጠን አስገራሚ ነበር። የማራ ልምድ ያላት አይን የገንዘብ ዝውውርን እና

የሀገ-ወጥ ገንዘቦችን እንቅስቃሴ የሚጠቁሙ ንድፎችን በፍጥነት ለይቷል።

የፋይናንስ ዱካውን ተከትሎ፣ ቡድኑ ምንም ጉዳት የሌላቸው በሚመስሉ ፋይሎች ውስጥ የተደበቁ ተከታታይ ምስጢራዊ ግንኙነቶችን አጋልጧል። እነዚህ መልዕክቶች፣ አንዴ ከተፈቱ፣ በርካታ አህጉራትን የሚሸፍኑ የተባባሪዎች አውታረ መረብን አሳይተዋል። የተሳተፉት ግለሰቦች ሳይንቲስቶች ብቻ አልነበሩም; ፖለቲከኞችን፣ ባለሀብቶችን እና ተግባራቸውን ከሕዝብ እይታ የተደበቀባቸውን ከድርጅቶች የመጡ ተወካዮችን ያካትታሉ። ጥቅም ላይ የዋሉት የውሸት ስሞች በጥንቃቄ የተመረጡ ናቸው, እውነተኛ ማንነታቸውን ለመደበቅ እና በቀላሉ መለየትን ለመከላከል.

በተለይ አንድ ትኩረት የሚስብ ግንኙነት በቶርን እና በውጭ አገር መንግስት ከፍተኛ ባለስልጣን መካከል የተደረገውን ስብሰባ በዝርዝር አስቀምጧል። ባለሥልጣኑ "ሱራፌል" በሚለው የኮድ ስም ብቻ የተገለጸው የቶርን ምርምር በ "ፕሮጀክት ቺሜራ" ላይ ከፍተኛ ፍላጎት እንዳለው ተገልጿል. ኢሜይሉ የቶርን ስራ ወታደራዊ አተገባበር ላይ ፍንጭ ሰጥቷል፣ ይህም በሙከራዎቹ ስነምግባር እና ደህንነት ላይ ከባድ ጥያቄዎችን አስነስቷል። የቶርን ምርምር በሚስጥር የሚደግፍ የውጭ መንግስት

መኖሩ ከመጀመሪያው ከተጠበቀው በላይ ሰፊ የሆነ ሴራ ጠቁሟል።

ተጨማሪ ምርመራ በድራይቭ ውስጥ በተካተቱ ምስሎች ውስጥ የተደበቁ ተከታታይ ኮድ የተደረገባቸው መልእክቶች ተገኝተዋል። እነዚህ መልእክቶች በምስሎቹ ዲጂታል ሜታዳታ ውስጥ ተካትተዋል፣ ለተለመደ ተመልካች የማይታዩ ናቸው። ቡድኑ የተደበቁ መልዕክቶችን ለማውጣት የተራቀቁ የስቴጋኖግራፊ ዘዴዎችን ተጠቅሟል። አንድ ጊዜ ዲኮድ ከወጣ በኋላ የምርምር ቁሳቁሶችን ማዳዳዝን፣ የፋይናንስ ግብይቶችን እና ሚስጥራዊ ስብሰባዎችን የሚመለከት ውስብስብ የመመሪያዎችን እና የኮድ ግንኙነቶችን ገለጹ። መልእክቶቹ የቶርንን ስራ የሚደግፍ አለምአቀፍ ኔትወርክ መኖሩን አረጋግጠዋል ድብቅ ጥምረት ተግባራቸውን ከክትትል ለመከላከል በትጋት እየሰራ ነው።

ሌላ ዲክሪፕትድ የተደረጉ ፋይሎች የቶርን ግላዊ ግኑኝነቶችን አሳይተዋል፣ ይህም አነሳሽነቱን እና ፍርሃቱን ፍንጭ ሰጥቷል። በእነዚህ መልእክቶች ውስጥ፣ ቶርን ስለ ምርምር አቅጣጫው እና ስለ ስራው አንድምታ እየጨመረ ያለውን ጭንቀት ገልጿል። ግኝቶቹን አላግባብ ጥቅም ላይ ሊውሉ ስለሚችሉበት ሁኔታ ስጋቱን ገልጿል እና ለምርምር ስራው በሚረዱት ጥላ ውስጥ ያሉ ግለሰቦች ጭንቀቱን ገልጿል። እነዚህ የግል መልእክቶች

ቶርን በስራው ላይ ሊያጋጥሙት የሚችሉትን አደጋዎች በማወቅ እየጨመረ መሄዱን የሚጠቁሙ የፍርሃት ስሜት እና የተስፋ መቁረጥ ስሜት ያሳዩ ነበር።

የተመሰጠሩት ፋይሎቹም በፕሮጀክት ቺሜራ ላይ ዝርዝር የሂደት ሪፖርቶችን ይዘዋል፣የምርምሩን የተለያዩ ደረጃዎች በዝርዝር ከመጀመሪያ ፅንሰ-ሀሳብ እስከ የሙከራ ውጤቶች ይዘረዝራሉ። ሪፖርቶቹ እንዳመለከቱት የቶርን ስራ ከቀላል የጄኔቲክ ማሻሻያ የዘለለ ነው። የሳይንሳዊ እውቀቶችን እና የስነምግባር ድንበሮችን በመግፋት የህይወትን ምንነት ለመቆጣጠር እየሞከረ ነበር። የእሱ ጥናት አንድምታ አስገራሚ ነበር, ይህም ሊተነብይ በማይቻል አቅም እና አላግባብ የመጠቀም እድል ያላቸውን የህይወት ቅርጾችን መፍጠር ይችላል.

የቡድኑ ግኝቶች አረፍ የማታለል እና የማታለል ዘዴን አሳይተዋል። የተሳተፉት ግለሰቦች ከተቀመጡት የስነ-ምግባር ደንቦች እና ህጋዊ ስልጣኖች ወሰን ውጭ እየሰሩ ነበር፣ ድርጊታቸውም በምስጢር የተሸፈነ ነው። በራሳቸው ታላቅ ዓላማ ላይ ብቻ ያተኮሩ የምርምር ሥራቸው ሥነ ምግባር የጎደላቸው አይመስሉም። የሥራቸው እምቅ መሻሻሎች ከሳይንሳዊ ጥያቄ ወሰን በላይ ተዘርግተው ወደ ባዮ-ጦር መሣሪያ ልማት እና ለዓለም አቀፋዊ ሚዛን መዛባት ሊደርሱ ይችላሉ።

የመረጃው ዲክሪፕት እየገፋ ሲሄድ ማራ እና ቡድኖቿ የተበታተኑትን የእንቆቅልሹን ቁርጥራጮች በጥንቃቄ አንድ ላይ አደረጉ። የፋይናንሺያል መዝገቦች፣ የተመሰጠሩ ግንኙነቶች እና የግል መልእክቶች በጥላ ስር የሚንቀሳቀሱ ኃያላን ግለሰቦችን እና ድርጅቶችን ያሳተፈ ሰፊ እና በጥሩ ገንዘብ የተደገፈ ሴራ የሚያሳይ አሳዛኝ ምስል ሳሉ። ሴራው ከዩኒቨርሲቲው ወሰን በላይ የተዘረጋ እና ከፍተኛ የአለም አቀፍ የኃይል መዋቅሮች ደረጃ ላይ ደርሷል.

የሴራው ጥልቀት አስፈሪ ነበር። ጥናቱ፣ የፋይናንሺያል ግብይቱ፣ አለምአቀፍ ትብብሮች ሁሉም በደንብ የተደራጀ፣ የረጅም ጊዜ እቅድ ከቶርን የቅርብ ክበብ በላይ የሚዘልቅ አመላክተዋል። ጥቅሞቻቸውን ለማስጠበቅ እና ሚስጥራዊነታቸውን ለመጠበቅ ብዙ ርቀት ለመሄድ ፈቃደኛ የሆኑ ግለሰቦችን መረብ ጠቁሟል። የዚህ ሴራ መገለጥ በቀላል ግድያ ምርመራ ላይ ረዥም ጥላ ጣለ። የ ድርጊቶች፣ በአንድ ወቅት እንደ ነጠላ የጥቃት ድርጊት ይመስሉ ነበር፣ አሁን የአንድ ትልቅ፣ የከፋ ተንኮል ትንሽ አካል ይመስሉ ነበር።

ማራ እራሷን የማታለል እና የክህደት ቤተ ሙከራ ስታጋጥማት፣ ትክክል እና ስህተት መካከል ያለው መስመር የደበዘዘ፣ እና እውቀትን ፍለጋ የማይታሰብ ጉዳት ሊያደርስ የሚችል መሳሪያ ሆነ። የግኝቱ ክብደት

በእሷ ላይ አሽቆለቆለ፣ የሴራው ግዙፍነት ለወደፊቱ ረዥም እና ቀዝቃዛ ጥላ ጣለ። የመጀመርያው የግድያ ምርመራ ወደ ትልቅ ነገር ተቀይሯል፣ ይህም የአለምን ስርዓት ሊያናጋ የሚችል ነገር ነበር። መረጃው ወንጀልን ብቻ ሳይሆን እያንዣበበ ያለውን ስጋት አፋጣኝ እና ቆራጥ እርምጃ የሚጠይቅ መሆኑን አሳይቷል። ምርመራው፣ ከመደምደሚያው የራቀ፣ ገና ተጀመረ፣ ክልሉ ሰፊ ወደሆነው ዓለም አቀፋዊ ሴራ እየሰፋ ነው። በቤተ ሙከራ ውስጥ ያለው ጥላ የበረዶ ግግር ጫፍ ብቻ ነበር።

ዲክሪፕት የተደረገው ኢሜይሎች የቶርን ትብብር ብቻ ሳይሆን የበለጠ ተገለጡ። በሴራው ውስጥ ያለውን ስብራት አጋልጠዋል። አንድ ክር፣ በአውቶሜትድ ያልተለመደ የፍተሻ ስርዓት በተደጋጋሚ ተጠቁሟል፣ ወደ ዶ/ር አልስታይር ፊንች፣ የፋርማሲ ኮርፕ ዋና ስራ አስፈፃሚ፣ የፋርማሲዩቲካል ግዙፉ እንደ ሚዛን ሉህ በስነ ምግባራዊ መልኩ ተለዋጭ ስም አመላክቷል። ፊንች ከቶርን ጋር የነበረው ግንኙነት መጀመሪያ ላይ ልባዊ ነበር፣ በፕሮፌሽናል ቃላት የተሞላ እና የቶርን ምርምር በጂን ቴራፒ ውስጥ ሊተገበሩ ስለሚችሉ ውይይቶች። ይሁን እንጂ ድምፁ በጊዜ ሂደት በከፍተኛ ሁኔታ ተቀየረ። በጋለ ትብብር የጀመረው ከጊዜ ወደ ጊዜ መራር ውንጀላ እና ማስፈራሪያ ተለወጠ።

ክርክሩ፣ በተገኙት ኢሜይሎች መሰረት፣ በአእምሯዊ ንብረት መብቶች ላይ ያተኮረ ነው። ቶር፣ መጀመሪያ ላይ ጥናቱን ከ ጋር በከፍተኛ የገንዘብ ድጋፍ ለመካፈል

የተስማማ ይመስላል። ነገር ግን፣ የቶርን ስራ እየገፋ ሲሄድ እና የፕሮጀክት ቺሜራ አንድምታ ይበልጥ ግልጽ እየሆነ ሲመጣ፣ ስለ ፊንች ፍላጎት የበለጠ ጠንቃቃ ሆነ። ፊንች ጥናቱን ሊጠቀሙበት ከሚችሉት የሕክምና ማመልከቻዎች ይልቅ ለትርፍ የመጠቀም ፍላጎት እንዳለው ያምን ነበር። ኢሜይሎቹ የጦፈ ልውውጦችን አሳይተዋል፣ ቶርን ፊንች ስራውን ለመስረቅ እንደሞከረ እና ፊንች ደግሞ የቶርን ውል መጣስ እና የህግ እርምጃ ማስፈራሪያዎችን በመቃወም ተቃውመዋል።

ቋንቋው ከፕሮፌሽናል አለመግባባት ወደ ግለሰባዊ ጥቃት ተሸጋግሯል፣ ይህም ስር የሰደደ ጥላቻን ያሳያል። ቶርን ፊንች ለሥነ ምግባራዊ ጉዳዮች ግምት ውስጥ ሳይገባ ጨካኝ ነጋዴ ነው ሲል ከሰሰው፣ ፊንች ደግሞ የቶሮንን ጤነኛነት በመጠየቅ እና ሙያዊ ውድመት ሊኖር እንደሚችል ፍንጭ ሰጥቷል። ኢሜይሎቹ በተስፋ መቁረጥ የስልጣን ሽኩቻ ውስጥ የተቆለፉትን ሁለት ድንቅ አእምሮዎች ምስል ሳሉ እያንዳንዳቸው በራሳቸው ፅድቅ ያመኑ እና ለመደራደር ፈቃደኛ ያልሆኑ።

ቶርን ከመሞቱ ጥቂት ሳምንታት ቀደም ብሎ ይህ የከረረ ግጭት ከፍተኛ በሆነ የጨካኔ እና የምሽት ኢሜይሎች ልውውጥ ከፍተኛ ደረጃ ላይ ደርሷል። የቶርን መልዕክቶች ከጊዜ ወደ ጊዜ ተስፋ የቆረጡ ሆኑ፣ ይህም ለደህንነቱ እየጨመረ ያለውን ፍርሃት ይጠቁማል። ማንነቱ

ያልታወቀ ማስፈራሪያ እንደደረሰው ጠቅሷል፣ እና ፊንች በቋሚነት እሱን ዝም ሊያሰኘው እየሞከረ መሆኑን ስጋቱን ገልጿል። የፊንች ምላሾች በህጋዊ ማስጠንቀቂያዎች እና በቀጭን ስድቦች የተመሰቃቀሉ እና አሰልቺ ነበሩ። ከመሞቱ ከሰዓታት በፊት የተላከው የቶርን የመጨረሻ ኢሜይል ነጠላ እና ቀዝቃዛ ፍርድ ነበር፡ "እሱ እየመጣልኝ ነው።"

ማራ፣ ኢሜይሎቹን እየገመገመች፣ አከርካሪዋ ላይ ቅዝቃዜ ተሰማት። የግጭቱ መጠን እና የቶርን የፍርሃት ስሜት እያደገ መምጣቱ የፍርሃት እና የተስፋ መቁረጥ ስሜትን ገልጿል። የኢሜይሎቹ ጊዜ ከቶርን ሞት ጋር ተዳምሮ በፊንች እና በግድያ መካከል ጠንካራ ግንኙነት እንዳለ ጠቁመዋል። አለመግባባቱ በአእምሯዊ ንብረት መብቶች ላይ ያተኮረ መሆኑ ቶሮንን የማስወገድ አቅም እንዳለው በማሳየት ሌላ ተጨማሪ ሴራ ጨምሯል። ፊንች ቶሮንን ለማጥፋት አንድ ሰው ቀጥሮ የመቅጠሩ እድል ጠንካራ የስራ መላምት ሆነ።

ምርመራው ትኩረቱን ወደ ተቀየረ። የበስተጀርባ ምርመራ ከፍተኛ ሀብት ያለው ሰው እና ከፍተኛው የስልጣን እርከን ላይ የደረሰ የግንኙነት መረብ እንዳለው አሳይቷል። ፋርማኮርፕ፣ የእሱ ኩባንያ፣ በአስጨናቂ የሎቢ ጥረቶቹ እና አጠያያቂ በሆኑ የስነምግባር ልማዶች ታሪክ ይታወቅ ነበር። የፊንች የግል ሕይወት በተመሳሳይ መልኩ

ገላጭ ነበር፣ የርህራኄ የለሽነትን እና ለማህበራዊ ስምምነቶችን ችላ ማለትን ያሳያል። እሱ በብዙ የከፍተኛ ደረጃ ክሶች ውስጥ ተከፍሏል፣ ሁሉም በአሰቃቂ የህግ ስልቶች እና ውድ ሰፈራዎች ተለይተው ይታወቃሉ።

የማራ ቡድን በቶርን ሞት አካባቢ በሚደረጉ ግብይቶች ላይ በማተኮር የፊንች የፋይናንስ መዝገቦችን መቆፈር ጀመረ። ግድያው ከመፈጸሙ ጥቂት ቀደም ብሎ የተደረጉ ተከታታይ ትላልቅ እና የማይታዩ የገንዘብ መውረጃዎችን አግኝተዋል፣ ከዚያም ወደ ተለያዩ የባህር ዳርቻ ሒሳቦች ከፍተኛ ገንዘብ ተቀምጠዋል። በእነዚህ ግብይቶች ዙሪያ ያለው ጊዜ እና ምስጢራዊነት ጉልህ ቀይ ባንዲራዎችን አውጥቷል። ገንዘቡ ፊንችን በቶርን ግድያ ላይ በቀጥታ ባይመለከተውም፣ ከህጋዊነት ወሰን ውጭ ለመስራት ፈቃደኛ መሆኑን አረጋግጠዋል።

ምርመራው ከፊንች ጋር የተገናኘ ውስብስብ የሆነ የሼል ኮርፖሬሽኖች ኔትወርክንም አሳይቷል። በታክስ ቦታዎች የተመዘገቡት እነዚህ ኩባንያዎች ከፍተኛ የገንዘብ ምንጭና መድረሻን ለማድበስበስ ያገለግሉ ነበር። ይህ የተራቀቀ የገንዘብ ማጭበርበር ዘዴ ጥርጣሬን አስነስቷል፣ ይህም ፊንች የፋይናንስ እንቅስቃሴውን በመደበቅ ለረጅም ጊዜ ሲሳተፍ እንደነበረ ይጠቁማል። የማታለል ንብርብሮችን ለመፍታት እና የፊንች በቶርን ሞት ውስጥ ያለውን ተሳትፎ እና ሰፊውን ሴራ ለማጋለጥ ቃል

በመግባት የገንዘብ ዱካውን መፈለግ የምርመራው ወሳኝ አካል ሆነ።

ተጨማሪ ምርመራ የፊንች ግኑኝነት በዓለም አቀፍ የፖለቲካ ምህዳር ውስጥ ካሉ ቁልፍ ሰዎች ጋር ያለውን ግንኙነት አሳይቷል። ሾልከው በወጡ ሰነዶች እና ሚስጥራዊ ምንጮች የተገኙት እነዚህ ግንኙነቶች ከፋርማሲዩቲካል ኢንደስትሪው ወሰን ያለፈ የተፅዕኖ ማዘዋወር እና የሙስና መረብን ጠቁመዋል። ፊንች ለግል ጥቅማቸው ሲሉ ህጎችን ለማጣመም እና የስነምግባር ጥሰቶችን ችላ በሚሉ ሀይለኛ ግለሰቦች ክበብ ውስጥ እየሰራ ይመስላል። ከቶርን ምርምር ጋር ከተገናኙት ግለሰቦች ጋር የተደራረበው ይህ አውታረ መረብ እርስ በርስ የተሳሰሩ ግንኙነቶችን መረብ ፈጠረ፣ ይህም የጠለቀ፣ የተንሰራፋ ሴራን ይጠቁማል።

ቡድኑ በፊንች ላይ ባደረገው ክትትል ሚስጥራዊ ስብሰባዎችን እና ስውር የስልክ ጥሪዎችን አሳይቷል። ኢንክሪፕት የተደረጉ የመገናኛ መንገዶችን በመጠቀም እና በገለልተኛ ቦታዎች ስብሰባ በማድረግ በተከታታይ ጥበቃ ይደረግለት ነበር። ባህሪው አንድ ሰው በምርመራ ላይ መሆኑን ጠንቅቆ እንዲያውቅ አድርጎታል, ይህም የሚደብቀው ነገር አለ የሚለውን ጥርጣሬ ያጠናክረዋል. ምርመራው ከፍ ያለ የድመት እና የአይጥ ጨዋታ መምሰል የጀመረ ሲሆን ማራ እና ቡድኗ የፊንችን

እያንዳንዱን እንቅስቃሴ በትዕግስት በመከታተል ማስረጃዎቹን አንድ ላይ በማሰባሰብ አሳማኝ የሆነ ጉዳይ ለመፍጠር ችሏል።

በፊንች ዙሪያ መረቡ እየጠበበ ሲሄድ ፣የምርመራውን እያንዳንዱን ገጽታ ለመቃወም ከፍተኛ ስልጣን ያላቸውን ጠበቆች ቡድን በመቅጠር ህጋዊ በሆነ መንገድ ምላሽ ሰጠ። በቶርን ሞት ውስጥ ምንም አይነት ተሳትፎ እንደሌለው በመግለጽ ክርክራቸው ፕሮፌሽናል ብቻ እንደሆነ እና እሱ ቶርን ለመጉዳት ምንም ምክንያት እንደሌለው ተናግሯል። ሆኖም፣ ማስረጃው ምንም እንኳን ሁኔታዊ ቢሆንም፣ በእሱ ላይ አስከፊ ክስ መገንባት ጀመረ። የፋይናንስ መዛባቶች፣ ሚስጥራዊው ስብሰባዎች፣ የተደበቁ ግንኙነቶች፣ ሁሉም የሚያመለክተው ጥቁር ሚስጥር ያለው እና ቶሮንን ዝም ለማሰኘት ጠንካራ ተነሳሽነት ያለው ሰው ነው።

ማራ የፊንች ጥፋተኛ መሆኑን ማረጋገጥ ፈታኝ እንደሚሆን ያውቅ ነበር። በጥላ ስር መንቀሳቀስን የለመደው እና በሀብትና በተፅዕኖ አውታር የሚጠበቁ ዋና ማኒፑሌተር ነበሩ። ነገር ግን ለፍትህ ባላት ቁርጠኝነት እና በእውነት ላይ ያላትን የማይናወጥ እምነት በማነሳሳት እኩል ቆራጥ ነበረች። ከፊታችን ያለው ጦርነት ከባድ፣ ገደብ የለሽ የሚመስሉ ሀብቶች እና የሰለጠነ የህግ ባለሙያዎች ቡድን ካለው ተቃዋሚ ጋር የሚደረግ ትግል

እንደሚሆን ቃል ገብቷል። ነገር ግን ማራ በሙያዋ ብዙ እንደዚህ አይነት ፈተናዎችን ገጥሟት ስለነበር ለመዋጋት ተዘጋጅታ ነበር። የፊንች የማይበገር የሚመስለው መከላከያ የውሸት ብቻ እንደሆነ ታውቃለች፣ ይህም በጥንቃቄ የተገነባ ቅዠት ከእውነት ትኩረትን ለማራቅ ነው። እርስዋም በቁራጭ ልታፈርሰው ቆረጠች። ጨዋታው ተጀምሯል እና ማራ ለመጫወት ተዘጋጅታ ነበር። የምርመራው ክብደት፣ በአደጋ ላይ ሊኖሩ የሚችሉ ህይወቶች እና የሴራው ትልቅነት ውሳኔዋን አቀጣጥሏታል። ለእውነት የሚደረገው አደን ወሳኝ የሆነ የለውጥ ደረጃ ላይ መድረሱን ማራ፣ የቶሮን ብቻ ሳይሆን የብዙዎች እጣ ፈንታ ሚዛን ላይ እንደተንጠለጠለ ታውቃለች።

ወደ የሚወስደው መንገድ ቀጥተኛ መስመር አልነበረም; በመንግስት ቢሮክራሲው የተዘበራረቀ ክሮች ውስጥ የተጠለፈ የላብራቶሪ ማዝ ነበር። የማራ ቡድን፣ ብዙ አስጸያፊ ማስረጃዎችን ታጥቆ፣ ያልተጠበቀ ጠላት ገጥሞታል፡ ብሔራዊ የጤና ተቋም ()፣ በተለይም በላይኛው እርከን ውስጥ የተመረጠ ቡድን። የመጀመርያው የትብብር ጥያቄያቸው በድንጋይ ግርዶሽ፣ በመዘግየቶች እና በብስጭት ግልጽነት የጎደላቸው ነበሩ። ኢሜይሎች ምላሽ አያገኙም፣ የስልክ ጥሪዎች ችላ ተብለዋል፣ እና የመረጃ ጥያቄዎች በህጋዊ ተቃውሞ እና በቢሮክራሲያዊ ቀይ ቴፕ ተስተናግደዋል።

በ ውስጥ ያሉ አንዳንድ ግለሰቦች ምርመራውን ለማደናቀፍ በንቃት እየሞከሩ እንደነበሩ በፍጥነት ግልጽ ሆነ። ማራ በሴራው ተባባሪ እንደሆኑ ወይም በፈንቾ እና ባልደረቦቹ በተፈተለው የማታለል ድር ውስጥ ጠልቀው እንደገቡ ጠረጠረች። ይህ ለሳይንስ እድገት እና ለህብረተሰብ ጤና ከሚሰራ የመንግስት ኤጀንሲ ከጠበቀችው የትብብር መንፈስ የራቀ ነበር። ተቃውሞው የተሰላ፣ ተንኮለኛ እና በጥልቀት ያሳሰበ ነበር።

የመጀመሪያው መሰናክል የቶርን የምርምር ዕርዳታ እና የገንዘብ ድጋፍ መዝገቦችን ማግኘት ነበር። የመጀመሪያው ወረቀት መደበኛ የ የገንዘብ ድጋፍን ሲጠቁም፣ በጥልቅ ጠልቆ መግባት ተከታታይ ያልተለመዱ ግብይቶችን አሳይቷል፣ አነስተኛ መጠን በሼል ኮርፖሬሽኖች እና ግልጽ ባልሆኑ መለያዎች። እነዚህ በሕዝብ ገንዘብ ከሚደገፍ የምርምር ተቋም የሚጠበቁ የተለመዱ የሒሳብ አያያዝ ልማዶች አልነበሩም። አንድ ሰው ሆን ብሎ የቶርን የገንዘብ ምንጭን ለመደበቅ እንደሞከረ ያህል የወረቀት ዱካው ሆን ተብሎ ተደብቋል።

ይህ ማራን የቶርን እርዳታን የሚቆጣጠር የ ክፍል ኃላፊ ወደሆነው ወደ ዶክተር ኤቭሊን ሪድ አመራ። እንከን በሌለው ስሟ እና ለሳይንሳዊ ታማኝነት በማያወላውል ቁርጠኝነት የምትታወቀው ዶክተር ሪድ በሚያስገርም ሁኔታ መሸሽ ችለዋል። መጀመሪያ ላይ ተባብራ፣ ቡድኑ

ስለገንዘብ ነክ ጉድለቶች ጥያቄዎችን ካነሳች በኋላ ባህሪዋን በድንገት ቀይራለች። ምላሿ ከጊዜ ወደ ጊዜ ግልጽ ያልሆነ፣ ማብራሪያዎቿ እርስ በርሳቸው የሚጋጩ፣ እና ትብብሯ ወደ ተራ ተራ ነገር እየቀነሰ ሄደ።

ማራ በቶርን የእርዳታ ሀሳቦች ላይ በአቻ ግምገማ ሂደት ውስጥ በተሳተፉ ግለሰቦች ላይ በማተኮር የተለየ መንገድ ለመከተል ወሰነች። ከእነዚህ ገምጋሚዎች መካከል ብዙዎቹ፣ በጄኔቲክ ምርምር ማህበረሰብ ውስጥ ታዋቂ ሰዎች፣ ከ እና ከራሱ ከፊንች ጋር የቅርብ ግንኙነት ነበራቸው። የእነርሱ ግምገማ፣ መጀመሪያ የቶርን ስራ በማወደስ፣ ምርምሩ እየገፋ ሲሄድ እና ፕሮጄክት ቺሜራ ቅርፅ መያዝ ሲጀምር የቃና ለውጦችን ታይቷል። የመጨረሻዎቹ ግምገማዎች፣ ቶርን ከመሞቱ ጥቂት ወራት በፊት የተጠናቀቁት፣ ለብ ያሉ፣ አልፎ ተርፎም አስጸያፊ፣ ከቀደምት ጉጉታቸው ጋር ተቃራኒ ነበሩ።

ይህ የቶርን ስራን ለማጣጣል የተቀናጀ ጥረት እንደሚደረግ ሀሳብ አቅርቧል፣ ይህም ምርምሩን ለመቆጣጠር ካለው ፍላጎት የተነሳ ሊሆን ይችላል። ቡድኑ በእነዚህ ገምጋሚዎች ላይ ባደረገው ምርመራ ያልተገለጡ የጥቅም ግጭቶች ሁኔታን ገልጿል፣ይህም ሆን ተብሎ የአቻ ግምገማ ሂደቱን ለማድላት እና በመጨረሻም የቶርን መሠረተ ልማታዊ ምርምር ለማደናቀፍ የተደረገ

ሙከራ ነው። እነዚህ ግኝቶች ግን ከ የበለጠ ተቃውሞ አግኝተዋል።

የማራ ቡድን ምርመራውን ለማዘግየት እና በመጨረሻም ለማደናቀፍ የተነደፈ የህግ ተግዳሮቶች አጋጥሟቸዋል። የ የህግ ክፍል ጠበቆች በአሰቃቂ ስልታቸው የታወቀ ቡድን ሚስጥራዊ ስምምነቶችን እና የብሄራዊ ደህንነት ስጋቶችን በመጥቀስ የመረጃ ተደራሽነትን ለማገድ ጥያቄ አቅርበዋል። እያንዳንዱ መዘግየት ለፊንች እና ለተባባሪዎቹ ውድ ጊዜን በመግዛት አቋማቸውን እንዲያጠናክሩ እና ዱካቸውን እንዲሸፍኑ ያስችላቸዋል።

የቢሮክራሲው መሰናክሎች ሆን ተብሎ እና የተቀናጁ ተሰምቷቸው ነበር። ማራ እነዚህ ቀላል አስተዳደራዊ ስህተቶች እንዳልሆኑ ያውቅ ነበር; የተሰላ የማደናቀፍ ስልት ነበር፣ የኃያላን ግለሰቦችን መረብ ለመጠበቅ በጥንቃቄ የተቀነባበረ ዘመቻ። የህዝብን ጥቅም ለማገልገል የተቋቋመ ተቋም አሁን እንዲከበር ከታቀደው መርሆች ጋር ተቃርኖ እየሰራ ነው።

ቀናት ወደ ሳምንታት እና ሳምንታት ወደ ወራት እየደማ በመምጣቱ የቡድኑ ብስጭት ጨመረ። የማያልቁ መዘግየቶችን እና የቢሮክራሲያዊ መሰናክሎችን በመቋቋም የ ጥያቄዎችን ውስብስብነት በመዳሰስ ስፍር

ቁጥር የሌላቸውን ሰዓታት አሳልፈዋል። ሚስጥራዊ ምላሾችን መፍታት፣ ወሳኝ መረጃ ለማግኘት መታገል እና ምርመራቸውን ለማደናቀፍ የተነደፉ የህግ ተግዳሮቶችን ያለማቋረጥ መከላከል ነበረባቸው።

ግፊቱ በረታ። ማራ ማንነታቸው ያልታወቀ ዛቻ፣ የተከደነ ማስጠንቀቂያ እና ያልተረጋገጡ ውንጀላዎች ደርሳለች። ባልደረቦቿ ተመሳሳይ ትንኮሳ ገጥሟቸዋል፣ ስላሉበት አደጋ ስውር ማሳሰቢያዎች። የቢሮክራሲው ተቃውሞ በጣም ትልቅ የሆነ ችግር አንድ ንብርብር ብቻ ነበር። ሚስጥሩን ለመደበቅ አስፈላጊውን ሁሉ ለመጠቀም ፈቃደኛ የሆነ ሰፊ እና ኃይለኛ አውታረ መረብን ይቃወሙ ነበር።

ጽናታቸው ግን ፍሬ ማፍራት ጀመረ። በጥልቅ ምርምር እና ያላሰለሰ መረጃን በመከታተል በዶክተር ሪድ እና በአሊስታይር ፊንች መካከል የኢሜል ልውውጥን አገኙ። ኢሜይሎቹ ምንም እንኳን በጣም የተስተካከሉ እና የተመሰጠሩ ቢሆኑም፣ ከኦፊሴላዊ የስራ ድርሻቸው ገደብ የዘለለ ትብብርን የሚጠቁሙ ተከታታይ ኮድ የተደረገባቸው መልዕክቶችን አሳይተዋል። ድምፁ ጥልቅ የሆነ የተወሳሰበ ደረጃ፣ ስለአደጋዎቹ የጋራ ግንዛቤ እና ትራኮቻቸውን ለመሸፈን የተሰላ ጥረትን ጠቁሟል።

ቡድኑ የተበጣጠሱ መረጃዎችን አንድ ላይ በማድረግ እና ከሌሎች የመረጃ ነጥቦች ጋር በማጣቀስ የተራቀቁ የዲክሪፕት ቴክኒኮችን ተጠቅሟል። የተለያዩ በሚመስሉ መረጃዎች ውስጥ ንድፎችን እና ግንኙነቶችን ለማግኘት የላቀ የውሂብ ትንታኔን ተጠቅመዋል፣ በመጨረሻም የሴራው የበለጠ የተሟላ ምስል ገነቡ። ይህ አድካሚ ስራ በ ውስጥ ቁልፍ ተዋናዮችን ለመለየት ረድቷል፣ ይህም ውስብስብ በሆነ የእርዳታ፣ የኮንትራት እና የሼል ኮርፖሬሽኖች ስርዓት ከፌንች ጋር የተገናኙ የግለሰቦችን መረብ አሳይቷል።

አንድ ትንሽ የሚመስል ዝርዝር ቁልፉ ሆኖ ተገኝቷል። ብዙ የማይገናኙ በሚመስሉ ኢሜይሎች ላይ ተደጋግሞ የማይጎዳ የሚመስል ሀረግ የተደበቀ ኮድ ቃል አሳይቷል። ኮዱ የሚያመለክተው አንድ የተወሰነ የምርምር ፕሮጀክት ነው - በማንኛውም ኦፊሴላዊ የ መዝገቦች ውስጥ ያልታየ ፕሮጀክት። ማራ ይህ ድብቅ ስራ እንደሆነ ጠረጠረች፡ ይህ ሆን ተብሎ ከመፅሃፍቱ እንዳይመረመር የተደረገ ነው። ይህ "የ ፕሮጀክት" የቶርን ምርምርን ከፌንች ጋር በማገናኘት እና በ ውስጥ ካሉ ከፍተኛ ባለሙያዎች ጋር በማገናኘት የጎደለው አገናኝ ይመስላል።

በዚህ አዲስ መረጃ የታጠቀች ማራ ስልቷን ለመቀየር ወሰነች። የ የህግ ቡድንን በቀጥታ ከመጋፈጥ ይልቅ ስውር አቀራረብን መርጣለች። ከተገኘው መረጃ የተወሰኑትን

በምርመራ ክህሎታቸው እና ታማኝነታቸው ለሚታወቁ በጥንቃቄ ለተመረጡ ጋዜጠኞች ለመልቀቅ ወሰነች። በተለያዩ የዜና አውታሮች በስልት የተለቀቀው ፍንጣቂው የሴራውን ሰፋ ያለ ምስል በመሳል ቀስ በቀስ ግን እውነቱን አጋልጧል። የህዝቡ ትኩረት ምላሽ እንዲሰጥ አስገድዶታል፣ ይህም በእነሱ ላይ የሚነሱትን ማስረጃዎች ውድቅ ለማድረግ አዳጋች አደረጋቸው።

ምርመራው ቀጥሏል፣ መንገዱ አሁን ከቢሮክራሲያዊ መነቃቃት ጋር ከመዋጋት ወደ ህዝባዊ ግልፅነት ትግል ተቀየረ። ማራ ከባላጋራህ ጋር እንደምትጋፈጥ ታውቃለች፣ ነገር ግን እያንዳንዱ ማስረጃ ሲገለጥ የማታለል ድር መከፈት ጀመረ። የቢሮክራሲው ግርግር አስፈሪ እንቅፋት እንደሆነ ተረጋግጧል፣ ነገር ግን ማራ እና ቡድኗ ቀስ በቀስ መንገዳቸውን እያገኙ ነበር፣ ከቶርን ሞት ጀርባ ያለውን እውነት እና ከመሬት በታች የተደበቀውን ሰፊ ሴራ ለማጋለጥ እየተቃረቡ ነበር። ትግሉ ገና አልተጠናቀቀም, ነገር ግን የኃይል ሚዛኑ መቀየር ጀመረ. እውነት፣ ለረጅም ጊዜ ታፍኖ፣ ከጥላ ስር መውጣት ጀመረ።

በመገናኛ ብዙሃን መልክዓ ምድር ላይ እንደ ፈንጂ በስልት የተቀመጠው አፈትልኮ የወጣው መረጃ ውጤት ማምጣት ጀመረ። የመጀመርያው የዜና ዘገባዎች ግልጽ ባልሆኑ የፋይናንስ መዛባቶች እና በ ውስጥ ያልታወቁ የፍላጎት ግጭቶች ላይ ያተኮረ ውጤት አስከትሏል። በጥንቃቄ የተስተካከለው የ ምስል፣ ከሳይንሳዊ ታማኝነት

ጋር ተመሳሳይነት ያለው ተቋም፣ በህዝብ ቁጥጥር ክብደት መሰንጠቅ ጀመረ። በድንገት፣ የድንጋይ ንጣፉ እና የህግ ስልቶች እንደ ቢሮክራሲያዊ ብቃት ማነስ እና የበለጠ አስከፊ የሆነን ነገር ለመሸፈን የተደረገ የተሰላ ሙከራ ይመስላል።

ህዝባዊው ጫና በበዛበት ወቅት የማራ ቡድን የእንቆቅልሹን ቁርጥራጮ በጥሞና በመገጣጠም አድካሚ ስራቸውን ቀጠሉ። ትኩረታቸው ወደ ዶ/ር ኤቭሊን ሪድ ተለወጠ፣ መሸሽነታቸው ከጊዜ ወደ ጊዜ አጠራጣሪ እየሆነ መጣ። ለመተባበር አለመፈለጓ በቀላሉ በቢሮክራሲያዊ ቅልጥፍና ወይም በግል አድሏዊ ምክንያት ሳይሆን ከዚህ የበለጠ አስከፊ ነገር እንደሆነ ተረዱ። ሊገልጥ የማትችለውን ሚስጥር ለመጠበቅ ተገድዳ በውሸት መረብ መያዟን ጠረጠሩ።

በዚህ ምዕራፍ ውስጥ ነበር ማራ በ ውስጥ የፎረንሲክ ሳይንቲስት የሆኑትን ዶ/ር አኒያ ሻርማን ያገኘችው፣ በመረጃ ትንተናቸው ወቅት ስማቸው የወጣው። ዶ/ር ሻርማ፣ ጎበዝ፣ነገር ግን በጣም ተጠራጣሪ ሴት፣ ለሳይንሳዊ ጥብቅ አቋም በማያወላዳ መልኩ እና ለፖለቲካዊ እንቅስቃሴ በማንቋሸሽ ትታወቃለች። በሁለቱም ብሩህነት እና ጤናማ የሳይኒዝም መጠን በመሳል ስሟ ቀድሟታል።

ማራ ከዶ/ር ሻርማ ጋር የጀመረችው የመጀመሪያ ግንኙነት ጊዜያዊ ነበር፣ ትብብራቸው ሁለቱንም ስራቸውን እና ምናልባትም ደህንነታቸውን አደጋ ላይ እንደሚጥል በመረዳት ያልተነገረ ግንዛቤ የተሞላ ነበር። ዶ/ር ሻርማ እየተጓዘችበት ያለውን የፖለቲካ ፈንጂ ጠንቅቀው የሚያውቁት፣ መጀመሪያ ላይ ለመተባበር አመነታ ነበር። የ የህግ ክፍል ጭካኔ የተሞላበት ቅልጥፍና እና በስልጣን ላይ ያሉትን መቃወም የሚያስከትለውን መዘዝ በአይኗ አይታለች።

⍰እነሆ፣ ዶ/ር ሻርማ፣ ድምጿ ዝቅ ብሏል፣ እና ደብዛዛ በሆነ የቡና መሸጫ ሱቅ ውስጥ ለመጀመሪያ ጊዜ በሚስጥር ሲገናኙ፣ ⍰የምትሰራውን አውቃለሁ። እና ጽናትህን አደንቃለሁ። ግን ይህ ጨዋታ አይደለም፣ ወኪል ቤልዌተር። ለጥገና ከሚጫወቱ ሰዎች ጋር ነው የምታገናኘው። ⍰ በጣም ከቀረብክ ለመቅበር ወደ ኋላ አይሉም።

ማራ ግን አደጋዎቹን እኩል ያውቅ ነበር። ⍰አደጋዎቹን አውቃለሁ፣ ዶ/ር ሻርማ፣ መለሰችለት፣ አይኗ አይናወጥም። ⍰ነገር ግን በ ውስጥ የእውነትን እና የፍትህን አስፈላጊነት የሚረዱ ሰዎች እንዳሉ አውቃለሁ። አንተ ከነሱ አንዱ እንደሆንክ አምናለው።⍰

ስብሰባው ጥንቃቄ የተሞላበት ዳንስ፣ ስስ የመተማመን ድርድር እና የጋራ መጠራጠር ነበር። ማራ ጉዳዩን ተናገረች, በጥንቃቄ የተመረጡ ማስረጃዎችን በማቅረቡ የሴራውን ጥልቀት የሚጠቁሙ ያጋለጡትን ሁሉ ሳይገልጹ. የዶክተር ሻርማስን እውቀት አስፈላጊነት፣ በ ውስጥ ያላትን ልዩ አቋም እና የማራ ቡድን በራሳቸው ሊያገኙት ያልቻሉትን ግንዛቤዎችን የመስጠት አቅሟን አፅንዖት ሰጥታለች።

የልብ ፐራግማቲስት የሆኑት ዶ/ር ሻርማ የማራ ስጋቶችን ትክክለኛነት ተገንዝበው ነበር። ስውር የሙስና ምልክቶችን፣ ያልተለመዱ የገንዘብ ምንጮችን፣ የምርምር ቅድሚያ የሚሰጣቸውን ድንገተኛ ለውጦች፣ እና በ ውስጥ የሚቃወሙ ድምጾችን ጸጥ እንዲሉ አይታለች። በቶርን ድንገተኛ ሞት ተቸግራለች፣ እና በኋላ የተደረገው መሸፈኛ ጭንቀቷን የበለጠ አጠናከረ።

ነገር ግን፣ ጥንቁቅ ሆና ኖራለች፣ እንዳትታለል ወይም እንደ መጠቀሚያ እንዳትጠቀምበት ተጠንቅቃለች። ሁሉንም ነገር ልሰጥህ አልችልም ስትል አስጠነቀቀች። ?ይህን መረጃ በሃላፊነት እንደምትጠቀም እርግጠኛ መሆን አለብኝ፣ የኔን ቦታ እና የስራ ባልደረቦቼን ደህንነት አደጋ ላይ አትጥሉም።

ማራ ስጋቷን ተረድታለች። ⍰አብረን እንሰራለን ስትል ቃል ገብታለች። ⍰መረጃን እናካፍላለን፣ ውሂብ እናረጋግጣለን እና በጥንቃቄ እንቀጥላለን። የእርስዎ ደህንነት እና የስራ ባልደረቦችዎ ደህንነት ከሁሉም በላይ ነው።

እናም፣ አደገኛ ህብረት ተፈጠረ፣ በጥላ ስር የታሸገ ስምምነት፣ በአንድ ልምድ ባለው የኤፍቢአይ መገለጫ እና በጠራጣሪ ሳይንቲስት መካከል ጠንካራ እና ስር የሰደደ ሴራን በመቃወም። ዶ/ር ሻርማ ስለ የውስጥ ስራዎች ባላት ጥልቅ እውቀት እና በፎረንሲክ ሳይንስ ያላትን እውቀት በዋጋ ሊተመን የማይችል ሃብት ሆነች። የማራ ቡድን የ ን የላቦራቶሪ ኮሪደሮችን እንዲያስሱ ረድታለች፣ ይህም በፋይናንሺያል መዝገቦች፣ የምርምር ፕሮቶኮሎች እና በሚመለከታቸው ስብዕናዎች ላይ ወሳኝ ግንዛቤዎችን በመስጠት ነው።

የዶ/ር ሻርማ የውስጥ ዳታቤዝ መዳረሻ እና ስለ ሳይንሳዊ ምርምር ስውር ጥቃቅን ነገሮች የነበራት ግንዛቤ በዋጋ ሊተመን አልቻለም። ከዚህ ቀደም ከማራ ቡድን ትኩረት ያመለጡ ዘይቤዎችን እና ያልተለመዱ ነገሮችን ለይታለች። ኮድ የተደረገባቸውን መልእክቶች እንዲፈቱ እና ሚስጥራዊ መረጃዎችን እንዲተረጉሙ ረድታቸዋለች፣ ይህም በጥንቃቄ የተሸሸጉትን የማታለል ንብርብሮችን ይፋ አድርጋለች። የድጋፍ ማመልከቻዎችን ውስብስብነት፣ የአቻ የግምገማ ሂደቶችን እና የመድኃኒት ፈንድ ላቦራቶሪ

ዓለምን አስረድታለች፣ ይህም ጥላ የለሽ ግብይቶችን የሚያበራ እና የጥቅም ግጭቶችን የሚደብቅ ወሳኝ አውድ በማቅረብ ነው።

ትብብሩ ግን ለስላሳ አልነበረም። ዶ/ር ሻርማ ሲ ወዲያውኑ ማራን እየወሰዱ ያሉትን ግዙፍ ስጋቶች አስታውሷታል፣ ይህም በአሊስታይር ፊንች እና በ ውስጥ ያሉ አጋሮቹ ያለውን ኃይል እና ተደራሽነት በማስታወስ። ብዙ ጊዜ በስውር በሚያደርጉት ስብሰባ ቆም ትላለች፣ ዓይኖቿ አካባቢውን እየቃኙ፣ በእጇቿ ውስጥ የሚታይ መንቀጥቀጥ። እሷም ለቀናት ትጠፋለች፣ ትንንሽ እና ጠቃሚ መረጃዎችን ይዛ ብቅ ትላለች፣ ሁልጊዜም እነርሱን ከሚያደናቸው አንድ እርምጃ እንድትቀድም ትጠነቀቃለች።

አንድ ቀን ምሽት፣ በዶክተር ሪድ እና ፊንች መካከል በተለይ ሚስጥራዊ የሆኑ ተከታታይ ኢሜይሎችን ሲገመግሙ፣ ዶ/ር ሻርማ አንድ አስገራሚ ግኝት አደረጉ። በኢሜይሎች ውስጥ የተደበቀ ዲጂታል የውሃ ምልክት፣ ለራቁት ዓይን የማይታይ ነው። የውሃ ምልክት፣ ሲገለበጥ፣ ከዚህ ቀደም ወደማይታወቅ አገልጋይ አመራ። ይህ አገልጋይ ከ" " ጋር የሚዛመዱ የተመሰጠሩ ፋይሎችን ይዟል፣ ሙሉ በሙሉ ከኦፊሴላዊው መዛግብት ውጪ የነበረ፣ በግልፅ እይታ የተደበቀ የሙት ፕሮጄክት።

ፋይሎቹ አንዴ ዲክሪፕት ከተደረጉ በኋላ አሪፍ እውነት አሳይተዋል። ፕሮጀክት በቀላሉ የምርምር ሥራ አልነበረም። በጣም ኃይለኛ ባዮሎጂካል መሳሪያን ለማምረት ያለመ በ እና መካከል የተደረገ ጥምር ፕሮጀክት ሚስጥራዊ ክዋኔ ነበር። የቶርን ምርምር የዚህ ፕሮጀክት ወሳኝ አካል ሆኖ ተገኝቷል። በአደገኛ እውነት ላይ ተሰናክሎ ነበር፣ እና የእሱ ሞት በአጋጣሚ አይደለም። የተሰላ የማስወገጃ ተግባር ነበር።

ግኝቱ በምርመራው ውስጥ የመሬት መንቀጥቀጥ ለውጥ ነበር። በአሊስታይር ፊንች፣ እና በ ውስጥ ባሉ ሴረኞች መካከል ተጨባጭ ግንኙነት አቅርቧል። በተጨማሪም ማራ ሊገምተው ከምችለው በላይ እጅግ በጣም ሰፊ እና አደገኛ የሆነ ሴራ የሽፋን ትክክለኛ መጠን አሳይቷል. አዲስ የተገኘው መረጃ ባለ ሁለት አፍ ጎራዴ ነበር፣ በሴረኞች ላይ የሚያጋጥሟቸውን አደጋዎች እየጨመሩ ኃይለኛ ጥይቶችን ያቀርብ ነበር። በጣም ጥልቅ እና ጨለማ በሆነ ገዳይ ጨዋታ ውስጥ ይጫወቱ ነበር። የተጋላጭነት ዋጋ አሁን በጣም ከፍ ያለ ነበር።

በማራ እና በዶ/ር ሻርማ መካከል ያለው ያልተረጋጋ ጥምረት ተባብሶ በጋራ አደጋ እና መከባበር ውስጥ ተፈጠረ። ሥራቸው ገና ብዙ እንዳልሆነ ያውቁ ነበር። ለእውነት እና ለፍትህ የሚደረገው ትግል በጣም አደገኛ

ወደሆነው ምዕራፍ ውስጥ ገብቷል፣ ህይወታቸውን በጥንቃቄ ተንጠልጥሎ፣ የሞት ሽረት ጭፈራ የአደገኛ ሴራ ፈትሸው ቀጥለዋል። አሁን የያዙት የምስጢር ክብደት እነርሱን ሊበላቸው አስፈራርቷቸዋል፤ ይህ ደግሞ ፈታኝ ስለነበሩበት ታላቅ ኃይል የሚያሳይ ነው። ጦርነቱ ገና አልተጠናቀቀም ነበር፣ እና ችሮታው ከመቼውም ጊዜ በላይ ነበር።

በፕሮጀክት ቺሜራ ላይ የነበረው ቀዝቃዛ ግኝት አዲስና ፈጣን ስጋት ሲፈጠር እልባት ሊሰጠው አልቻለም። ኮድ የተደረገ ኢሜይል ወይም የተደበቀ አገልጋይ አልነበረም። በጭካኔ የተሞላ ቅልጥፍና የተሰጠ አስፈሪ፣ ቀዝቃዛ ማስጠንቀቂያ ነበር። አንድ ነጠላ ቀይ ቀለም ያለው አበባ አበባው በማራ ደጃፍ ላይ በጥሩ ሁኔታ የተደረደሩ ሲሆን የችግሩ መባባስ መንስኤ ነበር። ምንም ማስታወሻ የለም፣ ምንም መልእክት የለም፣ ዝምታ ብቻ፣ የአበባው መገኘትን የሚያስፈራ፣ ዘመን ያለፈበት ምልክት፣ ግን በዘመናዊ፣ አስፈሪ ጠቀሜታ የተሞላ።

የማራ አንጀት ተጣበቀ። ይህ የዘፈቀደ ድርጊት አልነበረም። ይህ ፊርማ ነበር፣ በቅርብ ከሚያውቃት ሰው የመጣ የጥሪ ካርድ፣ ስውር የማስፈራራትን ኃይል የተረዳ ሰው። ወዲያው ቡድኖቿን አነጋግራለች፣ የፅጌረዳው አሪፍ ምስል ቀድሞውንም በአእምሮዋ ውስጥ አስከፊ የሆነ የጠረጴዛ ምስል አስተላልፋለች። በጥንቃቄ የተመረጠው ምልክት፣ አካላዊ ማስረጃዎችን ለመተው የማይታዘዝ ችሎተኝነት

ስለገዳዩ እምነት እና ለህግ ሙሉ ለሙሉ ያላቸውን ንቀት ተናግሯል።

⍰ጨዋታ እየተጫወቱ ነው፣ማራ፣ኤጀንት ሚለር፣የእሷ ሁለተኛ አዛዥ፣በፈገግታ፣ድምፁ በጭንቀት ጠበቀ። ⍰ ገዳይ የድመት እና የአይጥ ጨዋታ፣ እና ገና ጉንዳናቸውን ከፍ አድርገው

ቡድኑ ጽጌረዳውን በጥሞና ተንትኖ የጣት አሻራዎችን፣ የአበባ ዱቄትን ወይም ወደ ላኪው ሊያመራቸው የሚችል ሌላ ማንኛውንም የፎረንሲክ ማስረጃ ፈልጎ ነበር። መነም። ገዳዩ መናፍስት ነበር፣ ምንም ዱካ አልተወም ነገር ግን እየመጣ ያለውን የጥፋት ምልክት። የፎረንሲክ ትንታኔው ጽጌረዳው አዲስ ተቆርጦ ከመውጣቱ በቀር ምንም አላስገኘለትም ፣ በቀለማት ያሸበረቀ ቀለም ከአካባቢው የአበባ ሻጭ በቅርብ ጊዜ መግዛቱን ያሳያል።

ዶ/ር ሻርማ በበኩሉ ከፕሮጀክት ቺሜራ የተመሰጠሩ ፋይሎችን በመፍታት ላይ ተጠመቁ። ደከመኝ ሰለቸኝ ሳይል ሰርታለች፣ ጣቶቿ በቁልፍ ሰሌዳው ላይ እየበረሩ፣ አእምሮዋ በዲጂታል ላብራቶሪ ውስጥ የተደበቁትን ሚስጥሮች ለመክፈት ይሯሯጣል። ገረጣ፣ አይኖቿ በድካም ተውጠው፣ ቁርጠኝነቷ ግን ሳይናወጥ ቀረ።

የሁኔታው ክብደት በእሷ ላይ በጣም ተጭኖባታል፣እሷም ዲላማው በየሰዓቱ እየጠነከረ ይሄዳል።

በማራ ደህንነቱ በተጠበቀ አፓርታማ ውስጥ በምሽት ክፍለ ጊዜ በነበረችበት ወቅት "በምስጠራ ሽፋን ላይ ንብርብሮች አሉ" ብላ አስረዳቻቸው። "ግኝቶችን አስቀድመው የጠበቁ እና ምስጢራቸውን ለመጠበቅ ብዙ መከላከያዎችን የገነቡ ያህል ነው." ቆም አለች፣ ምላሷ በትኩረት ተበሳጨ። "ግን እየቀረብኩ ነው. በኮዱ ውስጥ አለመግባባቶች, ያልተለመዱ ነገሮች አሉ ... እዚያ መሆን የሌለበት ነገር አለ."

ማራ ፣ ያለማቋረጥ ጠርዝ ላይ ፣ በእንቅልፍ ውስጥ ትንሽ መጽናኛ አገኘች። ጽጌረዳው የገዳዩን ቅርበት ሁልጊዜ የሚያስታውስ ነበረች፣ ቀዝቃዛ ፍርሃት እንደ መሸፈኛ ተጣበቀች። እሷ ከዚህ ቀደም ማስፈራሪያ ደርሶባታል፣ነገር ግን ይህ የተለየ ስሜት ተሰምቷታል። ይህ ግላዊ መልእክት፣ የፍላጎት መግለጫ፣ በቦታው ለነበረችው የተብራራ የጥበቃ ጥበቃዎች ግልጽ የሆነ ንቀት ነበር። ገዳዩ ሃይለኛ ብቻ ሳይሆን ከምትችለው በላይ መረጃ የማግኘት እድል እንደነበረው ይጠቁማል።

ቡድኑ ምርመራውን አስፋፍቷል, የአገር ውስጥ የአበባ ሻጮች ግዢ መዝገቦችን በመመርመር, ነገር ግን ምንም

መሪ አላገኙም. ገዳዩ ዱካቸውን በጥንቃቄ ሸፍኖ ነበር፣ ይህም ምርመራውን የበለጠ ተስፋ አስቆራጭ አድርጎታል። እያንዳንዱ የሞተ ጫፍ በቡድኑ ውስጥ ያለውን የጭንቀት ስሜት ለማጥለቅ ብቻ አገልግሏል።

በማግስቱ፣ ሌላ ሚስጥራዊ መልእክት መጣ፣ በዚህ ጊዜ ማንነቱ ባልታወቀ ኢሜይል። አንድ ነጠላ መስመር ይዟል: "ጽጌረዳው ማስጠንቀቂያ ነበር, ቀጣዩ ስጦታ የእርስዎ የመጨረሻ ይሆናል." መልእክቱ የተላለፈው በቀዝቃዛ ቀላልነት፣ ምንም አይነት ስሜት እና ማስዋብ በሌለበት፣ የገዳዩን የቀዝቃዛ ትክክለኛነት በማጉላት ነው። ቋንቋው ግልጽ እና ግልጽ የሆነ፣ ምንም ዓይነት የማስፈራራት እና የማይደናቀፍ ሙከራዎች አልነበሩም። ማራ የገጠማትን ከፍተኛ አደጋ ለማጉላት ብቻ የሚያገለግል ቀላል የዓላማ መግለጫ፣ ቀዝቃዛ፣ የተሰላ መልእክት ነበር።

የኢሜይሉ ሜታዳታ ምንም አልሰጠም፤ በዲጂታል ኤተር ውስጥ ያለ መንፈስ የማይታይ ነበር። ማራ እራሷን ከፕሮጀክት ቺሜራ ወሰን ባሻገር በዶክተር ሻርማኤ እውቀት ላይ የበለጠ ጥገኛ ሆና አገኘች። ዶ/ር ሻርማ፣ በፎረንሲክ ሳይንስ ዳራዋ፣ ችሎታዋን ወደ ኢሜይሉ ላኪ የሚያደርሱትን ትንሹን ፍንጭ በመፈለግ በዲጂታል አለም ላይ ክህሎቶቿን መተግበር ጀምራለች፣ ኮዱን በተለማመደው ዓይኖቿ ለችግር ይዳርጋል። እሷ በዲጂታል ጥላዎች ውስጥ እያደነች ነበር ፣ ዲጂታል አሻራ ፣ ዲጂታል

ማሚቶ ፣ በፋንተም የተተወውን ማንኛውንም ዱካ ትፈልጋለች።

ግፊቱ ተጫነ፣ ውጥረቱ እንደ ማፈን ጭጋግ እየወፈረ ሄደ። ጥላ ሁሉ ስጋትን የሚሰውር ይመስላል፣ እያንዳንዱ ጩኸት የአደጋ ምልክት ነው። የማራ ቡድን ጥበቃን አጠንክሯል፣ ጥበቃዎችን እና ክትትልን አጠናክሯል፣ ነገር ግን በሁሉም ቦታ ያለው ስጋት ያልታየ፣ ገና የሚታይ ነው። ከተማዋ፣ በአንድ ወቅት የምትታወቀው ዳራ፣ አሁን የጥላቻ መልክአ ምድር መስሎ ተሰምቷታል፣ የተደበቁ አደጋዎችን እየደበቀች ያለች የህይወት ገፅታዋ። ቡድኑ እየጠበበ ያለው ቋጠሮ ተሰምቶት ነበር፣ ወደ ስራቸው ዘልቆ የሚገባ የችኮላ ስሜት። እንቅልፍ በቋሚ ንቁነት እና ፍንጮችን በማሳደድ ተተካ የቅንጦት ሆነ።

ወደ ፕሮጀክት ጠልቀው ሲገቡ ቀናት እንቅልፍ አልባ ምሽቶች ሆነዋል። የዶ/ር ሻርማ ጥረቶች ፍሬ አፍርተዋል፣ በመጨረሻም የማይደፈሩ በሚመስሉ ምስጠራዎች ውስጥ የተደበቀ መልእክት አገኙ። ለውጭው ዓለም የታሰበ መልእክት አልነበረም። በፕሮጀክት ቡድን ውስጥ የውስጥ ግንኙነት ነበር፣ የፕሮጀክቱን ሂደት እና ስጋቶች የሚገልጽ ምዝግብ ማስታወሻ። ይህ ምዝግብ ማስታወሻ ለፕሮጀክቱ ሁለተኛ እና የበለጠ አስከፊ ገጽታ መኖሩን አሳይቷል፡ የሰው ሙከራ።

ሰነዶቹ በማያስቡ ሰዎች ላይ የተደረጉ ተከታታይ ኢ-ሥነ ምግባራዊ ሙከራዎችን ዘርዝረዋል፣ አስፈሪው ዝርዝሮች ቀስ በቀስ እንደ ማካባቢ ታሪክ ይገለጣሉ። ርእሰ ጉዳዮቹ በባዮሎጂካል መሳሪያ የተወጉ ሲሆን ጨካኝ በሆኑት ሳይንቲስቶች እይታ ጤንነታቸው እያሽቆለቆለ ነበር። ምዝግብ ማስታወሻው ተከታታይ ያልተጠበቁ የጎንዮሽ ጉዳቶችን ጠቅሷል, ይህም መሳሪያው ከመጀመሪያው ከሚታመን የበለጠ አደገኛ ሊሆን ይችላል. ይህ መገለጥ በሴራው ላይ አዲስ የጥፋት ደረጃን ከመጨመር በተጨማሪ ለገዳዩ ጠቃሚ ሊሆን የሚችል ግንኙነትም ሰጥቷል።

የቶሮንን አሟሟት የሚገልጸው ግቤት በአስደሳች ሁኔታ ግልጽ ነበር። እሱ እንደ "ልቅ ፍጻሜ" ሲል ገልጾታል፣ የሰውን ፈተና ማግኘቱ "ተቀባይነት የሌለው የደህንነት ጥሰት" ሲል ገልጿል። የሱ ሞት ፕሮጀክት ቺሜራን እና ጨካኝ አርክቴክቶቹን ለመጠበቅ አስፈላጊ ሆኖ ተቆጥሮ ነበር። ይህ ገዳዩ በፕሮጀክት ቺሚራ ቡድን ውስጥ ያለ ሰው፣ አስፈሪው ሚስጥር በአደራ ተሰጥቶት እና አሰቃቂ ተግባራቸውን የሚያጋልጥ ማንኛውንም ሰው ማስወገድ እንደሚያስፈልግ የተሰማው ሰው የመሆኑን አስፈሪ እድል ከፍ አድርጎታል።

ይህ ግንዛቤ ባለ ሁለት አፍ ጎራዴ ነበር። ትኩረታቸውን እንዲቀንስ አድርጓል, ነገር ግን አደጋውን በከፍተኛ ደረጃ ጨምሯል. አሁን እነሱ ያላቸውን ምርመራ በቅርበት ከሚያውቅ ብቻ ሳይሆን በ ውስጥ የደህንነት ስርዓቶችን እና ሰራተኞችን ማግኘት ከሚችል ሰው ጋር ግንኙነት ነበራቸው። በአጋሮቻቸው እና በጠላቶቻቸው መካከል ያለው መስመር ተስፋ ቢስ ሆኖ ደበዘዘ።

ማራ የፍርሀት በረዷማ ያዘችው፣ ገዳዩ ካሰቡት በላይ ቅርብ እንደሆነ የተገነዘበችው ቀዝቃዛ ስሜት ተሰማት። ጽጌረዳው፣ ኢሜይሉ፣ የሰው ፈተና ሚስጥራቸውን ለመጠበቅ ማንኛውንም ነገር ለማድረግ ፈቃደኛ የሆነ ጨካኝ ግለሰብን ያመለክታሉ። ጨዋታው ከድብቅ ምርመራ ወደ ተስፋ አስቆራጭ የህልውና ትግል ተሸጋግሯል። የሚቀጥለው እርምጃ ገዳይ ሊሆን ይችላል. ፕሮጄክት ቺመራን ለማጋለጥ በጊዜ ላይ የተደረገው ውድድር አሁን ከማራ ህልውና ጋር ፈጽሞ የተቆራኘ ነው። እስትንፋሷ ሁሉ ቁማር ነበር፣ የማይታየውን ጠላት በጥላ ውስጥ አድፍጦ የሚያውቅ፣ የሚመታበትን ትክክለኛ ጊዜ ይጠብቃል። ጨዋታው በጣም ሩቅ ነበር; ገዳይነቱን የጀመረው ገና ነው።

ምዕራፍ 3፡ የማታለል ድር

ዶ/ር ሻርማ በትጋት የፈታቻቸው የተመሰጠሩ ፋይሎች የፕሮጀክት ቺሜራ የሰው ሙከራ አሰቃቂ ዝርዝሮችን ብቻ ሳይሆን የበለጠ አሳይተዋል። በኮዱ ውስጥ የተቀበሩ፣ ምንም ጉዳት የሌላቸው በሚመስሉ የፋይናንስ ሪፖርቶች እና የሎጂስቲክስ ዝርዝሮች መካከል ተደብቀው፣ በጣም ተንኮለኛ የሆነ ነገር ዱካዎች ነበሩ፡ የተወሳሰቡ ህገወጥ የገንዘብ ልውውጦች። ቶርን ፕሮጀክቱን ለማጋለጥ ባደረገው የተስፋ መቁረጥ ሙከራ፣ ወደ ሴራው እምብርት የሚያመራው የገንዘብ መንገድ ላይ መሰናከሉ አልቀረም።

ማራ፣ በቶርን የተመለሰው ድራይቭ ላይ ያለውን መረጃ እያየች፣ መጀመሪያ ላይ የዘፈቀደ የሚመስሉ ንድፎችን አስተዋለች፣ ነገር ግን በሚለር እና በሻርማ ጉጉ አይኖች እርዳታ ወደ ሚረብሽ ምስል መሰባበር ጀመረች። እነሱ ወጪዎችን ብቻ አይመለከቱም ነበር; ከፍተኛ መጠን ያለው ገንዘብን ለማጭበርበር የተነደፈውን የተራቀቀ ሥርዓት ይመለከቱ ነበር፣ በጣም ውስብስብ የሆነ ሥርዓት በጣም ልምድ ያለው የፋይናንስ መርማሪ ጭንቅላት እንኳን እንዲሽከረከር ያደርገዋል።

ይህ ትንሽ ዝርፊያ ብቻ አይደለም ሚለር የገንዘቡን እንቅስቃሴ የሚገልጽ ውስብስብ የፍሰት ቻርት ሲያጠና ጉንጩ ተናደደ። ⍰ይህ በርካታ የሼል ኮርፖሬሽኖችን፣ የባህር ማዶ አካውንቶችን የሚያሳትፍ የተራቀቀ እቅድ ነው⍰ የጎርዲያን ኖት ለመፍታት እንደ መሞከር ነው።

በቶርን በተገኘው መረጃ ላይ በደንብ የተዘገበው ግብይቱ፣ ከካይማን ደሴቶች እስከ ብሪቲሽ ቨርጂን ደሴቶች ድረስ በተለያዩ የታክስ ቦታዎች ላይ የተዘረጋውን ውስብስብ የሼል ኮርፖሬሽኖች መረብ አሳይቷል። እነዚህ ኮርፖሬሽኖች፣ ብዙዎች በስም ወይም ግልጽ ባልሆኑ የሕግ ክፍተቶች የተመዘገቡ፣ ግንኙነት የሌላቸው የሚመስሉ፣ ሕጋዊ የሚመስሉ የንግድ እንቅስቃሴዎች ግራ የሚያጋቡ ነበሩ። እያንዳንዱ ኮርፖሬሽን መነሻውን እና መድረሻውን ለመደበቅ በተዘጋጁ ተከታታይ ውስብስብ ግብይቶች አማካኝነት በትልቁ ኔትወርክ ውስጥ እንደ መስቀለኛ መንገድ ሆኖ አገልግሏል።

⍰በሚገርም ሁኔታ ጠንቃቃዎች ነበሩ፣⍰ ዶ/ር ሻርማ በስዊዘርላንድ ህጋዊ በሚመስል የመድኃኒት አምራች ኩባንያ በኩል የተዘዋወረውን አንድ ግብይት ጠቁመዋል። ⍰የግብይቱን መደራረብ ተመልከት። ማንኛውንም ምርመራ ለመጣል የተነደፈ ነው። የገንዘቡን እውነተኛ ምንጭ ለመደበቅ የተራቀቁ ቴክኒኮችን ተጠቅመዋል።⍰

የቀዶ ጥገናው ስፋት በጣም አስደናቂ ነበር። በሚሊዮን የሚቆጠሩ ምናልባትም በቢሊዮን የሚቆጠር ዶላሮች በዚህ ውስብስብ በሆነው ድረ-ገጽ ውስጥ እየተዘዋወሩ ነበር፣ በጥንቃቄ ታጥበው እና በዓለም ዙሪያ ካሉ

ተቆጣጣሪዎች እና የሕግ አስከባሪ ኤጀንሲዎች ዓይን ተደብቀዋል። ይህ ለምርምር የገንዘብ ድጋፍ ብቻ አልነበረም; ከፕሮጀክት ቺመራ ጀርባ ያሉትን ግለሰቦች ስለመጠበቅ፣ ስማቸው እንዳይገለጽ እና ከፍተኛ ሀብትን ስለመጠበቅ ነበር።

ዱካው ማራን እና ቡድኖቿን ወደ ጥንቸል ጉድጓድ አመራች፣ እያንዳንዱ ግብይት ወደ ሌላ፣ እርስ በርስ የተሳሰሩ አካላትን ወደተበጠበጠ ድር፣ ይህም ከሞላ ጎደል የማይበገር የላብራቶሪ አሰራር ፈጠረ። ግዙፍ የፋይናንስ መረጃዎችን ለመተንተን እና በአይን የማይታዩ ንድፎችን ለመለየት የተነደፈ ልዩ ሶፍትዌር ተጠቅመዋል። ቀስ ብለው እንቆቅልሹን አንድ ላይ እየፈጠሩ ገንዘቡን በጥንቃቄ በመፈለግ ቀናትን፣ ሳምንታትን አሳልፈዋል።

የእነርሱ ምርመራ ወደ ዓለም አቀፋዊ የፋይናንስ ዓለም ሚስጥራዊነት እና ምስጢራዊነት በተሞላበት ዓለም ውስጥ በጥልቀት ወስዷቸዋል. ውስብስብ የሕግ ማዕቀፎችን በማውጣት፣ የባሕር ዳርቻ የባንክ ደንቦችን መፍታት እና ስፍር ቁጥር የሌላቸውን የሞት ጫፎች ማሸነፍ ነበረባቸው። የመርሃግብሩ ውስብስብነት ማንኛውንም ምርመራ ለማደናቀፍ ታስቦ ነበር; ይህ ሴራ ቀጣይነት ያለው ምስጢራዊነት እና ወንጀለኞችን ያለመከሰስ መብት ለማረጋገጥ ሆን ተብሎ የተደረገ ስልታዊ እርምጃ ነበር።

ቡድኑ በዲጂታል መልክዓ ምድራዊ አቀማመጥ ውስጥ ጥላዎችን በማሳደድ በካፌይን እና በቆራጥነት በመነሳሳት ሌት ተቀን ሰርቷል። በህገወጥ የገንዘብ ማጭበርበር ተግባር ውስጥ የተሳተፉ ቁልፍ ግለሰቦችን እና አካላትን ለመለየት የላቀ የፋይናንስ ትንተና መሳሪያዎችን ተጠቅመዋል። ከተለያዩ ምንጮች የተገኙ መረጃዎችን በማጣቀስ መጀመሪያ ላይ ያልተገናኙ የሚመስሉ መረጃዎችን አንድ ላይ ሰበሰቡ።

ወደ ውስጥ እየገቡ ሲሄዱ ምስሉ ይበልጥ ግልጽ ሆነ። ገንዘቡ ለፕሮጀክት ቺሜራ የገንዘብ ድጋፍ ብቻ አልነበረም። ለሌሎች ሕገወጥ ተግባራት ሰፊ ኔትወርክን ለመደጎም ያገለግል ነበር። ከጦር መሳሪያ ዝውውር፣ ከህገ-ወጥ የሰዎች ዝውውር እና የአደንዛዥ እፅ ጋሪዎች ጋር ግንኙነት ያገኙ ሲሆን ይህም ከ ግድግዳዎች በላይ የተዘረጋውን ሰፊ ሴራ አጋልጧል። ያወጡት ኔትዎርክ ሃይድራ ነበር፣ ብዙ ራሶች ያሉት፣ እያንዳንዳቸው ራሳቸውን የቻሉ ቢመስሉም፣ ሁሉም ግን በአንድ የህይወት ደም የተገናኙ ናቸው፡ ህገወጥ የገንዘብ ፍሰት።

ቀስ ብለው፣ በትጋት፣ በዚህ ወንጀለኛ ድርጅት መሪነት ያሉትን ግለሰቦች መለየት ጀመሩ። የአጭበርባሪ ሳይንቲስቶች ቡድን ብቻ አልነበረም። ከመንግስታት፣

ኮርፖሬሽኖች እና ሌሎች ሀይለኛ አካላት ጋር ግንኙነት ያለው፣ እጅግ በጣም ሀይለኛ፣ የበለጠ ተደማጭነት ያለው ድርጅት ነበር። የአውታረ መረቡ ተደራሽነት ገደብ የለሽ ይመስላል፣ ድንኳኖቹ ወደ ሁሉም የአለም ጥግ ይዘልፋሉ። የመጀመርያ ድንጋጤያቸው በፕሮጀክት ኪሜራ ብልሹነት መጠን እጅግ የከፋ ስጋትን በመገንዘብ ተተካ። ይህ ከፍተኛውን የስልጣን እርከኖች ላይ የደረሰ፣ የተፅዕኖ እና የሙስና መረብ ላይ የደረሰ ሴራ እና መቀልበስ የማይቻል ሆኖ ተሰማው።

ምርመራው ከባድ ጉዳት ማድረስ ጀመረ። የማያቋርጥ ጫና፣ የረዥም ሰአታት፣ የግብረ-ገብነት ክብደት እያገኙት ያሉት ነገር ሁሉ ቡድኑን እየጎዳው ነበር። ማራ እራሷ ውጥረት ተሰማት; በእያንዳንዱ አዲስ ግኝት እየጠነከረ በሚሄደው የጥድፊያ ስሜት በመነሳሳት በአድሬናሊን እና በቆራጥነት ትሰራ ነበር። የምትዋጋው ጨካኝ ገዳይ ብቻ ሳይሆን ገደብ የለሽ የሚመስል ሃብትና ተፅዕኖ ካለው ሰፊ አለም አቀፍ ድርጅት ነው።

ገንዘቡን ሲፈልጉ ስልጣኑንም እየፈለጉ እንደሆነ ተረዱ። የፋይናንስ ዱካ ተከታታይ ግብይቶች ብቻ አልነበረም; እሱ የተፅዕኖ ካርታ ነበር፣ የድርጅቱ መዋቅር ንድፍ፣ የውስጥ ስራውን እና ስልታዊ አጋርነቱን ያሳያል። እያንዳንዱ ግብይት የእንቆቅልሹ ቁራጭ ነበር፣ እያንዳንዱ የሼል

ኮርፖሬሽን የሴራውን ትክክለኛ ስፋት እንዲገነዘቡ ያደረጋቸው ፍንጭ ነው።

ግን እያንዳንዱ እርምጃ ወደ ኋላ በሁለት ደረጃዎች የተከተለ ይመስላል። ማኅበረ ቅዱሳን እያንዳንዷን እርምጃ ለመገመት ታየ፣ ሁልጊዜ አንድ እርምጃ ወደፊት የሚመስል፣ ሁልጊዜም ጥረታቸውን ለመቃወም ዝግጁ ነው። በመንገዳቸው ላይ የተቀመጡ የማይታለፉ የሚመስሉ የተራቀቁ የመከላከያ እርምጃዎች አጋጠሟቸው። እድገታቸውን ለማደናቀፍ ሆን ተብሎ የተነደፉ ህጋዊ እና ቢሮክራሲያዊ መንገዶችን የሚያበሳጭ ተስፋ ገጥሟቸዋል። ማራ እና ቡድኖቿ ወንጀልን መመርመር ብቻ እንዳልነበሩ መረዳት ጀመሩ; እነሱ ሊገምቱት ከሚችሉት እጅግ የላቀ ኃይል ባለው አካል ላይ ጦርነት ከፍተው ነበር።

ትግሉ ገና አልተጠናቀቀም። የማታለል ድር መጀመሪያ ከጠበቁት በላይ የጠለቀ፣ የጠቆረ እና እጅግ የተወሳሰበ ነበር። የፋይናንሺያል ጉዞው የማይታለፍ የሚመስለውን ፈተና፣ በዓለም አቀፍ ደረጃ ሥልጣንና ተፅዕኖ ካለው ጠላት ጋር መጋጨት አስከተለ። ችሮታው ከፍ ያለ ሆኖ አያውቅም። ያልተገደበ ሀብት ካለው ተቃዋሚ ጋር እየተጋፈጡ መሆናቸው፣ ከፍተኛ የተፅዕኖ እና የስልጣን ደረጃ ላይ ያለው ዓለም አቀፋዊ ሴራ፣ ቁርጠኝነታቸውን እንዲያጠናክሩት ብቻ ረድቷቸዋል። የፕሮጀክት ቺሜራን

እና ከጀርባው ያለውን ኔትወርክ የማጋለጥ ውጊያ ገና የተጀመረ ሲሆን ጠላት ሊገምቱት ከሚችለው በላይ እጅግ በጣም ኃይለኛ ነበር። ለፍትህ የሚደረገው ትግል እና የራሳቸው ህልውና ገና አልተጠናቀቀም።

የምርመራው ክብደት ማራን እንደ አካላዊ ሸክም ተጭኖታል. እውነትን ያለማሰለስ ማሳደድ፣ በጥላ ውስጥ የሚደበቀው የማያቋርጥ ስጋት፣ ሁሉም ጉዳቱን እያስከተለ ነበር። እንቅልፍ ማለቂያ በሌለው ሰአታት ተተካ በፋይናንሺያል መረጃ ላይ በማሰላሰል፣ በሼል ኮርፖሬሽኖች እና በባህር ዳርቻ አካውንቶች የላበሪንታይን አውታረ መረብን በማሳደድ የፋንተም እርሳሶችን ማሳደድ። የተለመደው የህይወት መስመርዋ የሆነው ካፌይን እንኳን ትንሽ ማጽናኛ የሚሰጥ አይመስልም።

በተለይ አንድ በጣም አድካሚ ምሽት፣ ለብ ባለ ቡና እና በድካም ስሜት የተቃኘች፣ ማራ የማያስደስት ነገር አጋጠማት። ምንም ጉዳት የሌለው በሚመስል ግብይት ውስጥ፣ በድብቅ ሽፋን የተቀበረች፣ የምትታወቅ ስም አገኘች፡ ዶ/ር ኤቭሊን ሪድ። ሪድ በ ውስጥ የተከበረ የበሽታ መከላከያ ባለሙያ ነበረች, ባልደረባዋ ማራ ለዓመታት የምታውቀው, እንደ ጓደኛ የምትቆጥራት ሴት ነበረች. በበርካታ ፕሮጀክቶች ላይ የነበራቸው ትብብር በጋራ መከባበር እና በሙያዊ ወዳጅነት ተለይቶ ይታወቃል። አሁን፣ የሪድ ስም የፕሮጀክት ቺሜራ የገንዘብ ማጭበርበር ዘዴ አካል በሆኑት የሼል ኮርፖሬሽኖች አውታረመረብ በሚሊዮን የሚቆጠር ዶላሮችን

በማዘዋወር ከተከታታይ አጠራጣሪ ግብይቶች ጋር ተገናኝቷል።

ማራ ቀዝቃዛ ፍርሃት በልቧ ውስጥ እንደገባ ተሰማት። ክህደቱ ነደፈ፣ ስለታም ያልተጠበቀ ምት ያንቀጠቀጣት። የድፍረቱ ድፍረት አከርካሪዋ ላይ ይንቀጠቀጣል። ሪድ በፕሮጀክት ቺሜራ ውስጥ ተባብሮ ነበር? የዚህ አስፈሪ ሴራ ፈጣሪዎች አንዷ ነበረች?

ማራ ላለፉት ጥቂት ወራት ከሪድ ጋር የነበራትን ግንኙነት ፍንጮ በመፈለግ ለማንኛውም የማታለል ፍንጮ ደጋግማለች። ሪድ ሁልጊዜ በጥናት ላይ የምታተኩር፣ በትጋት የተሞላች ሆና አግኝታለች። ግን እነዚያ በቀላሉ የማስተር ተቆጣጣሪ ጭምብል ነበሩ? ማራ በፕሮፌሽናል ግንኙነታቸው ታውሮ ነበር፣ ከስር የተደበቀውን ማታለያ ማየት ተስኗት ይሆን?

አንድምታው በጣም አስከፊ ነበር። አንድ የተከበረ የሥራ ባልደረባ, አንድ ሰው ማራ እንደ ጓደኛ አድርጎ ይቆጥረው ነበር, በእንደዚህ አይነት አሰቃቂ እቅድ ውስጥ ሊሳተፍ ይችላል, ይህ ማለት ሴራው ከምትገምተው በላይ ጥልቅ ነው ማለት ነው. በ ውስጥ ባሉ ሁሉም ሰዎች ላይ ጥርጣሬን ጥሏል፣ በኤጀንሲው ውስጥ ያሉ ሌሎች ሊሳተፉበት የሚችሉትን አስፈሪ እድል ከፍ አድርጎ

ወንጀለኞችን ለመጠበቅ በሚስጥር ይሰራል እና ምርመራውን ያደናቅፋል።

ግንዛቤው አዲስ አስቸኳይ ሁኔታን አቀጣጠለ፣ የክህደት ስሜት ቀድሞውንም ከባድ ሸክም ላይ ሌላ ሽፋን ጨመረ። እርምጃ ከመውሰዷ በፊት ጥርጣሬዋን ለማረጋገጥ ይህንን ግንኙነት ማረጋገጥ አለባት። በተጨባጭ ማስረጃዎች ላይ ተመርኩዞ ከሪድ ጋር ለመጋፈጥ መጣደፍ ምርመራውን አደጋ ላይ ይጥላል እና ሌሎች የተሳተፉትንም ይጠቁማል። በምትኩ፣ ማራ በጥንቃቄ ለመርገጥ ወሰነች፣ የዓመታት የምርመራ ልምዷን በመጠቀም በሪድ ላይ ጠንከር ያለ ጉዳይ ለመገንባት።

የሪድ ስምን ከሌሎች ግብይቶች ጋር በማገናኘት የገንዘብ ዱካውን በጥንቃቄ መረመረች፣ ይህም የገንዘብ ማጭበርበር ዘዴን የሚያመላክት የእንቅስቃሴ ዘይቤን ገልጻለች። የፋይናንስ መረጃዎችን ከሪድ የምርምር ዕርዳታ ጋር አቋርጣለች፣ የገንዘብ ምዝበራን የሚጠቁሙ ልዩነቶችን እና አለመጣጣሞችን አግኝታለች። ማስረጃው፣ አሁንም ሁኔታዊ ቢሆንም፣ የሚረብሽ እና ይበልጥ ግልጽ የሆነ ምስል በመሳል እየጠነከረ ነበር።

ከዚያም የቅርብ ሚስቷ መጣ። ማራ አንድ ሰው ደህንነቱ የተጠበቀ ፋይሎቿን በድብቅ እየደረሰባት እንደነበረ፣ ከምርመራው ጋር የተያያዙ መረጃዎችን እያወረደች እንደነበረ አወቀች። የመዳረሻ ምዝግብ ማስታወሻዎቹ የጣልቃ ገብነትን አሻራ አሳይተዋል፣ ወደ ውስጥ አዋቂ የሚያመለክት ዲጂታል አሻራ፣ በ የራሱ የአይቲ ክፍል ውስጥ ያለ። አንድምታዎቹ አስፈሪ ነበሩ፡- ሞል፣ ምርመራውን ለማዳከም በንቃት የሚሠራ፣ ለፕሮጀክት ቺሜራ ወንጀለኞች መረጃ በመስጠት ላይ የሚገኝ ሳቦተር ነው።

ይህ ግኝት የማራን የመረበሽ ስሜት የበለጠ አረጋገጠ እና ስለ ሴራው ጥልቀት እና ተደራሽነት ጥርጣሬዋን የበለጠ አረጋገጠ። ጥሰቱ እያንዳንዱ እንቅስቃሴዋ ክትትል ይደረግበታል፣ ምርመራዋ ከውስጥ በንቃት እየተበላሸ ነበር ማለት ነው። ይህ ቀላል ወንጀል በላይ ነበር; ይህ ጦርነት ነበር፣ ስውር ጦርነት በታዋቂው የሳይንስ ተቋም ጥላ ውስጥ የተካሄደ።

ይህ ውስጣዊ ስጋት ማራ ስልቷን እንድትገመግም አስገደዳት። በምርመራዋ ላይ ተጨማሪ ማበላሸት ወይም ፍንጣቂ ሊፈጠር ስለሚችል ከአሁን በኋላ በውስጣዊ ሀብቶች ላይ መተማመን አልቻለችም። እራሷን እና ስራዋን ከውስጣዊ ስጋት የምትጠብቅበትን መንገድ መፈለግ አለባት። በ ውስጥ ማንንም ሙሉ በሙሉ

ማመን እንደማትችል ታውቃለች። የተቋሙ ግድግዳዎች፣ በአንድ ወቅት የሳይንሳዊ ታማኝነት ምልክት፣ አሁን እንደ ዋሻ ተሰምቷቸዋል፣ ጥረቷን በሸፍጥ እና ክህደት አንቆታል።

ማራ ስለ ዶ / ር ሪድ ግኝቶቿን እና የደህንነት መጣሱን በማካፈል ከ ሚለር ምክር ጠየቀች። ሚለር በትኩረት አዳመጠ፣ ፊቱ የጭንቀት እና አስከፊ ቁርጠኝነትን አሳልፎ ይሰጣል። ፕሮጄክት ቺመራን የሚከላከለው ሚስጥራዊ አውታረመረብ የውስጥ ሳቦተርስ መኖሩን ጠርጥሮ ነበር፣ ነገር ግን እስከ አሁን ተጨባጭ ማስረጃ አላገኘም። ይህ የሴራው ድንኳኖች በ ልብ ውስጥ ስለሚደርሱት በጣም ጥቁር ፍራቻውን አረጋግጧል።

አንድ ላይ ሆነው፣ ከ ኦፊሴላዊ ቻናሎች ውጭ ለመስራት የተነደፈ አዲስ እቅድ ነድፈዋል፣ ይህም ተጨማሪ ማበላሸት አደጋን ይቀንሳል። በኤፍቢአይ እና በሌሎች የህግ አስከባሪ ኤጀንሲዎች ውስጥ የታመኑ እውቂያዎችን በማነጋገር የውጭ ሀብቶችን ለመጠቀም ወስነዋል ፣ ስለ ሪድ እና የደህንነት መጣሱ ያጠናቀሩትን ማስረጃዎች በማካፈል ነባሩን ሽፋን እንዳያበላሹ በጥንቃቄ ደብቀዋል ።

ይህ ትብብር ከ ቢሮክራሲያዊ መዋቅር ውጭ መስራት ማለት ነው፣ ከባድ ስራ፣ በአደጋዎች የተሞላ። ነገር ግን ማራ አደጋ ነበር እና ሚለር ምርመራውን ለመቀጠል ለመውሰድ ፈቃደኞች ነበሩ. በ ውስጥ ያለው ክህደት በጥይት ተመታ ነበር፣ ነገር ግን በማራ ውስጥ አዲስ ውሳኔንም አቀጣጠለ። አመኔታ አጥታ ነበር ነገርግን ተስፋ አልቆረጠችም። ለፍትህ የሚደረገው ትግል ጨለማ እና አደገኛ አቅጣጫ ቢወስድም እውነቱን ለማጋለጥ ያላት ቁርጠኝነት አልተናወጠም።

ሴራው በ ውስጥ ጠልቆ እንደገባ፣ በአንድ ወቅት የምታምናቸው ሰዎች እንደከዷት ማወቋ ቁርጥ ውሳኔዋን አጠንክሮታል። ይህ ፕሮጀክት ስለ ማቆም ብቻ አልነበረም; ከፍተኛውን የስልጣን እርከን ሰርጎ የገባ ኔትወርክን ማፍረስ ነበር። እምነትን መልሶ ማግኘት እና በጭካኔ የተበላሸውን የሳይንሳዊ ታማኝነት መሰረት እንደገና ስለመገንባት ነበር። ፈተናው በጣም ትልቅ ነበር፣ ከፊት ያለው መንገድ ተንኮለኛ ነው፣ ነገር ግን ማራ ወደ ኋላ መመለስ እንደማትችል ታውቃለች። ስፍር ቁጥር የሌላቸው ግለሰቦች ህይወት ሚዛኑ ላይ ተሰቅሏል። ክህደት በሚፈጽመው ውሀ ውስጥ የምትሄድበትን መንገድ መፈለግ አለባት፣ በቻለችበት በታ መተማመንን መፍጠር እና በእሷ ላይ እየተሰራ ያለውን ተንኮል ተጠቅማ የወንጀል ድርጅቱን በማጋለጥ ወንጀለኞችን ለፍርድ ማቅረብ ነበረባት። ለእውነት የሚደረገው ትግል

ገና አልተጠናቀቀም; አሁን በጣም አደገኛ እና የተወሳሰበ ምዕራፍ ውስጥ ገብቷል።

የማታለል ዱካ ማራን ወደ ዶ/ር አልስታይር ፊንች አመራ፣ የ የ ምርምር ምክትል ዳይሬክተር። ፊንች፣ በተሳለ የማሰብ ችሎታው አልፎ ተርፎም በተሳለ ክርናቸው የሚታወቅ ሰው፣ በሳይንስ ማህበረሰቡ ውስጥ ታይታን ነበር፣ ስሙም ከመሠረታዊ ምርምር እና ከፍተኛ ተጽዕኖ ጋር ተመሳሳይ ነው። ከቶርን ጋር የነበረው ተሳትፎ ግን ከሙያዊ ትውውቅ አልፏል። ማራ በፊንች እና ቶርን መካከል ተከታታይ የተመሰጠሩ ኢሜይሎችን አገኘች ፣ የፍቅር ጓደኝነት ከበርካታ ዓመታት በፊት ፣ በፕሮጄክት ቺሜራ በተሸፈኑ ቃላት እየተወያየች። ቋንቋው በጥንቃቄ የተመረጠ፣ በሳይንሳዊ ቃላቶች እና በኮድ ሃረጎች የተሞላ ነበር፣ ነገር ግን ዋናው መልእክት ግልጽ ነበር፡ ፊንች በጥልቅ የተሳተፈ፣ ምናልባትም በፕሮጀክቱ እድገት ውስጥ ቁልፍ ሚና ነበረው።

ኢሜይሎቹ የሚረብሽ ጥለት አሳይተዋል። ፊንች የቶርን ተግባራትን ከክትትል በብቃት መከላከልን ጨምሮ ከፍተኛ የምርምር ተቋማትን እና ሰራተኞችን ማግኘትን ጨምሮ ወሳኝ ግብአቶችን ለቶርን ሰጥቷል። ውስብስብ የገንዘብ ድጎማዎችን እና የሼል ኮርፖሬሽኖችን በማገናኘት በቶርን ምርምር ላይ ከፍተኛ መጠን ያለው የገንዘብ ድጋፍ እንዲያገኝ ረድቶታል፣ ይህም ሁሉ ምክንያታዊ የሆነ ክህደትን ጠብቆ ነበር። የፊንች አቋም ስርዓቱን እንዲቆጣጠር፣ የመረጃ ፍሰት እንዲቆጣጠር እና

ማንኛውንም የጥፋት ፍንጭ በቢሮክራሲያዊ ወረቀት ስር እንዲቀብር አስችሎታል። እሱ የማደብዘዝ አዋቂ ነበር፣ ገመዱን ከጥላው የሚጎትት አሻንጉሊት።

ማራ አዲስ የማቅለሸለሽ ማዕበል ተሰማት። የፊንች ክህደት በተለይ ህይወቷን ለመደገፍ የሰጠችውን መሰረታዊ መርሆች ያቀፈ ሰው በጀርባዋ የተወጋ ነበር። ፊንች በሳይንሳዊ ታማኝነት ላይ የሰጡትን ይፋዊ መግለጫዎች፣ ግልፅነት እና ተጠያቂነት እንዲሰፍን ያቀረበላቸው ጥሪዎች፣ ሁሉም አሁን የተገለጡ ባዶ ንግግሮች፣ ጨካኝ ምኞትን የሚሸፍን አስመሳይ የፊት ገጽታ ታስታውሳለች። ሰውዬው አዳኝ ነበር፣ የበታውን ክብር ለብሶ፣ ተጽእኖውን ተጠቅሞ የሳይንሳዊ ታማኝነትን አደጋ ላይ የጣለውን የወንጀል ድርጅት ለመጠበቅ ተጠቅሞበታል።

ተጨማሪ ምርመራ እንደሚያሳየው ፊንች በቶርን ምርምር ላይ የሚደረጉ ማናቸውም ጥያቄዎችን ለመግታት፣ የጠላፊዎችን ዝም በማሰኘት እና የተቃወሙ አስተያየቶችን ለመቅበር ስልጣኑን ተጠቅሟል። እሱ በ ውስጥ የታማኞችን መረብ ዘርግቷል፣ በሴራው ውስጥ ንቁ ተሳትፎ ያላቸው ወይም ለእሱ በጭፍን ታማኝ የሆኑ ግለሰቦች፣ የፕሮጀክት ቺሜራን ቀጣይ ምስጢራዊነት እና ስኬት ያረጋግጣል። ማራ ፊንች ሥልጣኑን ተጠቅሞ መረጃን ለመቆጣጠር፣ አሉታዊ ግኝቶችን ለማፈን እና

በቶርን ሥራ ዙሪያ ስለ ሳይንሳዊ ስኬት የተሳሳተ ትረካ እንደፈጠረ የሚጠቁሙ ማስረጃዎችን አገኘ።

የፈንች ተሳትፎ ጥልቀት የሰው ልጅ ተፈጥሮን ከሆድ በታች የለመዳት ልምድ ያለው መርማሪ ማራን እንኳን አስደነገጠ። ይህ የቸልተኝነት ወይም የመቆጣጠር ጉዳይ ብቻ አልነበረም። ይህ የወንጀል ሴራን ለመሸፈን ሆን ተብሎ የተሰላው ጥረት ነበር፣ ይህ ሴራ በ ከፍተኛ እርከን ላይ የደረሰ። የእሱ ተጽእኖ ከ አልፏል፣ ወደ ኮንግረስ እና ወደ ኋይት ሀውስ አዳራሾች ደረሰ፣ ውስብስብ የሆነ የተወሳሰቡ ድር ጣቢያዎችን በመፍጠር እሱን ወደ ፍትህ ማቅረቡ ከባድ ስራ አድርጎታል።

የማራ ዲጂታል ፎረንሲክስ ቡድን የተደበቀ አገልጋይ አገኘ ፣የተዳረሰው በተከታታይ ውስብስብ የኢንክሪፕሽን ፕሮቶኮሎች ነው። አገልጋዩ የፈንች ፋይናንሺያል ግንኙነቶችን፣ ከቶርን ጋር ያደረገውን ግንኙነት እና የወንጀል ተግባሩን ለመደበቅ የሚያደርገውን ጥረት የሚገልጽ ብዙ መረጃዎችን ይዟል። መረጃው ወንጀሉን ለመደበቅ በሚያደርገው ጥረት ጎበዝ እና ብርድ ብርድ የሆነ አእምሮን በማሳየት በጥንቃቄ የተደራጀ ነበር። ኢሜይሎቹ የተመሰጠሩት እጅግ በጣም ጥሩ ቴክኖሎጂን በመጠቀም፣ የላቀ የዲክሪፕት ቴክኒኮችን እና ለመፍታት ከፍተኛ እውቀትን ይፈልጋሉ። የማራ ቡድን ያላሰለሰ ጥረት አድርጓል፣ በትጋት በተሞላበት ሁኔታ የመረጃ

ፍርስራሾችን አንድ ላይ በማሰባሰብ የፊንች ተሳትፎ ትክክለኛ መጠን ቀስ በቀስ አሳይቷል።

ከዲጂታል ማስረጃዎች መካከል፣ ማራ ፊንች በፕሮጀክት ቺሜራ ውስጥ መሳተፉን ብቻ ሳይሆን ከሱም ትርፍ ለማግኘት እየፈለገች፣ ከፍተኛ መጠን ያለው ገንዘብ በባህር ዳርቻ አካውንቶች ውስጥ በማፍሰስ የቶርን ህገ-ወጥ ተግባራትን ሽልማት የሚያገኙ ተከታታይ ኢንክሪፕት የተደረጉ መልዕክቶችን አገኘች። ይህ የፋይናንስ ማዕዘን ወሳኝ ነበር; የፊንች ተባባሪነት ብቻ ሳይሆን በህገወጥ የገንዘብ ዝውውሩ እቅድ ላይ ተጨባጭ የሆነ ግንኙነት አቅርቧል፣በእሱ ላይ የተመሰረተውን ክስ በማጠናከር እና በቀጥታ ከሰፋፊው የወንጀል ሴራ ጋር ያገናኘዋል። የፋይናንስ ዱካ በካይማን ደሴቶች እና በሉክሰምበርግ ላይ የተመሰረተ የሼል ኮርፖሬሽኖች መረብ እንዲፈጠር አድርጓል፣ የህገ ወጥ ገንዘቦችን እውነተኛ ተጠቃሚዎችን ለመደበቅ በባለሞያ ተቃኘ።

አንድምታው አስገራሚ ነበር። ፊንች እንደዚህ አይነት ትልቅ ደረጃ ያለው እና ተፅእኖ ያለው ሰው ይህን ያህል በጥልቅ ሊሳተፍ ከቻለ፣ የሴራው መጠን እና የ ዋና አካል ውስጥ ምን ያህል እንደገባ ጥያቄዎችን አስነስቷል። ይህ ጦርነት በ ቤተ-ሙከራዎች እና ቢሮዎች ውስጥ ብቻ ሳይሆን በስልጣን አዳራሾች ውስጥ የተካሄደ ጦርነት፣ በቆራጥ መርማሪ እና በአስፈሪ ተቃዋሚ መካከል የተደረገ

የፍላጎት ጦርነት ነው። ማስረጃው እጅግ በጣም ብዙ ነበር፣ ነገር ግን ፊንች ማውረዱ ትልቅ ስራ ይሆናል፣ ስልታዊ አካሄድ እና ትክክለኝነትን የሚጠይቅ።

የማራ ቀጣይ እርምጃ ወሳኝ ነበር። የፊንች ግንኙነት እና ተጽእኖ በቀላሉ ምርመራዋን ወደ መዘጋት ወይም ወደከፋ ሊያመራ ስለሚችል ቀጥተኛ ግጭት በጣም አደገኛ ይሆናል። ይልቁንም፣ በጥንቃቄ የተመረጡ ማስረጃዎችን በመገናኛ ብዙኃን እና በህግ አስከባሪ አካላት ውስጥ ለታመኑ ምንጮች በማፍሰስ የበለጠ ስውር አካሄድን መርጣለች፣ ይህም ፊንች ወደ አደባባይ እንዲወጣ የሚያስገድድ የሞገድ ውጤት ፈጠረ። ስልቱ አደገኛ ነበር፣ ነገር ግን ጉዳቱ ከአስተማማኝ ሁኔታ ለመጫወት በጣም ከፍተኛ ነበር። አንድ የተሳሳተ እርምጃ፣ እና አጠቃላይ ምርመራው ሊፈርስ ይችላል።

ይህ በጥንቃቄ የተቀነባበረ የሌክ ዘመቻ በኮንግረስ እና በፍትህ ዲፓርትመንት ውስጥ ያሉ ቁልፍ ሰዎችን ኢላማ ያደረገ ሲሆን ማራን ወይም ሚለርን በቀጥታ ሳይነካ የፊንች እንቅስቃሴ ላይ ይፋዊ ምርመራ እንዲደረግ ስትራቴጂያዊ በሆነ መንገድ ይፋ አድርጓል። ግቡ ፊንች ምላሽ እንዲሰጥ ማስገደድ, በእሱ ላይ የቀረበውን ማስረጃ የሚያጠናክር እና አቋሙን የሚያዳክም ስህተት እንዲሠራ ነበር. ሰፊውን ምርመራ ሳያስፈራራ ፊንች ላይ ጥግ

ለማድረግ በጥንቃቄ የተስተካከለ ስልቱ የመረጃ ቁጥጥር ዳንስ ነበር።

ማራ ለፊንች ውድቀት መሰረት ስትጥል ሳምንታት ወደ ወራት ተለውጠዋል። የፊንች ወንጀሎችን የሚያጋልጥ እና ለፍርድ የሚያቀርበውን የተቀናጀ ዘመቻ በማረጋገጥ ከሚለር እና ከውጪ ግንኙነታቸው ጋር ተባብራ ሰርታለች። የማያቋርጥ ግፊቱ፣ የማያልቅ የመረጃ ፍሰት፣ የኃላፊነት ክብደት ጉዳቱን ማዳከም ጀመረ። የማራ እንቅልፍ የበለጠ የተዛባ ሆነ፣ ትኩረቷ ወደ ምላጭ ጫፍ ደረሰ። በሙያዊ ቁርጠኝነት እና በግል ድካም መካከል ያለው መስመሮች መደበቅ ጀመሩ።

ስልቱ ሰራ። ከበርካታ ምርመራዎች እየጨመረ በመጣው ጫና, ፊንች ስህተቶችን ማድረግ ጀመረ. ዱካውን ለመሸፈን ሞክሯል፣ ነገር ግን ጥረቶቹ ተጨማሪ ወንጀለኛ ማስረጃዎችን ከማጋለጥ አልፈውታል። ምንጩን ሳይገልፅ ጥርጣሬን ለመጨመር በቂ መረጃ በመስጠት ማራ እና ሚለርን ለመጠበቅ የተደረገው ፍሳሾቹ በትክክል ያነጣጠሩ ናቸው።

የመጨረሻው ጉዳት የደረሰው ቅር የተሰኘው የቀድሞ የቶርን ሰራተኛ ለደህንነታቸው በመፍራት ፊንችን ከገንዘብ ማጭበርበር ዘዴ ጋር በቀጥታ የሚያገናኘውን

ወሳኝ ማስረጃ ሲያቀርቡ ነው። ይህ ምስክርነት የማራን ግኝቶች አረጋግጧል እና የጎደለውን የእንቆቅልሹን ክፍል አቅርቧል፣ ይህም ከማንኛውም ምክንያታዊ ጥርጣሬ በላይ የፊንች ጥፋተኛ መሆኑን ያረጋግጣል። የፊንች ውድቀት ፈጣን እና አስደናቂ ነበር፣ በጥንቃቄ የተሰራ የአክብሮት የፊት ገፅ በማይታበል ማስረጃ ክብደት ወድቋል። የእሱ መታሰር በሳይንሳዊው ማህበረሰብ ዘንድ አስደንጋጭ ማዕበልን ላከ፣ ይህም ሙስና በምርምር እና በሳይንሳዊ ተቋማት ታማኝነት ላይ ያለውን አስከፊ ተጽእኖ አጉልቶ አሳይቷል።

የፊንች መታሰር ግን የምርመራ ውጤቱን አላቆመም። የእሱ አውታረመረብ፣ ተባባሪዎቹ፣ ተባባሪዎቹ ሁሉም በጥላ ውስጥ መስራታቸውን ቀጠሉ። የማታለል ድር ከፊንች በላይ ተዘርግቶ፣ ውስብስብ በሆነው የሳይንስ ማኅበረሰብ ውስጥ መንገዱን እየሸመነ፣ የሙስና መስፋፋቱን እና ግለሰቦች ሥልጣናቸውንና ምስጢራቸውን ለመጠበቅ የሚሄዱበት ርቀት ማሳያ ነው። ለማራ የፍትህ ትግል ገና ተጀመረ። የፊንች ወንጀሎች መጋለጥ ድል ነበር ፣ ግን እውነትን ለማጋለጥ እና በፕሮጀክት ቺሜራ ሴራ ውስጥ የተሳተፉትን ሁሉ ለፍርድ ለማቅረብ በረዥሙ እና አድካሚ ጉዞ ውስጥ የመጀመሪያው እርምጃ ብቻ ነበር። ከፊት ያለው መንገድ ተንኮለኛ፣ በአደጋ እና እርግጠኛ ባልሆነ ሁኔታ የተሞላ ቢሆንም ማራ ግን ተስፋ አልቆረጠችም። የፍትህ ፍለጋው ያልተቋረጠ ቁርጠኝነትን፣ እውነትን ለመግለጥ ያላሰለሰ

ቁርጠኝነትን፣ ማጨበርበር የቱንም ያህል ጥልቅ ቢሆን ይጠይቃል።

የበዓሉ አከባበር ሻምፓኝ በማራ አፍ ላይ አመድ መሰለ። የፊንች መታሰር ትልቅ ድል ነበር፣ የማይበገር በሚመስለው የፕሮጀክት ቺሜራ ግንብ ላይ ስንጥቅ ነበር፣ ነገር ግን የድል ስሜት ለአጭር ጊዜ የሚቆይ ነበር፣ በአስደሳች ግምታዊ ሀሳብ ተሸፍኗል። ይህን የመሰለ ኃያል ሰው የማውረድ ተግባር አሁንም በጥላ ስር ለተቀመጡት ቁጣ ከማጋለጥ አልፈውታል።

የመጀመሪያው ሙከራ በድብቅ፣ በማይታወቅ ሁኔታ መጣ። በስህተት የተቀመጠ ፓኬጅ - ምንም ጉዳት የሌለው የሚመስለው የቢሮ ዕቃዎች አቅርቦት - በማሸጊያው ውስጥ በባለሙያ የተደበቀ ትንሽ ፣ የማይታይ ሽቦ ይዟል። ገዳይ እንዲሆን ታስቦ ነበር፣ ዝምተኛ ገዳይ የእለት ተእለት ነገር መስሎ። ፊንች ከታሰረች በኋላ ሁል ጊዜ ንቁ የሆነችው የማራ የደህንነት ዝርዝሮች ፓኬጁ ጠረጴዛዋ ላይ ከመድረሱ በፊት ጠለፈችው። ሚስቷ የገጠማትን ሟች አደጋ የሚያስታውስ አከርካሪዋ ላይ መንቀጥቀጥ ላከች። የሙከራው ውስብስብነት የተቃወሟቸውን ሰዎች ሃብት እና ቁርጠኝነት አጉልቶ አሳይቷል። አማተር አልነበሩም; እነሱ ባለሙያዎች, ከፍተኛ ችሎታ ያላቸው እና በጥንቃቄ የተዘጋጁ ነበሩ.

ሁለተኛው ሙከራ የበለጠ ቀጥተኛ፣ የበለጠ ደፋር ነበር። አንድ ብቸኛ ሰው በጨለማ የተሸፈነች አንዲት ሴት ከአፓርታማዋ ህንጻ ውጪ በአንድ ሌሊት ታየች። በደህንነት ካሜራ ቀረጻው አማካኝነት በአጭር ጊዜ የሚታየው ምስል የታጠቁ፣ እንቅስቃሴያቸው ፈጣን እና ገዳይ ነው። አኃዙ ከህንፃው ዙሪያ ፈጽሞ አልቀረበም; በክትትል ቀረጻው ላይ በተፈጠረው ችግር የተነገረው የደህንነት ዝርዝሩ ፈጣኑ ምላሽ ሰጠ፣ ገዳይ ሊሆን የነበረውም ወደ ምሽት እንዲያፈገፍግ አስገደደው። ክስተቱ ማራ ተናወጠች ግን ቆራጥነት; በአሁኑ ተልእኮዋ ውስጥ ፍርሃት በታ አልነበረውም። ይህ የሞት መቃረብ ልምድ ስጋት ብቻ አልነበረም። የሚል መልእክት ነበር። ከቀጠለች ምን እንደሚጠብቃት የሚገልጽ አስደንጋጭ ማስጠንቀቂያ።

ሦስተኛው ሙከራ የተዋጣለት የማታለል ሥራ ነበር። ማንነቱ ያልታወቀ ጠቃሚ ምክር፣ ቸር እና ጥሩ ሀሳብ ያለው፣ ከአሳዳጆቿ መቅደስ እንዲሆን ወደተዘጋጀው ደህንነቱ የተጠበቀ ቤት መራት። ነገር ግን "አስተማማኝ ቤት" ወጥመድ ነበር, በጥንቃቄ የተጠለፈ አድፍጦ ነበር. የጥቆማውን ጊዜ እና ዝርዝሮች በደመ ነፍስ የተጠራጠረችው ማራ በከፍተኛ ጥንቃቄ ለመቀጠል ወሰነች በመጀመሪያ ቡድኗን ታጥቃ እና ለማንኛውም ነገር ዝግጁ አድርጋለች። ቤቱ ባዶ ነበር፣ነገር ግን ቡቢ-ወጥመድ ተይዟል። ማራን እና ቡድኗን ለማጥፋት ፈንጂዎች በርቀት ለማፈንዳት ተጭበረበረ።

እነዚህ የቅርብ ጥሪዎች ማራ የደኅንነት ፕሮቶኮሎቿን እንደገና እንድትገመግም አስገደዷት፣ ጠላት መጀመሪያ ላይ ከገመትችው በላይ እጅግ የበለጠ ብልሃተኛ እና ርኅራኄ የጎደለው መሆኑን በመግለጽ ነው። የተራቀቁበት ደረጃ እና የእነዚህ ሙከራዎች ድፍረት ስለ ሴራው ጥልቀት እና ምስጢራዊነቱን ለመጠበቅ እየተወሰዱ ባሉት ተስፋ አስቆራጭ እርምጃዎች ላይ ብዙ ተናግሯል።

ጥቃቶቹ ጥብቅ የደህንነት እርምጃዎችን አስፈላጊነት አጉልተው አሳይተዋል። የማራ ቡድን የክትትል ስራቸውን አጠናክረው ቀጥለዋል፣ የክትትል ቀረጻዎችን በመተንተን፣ የስልክ ጥሪዎችን መከታተል እና ማንኛውንም ስጋት ሊፈጥሩ ይችላሉ። የእሷ እንቅስቃሴ ተገድቧል; እያንዳንዱ ገጠመኝ፣ እያንዳንዱ የአደባባይ ገጽታ በጥንቃቄ የታቀደ እና በወታደራዊ ትክክለኛነት ተፈጽሟል። የማያቋርጥ ንቃት ፣ ሊታወቅ የሚችል የአደጋ ስሜት ፣ እሷን አደከመች ፣ ነገር ግን ማራ ፈቃደኛ አልሆነችም። የምርመራው ክብደት፣ በአደጋ ላይ ያሉ ህይወቶች፣ የማያወላውል ቁርጠኝነቷን አቀጣጥለውታል።

ይህ በእንዲህ እንዳለ ኤጀንት ሚለር ራሱን ችሎ እየሠራ፣ ለቀጣይ ጥቃቶች ተጠያቂ ነው ተብሎ ከሚታመነው ከቶርን ጋር የሚታወቅ ግንኙነት ያለው ጥላ ያለበት

ድርጅት እየዘጋ ነበር። አገልግሎታቸውን ለከፍተኛው ተጫራች የሚያቀርቡ፣ በታችኛው ዓለም ጥላ ውስጥ የሚንቀሳቀሱ፣ ቅጥረኛ ቡድን ነበሩ። ግንኙነታቸው ከሳይንስ ማህበረሰቡ አልፈው ወደ አለም አቀፍ የስለላ እና የተደራጁ ወንጀሎች ደርሰዋል።

አደጋው በከፍተኛ ደረጃ ጨምሯል። ማራ ከአጭበርባሪ ሳይንቲስቶች እና ሙሰኛ ባለስልጣኖች ጋር ብቻ እንዳልሆነ ተገነዘበች; ጥቅማቸውን ለማስጠበቅ ሲሉ ምንም የማይቆሙ አስፈሪ የወንጀለኞች መረብ ገጥሟታል። አሁን ፊንች በጣም ትልቅ እና ይበልጥ አስከፊ በሆነ ኦፕሬሽን ውስጥ ባለ ደጋፊ፣ ከፍተኛ መገለጫ የሆነች ሴት እንደነበረች ተረድታለች።

ማራ ወደ ምርመራው በጥልቀት ስትመረምር፣ የሚረብሽ ንድፍ አገኘች፡ ጥቃቶቹ በዘፈቀደ አልነበሩም። እነሱ በትክክል ኢላማ ተደርገዋል፣ መልዕክቶችን ለመላክ፣ ለመከላከል፣ ለማስፈራራት የተነደፉ ነበሩ። እያንዳንዱ ሙከራ በጥንቃቄ ይሰላል፣ ይህም ስለ ልማዶቿ፣ ስለ ልማዶቿ፣ ስለ ተጋላጭነቶቿ ጥልቅ ግንዛቤን ያሳያል። በውስጥ ክበቧ ውስጥ ያለ አንድ ሰው፣ የምታምነው ሰው ጥቃት እንደደረሰበት ግልጽ ነበር።

በማራ አእምሮ ውስጥ ሞለኪውል የመከሰቱ አጋጣሚ። ሀሰቡ ያልተረጋጋ፣ ጥልቅ የግል ነበር። ከሃዲውን መፈለግ አለባት, የፍሳሾቹን ምንጭ ከሥሩ ነቅለው. ከፍተኛ ጥንቃቄ እና ጥንቃቄ የሚጠይቅ በጣም አደገኛ ተግባር፣ የውስጥ ምርመራ ነበር። መተማመን፣ ከዚህ በኋላ መግዛት የማትችለው ቅንጦት እንደሆነ ተረዳች። ፓራኖያ አዲስ እውነታዋ ሆነች፣ እሷን ሊፈጃት የሚችል ማኘክ የማያቋርጥ።

ዛቻውን ለመመከት ማራ ውስብስብ ፀረ-የማሰብ ችሎታን ቀየሰች፣ ተከታታይ በጥንቃቄ የተቀነባበሩ ማታለያዎችን እና አሳዳጆቿን ለማሳሳት ትኩረትን የሚከፋፍሉ ነገሮችን ፈጠረች። የውሸት መረጃን ለሚዲያ አውጥታ አሳሳች ማስረጃዎችን ትተክላለች እና ዋና ኦፕሬሽን ማእከሏን በጊዜያዊነት ለቀው እንዲወጡ በማድረግ ጠላቶቿን ግራ ለማጋባት ሁከትና ብጥብጥ እንዲፈጠር አድርጋለች።

ኦፕሬሽኑ ምንም እንኳን ጠላቶቿን በማዘናጋት ረገድ ውጤታማ ቢሆንም የሴራውን ስፋት እና ጸጥ እንድትል የሚፈልጓት ሰዎች እየወሰዱት ያለውን ሃብት አጋልጧል። መከላከያ ስትጫወት የነበረው ይህ የድመት እና አይጥ ጨዋታ ተስፋ አስቆራጭ እና አስፈሪ ነበር። ይህ አደገኛ ዳንስ ነበር፣ ከገዳዮቹ አንድ እርምጃ ቀድመው ለመጠበቅ የማያቋርጥ ትግል ነበር።

የተጠጋው ጥሪ የችግሩን ቋሚ አስታዋሽ ነበር - ለምርመራው አስደሳች ምላሽ። እያንዳንዷ ናፈቀች ትኩረቷን አሰላች፣ ቁርጠኝነቷን አጠነከረች። አደጋው እውነተኛ፣ የሚዳሰስ፣ በጭንቅላቷ ላይ የተንጠለጠለ የማያቋርጥ ስጋት ነበር። እንቅልፍ በሌሊት በማይታክቱ ማሳደድ እና ሞት የማይቀር ቅዠቶች የታጀበ ብርቅዬ የቅንጦት ሆነ።

ነገር ግን በፍርሃት እና በድካም መካከል፣ የቁርጠኝነት ብልጭ ድርግም የሚል ቀረ። ማራ አይገታም። ዝም አትባልም ነበር። ፍትህን ፍለጋ፣ እውነትን የማጋለጥ አስፈላጊነት፣ ከመቼውም ጊዜ በበለጠ በህይወቷ ላይ በደረሰው አደጋ ተቃጥሏል። የማታለል ድር ሰፊ ነበር፣ ጅማቶቹ ወደ ሁሉም የሳይንስ ተቋማት ጥግ ይደርሳሉ፣ ነገር ግን ማራ ሊፈታው ቆርጣ ነበር፣ በሚጣፍጥ ክር። በአደጋ ላይ ያሉት ህይወቶች እና የራሷ ህልውና የተመካው በእሱ ላይ ነው። ውጊያው በጣም ሩቅ ነበር; በእርግጥ ገና መጀመሩ ነበር። ዕጣው ከፍ ያለ ሆኖ አያውቅም፣ ነገር ግን የማራ ውሳኔም እንዲሁ ነበር። አዳኙ አዳኙ ሆኗል፣ እናም አደኑ አሁን ለመዳን የሚደረግ ጦርነት ነበር፣ እናም የሳይንሳዊውን አለም መሰረት ሊያናጋ የሚችል ሴራ ለማጋለጥ ተስፋ የቆረጠ ውድድር ነበር።

የላብራቶሪ ውጤቶቹ አንድ ምሽት ላይ ደርሰዋል፣በሀሪድ ቴክኒሽያን ፊቱ በድካም የተቀላቀለበት እና ብዙ ደስታ ያልያዘ። በደህንነት ማንቂያ ደውል እና በማይታየው አደጋ ንክኪ በተሰቀለው ሌላ እንቅልፍ አጥታ የደከመችው ማራ የሰውየውን መገኘት በጭንቅ አስመዘገበች። በዓይኑ ውስጥ ያለውን አገላለጽ ፣የማኒክ የፍተሻ ብልጭታ ከሞላ ጎደል ስታየው ነበር ትኩረቷ ወደ ትኩረት የገባው።

ትንሽ የታሸገ የማስረጃ ቦርሳ ጠረጴዛዋ ላይ አስቀመጠ። ከውስጥ፣ ከጥጥ ሱፍ መካከል የተተከለው፣ አንድ ነጠላ፣ በአጉሊ መነጽር የሚታይ ፋይበር፣ ትንሽ የሆነ አይሪድሰንት ሰማያዊ፣ በኃይለኛው የፍሎረሰንት ብርሃን ስር በደካማ ሁኔታ የሚያብረቀርቅ ነበር። ⍰ይህ ከፎረንሲክስ የተመለሰው ዶ/ር ስቶን ገልጿል፣ ድምፁ በአድናቆት ስሜት ጸጥ ብሏል። "ከዚህ በፊት ካየነው በተለየ መልኩ ነው. አጻጻፉ ... ሙሉ ለሙሉ ልዩ ነው."

ማራ ቦርሳውን አነሳች፣ ጣቶቿ ውድ የሆኑትን ማስረጃዎች በስሱ እየያዙ ነው። ፋይበሩ በሚገርም ሁኔታ ለስላሳ ሆኖ ተሰማው፣ ለመዳሰስ ያህል ሐር ነበር። በአጉሊ መነፅር ስር, ውስብስብ የሆነው ሽመናው በማይቻል ላይ የሚወሰን ውስብስብነት አሳይቷል. እሱም በግልጽ ሠራሽ ነበር፣ ነገር ግን በከፍተኛ የቴክኖሎጂ ወንጀሎች ላይ በመረመረችባቸው ዓመታት ውስጥ ካጋጠማት እጅግ የላቀ ጥንካሬ እና የመቋቋም አቅም አላት።

ቴክኒሻኑ ቀጠለ፣ ቃላቶቹ በማራ አእምሮ ውስጥ ቀስ ብለው መብረቅ የጀመሩ የቴክኒካል ቃላት ጎርፍ። "የፋይበር ሞለኪውላር መዋቅር ሙሉ ለሙሉ አዲስ ነው። አሁን ያለውን የቁሳቁስ ሳይንስን የሚቃወሙ ባህሪያትን ያሳያል። በእያንዳንዱ የውሂብ ጎታ ውስጥ ምንም ተዛማጅነት የሌለን ነገር አቅርበነዋል። ሙሉ በሙሉ አዲስ ቁሳቁስ፣ የቴክኖሎጂ ግኝት ወይም ምናልባትም የቴክኖሎጂ ቅዠት ነው።"

ማራ ድንጋጤ ተሰምቷት ነበር፣ አንድ ጉልህ ነገር እየመጣ እንደሆነ በድንገት አወቀች። ይህ ፋይበር፣ ይህ ያልተለመደ ነገር፣ ከፎረንሲክ ማስረጃዎች የበለጠ ነበር። እሷ ከምትገምተው በላይ ትልቅ፣ የበለጠ መሰሪ ሴራ ሊፈታ የሚችል ቁልፍ፣ ክር ነበር።

ወዲያው ወኪል ሚለርን አነጋግራለች። ብዙም ሳይቆይ ደረሰ፣ የተለመደው ስቶክ ባህሪው በከፍተኛ የማወቅ ጉጉት ተተካ። ፋይበሩን በአጉሊ መነጽር መረመረ፣ ምላሱ በትኩረት ተቆልፏል። ከበርካታ ደቂቃዎች በኋላ ቀና ብሎ ተመለከተ፣ የማስተዋል ጭላንጭል በአይኑ ውስጥ ወጣ።

"ማራ፣ ይህ ትልቅ ነው" ሲል ሚለር ተናግሯል፣ ድምፁ ዝቅተኛ እና ኃይለኛ። "አንድ ነገር አለኝ። ባለፈው አመት

አብረን የሰራነውን ጉዳይ፣ የ'ፕሮጀክት ናይቲንጌል' ክስተት አስታውስ? ባዮ-ኢንጂነሪድ በሽታ አምጪ ተህዋሲያን እስካሁን ያልተለቀቀው፣ ያለ ምንም ዱካ የጠፋው?"

የማራ ትዝታ ወደ ስስ አየር የጠፋ የሚመስለውን ቆራጥ የሆነ ባዮዊ ጦርን በሚመለከት ወደ ቅዠት ጉዳይ ተመለሰ። ክሱ እንደተዘጋ ቢታወቅም ብዙ ጥያቄዎች ግን ምላሽ አላገኙም። የሆነ ችግር እንዳለ፣ መፍታት የማትችለው የተደበቁ ግንኙነቶች እንዳሉ ሁል ጊዜ ተረድታለች።

ላቦራቶሪው በሽታ አምጪ ተህዋሲያን እየተሰራበት ከነበረው ተቋም የተወሰኑ ፋይበርዎችን አገኘ። ያኔ ሙሉ ለሙሉ ለመተንተን በጣም የተዋረዱ ነበሩ፣ አሁን ግን...የዚህን ፋይበር ትንታኔ ስንመለከት... ከሞላ ጎደል ተመሳሳይ ናቸው።

ራዕዩ ማራን በአካላዊ ምት ኃይል መታው። የተገለሉ የሚመስሉ ክስተቶች፣ ያልተገናኙ የሚመስሉ የአሁን የምርመራ ክሮች እና የድሮው የፕሮጀክት ናይቲንጌል ጉዳይ በድንገት ወደ ቀዝቃዛና የተዋሃደ ትረካ ተቀላቀለ። ተመሳሳይ ጥላ ያለው ድርጅት፣ አንድ አይነት የላቀ ቴክኖሎጂ፣ ተመሳሳይ አስፈሪ የረቀቀ ደረጃ።

ይህ ከአሁን በኋላ ስለ ፕሮጀክት ቺሜራ፣ ስለ ብልሹ ሳይንቲስቶች እና ስለተሰረቁ ምርምሮች ብቻ አልነበረም። ይህ እጅግ በጣም ሰፊ እና ስር የሰደደ ሴራ ነበር፣ እሱም ወደ ጨለማው የአለም ሳይንሳዊ ተቋም ጥግ የደረሰ። ይህ ጦርነት መጀመሪያ ከገመተችው በላይ እጅግ የላቀ ነበር።

ግንዛቤው በአከርካሪዋ ላይ የፍርሃት መንቀጥቀጥ ላከ። አንድምታዎቹ አስገራሚ ነበሩ፡ የተራቀቁ ባዮዌፖን ማዘጋጀት የሚችል፣ ልዩ የሆኑ፣ ከዚህ ቀደም የማይታወቁ ቁሳቁሶችን በእኩል ማምረት የሚችል ሚስጥራዊ ድርጅት። የሥልጣናቸው ስፋት ገደብ የለሽ፣ ሀብታቸው የማያልቅ ይመስል ነበር።

ዘዴዎቻቸውም በሚያስደነግጥ ቅልጥፍና እየተሻሻሉ ነበር። እነሱ ካለፉት ውድቀቶቻቸው በግልፅ ተምረዋል ፣በየበለጠ ጥንቃቄ እና በስራቸው ቀልጣፋ። ከዚህ ቀደም በማራ ህይወት ላይ ያደረጉት ሙከራ አሁን አቅም አላቸው ከጠረጠረችው ጋር ሲነፃፀር የተጨናነቀ፣ አማተር ከነሞላ ጎደል ነበር።

ማራ እነዚህን ክሮች ለማገናኘት ተጨማሪ ፍንጭ ሊሰጥ የሚችለውን ሁሉንም ማስረጃዎች፣ እያንዳንዱ ትንሽ የማይመስሉ መረጃዎች፣ እያንዳንዱ የተሰሳተ ዝርዝር መረጃ ሙሉ በሙሉ እንዲገመገም አዘዘች።

የጠላቶቻቸውን ድርጅት ግልጽ የሆነ ምስል ሊሰጥ የሚችለውን ትስስር፣ ግንኙነት፣ ማንኛውንም መደራረብ በመፈለግ የሁለቱንም የምርመራ ገፅታዎች ለመተንተን የወሰነ ቡድን አሰባስባለች።

ምርመራው በከፍተኛ ሁኔታ ተስፋፍቷል፣ በአህጉራት ተሰራጭቷል፣ ኤጀንሲዎችን እና ድርጅቶችን ያሳተፈ ማራ ከዚህ በፊት ሰምቶ የማታውቀውን። እራሷን ከማቅማማት ባለስልጣናት ጋር ስትደራደር፣ የቢሮክራሲያዊ እልህ አስጨራሽ ትግል ስትታገል እና የአለም አቀፍ የስለላ ተንኮለኛውን ውሃ ስትጓዝ አገኘችው።

የሴራው ስፋት በጣም አስደናቂ ነበር። ሳይንቲስቶችን እና ተመራማሪዎችን ብቻ ሳይሆን ከፍተኛ የመንግስት ባለስልጣናትን፣ ባለጸጋ ባለሀብቶችን እና በአለም አቀፍ ጥቁር ገበያ ውስጥ የሚንቀሳቀሱ የጥላሁን ግለሰቦችንም ያሳተፈ ነበር። ግንኙነታቸው በተለያዩ ዘርፎች ተዘርግቷል፣ ተጽኖአቸው ተንሰራፍቶ እና ስር የሰደደ።

ቀናት ወደ ሳምንታት፣ ሳምንታት ወደ ወራት ተለውጠዋል። ማራ በአድሬናሊን ድብልቅ፣ በድካም እና እውነትን ለማጋለጥ በማያወላውል ቁርጠኝነት ሌት ተቀን እየሰራች አገኘች። በህይወቷ ላይ የሚደርሰው ስጋት

በከፍተኛ ሁኔታ ተባብሷል። ጥቃቶቹ አሁን በጣም ተደጋጋሚ፣ የተራቀቁ እና የበለጠ አደገኛ ነበሩ። አደኑ ተባብሷል።

የታመኑ ምስጢሮችን ወደ መረጃ ሰጪነት ለመቀየር በመሞከር ባልደረቦቿን በእሷ ላይ ሊጠቀሙበት ሞከሩ። ማራ አንዳንድ የናፈቁትን በውስጥዋ ክህደት የመነጨ ጠርጥራለች። በፍጥነት፣ እና በቆራጥነት መንቀሳቀስ አለባት።

የእርሷ የፀረ-ኢንተለጀንስ ኦፕሬሽን የበለጠ ጠበኛ መሆን ነበረበት። የላቀ የክትትል ቴክኖሎጂን፣ ስነ ልቦናዊ መገለጫን እና ሌላው ቀርቶ ማታለልን በመጠቀም ጠላቶቿን ለማትረፍ ጥብቅ የደህንነት እርምጃዎችን ወስዳለች። እሷ ተከታታይ ቁጥጥር የሚደረግባቸው ፍንጮችን በመገናኛ ብዙሃን ጀምራለች፣ አሳዳጆቿን ለማሳሳት በጥንቃቄ ትረካዎችን እየፈለፈለች። ይህ አደገኛ ጨዋታ ነበር፣ እውነትን በማጋለጥ እና ቡድኗን በማስቀመጥ መካከል ያለው ጠባብ የእግር ጉዞ እና እራሷ ለበለጠ ስጋት።

ማራ እና ሚለር ወደ ድርጅቱ ውስጣዊ አሠራር በጥልቀት ሲመረምሩ፣ ስለ መጨረሻው አላማቸው ቀዝቃዛ እውነት አገኙ። ስለ ገንዘብ፣ ወይም ስልጣን፣ ወይም ደግሞ

ቁጥጥር ብቻ አልነበረም። እሱ በጣም መጥፎ፣ የበለጠ አደገኛ ስለሆነ ነገር ነበር፡- ሊታሰብ የማይችል ልኬት ያለው አለምአቀፍ ወረርሽኝ፣ ለትርፍ እና ቁጥጥር የተደረገ። ባዮዌፖኖች፣ ልዩ ቁሶች፣ ዓለም አቀፋዊ የተፅዕኖ አውታር - ሁሉም የሚያመለክተው በጣም ደፋር፣ በጣም ቀዝቃዛ፣ ግንዛቤን የሚቃወም እቅድ ነው።

ማራ አንድ ቀዝቃዛ ፍርሃት ወደ ልቧ ውስጥ ዘልቆ ገባ። ችሮታው ከፍ ያለ ሆኖ አያውቅም። ትግሉ ገና ተጀመረ። ነገር ግን በነፍሷ ጥልቅ፣ እንደማትችል እና እንደማትችል ታውቃለች። ምንም ዋጋ ቢያስከፍላት እውነቱን ማጋለጥ ነበረባት። የአለም እጣ ፈንታ እና የራሷ ህልውና የተመካው በእሱ ላይ ነው። ውድድሩ ተካሄዷል፣ ተስፋ የቆረጠ ጊዜ እና በሚያስደንቅ ሁኔታ ጨካኝ እና ጨካኝ ጠላት። የማታለል ድር ከመቼውም ጊዜ በበለጠ ጠንከር ያለ ነበር፣ ነገር ግን ማራ በአንድ ጊዜ አንድ የሚያማልል ክር ልትፈታው ቆርጣ ነበር።

ምዕራፍ 4፡ የምኞት ዋጋ

አይሪደሰንት ሰማያዊ ፋይበር፣ ኢምንት የሚመስለው ማስረጃ፣ የሮዜታ ድንጋይ አስደናቂ ስፋት ያለውን ሴራ የሚፈታ ነው። የእሱ ልዩ ጥንቅር፣ የሚታወቁትን የቁሳቁስ ሳይንስን የሚቃወም፣ የቴክኖሎጂ እድገትን በጣም ጥልቅ፣ በጣም ሚስጥራዊ፣ የመነጨው እጅግ የላቀ፣

ጥልቅ ሚስጥራዊ ከሆነ ድርጅት ብቻ ነው። ይህ በተናጥል የሚሠሩ አንዳንድ አጭበርባሪ ሳይንቲስቶች ብቻ አልነበሩም። ይህ የተቀናጀ ጥረት፣ ማራን እስከ አጥንት ድረስ ያቀዘቀዘ፣ በጥንቃቄ የታቀደ ቀዶ ጥገና እና የተራቀቀ ስራ ነው።

ኤጀንት ሚለር፣ በፀረ-ኢንተለጀንስ ውስጥ ያለው እውቀት በዋጋ ሊተመን የማይችል፣ የፋይበርን ስብጥር በሕዝብም ሆነ በተከፋፈለው እያንዳንዱ የመረጃ ቋት በጥንቃቄ ማጣቀስ ጀመረ። እንቅልፍ አልባ ሌሊቶችን በኮምፒዩተር ስክሪኖች ላይ ተንጠልጥሎ ሲያሳልፍ፣ ድርጅቱ የተወውን ዲጂታል ዳቦ ፍርፋሪ ሲከታተል ያሳለፈው ቁርጠኝነት ግልጽ ነበር። ፋይበሩን ከተከታታይ የማይገናኙ የሚመስሉ ክስተቶች፣ኢንዱስትሪያዊ ስለላ፣ስሱ ወታደራዊ ቴክኖሎጂ መስረቅ፣በባዮኢንጂነሪንግ ላይ የተካኑ በርካታ ታዋቂ ሳይንቲስቶች መጥፋት ጋር የሚያገናኝ ንድፍ፣ ስውር ግን ወጥ የሆነ ክር ተገኘ።

ማራ እና ሚለር በመረመሩ ቁጥር ምስሉ ይበልጥ እየጠነከረ ይሄዳል። በጊዜያዊነት “ሲንዲዲኬትስ” ብለው የሰየሙት ድርጅት፣ በጥላ ስር ያለ፣ ከመጋረጃው ጀርባ ገመዱን እየጎተተ፣ ድንኳኖቹ በሁሉም የህብረተሰብ ደረጃ ላይ የሚደርሱ እንደ ፍንዳታ መሰል አካል ነበር። የእነሱ ተጽእኖ ወደ አካዳሚክ ተቋማት፣ የመንግስት ኤጀንሲዎች እና የግል ኮርፖሬሽኖች ውስጥ ዘልቆ ገባ፣ ሁሉም እራሳቸውን ችለው የሚንቀሳቀሱ ቢመስሉም በማይታይ

የዕዝ ሰንሰለት የተገናኙ። የማኅበረ ቅዱሳን ተደራሽነት በጣም ሰፊ ነበር፣ ተግባራቶቻቸው በአለምአቀፍ ሁነቶች ላይ በዘዴ ተጽዕኖ ያሳደሩ፣ ገበያዎችን በመቆጣጠር እና አደጋዎችን በማደራጀት ላይ ናቸው።

የእነሱ ዘዴዎች በብቃት ውጤታማ ነበሩ. ጸጥታን እና ታዛዥነትን ለማረጋገጥ የጥላቻ፣ ጉቦ እና ማስፈራራትን ተጠቅመዋል። ተግባሮቻቸው የማታለል ጌቶች ነበሩ፣ ያለምንም እንከን ከህብረተሰቡ ጋር ተቀላቅለው፣ እውነተኛ ማንነታቸው በጥንቃቄ በተሰሩ ተለዋጭ ስሞች እና የውሸት ማንነቶች ተሸፍኗል። የላቁ ቴክኖሎጂዎችን፣ የተራቀቁ የክትትል ስርዓቶችን፣ የማይታዩ የመገናኛ መንገዶችን፣ እና ቆራጥ የጦር መሳሪያዎችን ተጠቅመዋል። እያንዳንዱ የማራ እና ሚለር እርምጃ ሲኒዲኬትስ እያንዳንዷን እርምጃ የጠበቀ ይመስል በሁለት እርምጃ ወደ ኋላ የሚመለስ ይመስላል።

ከተደረጉት ግኝቶች አንዱ ቅር የተሰኘው የቀድሞ የፋርማሲዩቲካል ኩባንያ ሠራተኛ፣ የመካከለኛ ደረጃ ሳይንቲስት እንዲያደርግ በተጠየቀው የሥነ ምግባር ውዝግቦች ላይ የበለጠ ምቾት በማሳየቱ የመጣ ነው። የዓለምን ኢኮኖሚ የሚያደናቅፍ ዓለም አቀፍ ወረርሽኝ ለመቀስቀስ የተነደፈውን ልብ ወለድ ባዮ የጦር መሣሪያ ልማት አስደንጋጭ ዕቅድ በማሳየት የሲንዲኬትስ እንቅስቃሴን የሚዘረዝር ኢንክሪፕት የተደረጉ ሰነዶችን

ለማራ ሰጠ። ባዮዌፖን እራሱ በአይሪደሰንት ሰማያዊ ፋይበር ውስጥ የሚገኙትን ተመሳሳይ ልብ ወለድ ቁሳቁሶችን በመጠቀም አስፈሪ የፈጠራ ስራ ነበር። ገዳይነቱ ወደር የለሽ ነበር፣ ውጤቱን ለመቋቋም ፈጽሞ የማይቻል ነበር። ሰነዶቹ ሲኒዲኬትስ ቀላል ትርፍ ለማግኘት ወይም የፖለቲካ ስልጣን ፍላጎት እንዳልነበረው ገልጿል; አላማቸው እጅግ የከፋ ነገር ነበር፡ ዓለም አቀፋዊ የበላይነት፣ በተቀነባበረ ትርምስ የተገኘ።

የሲንዲኬቱ ድፍረት አስደናቂ ነበር፣ ነገር ግን ጥንቃቄ የተሞላበት እቅዳቸውም ነበር። ውስብስብ የሆነ የሼል ኮርፖሬሽኖች እና የባህር ማዶ ሂሳቦች መረብ ገንብተዋል፣ ይህም የገንዘብ ልውውጣቸውን በማደበቅ እና የገንዘብ ፍሰትን ለመከታተል ፈጽሞ የማይቻል ነበር። ኦፕሬተሮቻቸው የላቁ የኢንክሪፕሽን ቴክኒኮችን እና ማንነታቸው ያልታወቁ የመገናኛ መድረኮችን ተጠቅመዋል፣ ይህም የኤሌክትሮኒክስ ክትትልን በሚገርም ሁኔታ ፈታኝ አድርጎታል። የተደበቀ ኦፕሬሽን ጌቶች ነበሩ፣ ድርጊታቸው አነስተኛ ማስረጃዎችን ለመተው በጥንቃቄ የተቀነባበረ ነበር።

የማራ ቡድን ደከመኝ ሰለቸኝ ሳይል ሰርቷል፣ የመረጃ ተራራዎችን በማጣራት ፣የመረጃ ፍርስራሾችን አንድ ላይ በማሰባሰብ ፣የሲኒዲኬትስ ኔትወርክን በትጋት በመገንባቱ። የተግባራቸው መጠን ብዙ አገሮችን፣ ስፍር

ቁጥር የሌላቸውን ግለሰቦች እና ውስብስብ የፋይናንስ ዕቅዶችን ያካተተ ከባድ ነበር። በምርመራቸው እርስ በርስ የተያያዙ ኩባንያዎችን፣ የምርምር ተቋማትን እና የመንግስት ኤጀንሲዎችን ድህረ ገጽ አረጋግጧል፣ ሁሉም በሲኒዲኬትስ ቁጥጥር ስር ናቸው። ሴራው ከዶ/ር ቶርን የመጀመሪያ ግድያ በላይ ዘልቋል። በዓለም ዙሪያ የተንሰራፋውን የማታለል እና የግድያ ወረቀት ብዙ ወንጀሎችን ነካ።

ግፊቱ በረታ። በማራ ላይ የሚደርሰው ጥቃት በድግግሞሽ እና በተራቀቀ ሁኔታ ተባብሷል። የሲንዲትስ ኦፕሬተሮች እያንዳንዷን እንቅስቃሴ እየተከታተሏት መሆኑን እያወቀች ያለማቋረጥ ትከሻዋን ስትመለከት አገኘች። የቅርብ አጋሮቿን እና ምስጢራዊ ጓደኞቿን በዘዴ እያነጣጠሩ ጥርጣሬን እና አለመተማመንን ለመዝራት የስነ ልቦና ጦርነትን ሞክረዋል። ውጥረቱ እጅግ በጣም ብዙ ነበር; ስጋት ፣ ሁል ጊዜም አለ።

ሆኖም ማራ በመጪው ዓለም አቀፋዊ ጥፋት ክብደት የተነሳ ቁርጠኝነቷን ገፋች። የማጭበርበር እና የማታለል ሙከራዎችን በማሰብ የሲንዲክተሩን ቀጣይ እርምጃዎች ለመገመት በስነ-ልቦና ፕሮፌሽና ውስጥ ችሎታዋን ተጠቅማለች። የጸረ-ኢንተለጀንስ ስልቶችን ዘርግታለች፣ በጥንቃቄ የሀሰት መረጃ ዘመቻዎችን በማዘጋጀት ሲኒዲኬሽንን በተመሳሳይ ጊዜ ወሳኝ መረጃ እየሰበሰበች።

አንድ የተሳሳተ እርምጃ ቡድኗን እንደሚያጋልጥ እና አጠቃላይ ምርመራውን እንደሚያሳጣው በማወቅ አደገኛ የሆነ የድመት እና የአይጥ ጨዋታ ውስጥ ገባች።

የእንቆቅልሹ የመጨረሻ ክፍል በአማዞን የዝናብ ደን ውስጥ በተደበቀ የርቀት ምርምር ተቋም ላይ በከባድ ወረራ ወቅት ወደቀ። ተቋሙ የሲንዲትስ ድብቅ ላብራቶሪ ሆኖ ያገለግል ነበር፣ ገዳይ የሆነው ባዮ ጦር እየተጣራ እና መሳሪያ እየታጠቀ ነው። ወረራዉ በጥሞና በታቀደዉ እና በተፈፀመበት ወቅት ወሳኝ መረጃዎችን በመያዝ በርካታ ቁልፍ የሲኒዲኬሽን ታጋዮችን በቁጥጥር ስር ዉሏል። የተገኘው መረጃ በጣም አስፈሪ ፍርሃታቸውን አረጋግጧል፡ ባዮዌፖን ለመሰማራት ተቃርቧል።

ይህንን ስጋት ለማስወገድ የተደረገው ዓለም አቀፋዊ ጥረት ከፍተኛ ነበር። ዓለም አቀፍ ኤጀንሲዎች ተባብረዋል፣ መንግስታት የማሰብ ችሎታን ይጋራሉ፣ እና በዓለም ዙሪያ ያሉ ሳይንቲስቶች የመልሶ ማቋቋም ዘዴን ለማዘጋጀት በትኩረት ሠርተዋል። የማኅበረ ቅዱሳን ኔትወርክ በዘዴ ፈርሷል፣ ንብረታቸው ተያዘ፣ መሪዎቻቸውም ለፍርድ ቀረቡ። የአለም አቀፍ ወረርሽኝ ስጋት ተወግዷል፣ ነገር ግን ያለ ከባድ ወጪ አይደለም።

የሲንዲትስ ድርጊት መገለጥ ዓለምን አስደነገጠ። የተፅዕኖአቸው መጠን፣ የማታለልያቸው ጥልቀት እና የዕቅዳቸው ድፍረት ህዝቡን አንገቱን ጥሏል። ዝግጅቱ ያልተጠራ ምኞት አደገኛነት፣ የሴራ ተንኮለኛነት እና የሳይንሳዊ ታማኝነት እና የስነ-ምግባር ምርምር ወሳኝ አስፈላጊነትን ለማስታወስ አገልግሏል።

ማራ ምንም እንኳን ደክሟት እና የአስከፊውን ጦርነት ጠባሳ ቢሸከምም ዓለም አቀፋዊ ጥፋትን በመከላከል ረገድ ወሳኝ ሚና እንደተጫወተች በማወቋ የተወሰነ ማጽናኛ አገኘች። ከሲንዲኬትስ ጋር የተደረገው ትግል ወደ አካላዊ እና አእምሯዊ ወሰኗ በመግፋት አሳዛኝ ገጠመኝ ነበር። በመጨረሻ ግን ፍትህ ተሰጥቷል፣ እና አለም ሊታሰብ ከማይቻል አስፈሪ የወደፊት ዕጣ ፈንታ ተረፈች። አይሪደሰንት ሰማያዊ ፋይበር፣ በአንድ ወቅት ተራ የወንጀል ማስረጃ፣ አሁን እንደ ኃይለኛ የተስፋ ምልክት ሆኖ አገልግሏል - በጣም ጨለማ የሆኑ ሴራዎች እንኳን ሊፈቱ እንደሚችሉ እና ያ እውነት ምንም እንኳን የማይታወቅ ቢሆንም ሁል ጊዜም እንደሚያሸንፍ ያስታውሳል። የፍላጎት ዋጋ እንደተከፈለ ገልጻለች ግን የፍትህ ዋጋም እንዲሁ። ለአሁን ዓለም ደህና ነበረች። ማራ ግን ለእውነት የሚደረግ ትግል ማለቂያ የሌለው ጦርነት እንደሆነ ታውቃለች።

በዜኒት ግንብ ላይ ያለው የፔንት ሃውስ ስብስብ አንፀባራቂ፣ የመስታወት እና የብረት ሞኖሊት የሌሊት

ሰማይን ወጋ። ውስጥ፣ የተገደለው የዶክተር አልስታይር ቶርን ወንድም እና ከሲንዲዲኬትስ በስተጀርባ ያለው የተጠረጠረው ዋና አስተዳዳሪ ጁሊያን ቶርን ልክ እንደታሰረ አዳኝ እየሄደ ነበር። የተበጀ ልብስ፣ አብዛኛውን ጊዜ እንከን የለሽ፣ የተንቆጠቆጠ ነበር፣ ብዙውን ጊዜ የተዋቀረው ፊቱ በሚነድ ቁጣ ተቀርጾ ነበር። የማራን ጽናት፣ ያላሰለሰ ጥረት ማድረግ፣ በጥንቃቄ የተሰራውን የማታለል ድህረ-ገጽ የመፍታታት ችሎታዋን አላሰበም። አቃለላት። እንደገና የማይሰራ ስህተት።

ማራ በበሩ ላይ ቆማ ከከተማው መብራቶች ጋር ፊት ለፊት ተጋርጣ፣ ኤጀንት ሚለር እና የ ቡድን ከኋላዋ በጥበብ ቆመች። ሳትታጠቅ አልመጣችም። በዚህ ጊዜ አይደለም. አሁን በአስተማማኝ የማስረጃ ከረጢት ውስጥ የታሸገው አይረደሰንት ሰማያዊ ፋይበር፣ በርሳዋ ውስጥ በደንብ ተቀምጣለች፣ ይህም የችግሩን ቋሚ ማስታወሻ ነው።

ቶር የማራን ምስል ሲይዝ ዓይኖቹ እየጠበቡ መሄድ አቆመ። የፈገግታ መንፈስ በከንፈሮቹ ላይ ተጫወተ። ?እሺ፣ ደህና፣? አጣራ፣ ድምፁ ዝቅተኛ፣ አደገኛ ጩኸት ነው። ?የማይታክት ወኪል ሬየስ። መቀበል አለብኝ፣ ተደንቄያለሁ። ከጠበኩት ሰው በላይ ቆፍራችሁዋል…

ቶርን የሚለው ቃል ብዙም አልተደነቀም ማራ ምላሽ ሰጠች፣ ድምጿ የተረጋጋ ግን ጠንካራ፣ ምንም አይነት አድሬናሊን በደም ስሯ ውስጥ እንደማይገባ አሳየች። ⍰መሸበር የበለጠ ትክክለኛ መግለጫ ሊሆን ይችላል። በውሸት ላይ፣ በሞት ላይ፣ በአለምአቀፍ ሁነቶች መጠቀሚያ ላይ ኢምፓየር ገንብተዋል።

ቶርን ሳቀ፣ ቀልድ የሌለው ድምጽ። ⍰ግዛት? ምናልባት። ነገር ግን ውሸት የሚሉት ነገር በቀላሉ ስልታዊ የተሳሳቱ አቅጣጫዎች ናቸው። ለበለጠ ጥቅም ፍለጋ የሚያስፈልጉ መስዋዕቶች።⍰

⍰የበለጠ ጥሩ ነገር? ⍰የአለምን ኢኮኖሚ ለማተራመስ እና ፍፁም ሃይል ለመስጠት የተነደፈ አለም አቀፍ ወረርሽኝ? ለበለጠ መልካም ነገር ያንተ ፍቺ ነው?⍰

⍰በበትርጉም ትምህርት እንዳንያዝ ኤጀንት ሬየስ፣⍰ ቶር እንዳለው ድምፁ እየደነደነ። ✍አለም ደካማ ነች፣ አቅመ ቢስ፣ በሙስና የተጨማለቀች ነች። የእኔ ዘዴዎች ያልተለመዱ ሊሆኑ ይችላሉ, ግን ውጤታማ ናቸው. ከአሮጌ አስተሳሰቦች እና የተሳሳቱ ስርዓቶች አስራት የጸዳ አዲስ የአለም ስርአት እየፈጠርኩ ነው።

⍰በፍርሀት እና በደም መፋሰስ ላይ የተገነባ የአለም ስርአት፣ ሚለር ጣልቃ ገባ፣ ወደፊት እየገሰገሰ፣ እጁ በተጠቀጠቀው መሳሪያ ላይ አርፏል። አንተ ጅምላ ነፍሰ ገዳይ ነህ ቶርን። ለወንጀሎችህም ትከፍላለህ።⍰

ቶርን ሚለርን ችላ አለ ፣ እይታው በማራ ላይ ተስተካክሏል። ⍰ኤጀንት ሬየስ፣ በጣም ርቀህ እንደሄድክ ተረድተሃል። በጣም ብዙ ነገር ገልጠሃል። ተጠያቂ ነህ

ማራ ወደ ክፍሉ የበለጠ ገባች ፣ እይታዋ የማይናወጥ። "እኔ ሁል ጊዜ ተጠያቂ ነኝ፣ ቶርን። የስራው ባህሪ ነው። ግን አንተስ? አንተ ለራስህ ተጠያቂ ነህ፣ በታላቅነት ማታለል የሙጥኝ፣ በራስህ ምኞት ታወር። አደገኛ ጨዋታ ተጫውተሃል፣ እና አሁን አልቋል።

በድንገት፣ መብራቶቹ ብልጭ ድርግም ብለው ሞቱ፣ የግማሽ ቤቱን ጨለማ ውስጥ ጣሉት። ጸጥታው የተሰበረው በቶርን የተደበቀ የደህንነት ስርዓት ወደ ከፍተኛ ማርሽ በመምታት ለስላሳ አዙሪት ብቻ ነው። ቀዝቃዛ ሳቅ በጨለማ ውስጥ አስተጋባ። "ጨዋታው አልቋል? አይመስለኝም ፣ ወኪል ሬይስ። ጨዋታው ገና ተጀምሯል።"

የተኩስ ድምጽ ፈነዳ። የ ቡድን በፍጥነት ምላሽ ሰጠ፣ የቶርን ድብቅ ጠባቂዎች ከጥላው ሲወጡ፣ መሳሪያቸው በማራ እና ሚለር ላይ ሰለጠነ። የቤቱ ግቢ ትርምስ፣ ገዳይ የሆነ የተኩስ ባሌት እና ተስፋ አስቆራጭ እንቅስቃሴዎች ሆነ። ማራ ለዓመታት የሰለጠነችውን የሥልጠና እና የሰውን ባህሪ የመረዳት ችሎታዋን በመጠቀም ገዳይ በሆነ ጸጋ ተንቀሳቅሳለች፣ እያንዳንዱ እርምጃዋ ተሰላ፣ ወሰነ።

የምትዋጋው ለፍትህ ብቻ አልነበረም; ለህልውና ስትታገል ነበር። ዋና የስትራቴጂስት ቶርን በጉልበት ላይ ብቻ የተመካ አልነበረም። የማራን ጣልቃ ገብነት አስቀድሞ በመገመት ለዚህ ድንገተኛ አደጋ አቅዶ ነበር። ጨለማውን ለጥቅሙ ተጠቅሞበታል፣ እንቅስቃሴዎቹ ፈሳሽ እና ሊገመቱ የማይችሉት። የቤቱን እያንዳንዱን ኢንች ያውቅ ነበር፣ ወደ ገዳይ ቤተ ሙከራ ለወጠው።

ጦርነቱ ተቀጣጠለ፣ የሚያስፈራ የክህሎት እና የጭካኔ ማሳያ። አየሩ በወፍራም የኮርዳይት ሽታ፣ በሚሰባበር ብርጭቆዎች እና በሟቾች ጩኸት ነበር። ማራ ምንም እንኳን ከቁጥር በላይ ብትሆንም በጠንካራ ቁርጠኝነት ተዋግታለች፣ እንቅስቃሴዋም ለዓመታት ባደረገችው ጠንካራ ስልጠና ጨምሯል። አካባቢውን ለጥቅም ተጠቀመች፣ ሽፋንን፣ ጎን ለጎን የሚንቀሳቀሱ እንቅስቃሴዎችን እና የላቀ ታክቲካዊ ግንዛቤዋን ተቃዋሚዎቿን ለማትረፍ ተጠቅማለች።

ሚለር፣ በራሱ መብት ያለው የወኪል ወኪል፣ እሳትን መሸፈን፣ ተኩሱን ትክክለኛ እና ገዳይ አድርጎ በማቅረብ ለማራ እድገት ክፍት ፈጠረ። አብረው ሠርተዋል፣ ፍጹም የተመሳሰለ ቡድን፣ ተግባሮቻቸው ያለችግር ይፈስሳሉ፣ የዓመታት ልምድ እና የጋራ መተማመን ማረጋገጫ።

ነገር ግን ቶርን ተንኮለኛ ነበር, የማያቋርጥ. ማራን ለማዘናጋት እና ግራ ለማጋባት በመሞከር፣ ተጋላጭነቷን በመበዝበዝ እና ሚዛኗን እንድትጥላት የስነ-ልቦና ዘዴዎችን ተጠቀመ። የኃላፊነቷን ክብደት፣ የቶርን ገዳይ እቅዶችን በማስቆም ረገድ ያላትን ውድቀት በማስታወስ በስሜቷ ተጫወተ።

ከቶርን ጠባቂዎች አንዱ ማራን ትጥቅ በማስፈታት እና በቅርብ ርቀት ጦርነት ውስጥ እንድትሳተፍ አስገደዳት። ጀርባዋን ግድግዳው ላይ አድርጋ፣ ማራ የግፊት ነጥቦችን እና ማርሻል አርት እውቀቷን ተጠቅማ አጥቂውን በማሸነፍ ነፃ ወጣች። ግን ቶርን እየዘጋ ነበር።

ፊቱን በአሸናፊነት ቁጣ ጭንብል ተወዛግቦ ጥግ አስጠጋት። የመጨረሻውን ድብደባ ለማድረስ ተዘጋጅቶ መሳሪያውን አነሳ። ክፍሉ ፀጥ አለ፣ ብቸኛው ድምፅ

የማራ የልብ ምት ነው። ይህ ነበር. መጨረሻ። ወይም እንደዚህ ይመስል ነበር.

ልክ ቶርን ቀስቅሴውን እንደጎተተ፣ መስማት የሚሳነው ፍንዳታ ዝምታውን ሰበረው። የፔንት ሀውስ መዋቅራዊ ታማኝነት ተበላሽቷል፣ እና የላይኛው ፎቆች መደርመስ ጀመሩ፣ ፍርስራሽ እና የኮንክሪት ዝናብ እየዘነበ። ሚለር በስትራቴጂካዊ የፍንዳታ ክስ ፈንድቶ አቅጣጫ ፈጠረ እና ማራ የምትፈልገውን ጊዜ ገዛት።

በግርግሩ መካከል፣ ማራ መዘናጋትን ተጠቅማ ቶሮንን በማሸነፍ፣ ትጥቅ አስፈታው እና በፍጥነት፣ ወሳኝ እርምጃ አስገዛት። የ ቡድን ቦታውን አስጠብቆታል። ሕንፃው ብዙም ሳይቆይ ለቆ ወጣ።

በኋላ፣ በከባድ የምርመራ መብራቶች፣ ቶር ከጠማማው የአለም ቁጥጥር ርዕዮተ ዓለም ጋር ተጣብቆ እምቢ አለ። ነገር ግን ማስረጃው የማይካድ ነበር። አይሪደሰንት ሰማያዊ ፋይበር፣ ኢንክሪፕትድ የተደረጉ ሰነዶች፣ የቀድሞ ተባባሪዎቹ ምስክርነት ⍰ ሁሉም ጥፋተኛነቱን አሳይቷል። የወንጀሉ ክብደት፣ የዓላማው ግዙፍነት፣ በመጨረሻ የቁጥጥር ሽፋኑን ሰነጠቀ፣ የተሰበረ፣ የተሸነፈ ሰው ገለጠ።

የከተማዋ መብራቶች ከሩቅ ብልጭ ድርግም አሉ። ጦርነቱ አልቋል፣ ግን ጦርነቱ ቀረ። የሲንዲኬትስ ድርጊቶች አንድምታ ለመጪዎቹ ዓመታት በዓለም ላይ ይገለጻል። ውጤቱ ረጅም መንገድ የህግ ሂደቶች፣ አለምአቀፍ ትብብር እና ቶርን ለማፍረስ የሞከረውን አለም መልሶ የመገንባት አድካሚ ስራ ነበር። ሆኖም፣ ማራ እዚያ ስትቆም፣ የድሉ ክብደት በትከሻዋ ላይ ከብዶ፣ ፍትህ ቢዘገይም፣ በመጨረሻ መሰጠቱን አውቃለች። የፍላጎት ዋጋ ከፍ ያለ ነበር፣ ነገር ግን ያለመተግበር ዋጋው እጅግ የላቀ ነበር። ዓለም ድኗል፣ ነገር ግን ንቃት ሊቆም አልቻለም። የማኅበረ ቅዱሳን ጥላ ዘልቋል፣ ይህም የማያቋርጥ የስልጣን ስጋት እና የማያቋርጥ የፍትህ ትግል የሚያስታውስ ነው።

የተዘበራረቀ የኮንክሪት እና የተጠማዘዘ ብረት የሆነ የባሌ ዳንስ በዙሪያቸው ሞላ። አቧራ እና ፍርስራሾች አየሩን ሞልተውታል፣ የማራ አይኖቿን እየነደፈ እና ሳንባዋን ዘጋ። የፈራረሰው ህንጻ ጩኸት ጆሮ የሚያደነቁር ነበር፣ ይህ የጥፋት ሲምፎኒ ጩኸቱን እና ጥይቱን ለጊዜው ያጠፋ ነበር። ሚለር ፈጣኑ አስተሳሰብ፣ የፍንዳታ ክሱን ያሰላው ፍንዳታ ውድ ሴኮንዶችን ገዝቷቸዋል፣ ይህም በጥፋት ውጣ ውረድ ውስጥ ነው። ነገር ግን እነዚያ ሰከንዶች እንደ ዘላለማዊነት ተሰምቷቸው ነበር።

ማራ፣ የተጎዳች እና የተደበደበች፣ በፍርስራሹ ውስጥ ተንኮታኩታ፣ አድሬናሊን እየገፋች፣ ስሜቷ ከፍ አለ። የሚቃጠሉ ፖሊመሮች እና የተፈጨ ኮንክሪት ጠረን

አፍንጫዋን ሞላው፣ ይህም የሁኔታውን ክብደት የሚያጎላ ጠንከር ያለ፣ ጥሩ መዓዛ ያለው ጠረን ነው። በግርግሩ መካከል የቶርን የተንጣለለ እስትንፋስ ትሰማ ነበር፣ አንድ አዳኝ ጥግ ቢያስቀምጥ ግን አልተሸነፈም። የተኩስ ጩኸት አሁንም አየሩን ቀጥሏል፣ በተፈጠረው ግራ መጋባት ውስጥ አልፎ አልፎ የሚተኮሱ ጥይቶች አሉ።

እሾህ፣ ግራ የተጋባ እና እየደማ፣ በወደቀው መዋቅር መካከል እግሩ ላይ ለመድረስ እየታገለ ነበር። ድንጋጤ እና አለማመን የተቀላቀለበት አይኑ የተመሰቃቀለው የጥፋት መልክዓ ምድርን አቋርጦ አየኋት። ከአፍታ በፊት ፊቱ ላይ ተቀርጾ የነበረው ያልተበረዘ ቁጣ መልክ በአስደናቂ ተጋላጭነት ተተካ፣ የኃይል ጭንብል በመጨረሻ ተንሸራት። እሱ ከአሁን በኋላ ዋና ስትራቴጂስት አልነበረም, የአሻንጉሊት መምህር የአለምአቀፍ ክስተቶችን ገመድ ይጎትታል; እሱ ብቻ ሰው ነበር, በራሱ ምኞት ፍርስራሾች ውስጥ የተያዘ.

ማራ እድሉን ተጠቀመችበት። ስፍር ቁጥር በሌላቸው የማስመሰያዎች እና የእውነተኛ ህይወት ግጭቶች የታገዘ የብዙ አመታት ጠንካራ ስልጠና ወደፊት እንድትገፋ አድርጓታል። አጠበቀችው፣ ከተጌጠው ጣሪያ ከወደቀው ክፍል ስር ሰካው፣ የፍርስራሹ ክብደት ለጊዜው ምርኮውን ያዘው። ትግሉ ተዳክሟል፣ ሰውነቱ በፍንዳታው

ተዳክሟል። ውጊያው የራሱን ኪሳራ ወስዶ ነበር; ጉልበቱን አውጥቶ ነበር።

ፍርስራሹን ማሰስ በቻለ የ ቡድን አባል እርዳታ የቶሮንን ደህንነት አረጋገጡ። የእጅ ማሰሪያዎቹ ተዘግተዋል፣ ከውድቀቱ በኋላ በነበረው መስማት የተሳነው ጸጥታ የሚያስተጋባ ብረታ ብረት ነው። ዓለም አቀፍ ወረርሽኝ ያስተባበረው፣ የዓለም መሪዎችን ያጭበረበረ እና ሊታሰብ የማይችለውን ሀብት በማጭበርበርና በደም መፋሰስ ያካበት ሰው፣ አሁን ምንም ረዳት አጥቶ፣ በመጨረሻ የሽብር ንግሥናው አብቅቷል።

የፎረንሲክ ሳይንቲስት ዶ/ር አንያ ሻርማ፣ እውቀታቸው የቶርን ወንጀሎችን ውስብስብ እንቆቅልሽ በአንድ ላይ በማጣመር፣ የአደጋ ጊዜ ምላሹ ቁጥጥር ባለበት ሁከት ውስጥ በቦታው ደረሰ። ፊቷ ብዙውን ጊዜ ረጋ ያለ እና ተንታኝ ነበር፣ የሁኔታውን ክብደት የሚያንፀባርቅ ነበር። ያልተጣራ ምኞት እና ሴራ የሚያስከትለውን መዘዝ የሚያስታውስ ጥፋቱን በዓይኗ አይታለች። አሁን የሰበሰበችው ማስረጃ ክብደት አንድ ተጨማሪ ትርጉም አለው - በአስፈሪ ጠላት ላይ የተገኘውን ድል ይወክላል።

የድንገተኛ አደጋ ሰራተኞች ደከመኝ ሰለቸኝ ሳይሉ ሲሰሩ ፍርስራሹን በማጣራት ሁሉም ሰው ተጠያቂ መደረጉን

እና አካባቢውን ማስጠበቅ፣ ማራ እና ዶ/ር ሻርማ የመጨረሻ ትንታኔያቸውን ጀመሩ። ወደ ቶርን የመራቸው ቁልፍ ማስረጃ የሆነው ሰማያዊው ፋይበር በአንጻራዊ ሁኔታ ሳይጎዳ ከውድቀቱ ተርፏል። ዶ/ር ሻርማ በተያዘበት ጊዜ ከቶርን ጋር ያለውን ቅርበት በመጥቀስ የቃጫው ቦታ እና ሁኔታ በትጋት መዝግቧል። እያንዳንዱ ዝርዝር፣ እያንዳንዱ የመረጃ ነጥብ፣ በእሱ ላይ በተሰነዘረው ማስረጃ ግድግዳ ላይ እንደ የግንባታ ማገጃ ሆኖ አገልግሏል።

ነገር ግን እውነተኛው የጊዜ ውድድር ገና ተጀመረ። የዚኒት ግንብ መፍረስ የቶርን ሥራዎችን ከማሽመድመድም ባለፈ በትኩረት በገነባው ዓለም አቀፍ አውታረመረብ ላይ ትልቅ ለውጥ አምጥቷል። እሱ የገነባው፣ በምስጢር እንዲሰራ የተነደፈው ስርዓት አሁን ተጋልጧል፣ ተጋላጭነቱም ሁሉም እንዲያይ ሆኗል። ማራ የቶርን እስራት ረጅም እና አድካሚ ሂደት መጀመሪያ እንደሆነ ያውቅ ነበር; ብዙዎቹ ተባባሪዎቹ አሁንም እንደነበሩ፣ ግንኙነታቸው ሰፊ እና ሥር የሰደደ ነው።

ምርመራው ከዘኒት ግንብ ወሰን አልፏል። ማራ እና ቡድኖቿ የተደበቁ ሂሳቦችን እና የሼል ኮርፖሬሽኖችን ዱካ በማጋለጥ ወደ ውስብስብ የገንዘብ ልውውጥ ድር ውስጥ ገብተው እያንዳንዱ ሽፋን የቶርን ተደራሽነት እና ተጽዕኖ ያሳየ ነበር። ቶርን ሀብቱን እና ተጽኖውን እንዴት አድርጎ

መንግስታትን፣ ኮርፖሬሽኖችን እና የበጎ አድራጎት ድርጅቶችን ሳይቀር ሰርጎ ለመግባት እንደተጠቀመበት በማወቁ ሰፊ የአለም አቀፍ የትብብር መረብ ፈጠሩ። እያንዳንዱ ያልተሸፈነ ግንኙነት ይበልጥ ጉልህ የሆነ ውስብስብነት ደረጃን አመልክቷል፣ እያንዳንዱ ግኝት የባለብዙ ገጽታውን ሴራ አዲስ ሽፋን አግኝቷል።

የተከተለው ምርመራ ዓለም አቀፋዊ ጥረት ነበር, በአህጉራት ካሉ የህግ አስከባሪ ኤጀንሲዎች ጋር ትብብርን ይጠይቃል. ማራ እራሷን በሃገሮች መካከል ስትዞጋ፣ በአለም አቀፍ ግንኙነት ያላትን እውቀት እና የወንጀል ስነ ልቦና ውስብስብ የሆነውን የፖለቲካ ምህዳር ለመዳሰስ እና የቶርን ዘርፈ ብዙ ስልቶችን በመፍታት እጅግ ጠቃሚ ነው። የቶርን ሞዱስ ኦፔራንዲን ፣ የተባባሪዎቹን አውታረመረብ እና የረቀቀ የፋይናንሺያል ማሽነሪዎችን እንዲረዱ በመርዳት ከአለም አቀፍ ቡድኖች ጋር ሳትታክት ትሰራለች።

የዶክተር ሻርማአስ የፎረንሲክ እውቀትም በተመሳሳይ ወሳኝ መሆኑን አረጋግጧል። እሷ በቶር የተወውን ዲጂታል አሻራዎች፣ የተመሰጠሩ መልእክቶችን በመፍታታት እና ዕቅዶቹን እና ምኞቶቹን የሚገልጡ የተደበቁ መረጃዎችን አግኝታለች። የዲጂታል መረጃ መጠን እጅግ በጣም ብዙ ነበር፣ ሰፊው ዲጂታል ላብራቶሪ ጥልቅ ስራ እና የባለሙያዎችን ትርጓሜ የሚያስፈልገው።

ምርመራው ተስፋፍቷል የዓለም ጤና ድርጅት እና የተለያዩ በሽታዎችን የመከላከል እና የመቆጣጠር ኃላፊነት ያለባቸውን ዓለም አቀፍ አካላት ያሳትፋል። ወረርሽኙን በምህንድስና ዓለም አቀፍ ኢኮኖሚን ለማተራመስ የቶርን እቅድ ሙሉ በሙሉ ግልጽ እየሆነ መጣ። የቫይረሱ ትንተና ቶር በጣም ተላላፊ ግን ከመጠን በላይ ገዳይ የሆነ ውጥረትን በመፈለግ የጄኔቲክ ሜካፕን እንዴት እንደተጠቀመ አሳይቷል፣ ይህም ከፍተኛውን ትርምስ በትንሹ በትንሹ ሞት በማረጋገጥ በአለም አቀፍ የጤና ቀውስ ስም አዲሱን የዓለም ስርዓት ለመመስረት አስችሎታል። ስልቱ ያለርህራሄ ቀልጣፋ ነበር፣የቶርን ዘዴዊ እና የማስላት ተፈጥሮ ማረጋገጫ።

ምርመራው እየገፋ ሲሄድ የማራ ቡድን ተባባሪዎችን መረብ ፈልጎ ማግኘት ጀመረ፣ አንዳንዶቹም በፈቃደኝነት ከቶርን ጋር በመተባበር፣ ሌሎች ደግሞ አላማውን ለማገልገል ተንቀሳቅሰዋል ወይም ተገደዱ። እነዚህ ግለሰቦች ከመንግስት ከፍተኛ ባለስልጣናት እስከ ሳይንቲስቶች እና የንግድ መሪዎች ድረስ በቁጥጥር ስር የዋሉት በሴራው ውስጥ የነበራቸው ሚና በጥንቃቄ ተመዝግቦ ተመርምሯል። የቶርን አውታር መጠነ ሰፊ የፍላጎቱን መሠሪ ተፈጥሮ አጉልቶ አሳይቷል።

ተከትለው የቀረቡት የህግ ሂደቶች ረጅም እና ውስብስብ፣ ብዙ ስልጣኖችን እና በርካታ የህግ ቡድኖችን ያካተተ ነበር። እጅግ በጣም ብዙ የማስረጃዎች ብዛት የገንዘብ መዝገቦች፣ ዲጂታል መረጃዎች እና የምስክሮች ምስክርነቶች አስደናቂ ነበሩ። ማራ ከዶክተር ሻርማ እና የህግ ባለሙያዎች ቡድን ጋር በመሆን ደከመኝ ሰለቸኝ ሳይሉ ሠርተዋል፣ ጉዳዩን በትኩረት በማዘጋጀት፣ እያንዳንዱ ዝርዝር ጉዳይ መያዙን እና እውነታው ግን አስደንጋጭ ቢሆንም ይገለጣል።

የቶርን ሙከራ የሚዲያ ትዕይንት ነበር፣ ዓለም አቀፍ ክስተት በዓለም ዙሪያ ተመልካቾችን የሳበ ነበር። ባህሪው ከመጀመሪያው እምቢተኝነት ወደ ብስጭት ስራ መልቀቂያ ተለወጠ። የወንጀሉ ክብደት፣ የድርጊቱ የሰው ልጅ ዋጋ ትልቅነት በመጨረሻ ትዕቢቱን ያደቀቀው ይመስላል። በጥንቃቄ የተሰራው የሃይል የፊት ገፅ ፈራርሶ፣ የተሰበረ ሰውን ገልጦ፣ በራሱ ምኞት ተበላሽቶ የተወሰነ የቁጥጥር መስል ላይ ለመጣበቅ እየሞከረ።

በእሱ ላይ ብዙ ማስረጃዎች ቢኖሩም፣ ቶር ድርጊቱ አስፈላጊ እንደሆነ በመናገሩ፣ በአዲሱ የዓለም ሥርዓት ታላቅ ራእይ የተረጋገጠ ነው። ነገር ግን ክርክሮቹ ጠፍተዋል፣ ቃላቶቹ ባዶ ናቸው፣ ምክንያቶቹ የእራሱን ስልጣን እና ቁጥጥር ጨካኝ ማሳደድ መደበቅ ተስኗቸዋል።

የፍርድ ቤቱ ውሳኔ በፍጥነት እና በቆራጥነት ወረደ። ቶር በሁሉም ክሶች ጥፋተኛ ሆኖ ተገኝቷል፣ የቅጣት ውሳኔው የወንጀሉን መጠን የሚያንፀባርቅ ሲሆን ይህም ምኞት አለምን ውድ ዋጋ ለከፈለው ሰው ፍጻሜ ነው። ነገር ግን ድል ቢደረግም, ረጅም የማገገም መንገድ ተጀመረ. በቶርን ድርጊት የተጎዱት ቁስሎች ጥልቅ ነበሩ፣ በአለም አቀፉ ማህበረሰብ ላይ ያለው ጠባሳ ለረጅም ጊዜ የሚቆይ።

የቶርን መያዛ ማግስት የማያቋርጥ ንቃት ጠይቋል። የድርጅቱ ቅሪት፣ የሰፊው የኔትዎርክ ፍርፋሪ፣ ዛቻውን ቀጠለ፣ በጥላ ውስጥ ተደብቆ፣ እያሴረ፣ እያሴረ። ማራ ስራዋ እንዳልተጠናቀቀ ተረድታለች። ትግሉ በድል ተወጥቷል፣ ነገር ግን ለግል ጥቅማቸው መጠቀሚያ እና መጠቀሚያ በሚያደርጉት ላይ የሚደረገው ጦርነት ይቀጥላል፣ ቀጣይነት ያለው የፍትህ ትግል የማያወላውል ቁርጠኝነት እና ያለመታከት ጥረት ይጠይቃል። የፍላጎት ዋጋ በጣም የተከፈለ ነበር፣ ነገር ግን የመርካት ዋጋ እጅግ የላቀ ነው። ዓለም የተፈራ ቢሆንም ያልተሰበረ፣ እንደገና የሚገነባበት፣ ዓለም አቀፍ ትብብርን፣ መተማመንን እና ለፍትህ የማያወላውል ቁርጠኝነትን የሚጠይቅ ሂደት መፈለግ ይኖርበታል። የማኅበረ ቅዱሳን ጥላ እየቀነሰ ቢሆንም፣ ቁጥጥር ያልተደረገበት ኃይል ያለውን አደጋ እና

አስተማማኝ፣ ፍትሐዊ ዓለም ለማግኘት የሚደረገውን ማለቂያ የሌለው ትግል የሚያስታውስ ነበር።

የቶርን መታሰር፣ ትልቅ ድል ቢሆንም፣ የፓንዶራ ሣጥን የሥነ ምግባር ችግርን ከፈተ። የእሱ አውታረመረብ በጣም ሰፊ እና ሥር የሰደደ, ጅማቶቹን ወደ ከፍተኛው የስልጣን እርከኖች በማስፋፋት ማራ እና ቡድኗ የሞራል ቤተ-ሙከራ እንዲገጥማቸው አድርጓል። የሴራው መጠነ-ሰፊነት የተጠለፉ ግለሰቦችን የማይመቹ እውነታ እንዲጋፈጡ አስገድዷቸዋል, አንዳንዶቹ በንቃት ተባባሪዎች, ሌሎች ደግሞ ባለማወቅ በቶርን ድር ውስጥ ተጠምደዋል.

በፈረንሳይ መንግሥት ከፍተኛ ባለሥልጣን በነበሩት በሚኒስትር ዱቦይስ ጉዳይ ላይ አንድ ችግር ተፈጠረ። ተሳትፏቸው ጉቦን በመቀበል ብቻ የተገደበ መሆኑን መረጃዎች ይጠቁማሉ፣ የቶርን እንቅስቃሴ ለታላቅ ስጦታዎች እና ለዘመቻ የገንዘብ ድጋፍ ለማድረግ ዓይናቸውን ጨፍነዋል። ሆኖም የዱቦይስ አውታረመረብ በፈረንሳይ የስለላ ማህበረሰብ ውስጥ ወደ ተለያዩ ቁልፍ ቦታዎች በመስፋፋቱ መታሰሩን ለተንሰራፋ አለመረጋጋት መንስኤ አድርጎታል። ማራ ሁሉንም ተሳታፊዎች ለፍርድ የማቅረብን አስፈላጊነት በከፍተኛ ደረጃ ስር የሰደደ ሙስናን ከማጋለጥ፣ የብሄራዊ ደህንነት ውድቀትን እና ከፍተኛ የሃይል ክፍተትን አደጋ ላይ ሊጥሉ ከሚችሉ ችግሮች አንጻር መዘነች። ውሳኔው ፣ በሚያስደንቅ ሁኔታ ቀርፋፋ ፣ በቢላ ጠርዝ ላይ ያረፈ ነው ፣ የችግሮች ክብደት

በትከሻዋ ላይ ከባድ ነው። መላውን ህዝብ የማተራመስ አደጋ ላይ ወድቆ እንኳን ፍትህ የዱበይስን ክስ ጠየቀ? ወይንስ ወሳኝ መረጃን በመጠበቅ ላይ ያተኮረ እና የቶሮንን የቀረውን መረብ በማፍረስ ላይ ያተኮረ ስልታዊ ስምምነት ነበር፣ የበለጠ ስነምግባር ያለው መንገድ?

ሌላው እሾህ ጉዳይ ለቶርን ወረርሽኝ እቅድ ሳያውቅ አስተዋጾ ያበረከተውን ድንቅ የቫይሮሎጂስት ዶክተር አልብራይትን ይመለከታል። ተጨበረበረ እና ተሳስቷል፣የአልብራይት ተሳትፎ ሳያውቅ ነበር፣ልብ የሚሰብር የምሁራዊ ናኢቬት ጉዳይ በማስተር ማኒፑሌተር ተጠቅሟል። ድርጊቷ በተዘዋዋሪ ለአለም አቀፍ ቀውስ አስተዋፅዖ ቢያደርግም ተንኮል አዘል አላማዋ ማነስ ከባድ የሞራል ፈተና አስከትሎባታል። አቃቤ ህግ ከልክ ያለፈ ጨካኝ ቢመስልም አስተዋጾዋን ችላ ማለት ፍትህን እንደ መክዳት ተሰምቶታል። ቡድኑ ሙሉ ትብብርን ለማግኘት ምህረትን መስጠት አለመቻሉን በተመለከተ ረጅም ምሽቶች ተከራክረዋል፣ ይህ ስምምነት የቶርን ኔትወርክን ሙሉ መጠን የሚያጋልጥ እና በህግ ስር ያለውን የእኩልነት ፍትህ መርህን ሊጎዳ ይችላል። የሕግ ቡድኑ ቅድመ ሁኔታ አስፈላጊነትን አፅንዖት ሰጥቷል; ማንኛውም ተሳታፊ ምንም አይነት ተነሳሽነት ሳይለይ፣ መዘዝ ሊያጋጥመው ይገባል። ሆኖም የማራ በደመ ነፍስ፣ በአመታት መገለጫነት፣ አልብራይት የቶሮንን የረዥም ጊዜ ግቦች ለመረዳት ቁልፏን እንደያዘ ነገራት። የሕግ

ደንቦችን በጥብቅ ከመከተል ይልቅ ለበለጠ ጥቅም ቅድሚያ የሚሰጠውን መንገድ ሊያጸድቁ ይችላሉ?

በምርመራው ወቅትም "ፕሮጀክት ናይቲንጌል" የተባለውን ወረርሽኙን መድሀኒት ለማዘጋጀት የተነደፈውን ስውር ፕሮግራም መኖሩን ለማወቅ ተችሏል። ለዚህ ፕሮግራም የሚደረገው የገንዘብ ድጋፍ ከሌሎች አስፈላጊ የጤና ውጥኖች በመውጣቱ በተለያዩ የአለም ክፍሎች የግብዓት እጦትን አስከትሏል፣ተመጣጣኝ ባልሆነ መልኩ ተጋላጭ ህዝቦች ላይ ተፅዕኖ አሳድሯል። ከቶርን የወንጀል ኢንተርፕራይዝ ጋር በቀጥታ የተገናኘ ባይሆንም ፕሮጀክቱ መፍትሄን ለማፈላለግ የተደረጉትን የስነምግባር ድርድር አጉልቶ አሳይቷል፣ይህም አንድን አለምአቀፍ ቀውስ ከሌሎች ይልቅ የማስቀደም ተፈጥሯዊ ስጋቶችን የሚያስታውስ ነው። ማራ ያጋጠማት ጥያቄ ቶሮንን ለፍርድ ስለማቅረብ ብቻ ሳይሆን እንደዚህ አይነት ውሳኔዎችን የሚፈቅደውን የስነምግባር ማዕቀፍ መመርመር ነበር። ጫፎቹ በመንገዱ ጸድቀዋል? የተወሰኑ ህዝቦች'ን ለሌሎች ጥቅም መስዋዕት ማድረግ ተቀባይነት ነበረው? በቀላሉ የተበላሸ ስርዓት መሰረታዊ ጉድለቶቹን እንኳን ማስተካከል ይችል ይሆን?

ምርመራው የቶርን ከኃያላን የሚዲያ አውታሮች ጋር ያለውን ግንኙነት ሲያሳይ ግፊቱ ጨመረ። የእሱ ተጽእኖ

ወደ በርካታ ታዋቂ የዜና ድርጅቶች ተዳረሰ, የህዝብ ትረካዎችን በመቅረጽ እና ያልተፈለጉ መረጃዎችን በማፈን. በተለይ ሰፊ የተሳሳቱ መረጃዎችን እና ፕሮፓጋንዳዎችን የማጋለጥ እድሉ በጣም አስፈሪ ነበር። ይህንን ማጋለጥ በሚዲያ ተቋማት ውስጥ መጠነ ሰፊ አመኔታን ማስከተሉ የማይቀር ሲሆን ይህም አደጋ እራሱን ዲሞክራሲን ሊያናጋ ይችላል። ሆኖም ዝምታ ህዝቡ ለወደፊት ለሚደረጉ ማጭበርበሮች ተጋላጭ ያደርገዋል። ቀውሱ ከባድ ነበር፡ የተራቀቀውን የተሳሳተ መረጃ ማጋለጥ፣ የህዝብን እምነት ወሳኝ በሆኑ ተቋሞች ላይ ሊያናውጥ እንደሚችል አውቆ ወይም እውነት በከፊል ተደብቆ እንዲኖር በማድረግ የህብረተሰቡን መረጋጋት ማስቀደም ነው።

የሥነ ምግባር ተግዳሮቶች በከፍተኛ ደረጃ ዒላማዎች ላይ ብቻ የተገደቡ አልነበሩም። ማራ ወረርሽኙ በቀጥታ በተጎዱት ፣ የሚወዷቸውን በሞት ያጡ ወይም ሊቀለበስ የማይችል የጤና መዘዝ ያጋጠሟቸውን ሰዎች ሁኔታ እየታገለች ነው። የእነርሱ ስቃይ የቶርን ምኞት የሰው ልጅ ኪሳራ የማያቋርጥ አስታዋሽ ነበር፣ ይህ ተጨባጭ ክብደት የሞራል ጫናን ያባብሰዋል። የፍትህ ስርአቱ ለጥፋታቸው እውነተኛ መፍትሄ የመስጠት አቅሙ በሚያሳምም መልኩ በቂ ያልሆነ ይመስላል፣ ከቶርን ኔትወርክ ሰፊነት እና ከሴራው ውስብስብነት ጋር ፍጹም ተቃራኒ ነው። ማራ ምርመራው የሚፈለገውን የፍትህ ጥቂቱን ብቻ እንደሚያቀርብ ያውቅ ነበር።

የቶርን ኦፐሬሽን አሃዛዊ አሻራ ቀዝቃዛ የስነ-ልቦና ማጭበርበር ሁኔታ አሳይቷል። የእሱ ኦፕሬተሮች የተራቀቁ ቴክኒኮችን ተጠቅመው ተጋላጭነትን ለመበዝበዝ፣ ግለሰቦችን ለማስገደድ እና በፍርሃት እና በማታለል ታማኝነትን ለማፍለቅ ነበር። ይህ በፍርሀት ወይም በማስገደድ በኔትወርኩ ውስጥ ለተሳተፉት ሰዎች እውነተኛ መቤዠት ሊኖር ይችላል የሚል ጥያቄ አስነስቷል። በተጠቂው እና በወንጀል አድራጊው መካከል ያለው መስመር ደብዝዟል፣ የስርአቱ ነጸብራቅ እንደዚህ ያሉ ማጭበርበሮች ስር እንዲሰዱ ያስቻላቸው።

ማራ ወደ ጉዳዩ በጥልቀት ስትመረምር፣ የተጠቀመችባቸውን መሳሪያዎች የስነምግባር ውስንነት፣ የቶርን ውስብስብ ድርን ለማግኘት ያመቻቸውን ቴክኖሎጂ ጠየቀች። የእሱን ወንጀሎች ለማሳየት ጥቅም ላይ የዋሉት ተመሳሳይ ቴክኖሎጂዎች ለበለጠ ተንኮለኛ ዓላማዎችም ሊጠቀሙበት ይችላሉ። ይህ ያልተረጋጋ ዕውቅና የላቁ ቴክኖሎጂዎች ባለ ሁለት አፍ ተፈጥሮ ላይ ጥልቅ ነጸብራቅ አስነስቷል፣ ይህም ለበጎም ለክፉም ያላቸውን አቅም እውቅና ሰጥቷል። ፍትህን የማሳደድ ስራዋ ንቃት እና ቁጥጥር ከሁሉም በላይ እንደሆነ፣ በሂደት እና አላግባብ መጠቀም መካከል ያለ ቀጣይነት ያለው ሚዛናዊ እርምጃ መሆኑን ለማስታወስ አገልግሏል። የምርመራው ጉዞ በመጨረሻ የህግ አስከባሪ አካላትን

ወሰን አልፎ የራሷን እምነት በመገዳደር እና ወደ ጥልቅ የስነምግባር ሀላፊነቶች እና የእድገት ግስጋሴ ሞራላዊ እንድምታዎች እንድትገፋ አድርጓታል። የፍላጎት ዋጋ ከራሳቸው ወንጀለኞች በላይ የተዘረጋ ይመስላል።

አድሬናሊን የፍርሃት እና የቁርጠኝነት ሃይለኛ ኮክቴል በማራ በኩል ተንቀጠቀጠ። ማሳደዱ ተጀምሯል፣ የተንሰራፋው የ ካምፓስ ውስጥ እልህ አስጨራሽ የመከታተል እና የማሸሽ ነበር። ቶርን፣ ወይም ይልቁንስ፣ የቶርን መንፈስ ⍰ በጥንቃቄ የሰራው ሰው ዲጂታል ማሚቶ አሁንም እዚያ ነበር፣ በላቢሪንታይን ኮሪደሮች እና በተንሰራፋው ውስብስብ ድብቅ ምንባቦች ውስጥ የሚሽከረከር ፈንጠዝያ። የእሱ ዲጂታል ዱካ፣ የተመሰጠሩ መልእክቶች እና የተሰረዙ ፋይሎች የዳበ ፍርፋሪ ዱካ፣ ወደ ግራ የሚያጋባ ማሳደድ መራት፣ የድመት እና የመዳፊት ከፍተኛ ጨዋታ በዲጂታል ግዛት ውስጥ ተጫውቷል።

የመጀመርያው ማሳደድ የጀመረው በዋናው የምርምር ህንጻ ውስጥ ባለው ንፁህ ፣ ደማቅ ብርሃን ባለው ኮሪደር ውስጥ ነው። የደህንነት ካሜራዎች፣ አብዛኛውን ጊዜ አጽናኝ መገኘት፣ አሁን ተመልካቾችን እንደ መሳለቂያ ተሰምቷቸው ነበር፣ ዝም ብለው እያንዳንዷን እንቅስቃሴ ይከተሏታል። እያንዳንዱ ጥግ ዘረ፣ እያንዳንዱ በር ተከፍቷል፣ በማሽኑ ውስጥ ግጭት የመፍጠር እድልን ያመጣል፣ በተሰረቀ ማንነት ወይም በተበላሸ መለያ ውስጥ የሚገለጥ። በስልት ግቢው ውስጥ የተበተነው የማራ ቡድን ኢንክሪፕትድ በተደረጉ ቻናሎች መረጃ

አስተላልፏል፣ድምፃቸው በጆሮዋ ላይ የማያቋርጥ ጩኸት ፣ አጣዳፊ እና ጥንቃቄ የተሞላበት ህብረ ዝማሬ።

አሃዛዊው መንፈስ ወደ ተተወው የሕንፃው ክንፍ ፣ አቧራማ ላቦራቶሪዎች እና የተረሱ መሣሪያዎች ላብራቶሪ ፣ አየሯ የፎርማለዳይድ ጠረን እና የተረሱ ሙከራዎችን አደረሳት። ይህ ቦታ የተለየ ስሜት የተሰማው፣ በቸልተኝነት እና በሚስጥርነት ስሜት ተሞልቶ፣ ለዲጂታል ፋንተም ፍጹም መደበቂያ ነው። እዚህ፣ የዲጂታል ዱካው ደብዝዟል፣ ወደ ተለያዩ መንገዶች ተከፍሏል፣ እያንዳንዱም የመጨረሻ መጨረሻ ሊሆን ይችላል ወይም አነቃቂ ፍንጭ። ማራ የለመደው የደረት መጨናነቅ፣የኃላፊነት ክብደት ወደ ታች ሲወርድ፣የከፍተኛ ችግር ግንዛቤ፣በሚዛን ላይ የተንጠለጠለ ህይወት፣የማይቆጠሩ ንፁሀን የወደፊት እጣ ፈንታ ተሰማት።

ማሳደዱ ከዲጂታል ግዛት ወደ አካላዊው ተንቀሳቅሷል፣ እንከን የለሽ ሽግግር የቶርን አሰራር መሰረ ባህሪን አጉልቶ ያሳያል። የዲጂታል ዱካው ወደ አንድ የተወሰነ የአገልጋይ ክፍል መራት፣ መግቢያው ከሐሰት ግድግዳ በስተጀርባ ተደብቋል፣ የአየር ማቀዝቀዣው ዝቅተኛ እና ቋሚ ሰው አልባ ሰው አልባ አውሮፕላኑን አጎንብሷል። ውስጥ፣ የአገልጋዮች ረድፎች ብልጭ ድርግም አሉ፣ ብርሃናቸው በደበዘዘው ቦታ ላይ ሃይፕኖቲክ ሪትም። አሃዛዊው

መንፈስ፣ ማራ ተገነዘበች፣ አካላዊ መልህቅን፣ በ ልብ ውስጥ ያለ መቅደስ አገኘች።

ከግቢው ወጥቶ ወደ ተጨናነቀው የከተማው ጎዳናዎች እየተዘዋወረ ፍለጋው ቀጠለ። የዲጂታል ዱካው ወደ ተከታታይ የዘፈቀደ የሚመስሉ ቦታዎች አመልክቷል፣ ለማይደናበር የተደረገ የተሰላ ሙከራ። ማራ ተከትላ፣ ስሜቷ እየመራት፣ ከተማይቱ ወደ ብዥ ያለ ብርሃን ወደ ሚያብረቀርቅ መብራቶች ተለወጠች። እያንዳንዱ ቦታ ሚስጥራዊ ፍንጭ ይሰጣል፣ የእንቆቅልሹ ቁርጥራጭ - የተጣለ ላፕቶፕ በደብዛዛ ብርሃን በሌለው መንገድ ላይ፣ በመታጠቢያ ቤት ግድግዳ ላይ ሚስጥራዊ መልእክት፣ ቶርን የሚመስል ምስል በጥላው ውስጥ ጠፋ።

ማሰደዱ በከተማዋ የታችኛው ክፍል በኩል ወደ ላብራይንታይን የጀርባ መስመሮች እና የተደበቁ መንገዶች ወሰዳት። በከፍተኛ የወንጀል መጠን፣ አየሩ በጥርጣሬ እና በቋሚ የከተማ አለመረጋጋት በሚታወቅ ወረዳ ውስጥ እራሷን አገኘች። እዚህ ፣ የዲጂታል መንፈስ ሙሉ በሙሉ የጠፋ ይመስላል ፣ ዱካው እየቀዘቀዘ ይሄዳል። የማራ ቡድን ተበታትኗል፣ የትኛውንም የአስቂኝ ምልክት ፍለጋ፣ ድምፃቸው በሬዲዮ ጩኸ፣ የተበጣጠሱ መረጃዎችን፣ የሞቱ ጫፎችን እና የውሸት መሪዎችን አስተላልፈዋል። የማራ ልብ በደረቷ ተመታ; ምርኮዋን የማጣት ስሜት በአዲስ ቆራጥነት አበረታት።

ሆኖም፣ የዲጂታል መንፈስ ከምትገምተው በላይ ጠንካራ ነበር። እንደገና ታየ፣ በዚህ ጊዜ ምንም ጉዳት የሌለው በሚመስል ቦታ - የሕዝብ ቤተ መጻሕፍት። የዲጂታል ዱካው ወደ አንድ የተወሰነ የኮምፒዩተር ተርሚናል መራቻት፣ ምንም ጉዳት የሌላቸው በሚመስሉ የልጆች ታሪክ ውስጥ ተደብቀው የተቀመጡ ተከታታይ መልዕክቶችን አገኘች። መልእክቶቹ የቶርን የተደበቀ መዝገብ ቤት የሚገኙበትን ቦታ ዘርዝረዋል፡- ከከተማው ስር የተቀበረ ግምጃ ቤት፣ የቀዶ ጥገናውን ሚስጥሮች የያዘ ዲጂታል ምሽግ።

ማራ ቶርን ጨዋታ ብቻ እንዳልሆነ ተገነዘበች። ጊዜ ለመግዛት እየሞከረ ነበር፣ ትሩፋቱን ለማስጠበቅ፣ የተዛባ እይታው በሆነ መንገድ በሞትም ቢሆን ማስተጋባቱን ይቀጥላል። ስለዚህ ማሳደዱ ወንጀለኛን ለመያዝ ብቻ ሳይሆን ወደፊት ሊደርስ የሚችለውን ጥፋት ለመከላከል ነው።

ማሳደዱ ተባብሷል፣ በጊዜ ላይ የከረረ ውድድር። ማራ፣ በጥቂት የታመኑ የቡድንዋ አባላት ታጅባ ወደ ተተወው የምድር ውስጥ ባቡር ጣቢያ ያደረጋቸውን ዱካ ተከትሎ የከተማዋን የተመሰቃቀለባቸውን ጎዳናዎች ቃኘች። አየሩ በእርጥብ ኮንክሪት እና በመበስበስ ጠረን ተንጠልጥሏል።

ድባቡ አስፈሪ ነበር፣በሚያስተጋባው የውሃ ጠብታ ፀጥታ ጨመረ። አሃዛዊው መንፈስ ከሚፈርስ ግድግዳ ጀርባ ተደብቆ ወደተደበቀ መግቢያ መርቷታል።

ውስጥ፣ የከርሰ ምድር አለም በፊታቸው ተገለጠ። የዋሻዎች ግርዶሽ እና የተተዉ ዱካዎች ወደ ጨለማው ተዘርግተው፣ አየሩ ወፍራም አቧራ እና የመበስበስ ሽታ አለው። የዲጂታል ዱካው ቀጠለ፣ ወደ ላብራቶሪ በጥልቀት እየመራቸው፣ እያንዳንዱ እርምጃ በፍርሃት እና በጉጉት ተሞላ። የሁኔታው ክብደት፣ የሽንፈት ሊያስከትሉ የሚችሉ ውጤቶች፣ በትከሻቸው ላይ ሰፍኗል።

ውጥረቱ ይታይ ነበር። እያንዳንዱ የእርጅና መሠረተ ልማት ጩኸት እና ጩኸት እነርሱን የሚከተል ፈለግ ሆኖ ተሰማው። ጨለማው ተጭኖ፣ መገለላቸውን እና ተጋላጭነታቸውን የሚያጎላ አካላዊ መገኘት። ማራ ግን ገፋችበት፣ ቁርጠኝነቷ የማይናወጥ፣ ከህግ ወሰን በላይ በሆነ የጥድፊያ ስሜት ተገፋፋች። ይህ ማሳደድ ብቻ አልነበረም; ለወደፊቱ ትግል ነበር.

በመጨረሻም፣ ዘላለማዊ ከሚመስለው በኋላ፣ መድረሻቸው ላይ ደረሱ። የተጠናከረ እና ከፍተኛ ጥበቃ የተደረገለት ግዙፍ የብረት በር መንገዳቸውን ዘጋባቸው። የዲጂታል መንፈስ የመጨረሻው መድረሻው ላይ ደርሷል

- አካላዊ ግምጃ ቤት። ወደ ካዝናው ውስጥ የመግባት ሂደቱ ቀርፋፋ እና ውጥረት ያለበት ነበር፣ ይህም ልዩ መሳሪያዎችን እና እውቀትን ይፈልጋል። ቡድኑ ጊዜ እያሽቆለቆለ መሆኑን ጠንቅቆ በመገንዘብ በትክክለኛ እና በብቃት ሰርቷል። እያንዳንዱ ደቂቃ እንደ ዘላለማዊነት ይሰማኝ ነበር።

የቮልት በር በመጨረሻ ሰጠ። ውስጣቸው ሰላምታ የሰጣቸው እይታ አስደንጋጭም አስፈሪም ነበር። አገልጋዮች እያጉረመረሙ፣ ሃርድ ድራይቮች ብልጭ ድርግም የሚሉ፣ ሚስጥሮች እና ዕቅዶች ዲጂታል ቤተ-መጽሐፍት፣ የቶርን ምኞቶች ትክክለኛ ስፋት ተገለጠ። ካዝናው ስለ ወረርሽኙ መረጃ ብቻ ሳይሆን ስለ ቶርን ሌሎች እኩይ ተግባራት መረጃን የያዘ ሲሆን ይህም መድረሻው ከመጀመሪያው የምርመራ ወሰን በላይ ነው። ለፍላጎቱ አሪፍ ማረጋገጫ ነበር፣ ወደ መጠቀሚያ እና ቁጥጥር አለም አስፈሪ እይታ።

ማስረጃዎቹን ማረጋገጥ ሲጀምሩ፣ እፎይታ ስሜቱ በከፍተኛ የመረበሽ ስሜት ተበሳጨ። የዲጂታል መንፈስ በመጨረሻ አርፏል፣ ነገር ግን የተግባሮቹ ማሚቶ ለሚቀጥሉት አመታት ያስተጋባል። ውጊያው በጣም ሩቅ ነበር; እውነትን የመፍታት ረጅም ሂደት፣ የተሳተፉትን ለፍርድ የማቅረቡ ሂደት እና ምናልባትም ከሁሉም በላይ ደግሞ ከዚህ አደጋ የመማር ሂደት ገና ተጀምሯል። የቶርን

ምኞት ዋጋ ከፍ ያለ ነበር፣ እና ወጪው ለብዙ አመታት በብዙዎች ይከፈላል። ማሳደዱ አልቋል፣ ግን ጦርነቱ ገና ተጀመረ። ማራ ቶር የጣለው ጥላ ከህይወቱ ረጅም ጊዜ እንደሚያልፍ ያውቅ ነበር፣ ይህም ያልተጣራ ምኞት የሚያስከትለውን አስከፊ መዘዝ የሚያስታውስ ነው።

ምዕራፍ 5፡ መጋለጥ

የቮልቱ በር ከፍቶ አቃሰተ፣ የጸዳ እና ብርሃን ያልነበረው ክፍል ገለጠ። በረድፍ ሰርቨሮች ላይ ያሉት ረድፎች ዝቅተኛ፣ ሃይፐኖቲክ የሆነ ሰው አልባ ድሮን አሽቆለቆለ፣ ብልጭ ድርግም የሚሉ መብራቶቻቸው በዙሪያው ባሉ መሳሪያዎች ላይ አስፈሪ ብርሃን ፈጥረዋል። ይህ የአገልጋይ ክፍል ብቻ አልነበረም; እሱ ዲጂታል ምሽግ ነበር፣ በጥንቃቄ የተሰራ የቶርን በጣም ጥቁር ሚስጥሮች መዝገብ ቤት። አየሩ በኦዞን እና በማቀዝቀዣ ስርዓቶች ጠረን ከብዶ ተንጠልጥሏል፣ የማራ አፍንጫ ቀዳዳዎችን የሚወጋ ብረት።

ቡድኖቿ በተለማመዱ ቅልጥፍና ተንቀሳቅሰዋል፣ እንቅስቃሴዎቻቸው በጥንቃቄ የተቀናጀ የጥንቃቄ እና የዓላማ ዳንስ። እያንዳንዱ አባል የተለየ ሚና ነበረው፣ ማስረጃውን ለመጠበቅ ውስብስብ በሆነው ሂደት ውስጥ የተሰየመ ተግባር። ቴክኒሻኖች፣ ፊታቸው በላፕቶፕ ስክሪናቸው ያበራ፣ ሃርድ ድራይቭን የመቅረጽ፣ እያንዳንዱን ፋይል፣ እያንዳንዱን የተሰረዘ መልእክት፣

እያንዳንዱን የቶርን ዲጂታል አሻራ በጥንቃቄ የመገልበጥ ስስ ሂደት ጀመሩ። የፎረንሲክ ስፔሻሊስቶች ትዕይንቱን በጥንቃቄ ዘግበዋል, እያንዳንዱን አንግል, እያንዳንዱን ዝርዝር ሁኔታ ፎቶግራፍ በማንሳት, ለቀጣዩ የህግ ሂደቶች የማይካድ መዝገብ ፈጥረዋል.

የመረጃው ብዛት አስገራሚ ነበር። በተመሰጠሩ ፋይሎች የተሞሉ አገልጋዮች፣ በመረጃ ሞልተው የሚፈሱ የውሂብ ጎታዎች፣ የተደበቁ ክፍልፋዮች በድብቅ እንቅስቃሴዎች ላይ ንብርብሮችን ያሳያሉ። እሱ ዲጂታል ላብራቶሪ ነበር፣ የቶርን ጥንቃቄ የተሞላበት እቅድ እና ድርጊቶቹን ለመደበቅ በሚያስችል መልኩ ውጤታማ ችሎታው ማረጋገጫ ነው። ማራ ከፍተኛ የሆነ እርካታ ተሰማት። ይህ ነበር; ሴራውን ለማጋለጥ የሚያስፈልጋቸው የማይካድ ማስረጃ.

የመጀመሪያው ትኩረት በፋይናንሺያል መዝገቦች ላይ ነበር. የቶርን ውስብስብ የሼል ኮርፖሬሽኖች ድር፣ የባህር ዳርቻ ሂሳቦች እና ውስብስብ የገንዘብ ልውውጦች በምርመራው የመጀመሪያ ደረጃዎች ላይ ትልቅ እንቅፋት ነበሩ። ነገር ግን እዚህ፣ በዲጂታል ቮልት ቅዝቃዜው እና አስቸጋሪው እውነታ ውስጥ፣ እውነቱ ክፍት ሆነ። በጥንቃቄ የተመዘገቡት ግብይቶች ቶርንን በመንግስት እና በፋርማሲዩቲካል ኢንደስትሪ ውስጥ ካሉ ሃይለኛ ሰዎች ጋር በማገናኘት የገንዘብ ማጭበርበር፣ ጉቦ እና

ምዝበራ ፍንጮ አሳይተዋል። የሙስናው መጠኑ እጅግ አስደናቂ ነበር፣ ለዓላማው እና ለመድረሱ አስገራሚ ምስክር ነው።

ከዚያም ዲጂታል ግንኙነቶች መጣ. የተመሰጠሩ መልእክቶች፣ የተሰረዙ ኢሜይሎች እና ኮድ የተደረገባቸው ንግግሮች ውስብስብ የሆነ የተባባሪ አውታረ መረብ፣ ይህ ሴራ ከምርመራቸው የመጀመሪያ ወሰን በላይ ደርሷል። መልእክቶቹ በሴረኞች አእምሮ ውስጥ ቀዝቃዛ መስኮት ነበሩ፣ ተነሳሽነታቸውን፣ እቅዶቻቸውን እና የብልሹነታቸውን ጥልቀት የሚገልጹ ነበሩ። ስለ ጥቁረት፣ ማስፈራራት እና በሰው ህይወት ላይ የሚደርሰውን ርህራሄ የለሽ ትርፍ ማሳደድ ተናገሩ። ማራ ቀዝቃዛውን ፣የተሰላ ቃላትን ፣የድርጊታቸው ግድየለሽነት በዲጂታል መዛግብት ላይ ስታነብ የማቅለሽለሽ ማዕበል ተሰማት።

በቡድኑ ውስጥ ያሉ የፎረንሲክ የቋንቋ ሊቃውንት፣ ኮድ የተደረገባቸው መልዕክቶችን በመፍታታት እና የግንኙነት ዘይቤዎችን በመለየት ላይ ያሉ ባለሙያዎች መረጃውን በመተርጎም ረገድ ወሳኝ ሚና ተጫውተዋል። የተመሰጠሩትን መልእክቶች በትጋት ተንትነዋል፣ የተደበቁ የትርጉም ንብርብሮችን ገለጡ፣ ቁልፍ ተጫዋቾችን በመለየት እና የሰፋ እና ውስብስብ ሴራ ቁርጥራጮን አንድ ላይ አደረጉ። በዲጂታል ላብራቶሪ ውስጥ

የተደበቁትን ሚስጥሮች በመክፈት የእነሱ እውቀት በዋጋ ሊተመን የማይችል ነበር።

ነገር ግን ዲጂታል ማስረጃው የእንቆቅልሹ ክፍል ብቻ አልነበረም። ካዝናው በጥንቃቄ የተሰበሰቡ እና በቶርን የተጠበቁ የምሥክሮች ምስክርነቶችን ይዟል። እነዚህ የተለመዱ መናዘዝ አልነበሩም; እነዚህ በጉቦ፣ በማስፈራራት ወይም በሌላ መንገድ ተባባሪ እንዲሆኑ ከተገደዱ ግለሰቦች የተቀዳ፣ በጥንቃቄ የተመዘገቡ ሒሳቦች ነበሩ። እነዚህ ቅጂዎች፣ አንዳንዶቹ በዲጂታል የተቀየሩት የተናጋሪዎቹን ማንነት ለማድበስበስ፣ የሴራውን ውስጣዊ አሠራር በቀጥታ የሚያሳዩ የእንቆቅልሹ ወሳኝ አካል ነበሩ። ቡድኑ በምርመራው ወቅት ከተሰበሰቡ ሌሎች ማስረጃዎች ጋር በማጣቀስ የተቀረጹትን ትክክለኛነት ለማረጋገጥ ያለመታከት ሰርቷል።

ምስክሮቹ ስለ ቶርን ዘዴዎች በዋጋ ሊተመን የማይችል ግንዛቤን ሰጥተዋል፣ ሰዎችን የመጠቀም፣ ድክመቶቻቸውን ለመጠቀም እና የፍርሃት እና የዝምታ ባህል ለመፍጠር ያለውን ችሎታ አሳይተዋል። የተቀረጹት ቅጂዎች የሰውን ሕይወት በትልቅ እቅዱ እንደ ተራ ገንዘብ አድርጎ የሚመለከተውን ሰው፣ ጠማማ ምኞቱን ለማሳካት ሲል የራሱን ሕይወት እንኳ ሳይቀር ሁሉንም ነገር መሥዋዕት ለማድረግ ፈቃደኛ ስለነበረው ሰው

የሚያሳይ አረፍ ሥዕል አሳይቷል። እነዚህ ምስክርነቶች ከፋይናንሺያል መዝገቦች እና ዲጂታል ኮሙኒኬሽን ጋር ተዳምረው የማይካድ ጉዳይ ፈጥረው ለጥርጣሬ ምንም ቦታ የማይሰጥ ተራራማ ማስረጃ ነው።

ሌሊቱ እያለፈ ሲሄድ ቡድኑ ያለመታከት ሠርቷል፣ እያንዳንዱን ማስረጃ በጥንቃቄ በመመዝገብ የእስር ሰንሰለቱ እንከን የለሽ መያዙን ያረጋግጣል። እያንዳንዱ ማስረጃ በጥንቃቄ በካታሎግ ተዘጋጅቷል፣ መለያ ተሰጥቶታል እና ደህንነቱ በተጠበቀ ሁኔታ ለፍርድ ቤት ለመቅረብ ተዘጋጅቷል። ማራ የኃላፊነት ክብደት በትከሻዋ ላይ እንደተቀመጠ፣ ስፍር ቁጥር የሌላቸው የህይወት ክብደት ሚዛን ላይ እንደተንጠለጠለ ተሰማት። ግፊቱ በጣም ብዙ ነበር፣ ነገር ግን በማያወላውል ቁርጠኝነቷ እና ስር የሰደደ የፍትህ ስሜቷ ተገፋፍታለች።

ትጋት የተሞላበት ስራው ሌሊቱን ሙሉ ቀጥሏል፣ ብቸኛው ድምፅ የአገልጋዮቹ ድምፅ እና የቁልፍ ሰሌዳዎች ምት መታ ማድረግ ነው። ጎህ ሲቀድ፣ በተተወው የምድር ውስጥ ባቡር ጣቢያ ግርዶሽ መስኮቶች ላይ ገረጣ ብርሃን በማፍሰስ ቡድኑ በመጨረሻ ተግባራቸውን አጠናቀቀ። የዲጂታል ምሽግ ተጥሷል፣ ሚስጥሩ ተጋልጧል፣ ይዘቱ ተጠብቆ ነበር። የቶሮንን ግዛት የሚያፈርስ እና በጥንቃቄ የገነባውን ሰፊ ሴራ የሚያጋልጥ የማያዳግም ማስረጃ ሰበሰቡ። የዲጂታል ሙት መንፈስ ተቀምጧል፣ ነገር ግን

የጥፋት ትሩፋቱ ቀርቷል፣ ይህም ያልተጣራ ምኞት የሚያስከትለውን መዘዝ እና የሙስና መሰሪ ባህሪን የሚያሳይ ነው። የሰበሰቧቸው ማስረጃዎች ከመረጃዎች በላይ ነበሩ; ይህ ታሪክ፣ የማታለል፣ የክህደት እና የስልጣን ጥመኝነት ትረካ፣ በቅርቡ በፍርድ ቤቶች ውስጥ የሚሰማ እና በመላው አለም የሚያስተጋባ ታሪክ ነበር።

በትጋት የተሰበሰቡ እና በጥንቃቄ የተመዘገቡት አካላዊ እና አሃዛዊ መረጃዎች ደህንነቱ በተጠበቀ ሁኔታ ወደተጠበቁ ተቋማት ተላልፈዋል። ማስረጃው የውሂብ ስብስብ ብቻ አልነበረም; በትጋት፣ እንቅልፍ የሌላቸው ምሽቶች እና የቡድኑን የማያወላውል ውሳኔ የሚያሳይ ነበር። ይህ የሳምንታት ፋታ የለሽ ማሳደዱ፣ ከዲጂታል ክሮች የተለጠፈ ታፔላ፣ የፋይናንስ ግብይቶች እና የሰው ምስክርነቶች፣ ሁሉም ዓለምን ወደ መረጋጋት የሚያመጣውን ሴራ ለማጋለጥ የተቃረበ ነበር።

ማራ፣ ደክሟት ነገር ግን ደስተኛ ሆና ትዕይንቱን ለመጨረሻ ጊዜ ቃኘች። አየሩ በተቀረው የአዞን ጠረን እና በተጋለጡት ምስጢሮች ክብደት ተንጠልጥሏል። የዲጂታል መንፈስ ተሸነፈ፣ ነገር ግን ውጊያው ገና አልተጠናቀቀም። የተሰበሰበው ማስረጃ የቶርን ተባባሪዎችን ለፍርድ ለማቅረብ የሚያገለግል ኃይለኛ መሳሪያ ነው። ለእውነት የተደረገው ጦርነት ገና ብዙም አልቀረም ነገር ግን ይህ ድል ሰፊውን ሴራ ለማፍረስ እና

የጨለማውን የስልጣን ስር ለማጋለጥ ወሳኝ እርምጃ ነበር። ከፊት ያለው መንገድ ረጅም እና አድካሚ፣ በህጋዊ ጦርነቶች እና በፖለቲካዊ እንቅስቃሴዎች የተሞላ ነው፣ ነገር ግን ማራ እና ቡድኗ በተተወው የምድር ውስጥ ባቡር ጣቢያ ውስጥ ያገኙትን የማያዳግም ማስረጃ ታጥቀው ለፍትህ ለመታገል ተዘጋጅተው ቆሙ። የቶርን ምኞት ማሚቶ ሊዘገይ ይችላል፣ነገር ግን እውነቱ፣ በመጨረሻ የተገኘው፣ በመጨረሻ ያሸንፋል። አሃዛዊው መንፈስ ጸጥ አለ፣ ነገር ግን ታሪኩ ገና አላለቀም።

ታላቁ የፍርድ ቤት ክፍል የግፊት ማብሰያ ነበር ፣ አየሩ በጉጉት ወፍራም። የተወለወለ ማሆጋኒ ረድፎች በጠንካራው የፍሎረሰንት መብራቶች ስር አብረቅቀዋል፣ ይህም ከተሰበሰቡ ተመልካቾች የሚፈነጥቀውን የነርቭ ሃይል ያሳያል። ጋዜጠኞች፣ ፊታቸው በጉጉት እና በስድብ ድብልቅልቅ ያለ፣ ለበታው ተሽቀዳደሙ፣ ካሜራቸው ተቃርቧል፣ የሚመጣውን ትርኢት እያንዳንዱን ጊዜ ለመቅረጽ ተዘጋጅተዋል። ማዕከለ-ስዕላቱ በፀጥታ ሹክሹክታ፣ የተለያዩ ስሜቶችን በሚያንፀባርቁ የፊት ባህርዎች ተሞልቷል፡ የማወቅ ጉጉት፣ ስጋት እና የሚደነቅ የጭንቀት ስሜት።

በዚህ ሁሉ መሀል ማራ በዝግታ ቆመች፣ መገኘትዋ ክፍሉን እያዘዘች ነው። የዓመታት ልምድ እሷን በጣም አስደናቂ እንድትሆን አድርጓታል፣ መረጋጋትዋ በዙሪያዋ ካለው ትርምስ ጋር ፍጹም ተቃራኒ ነው። በአውሎ ነፋሱ መካከል የመረጋጋት ምልክት ነበረች፣ አይኖቿ የማይናወጡ፣ ፊቷ

በተቀመጡት ተከሳሾች ላይ ያተኩራል። ቶሮን፣ ፊቱ ቁጥጥር የሚደረግበት የቁጣ ጭንብል፣ በግትርነት ተቀምጧል፣ እይታው በማራ እና በሴረኞች መካከል በፍርሃት ይታይ ነበር። በአንድ ወቅት እንከን የለሽ ልብሱ የተንቆጠቆጠ እና የተወጠረ ይመስላል፣ ይህም እየፈራረሰ ያለው የግዛቱ ነጸብራቅ ነው።

ከቶርን ጎን የኃያላን ሰዎች ስብስብ ተቀምጧል - ሴናተሮች ፣ የድርጅት ሥራ አስፈፃሚዎች እና የመድኃኒት መኳንንት - እያንዳንዱ ማራ በሴራ የተፈታቸው ቁልፍ ተዋናይ። ፊታቸው በአንድ ወቅት በእብሪት እና ያለቅጣት የተሞላው አሁን የፍርሃትና የተስፋ መቁረጥ ስሜት ተሸክሞ ነበር። ሳይቸግራቸው ወደ ወንበራቸው ተቀያየሩ፣ ሰውነታቸው ተወጥሮ፣ ለጥፋታቸው ጸጥ ያለ ምስክርነት።

ማራ ጀመረች፣ ድምጿ የተረጋጋ ግን የሚያስተጋባ፣ ያለ ምንም ጥረት ፀጥ ወዳለው የፍርድ ቤት ክፍል አሻግራለች። እሷ ወደ ድራማ ነጠላ ንግግር አልጀመረችም፣ ይልቁንም ትክክለኛ፣ የሚለካ አቀራረብን መርጣለች። ስለ ዲጂታል ምሽግ፣ በጥንቃቄ ስለተገነባው የቶርን የጨለማ ሚስጥሮች መዝገብ፣ ቡድኖቿ የዲጂታል መከላከያዎችን የጣሱበትን ምሽት በዝርዝር ተናገረች፣ ያገኙትን ከፍተኛ መጠን ያለው ወንጀለኛ ውሂብ።

ዛሬ የቀረቡት ማስረጃዎች፣ የዳኞች አባላት፣ ማራ፣ ቃናዋ የማይናወጥ፣ ለጥርጣሬ ምንም ቦታ እንደማይሰጥ ተናግራለች። እኛ ገለልተኛ ክስተቶች ጋር እየተገናኘን አይደለም; የህብረተሰባችንን መዋቅር ያበላሹ፣ በጥንቃቄ የታቀደ፣ የረዥም ጊዜ ሴራ እያስተናገድን ነው።

ውስብስብ የሆነውን የሼል ኮርፖሬሽኖች ድርን፣ የባህር ዳርቻ ሂሳቦችን እና ውስብስብ የገንዘብ ልውውጦችን በማሳየት በአቀራረቧ ያለምንም እንከን ተንቀሳቅሳለች። ትላልቅ ስክሪኖች በጎን በኩል የሚታዩት የቶርን የፋይናንሺያል እንቅስቃሴዎችን የሚያሳዩ ሥዕላዊ መግለጫዎች ሲሆኑ እያንዳንዱ ግብይት በአህጉራት ላይ በተዘረጋ የሙስና ሰንሰለት ውስጥ በሚገባ የተመዘገበ ግንኙነት ነው። አኃዞቹ አስደናቂ ነበሩ፣ የዝርፊያው መጠን በጣም አስደናቂ ነበር።

የማራ ቃላት የማታለል እና የስግብግብነት ምስል ሲያሳዩ ፍርድ ቤቱ ተማረከ። የፋይናንሺያል መረጃው፣በግልጽ፣እጥር ምታዊ እይታዎች፣አሰቃቂ ነበር። እያንዳንዱ የተዘበራረቀ የሂሳብ መዝገብ፣ እያንዳንዱ የተደበቀ ሂሳብ፣ እያንዳንዱ ህገወጥ ግብይት እንደ እንቆቅልሽ ሆኖ አገልግሏል፣ ይህም የማይካድ የስርአት ሙስና ጉዳይ ነው።

በመቀጠል ማራ ወደ ዲጂታል መገናኛዎች - ወደ ኢንክሪፕት የተደረጉ መልዕክቶች፣ የተሰረዙ ኢሜይሎች፣ ኮድ የተደረገባቸው ንግግሮች ተንቀሳቅሷል። የፎረንሲክ የቋንቋ ሊቃውንት፣ እውቀታቸው በዋጋ ሊተመን የማይችል፣ የሴረኞችን ውስብስብ ቋንቋ ገልፀው፣ የተደበቀውን የትርጉም ድርብርብ፣ ሴራው ለዓመታት እንዲዳብር ያስቻለውን ውስብስብ የመገናኛ መረብ አሳይተዋል። በትልልቅ ስክሪኖች ላይ የታዩት መልእክቶች በሴረኞች አእምሮ ውስጥ መስኮት ነበሩ፣ እቅዳቸውን፣ ተነሳሽነታቸውን እና ለድርጊታቸው መዘዝ ግድየለሽነታቸውን የሚያሳዩ ናቸው።

ፍርድ ቤቱ ፀጥ አለ፣ ከባድ የድንጋጤ ብርድ ልብስ በአየር ላይ ተንጠልጥሏል። በስክሪኑ ላይ ያሉት ቃላቶች የማስፈራራት፣የማስፈራራት እና የቀዘቀዘ ደም የማሳደድ ትርፍን በማንኛውም ዋጋ ያሳድዳሉ። ድንገተኛ ጭካኔ፣ ለሰው ልጅ ሕይወት ያለው ንቀት በግልጽ የሚታይ ነበር።

ከዚያም ማራ ወደ ምስክሮቹ ምስክርነት ተዛወረች, ወደ ተባባሪነት የተገደዱ ግለሰቦች በጥንቃቄ የተመዘገቡ ሂሳቦች. ትክክለኛነታቸው በጥልቅ የተረጋገጠው ቀረጻው በችሎቱ ውስጥ ተጫውተው ጸጥታውን በሚያስደነግጥ የማስፈራራት እና የማስገደድ ሒሳቦች ሞልተውታል።

ድምጾቹ፣ አንዳንዶች በዲጂታል ለውጦች ተደብቀው፣ በፍርሃት ተንቀጠቀጡ፣ ቃላቶቻቸው የቶርንን የማታለል ስልቶች ቁልጭ አድርገው ያሳያሉ።

ቀረጻዎቹ ሲጫወቱ፣ ተከሳሾቹ በማይመች ሁኔታ ወደ መቀመጫቸው ተቀይረዋል። በጥንቃቄ የተሰራው የመረጋጋት የፊት ገፅታቸው መሰንጠቅ ጀመሩ በጥንቃቄ ከተሰራው ጭምብላቸው ጀርባ ያለውን ጥሬ ሽብር አጋልጧል። በችሎቱ ውስጥ ያለው ፀጥታ ጠልቆ ገባ፣ ብቸኛው ድምፅ ከጋለሪ ውስጥ የታፈነው ልቅሶ።

የማራ አቀራረብ ቀጠለ፣ የተለያዩ ማስረጃዎችን - የፋይናንስ ግብይቶችን፣ የዲጂታል ግንኙነቶችን እና የምስክሮችን ምስክርነቶችን ወደ አንድ ወጥ ትረካ በማዋሃድ። እያንዳንዱ ቁራጭ ሌሎቹን ደግፏል, የማይካድ ጉዳይ ፈጠረ, ለጥርጣሬ ቦታ የማይሰጥ ተራራማ ማስረጃ.

የአቃቤ ህጉ ክስ በጥንቃቄ የተዋቀረ ነበር፣ እያንዳንዱ ነጥብ በመጨረሻው ላይ እየተገነባ፣ አሰቃቂ እና የማይካድ ማስረጃዎችን ፈጠረ። የማራ እውቀት በፎረንሲክ ታሪክ አተረጓጎም የማስተር መደብ አቀረበች። እሷ አልጮኸችም; እሷ አይደለም; ማስረጃው ለራሱ እንዲናገር በመፍቀድ በቀላሉ እውነታውን አቀረበች።

የመጨረሻው ማስረጃ እንደታየው ከሴራው ጋር የተያያዙ የበርካታ ግለሰቦችን ሞት የሚገልጽ የተደበቀ ደብተር ፎቶግራፍ እና የፎረንሲክ ማስረጃዎች ተከሳሾቹን በወንጀል መድረክ ላይ በማስቀመጥ በፍርድ ቤቱ አዳራሽ ውስጥ የመተንፈስ ስሜት ተፈጠረ።

ከዚያ በኋላ የነበረው ፀጥታ የተሰበረው በፍርድ ቤቱ ሰዓት ምት ምት ብቻ ነው። የማስረጃው ክብደት የሚዳሰስ፣ ከባድ እና የሚታፈን ነበር። ተከሳሾቹ ምንም ሳይንቀሳቀሱ ተቀምጠዋል፣ ፊታቸው ቀለም፣ ዓይኖቻቸው የድንጋጤ እና የተስፋ መቁረጥ ስሜት ያንጸባርቃሉ። የእነርሱ የሽብር አገዛዝ፣ የውሸት እና የማጭበርበር ድራቸው በማይሻር ሁኔታ ተጋልጧል። በጥልቅ ምርምር እና በትኩረት አቀራረብ የተገኘችው እውነት የቆመ እና የማይካድ ነው።

የፍርድ ቤቱ ውጥረት ሊቋቋመው አልቻለም። የማይቀረውን ውጤት በጸጥታ እውቅና በመስጠት አየሩ ተሰነጠቀ። ማራ፣ ግዴታዋ ተፈፀሞ፣ ወደ ኋላ ተመለሰች፣ የአቀራረቧን ክብደት ወደ ውስጥ ዘልቆ እንዲገባ ፈቅዳለች። ማስረጃው እጅግ በጣም ብዙ ነበር፣ ይህም ጥንቃቄ የተሞላበት የምርመራ ሃይል እና ፍትህን የማሳደድ ሂደት እንዳለ የሚያሳይ ነው። የዲጂታል

መንፈስ ዝምታ ብቻ አልነበረም; ሙሉ በሙሉ ተደምስሷል። የረዥም ጊዜ ውጊያው ገና አልተጠናቀቀም, ነገር ግን ይህ ድል በትክክለኛው አቅጣጫ ላይ ወሳኝ እርምጃ ነበር. የፍትህ ትግል ገና ተጀመረ።

የፍርድ ቤቱ ድራማ አስተያየቶች ከተወለወለ የማሆጋኒ ግንብ አልፈው ሄዱ። የቶርን ሴራ መገለጥ የሕግ ውጊያ ብቻ አልነበረም። የፖለቲካ የመሬት መንቀጥቀጥ ነበር። በሁሉም ወንጀሎች ጥፋተኛ ነው የሚለው የፍርዱ ዜና በመዲናዋ ከፍተኛ ድንጋጤ ፈጥሯል፣ ይህም የምርመራ፣ የስራ መልቀቂያ እና ውንጀላዎችን አስከትሏል። የፖለቲካ ውድቀቱ ወዲያውኑ እና አጥፊ ነበር።

በቶርን ኔትወርክ ውስጥ ቁልፍ ሰው የሆነው ሴናተር ሃሪሰን የመጀመሪያው የወደቀው ነው። በጥንቃቄ ያዳበረው የአቋም ምስሉ ከሴራው ጋር በሚያገናኘው የማስረጃ ክብደት ፈርሷል። የዓመታት ጥንቃቄ የተሞላበት መንቀሳቀስ፣ ተደማጭነት ያላቸው አጋሮችን በማፍራት እና ትርፋማ ውሎችን በማስገኘት በቶርን ዲጂታል ምሽግ ውስጥ በተገኘ አንድ ኢሜይሎች ዋጋ ቢስ ሆነዋል። ኢሜይሉ በሚሊዮን የሚቆጠሩ ህገወጥ የዘመቻ ልገሳዎችን የሚያሳትፍ የኩይድ ፕሮ ኩ ስምምነትን በመዘርዘር በሀገር አቀፍ ደረጃ የፊት ገፆች ተሰራጭቷል፣ ይህም የሃሪሰንን የፖለቲካ ስራ በተሳካ ሁኔታ አቆመ። ጉዳዩን እንደ አለመግባባት ወይም ቅር የተሰኘው ተቀናቃኞች የተሰራ ነው ብሎ ለማጣጣል ያደረገው ሙከራ ሰፊ ፌዝ ገጥሞታል፣ ህዝቡ በእሱ ላይ ያለው

እምነት ሊሻር በማይችል መልኩ ፈራርሷል። ከዚህ በፊት ታይቶ በማይታወቅ ፍጥነት እና ጭካኔ የተጀመረው የሴኔት የስነምግባር ምርመራ ፈጣን እና ምህረት የለሽ ነበር። የሃሪሰን ባልደረቦች፣ አንዴ ከሚታየው ሃይሉ ጋር ራሳቸውን ለማስማማት ጓጉተው፣ በፍጥነት ራሳቸውን አገለሉ እና ተጋልጠው ወጡ። በችኮላ በተዘጋጀው ጋዜጣዊ መግለጫ ላይ የሰጠው የስልጣን መልቀቂያ ጥያቄ ድምጸ-ከል ተደርጎበታል፤ ይህም በአንድ ወቅት ይደሰትበት ከነበረው አድናቆት ጋር በእጅጉ የሚቃረን ነው።

ቅሌቱ ከሃሪሰን አልፏል። በቶርን የሙስና መረብ ውስጥ የተካተቱት ሌሎች ታዋቂ ፖለቲከኞች ራሳቸውን በከፍተኛ ክትትል ውስጥ አገኙ። ምርመራ ተጀመረ፣ ሙያዎች አደጋ ላይ ወድቀዋል፣ ስምም ወድቋል። በአንድ ወቅት የማይታለፉት የሃይል አወቃቀሮች መፍረስ ጀመሩ ማንም ሰው ካሰበው በላይ ጥልቅ የሆነ የፖለቲካ ሙስና መልክአ ምድራዊ አቀማመጥ አሳይቷል። ለዓመታት በጥንቃቄ የተነደፈው የታማኝነት ፊት ፈርሷል፣ ይህም ከፍተኛውን የአስተዳደር እርከኖች ዘልቆ የነበረውን የማታለል እና የማጭበርበር መረብ አጋልጧል።

የሳይንስ ማህበረሰብ አልተረፈም. የቶርን ኢ-ሥነ ምግባር የጎደላቸው ሙከራዎች የተካሄዱበት የምርምር ተቋም ኃላፊ ዶ/ር አልብራይት ከፍተኛ የሆነ ምላሽ ገጥሟቸዋል። የቶርን ህገወጥ ተግባራትን አለማወቋን በመግለጽ

ከቅሌት እራሷን ለማራቅ ያደረገችው ሙከራ አሳማኝ አልነበረም። በፍርድ ቤት የቀረቡት ማስረጃዎች ተባባሪነቷን፣ ሆን ብላ ዓይነ ስውርነቷን በሰዓቷ ስር እየደረሰ ያለውን የስነምግባር ጥሰት በግልፅ አሳይተዋል። ለምርምርዋ የሚሰጠው ገንዘብ ወዲያውኑ ተነሳ፣ ሙያዊ ስሟ ሊጠገን ባለመቻሉ ወድቋል። በአንድ ወቅት የሳይንሳዊ ስኬት ምልክት የነበረችው ሥራዋ ጠፋ፣ ሥነ ምግባራዊ ባልሆኑ ልማዶች የተሸፈነው የጥንቃቄ ታሪክ ነው። በርካታ የሳይንስ ጆርናሎች በአልብራይት በጋራ የፃፏቸውን ወረቀቶች ወደ ኋላ ወስደዋል፣ ለዘርፉ ያበረከተችው አስተዋፅዖ አሁን ከቶርን ወንጀሎች ጋር በመተባበር ተበክሏል። በተቋሙ አሠራር ላይ የተነሱት ጥያቄዎች ሰፊ የላላ ቁጥጥር እና የስነምግባር መመሪያዎችን ችላ ማለታቸውን አሳይተዋል። ክስተቱ የጠንካራ የሥነ ምግባር ግምገማ በርዶች እና ግልጽ የምርምር ልምምዶች ወሳኝ አስፈላጊነት እንደ ትልቅ ማስታወሻ ሆኖ አገልግሏል። የዶክተር አልብራይት ውድቀት የሳይንስ ማህበረሰብ በትርፍ እና በስልጣን ለሚነዱ ሰዎች መጠቀሚያ ያለውን ተጋላጭነት እና የስነምግባር ደረጃዎች ለግል ጥቅም ሲሰዋ የሚያስከትሉትን አስከፊ መዘዞች አጉልቶ አሳይቷል።

ሞገዶቹ እስከ ፋርማሲዩቲካል ኢንዱስትሪ ድረስ ተዘርግተዋል። ያልተፈቀዱ መድሃኒቶችን ለገበያ ለማቅረብ በቶርን እቅድ ውስጥ የተካተቱት በርካታ ዋና የመድኃኒት አምራች ኩባንያዎች፣ የቁጥጥር ቁጥጥር እና ከፍተኛ

የገንዘብ ቅጣቶች ገጥሟቸዋል። የአክሲዮን ዋጋ ወድቋል፣ የባለሀብቶች እምነት ተሸረሸ፣ እና ስም ሊሻር በማይችል መልኩ ተጎድቷል። መገለጦች የስግብግብነት ባህልን እና ለታካሚ ደህንነት ደንታ ቢስነት አጋልጠዋል፣ ይህም በኢንዱስትሪው ውስጥ የበለጠ የቁጥጥር ቁጥጥር እና ጥብቅ የስነምግባር ደረጃዎችን እንዲጠይቁ ሰፊ ጥሪዎችን አስከትሏል። ተቀባይነት ከሌላቸው መድኃኒቶች አሉታዊ ተፅዕኖ ካጋጠማቸው ሕመምተኞች የቀረበባቸው ክስ ፍርድ ቤቶችን በማጥለቅለቅ አንዳንድ ኩባንያዎችን ለኪሳራ አስፈራርቷል። ቀውሱ በቁጥጥሩ ስርአቱ ውስጥ ያሉትን የስርዓት ውድቀቶች፣ ሀይለኛ ኮርፖሬሽኖች የደህንነት ፕሮቶኮሎችን በቀላሉ ሊያልፉ እንደሚችሉ፣ እና በውጤቱ ለተጎዱ ሰዎች አስከፊ መዘዝን አጉልቶ አሳይቷል።

የፖለቲካ ውድቀቱ በዓለም አቀፍ ደረጃም ተስፋፍቷል። መጀመሪያ ላይ በሼል ኮርፖሬሽኖች እና በባህር ዳርቻዎች መለያዎች የተደበቀው የቶርን ዓለም አቀፍ የሕገ-ወጥ ተግባራት አውታረ መረብ ቀስ በቀስ ተጋለጠ። የውጭ መንግስታት ጉበ፣ ሙስና እና ተፅኖ ማሸሸ ጉዳዮችን በማጋለጥ የራሳቸውን ምርመራ ጀመሩ። ዲፕሎማሲያዊ ግንኙነቱ ተሻከረ፣ ዓለም አቀፍ ትብብር አደጋ ላይ ወድቋል፣ እና በአገሮች መካከል መተማመን ጠፋ። ቅሌቱ ዓለም አቀፋዊ የወንጀል ኢንተርፕራይዞች በአለም አቀፍ ደንቦች ውስጥ ያሉትን ክፍተቶች በቀላሉ ሊጠቀሙበት እንደሚችሉ እና አለም አቀፋዊ የተራቀቁ የተደራጁ

ወንጀሎችን ለመዋጋት የሚደረገውን ጥረት በማስተባበር ረገድ ያለውን ጉልህ ፈተናዎች አጉልቶ አሳይቷል። የቶርን ኦፕሬሽን ዓለም አቀፋዊ ተፈጥሮ የተጠናከረ ዓለም አቀፍ ትብብር እንደሚያስፈልግ እና ድንበር ተሻጋሪ የወንጀል ድርጊቶችን ለመዋጋት አንድ ግንባር እንደሚያስፈልግ አጉልቶ አሳይቷል።

የምርመራው ረጅም ርቀት የቶርን እንቅስቃሴዎችን የመቆጣጠር ኃላፊነት በተሰጣቸው ተቆጣጣሪ ኤጀንሲዎች ውስጥ ያለውን የስርዓት ችግር አጋልጧል። በነዚህ ኤጀንሲዎች ውስጥ ያሉ በርካታ ባለስልጣናት ጉቦ ተሰጥቷቸዋል ወይም በሌላ መንገድ ተቸግረዋል የሚለው መገለጥ በመንግስት በኩል አስደንጋጭ እና አለማመንን አስከትሏል። ይህም የቁጥጥር አካላት በነጋዴዎች ላይ ተጽእኖ ለማሳደር ያለውን አሳሳቢ ተጋላጭነት እና መሰል ሙስና ዳግም እንዳይከሰት ለማድረግ ወሳኝ የሆነ የማሻሻያ አስፈላጊነት አጉልቶ አሳይቷል። ምርመራዎቹ የቸልተኝነት፣ የብቃት ማነስ እና አልፎ ተርፎም ትብብርን አሳይተዋል፣ ይህም የቁጥጥር ሂደቶችን ሙሉ በሙሉ እንዲታደስ እና የኤጀንሲው ሰራተኞችን ምርመራ እንዲጨምር አድርጓል። የሙስናዉ መጠነ ሰፊ የሆነ አስደንጋጭ የእርካታ ደረጃ እና በስርአቱ ውስጥ ስር የሰደዱ እራሱን ፖሊስ በብቃት አለመዉሰዱን አሳይቷል። ተከታዩ ማሻሻያዎች ግልጽነትን ለማጎልበት፣ ተጠያቂነትን ለማጠናከር እና በቀጣይ በመንግስት ተቆጣጣሪ

ኤጀንሲዎች ውስጥ የስርዓታዊ ሙስና ክስተቶችን ለመከላከል የክትትል ዘዴዎችን ለማሻሻል ያለመ ነው።

የቶርን ሴራ መጋለጥ በተለያዩ ዘርፎች ጥልቅ የሆነ የውስጠ-እይታ ጊዜን አስነስቷል። የፖለቲካ ምህዳሩ በአስደናቂ ሁኔታ ተቀይሯል፣ በርካታ ቁልፍ ተጫዋቾች በታቸውን በማጣት ህጋዊ መዘዝ ገጥሟቸዋል። የሳይንስ ማህበረሰቡ የቅሌታውን አንድምታ በመታገል፣ የስነምግባር መመሪያዎችን እንደገና በመገምገም እና የምርምር ቁጥጥርን በማጠናከር። የመድኃኒት ኢንዱስትሪው የታካሚውን ደህንነት ለማሻሻል እና ወደፊት የሚደርሱ በደሎችን ለመከላከል የታለሙ ማሻሻያዎችን በማድረግ ከፍተኛ ምርመራ ገጥሞታል። በአለም አቀፍ ደረጃ፣ ተዘዋዋሪዎቹ ተፅዕኖዎች ድንበር ተሻጋሪ ወንጀሎችን በመዋጋት ረገድ ትብብርን እንዲያሳድጉ አድርጓል። ፈተናው ሙሉ በሙሉ ቁጥጥር ካልተደረገበት ስግብግብነት፣ ከሥነ ምግባር ጉድለት እና ከስልጣን አላግባብ መጠቀም ስለሚመጣው አስከፊ መዘዝ ትልቅ ማስጠንቀቂያ ሆኖ አገልግሏል። በፍርድ ቤቱ ውስጥ የተገኘው ህጋዊ ድል እምነትን ወደነበረበት ለመመለስ፣ ተቋማትን መልሶ ለመገንባት እና እንደዚህ አይነት ስልታዊ የስነምግባር ውድቀት ዳግም እንዳይከሰት ለማድረግ በረዥሙ አድካሚ ጉዞ ውስጥ አንድ እርምጃ ብቻ ነበር። ለፍትህ የሚደረገው ትግል ገና ከመጠናቀቁ በፊት ጠንካራ ማሻሻያ የሚጠይቅ እና ግልጽነትና

ተጠያቂነት እንዲኖር የማያወላውል ቁርጠኝነት ወደ አዲስ ውስብስብ ምዕራፍ ገብቷል።

እስሩ በፍጥነት የተከተለ ሲሆን ይህም የተቀናጀ ኦፕሬሽን አህጉራትን ያቀፈ ነው። ቶርን መጀመሪያ ላይ እምቢተኛ፣ ከአቅም በላይ በሆነው ማስረጃ ክብደት ተንኮታኮተ። በውሸት እና በማታለል ላይ የተገነባው መከላከያው ፣ከማይሻሩ እውነታዎች ማዕበል በፊት በደንብ እንዳልተሰራ የአሸዋ ቤተመንግስት ፈራርሷል። በአንድ ወቅት በኢንዱስትሪ እና በፖለቲካዊ ተጽእኖ የታነፀው ቲታን በእጁ በካቴና ሲወሰድ መታየቱ ፣ ለረጅም ጊዜ ካዳበረው የማይነካ ኃይል ምስል ጋር ፍጹም ተቃራኒ የሆነ የፍትህ አገልግሎት ትልቅ ምልክት ነበር። የእሱ ውድቀት የራሱ ብቻ አልነበረም; በጥንቃቄ የተቀነባበረ የሙስና መረብ ፈራርሶ ነበር፣ የዶሚኖ ተጽእኖ ሩቅ እና ሰፊ ነበር።

እስሩ በቶርን ብቻ የተወሰነ አልነበረም። ውስጠ-ክቡ፣ ተንኮሉን ያነቃቁ እና ከጥፋቱ የተጠቀሙ ግለሰቦች አንድ በአንድ ተሰበሰቡ። የቅንጦት ጀቶች፣ ባለ ብዙ መኖሪያ ቤቶች እና ሚስጥራዊ የባህር ዳር ሂሳቦች ተያዙ፣ በህገወጥ መንገድ ያፈሩት ሀብት ወጥመድ ተወሰደባቸው ለጥፋታቸው ተጨባጭ ማስረጃ። እያንዳንዱ እስራት በድርጊቱ የተሳተፉትን ሌሎች ሰዎች አከርካሪው ላይ መንቀጥቀጥ ያዘ፤ ይህ ደግሞ የቅጣት ማቅለያ ዘመናቸው ማለቁን ያስታውሳል። ፍርሃቱ በግልጽ የሚታይ ነበር፣ በቀሪዎቹ ሴረኞች ላይ የከበደው፣ እርግጠኛ ያልሆነው

ቀዝቃዛ ድባብ፣ አንዳንዶች ለዘብተኝነት ምትክ ከባለሥልጣናት ጋር እንዲተባበሩ አድርጓል።

ሙከራዎቹ አስደናቂ፣ በጥንቃቄ የታቀዱ እና የተፈጸሙ ነበሩ። አቃቤ ህጉ ለዓመታት በፈፀመው የምርመራ ሂደት ላይ የተገነባውን ከፍተኛ ማስረጃዎችን አቅርቧል። ኢሜይሎች፣ የፋይናንሺያል መዝገቦች፣ የምስክሮች ምስክርነቶች ⍰ ለጥርጣሬ ቦታ የማይሰጡ ተደጋጋሚ የወንጀል ማስረጃዎች። መከላከያው በተገመተው ሁኔታ ምስክሮቹን ለማጣጣል ፣የማስረጃውን ትክክለኛነት ጥርጣሬ ውስጥ የጣለ እና ደንበኞቻቸውን የሁኔታዎች ሰለባ አድርገው ለማሳየት ሞክረዋል። ነገር ግን ጥረታቸው ከንቱ ነበር፣ ክርክራቸው ከአቅም በላይ በሆነ ማስረጃ ፊት ወድቋል። የዳኝነት ችሎቱ ሙሉ ለሙሉ ማስረጃው የተጋለጠ ሲሆን የጥፋተኝነት ውሳኔዎችን በቦርዱ ላይ አስተላልፏል ይህም ለዓመታት ያላሰለሰ ምርመራ እና ክትትል መጠናቀቁን አረጋግጧል።

የቅጣት ችሎቶችም በተመሳሳይ አስደናቂ ነበሩ። ለፍትህ በቆራጥነት የሚታወቁት ጨካኝ ዳኛው የተፈፀሙትን ወንጀሎች ከባድነት በማሳየት ከባድ የቅጣት ውሳኔ አስተላልፈዋል። ቶርን ለድርጊቶቹ አስከፊ ተፅእኖ ተስማሚ የሆነ የእድሜ ልክ እስራት ተቀበለ። ተባባሪዎቹ ከረዥም እስራት እስከ ከፍተኛ የገንዘብ መቀጮ እና የማህበረሰብ አገልግሎት የሚደርሱ ቅጣቶች ተቀብለዋል።

በተጎጂዎች እና በቤተሰቦቻቸው የተሞላው የፍርድ ቤት ክፍል እፎይታ እና ካታርሲስ ተቀላቀለ። የደስታ እንባ ከሀዘን እንባ ጋር ተደባልቆ፣ የፍትህ የጋራ ጉዞን የሚያጠቃልለው ሀይለኛ የስሜት ቅይጥ። ዓረፍተ ነገሮቹ የቶርን ፈለግ ለመከተል ለሚያስቡ ጠንካራ ማስጠንቀቂያ፣ ጠንካራ ማስጠንቀቂያ ሆነው አገልግለዋል።

ሆኖም፣ የፍትህ ስኬት በቶርን ድርጊት የተወውን ጥልቅ ጠባሳ አላጠፋም። የሕዝብ አመኔታ መሸርሸር፣ በተቋማት ላይ የደረሰው ጉዳት፣ እና ስፍር ቁጥር በሌላቸው ሰዎች ሕይወት ላይ የሚኖረው ዘላቂ ተፅዕኖ የመጨረሻው ውዝግብ ከወደቀ በኋላ የሚዘገዩ ውጤቶች ናቸው። የፖለቲካ ምህዳሩ ተለዋዋጭ ነው። በሂደት ላይ ያሉት ምርመራዎች በስርአቱ ውስጥ ያሉ ጥልቅ ስንጥቆች ታይተዋል ፣ይህም ወደፊት ተመሳሳይ የስልጣን ንክኪዎችን ለመከላከል ሁሉን አቀፍ ማሻሻያ እና የስርዓት ለውጥ እንደሚያስፈልግ አመልክቷል። የቁጥጥር ቁጥጥርን ለማጠናከር፣ ግልጽነትን ለማጎልበት እና በመንግስት እና በኢንዱስትሪ ውስጥ ተጠያቂነትን ለማሻሻል የተነደፉ አዳዲስ ህጎች ቀርበዋል። ለፍትህ የሚደረገው ትግል አዲስ ምዕራፍ ውስጥ ገብቷል፣ አንደኛው ያተኮረው ያለፉትን በደሎች በቀላሉ ከመፍታት ይልቅ ወደፊት ሊከሰቱ የሚችሉ ክስተቶችን በመከላከል ላይ ነው።

የሳይንስ ማህበረሰቡ የራሱ የሆነ ስሌት ገጥሞታል። የበርካታ ወረቀቶች መሻር፣ ለምርምር ፕሮጀክቶች የገንዘብ ድጎማ መጥፋት እና በተጠቂዎች ተመራማሪዎች ሥራ ላይ ያሳደረው አስከፊ ተፅዕኖ በጣም ሰፊ ነበር። ቅሌቱ የስነምግባር መመሪያዎችን በጥልቀት እንዲገመግም አስገድዶታል፣ ይህም ይበልጥ ጥብቅ የሆኑ ፕሮቶኮሎችን እና የተሻሻለ የምርምር ስራዎችን መቆጣጠርን አስከትሏል። ሳይንሳዊ ምርምርን አላግባብ ለግል ጥቅም ወይም ለሥነ ምግባር የጎደላቸው ዓላማዎች መጠቀምን ለመከላከል አዳዲስ መመሪያዎች ተግባራዊ ሆነዋል። ክስተቱ ሳይንሳዊ ታማኝነት ከሁሉም በላይ መሆን እንዳለበት እና እውቀትን መፈለግ ከሥነ ምግባር መርሆች ሊመጣ እንደማይችል ለማስታወስ አገልግሏል። በአንድ ወቅት እንደ የዝሆን ጥርስ ግንብ ይታወቅ የነበረው የሳይንስ ማህበረሰብ አሁን እራሱን የሚያንፀባርቅ እና የማሻሻያ ጊዜ ገጥሞታል።

የመድኃኒት ኢንዱስትሪውም ለውጥ አድርጓል። ያልተፈቀዱ መድሃኒቶች የጎንዮሽ ጉዳት ያጋጠማቸው ታካሚዎች ያቀረቡት ክሶች ከፍተኛ ለውጦችን አምጥተዋል. ጥብቅ የመድኃኒት ምርመራን ለማረጋገጥ፣ ለአዳዲስ የመድኃኒት ማፅደቂያዎች የደህንነት ፕሮቶኮሎችን ለማሻሻል እና የመድኃኒት ምርምርን ግልፅነት ለማሳደግ አዳዲስ ደንቦች ተተግብረዋል። ቀደም ሲል ከምንም በላይ ትርፍን በማሳደድ የሚታወቀው

ኢንዱስትሪው አሁን ቅድሚያ የሚሰጣቸውን ጉዳዮች እንደገና ለመገምገም ተገደደ, የታካሚውን ደህንነት እና የስነምግባር ግምትን በግንባር ቀደምትነት አስቀምጧል. ቅሌቱ እንደ ተፋሰስ ጊዜ ሆኖ አገልግሏል፣ ይህም የበለጠ ኃላፊነት የሚሰማው እና ተጠያቂ የፋርማሲዩቲካል ኢንዱስትሪ እንዲኖር አድርጓል።

የቶርን ወንጀሎች አለም አቀፋዊ መዘዞችም በተመሳሳይ ጉልህ ነበሩ። በአገሮች መካከል ያለው መተማመን መሸርሸር እና በዲፕሎማሲያዊ ግንኙነቱ ላይ ያለው ጫና ዓለም አቀፋዊ ወንጀሎችን በመዋጋት ረገድ ያለውን ትብብር ለማሳደግ አዲስ ጥረት አነሳስቷል። ዓለም አቀፍ ድርጅቶች እና መንግስታት ተመሳሳይ ቅሌቶች እንዳይከሰቱ ለመከላከል ጥብቅ ህጎችን እና ፕሮቶኮሎችን ፈጥረዋል ። የመረጃ ልውውጥ እና የምርመራ ጥረቶችን ማስተባበር ዋነኛው ሆነ ፣ ይህም ዓለም አቀፍ ትብብር ከብሔራዊ ድንበሮች በላይ የሆኑ የተደራጁ ወንጀሎችን ለመዋጋት አስፈላጊ መሆኑን አሳይቷል ። ጉዳዩ እንደ ማንቂያ ደወል ሆኖ አገልግሏል፣ ወደ የላቀ ዓለም አቀፍ ትብብር እና የበለጠ ውስብስብ ጉዳዮችን ለመፍታት የበለጠ አንድነት ያለው አቀራረብን አነሳሳ።

የቶርን ሴራ የረጅም ጊዜ መዘዞች ወደ ተቆጣጣሪ ኤጀንሲዎች ደርሰዋል። በነዚህ ኤጀንሲዎች ውስጥ ያሉ ባለስልጣናት ለችግር መዳረጋቸው መገለጡ ስራቸውን

ሙሉ ለሙሉ እንዲስተካከል አድርጓል። የክትትል መጨመር፣ የተጠናከረ የተጠያቂነት እርምጃዎች እና የተሻሻለ ግልጽነት ተተግብረዋል፣ እነዚህ ወሳኝ ድርጅቶች ለሙስና ያላቸውን ተጋላጭነት በመቀነሱ እና በመሸጥ ላይ ተጽዕኖ ያሳድራሉ። ጥብቅ የታሪክ ፍተሻዎች፣ በሥነ-ምግባር እና የጥቅም ግጭት ላይ የተሻሻሉ የሥልጠና መርሃ ግብሮች፣ እና ደንቦችን በጥብቅ ማክበር ከተቀመጡት እርምጃዎች ጥቂቶቹ ናቸው። ማሻሻያዎቹ የተነደፉት ያለፉትን ውድቀቶች ለመቅረፍ ብቻ ሳይሆን ወደ ፊት ሰርጎ ለመግባት እና ለማጭበርበር የሚደረጉ ሙከራዎችን የሚቋቋም ጠንካራ አሰራር ለመፍጠር ነው። ለውጦቹ እምነትን መልሶ ለመገንባት እና የቁጥጥር ሂደቱን ታማኝነት ለማረጋገጥ ያለውን ቁርጠኝነት አጉልተው አሳይተዋል።

አቧራው ከረጋ ከዓመታት በኋላ፣ የቶርን ጉዳይ የሚያሳድረው ተጽዕኖ በቀላሉ የሚታይ ነበር። ህጋዊ ድሉ ትልቅ ስኬት ቢሆንም እውነተኛው ድል በተለያዩ ዘርፎች በተተገበሩ የስርዓት ለውጦች ላይ ነው። በመንግስት፣ በሳይንስ፣ በፋርማሲዩቲካል እና በአለም አቀፍ ትብብር የተደረጉት ማሻሻያዎች የተጋላጭነት የረጅም ጊዜ ተፅእኖ ማሳያዎች ነበሩ። የቶርን ወንጀሎች ትዝታ የሥነ-ምግባር ምግባርን፣ ግልጽነትን እና ተጠያቂነትን አስፈላጊነት እንደ ቋሚ ማስታወሻ ሆኖ አገልግሏል። በተቋማት ውስጥ ያለውን ታማኝነት ለማስጠበቅ እና አቅመ ደካሞችን ከኃያላኑ ተንኮለኞች ለመከላከል የሚደረገውን ጥንቃቄ

እና ቀጣይነት ያለው ትግል ወሳኝ መሆኑን አመልክቷል። የቶርን ጉዳይ ውርስ ከመጀመሪያው ተጽእኖውን አልፎ የወደፊት ፖሊሲዎችን እና ልምዶችን በመቅረጽ እና ለማጋለጥ እና ለማሻሻል በፈለገባቸው ስርዓቶች ላይ የማይሽረው አሻራ ጥሏል። ፍትህን መፈለግ ወንጀለኞችን መክሰስ እና ፍርድ መስጠት ብቻ አልነበረም። እንዲሁም፣ እና ከሁሉም በላይ፣ የተበላሹ ስርዓቶችን ማደስ እና የህዝብ አመኔታን መጠበቅ ነበር።

የፍርድ ቤቱ በሮች ከመጨረሻው ተከሳሾቹ ጀርባ ተዘግተው ነበር፣ ማራ ብቻዋን በዝምታ አስተጋባች። ድሉ የተቦረቦረ፣ የተሰበረ ቅርፊት የጠለቀ፣ የበለጠ ባዶነትን የሚሰውር ነበር። የቶሮንን ጥላ፣ ያላሰለሰ ፍትህ ፍለጋ፣ ያሳለፉት አመታት ከባድ ኪሳራ አስከትሏል። የእስሩ ደስታ፣ ፍትህ ሲገኝ የማየት እርካታ፣ ርቆ ተሰምቶት፣ በድካም ክብደት እና በመቃጠያ መረበሽ የተነሳ እንደ ፅኑ ፋንተም ህመም የሚዘገይ።

በፀጉሯ ላይ እጇን ሮጠለች, ምልክቱ እንደ ሁለተኛ ቆዳ እሷ ላይ የተጣበቀውን ድካም አሳልፋለች. እንቅልፍ ቅንጦት ሆነ፣ አላፊ እፎይታ በከባድ ቅዠቶች የታጀበ፣ የምርመራውን ቁርጥራጭ በመድገም የቶርን ቀዝቃዛ አይኖች፣ ጸጥ ያለ የሙስና ሹክሹክታ፣ የተጎጂዎች ፊት፣ ተስፋቸው እና ህልማቸው በክፉ ምኞቱ ተሰበረ። ጉዳዩ ወደ ህሊናዋ ዘልቆ በመግባት በስነ ልቦናዋ ላይ የማይሽር ምልክት ትቶ ነበር።

የተሳካለት አቃቤ ህግ የመጀመርያው ደስታ ለአጭር ጊዜ ነበር። ጋዜጠኞቹ ብሩህነቷን፣ የማይናወጥ ቁርጠኝነቷን አወድሰዋል፣ ነገር ግን ሽልማቶቹ ትርጉም የለሽ እና በውስጡ ያለውን ክፍተት መሙላት የማይችሉ ባዶ አባባሎች ተሰምቷቸዋል። የበዓሉ አከባበር ሻምፓኝ በአፏ ውስጥ አመድ መሰለ። ህዝቡ የቶሮንን ውድቀት አክብሯል፣ ነገር ግን ማራ የተመለከተችው የዋስትና ጉዳቱን ብቻ፣ ህይወቶች በማይሻር መልኩ ተለውጠዋል፣ እምነት ሊጠገን በማይችል ሁኔታ ተሰበረ።

የኃላፊነት ክብደት ጫነባት፣ ብቻዋን የተሸከመች ከባድ ሸክም። የግል ህይወቷን፣ ግንኙነቷን፣ ጤናዋን መስዋእት በማድረግ በምርመራው ተበላች። በሙያዋ እና በግል ህይወቷ መካከል ያለው መስመር ደብዝዟል፣ ወደ ማይቋረጥ የእውነት ፍለጋ በመሟሟት ስሜቷ እንዲዳከም እና በመንፈሳዊ ሁኔታ እንድትዳከም አድርጓታል። ራሷን ወደ መስታወቱ ስትመለከት አገኘችው፣ ወደ ኋላ እያየች ያለውን የሃገር ነጸብራቅ በጭንቅ ታውቃለች። ብርቱ፣ ጉልበታም ሴት በአንድ ወቅት እንደ ሩቅ ትዝታ ተሰምቷታል፣ በአለፈው መናፍስት በተሰቃየ ቅርፊት ተተካ።

ባልደረቦቿ፣ በምርመራው ጥንካሬ እኩል ደክሟቸው፣ ለማክበር፣ ለማዘናጋት፣ የማጽናኛ ቃላትን ለመስጠት

ፈጣን ነበሩ። ነገር ግን የጓደኛነታቸው ምልክቶች እንኳን ስሜታዊ ጉዳቱን ሙሉ በሙሉ ማቃለል አልቻለም። ያልተነገረው ግንዛቤ በመካከላቸው ነበር - የጋራ ጉዳትን ፣ በፍትህ ስም የተከፈለውን መስዋዕትነት መረዳት። በብዙዎች ዘንድ የማይታዩ አስፈሪ ድርጊቶችን አይተዋል፣ ከጨለማው የህብረተሰብ ክፍል ጋር አጋጥሟቸዋል፣ እና ልምዱ የራሱን አሻራ ጥሏል።

የአፓርታማዋ ፀጥታ ሰሚ ነበር። የተለመደው የከተማ ህይወት ድምጾች - የሩቅ ሳይረን፣ የትራፊክ ጩኸት የተጠናከረ፣ ጣልቃ የሚገባ፣ በውጪ ባለው ዓለም እና በጸጥታ ባድማ መካከል ያለውን ከፍተኛ ንፅፅር የሚያጎላ ነበር። በቀላል ነገሮች መጽናኛ ለማግኘት ሞከረች-አንድ ኩባያ ሻይ ፣ መጽሐፍ ፣ በፓርኩ ውስጥ በእግር መጓዝ። ነገር ግን ፀጥታው የአስተሳሰብ መጉላላትን አጎላው፣ ያለማቋረጥ የትዝታ መደጋገም ለእሷ ህልውና የማይታለፍ ማጀቢያ ሆኗል።

የስነ ልቦና ተፅእኖው ስውር ቢሆንም የተስፋፋ ነበር። እሷ እራሷን ያለማቋረጥ ጠርዝ ላይ ሆና አገኘች ፣ በጣም ንቁ ፣ ስሜቷ ከማንኛውም የአደጋ ፍንጭ ፣ ከማንኛውም የማታለል ምልክት ጋር የተስማማ። ፓራኖያ በእንቅልፍ ሰዓቷ ውስጥ ሾልኮ ገባች፣ የማያቋርጥ ጓደኛዋ ጥርጣሬዎችን እና ጥርጣሬዎችን እያንሾካሾከች። እንቅልፍ, በአንድ ወቅት መሸሸጊያ, አሁን የጦር አውድማ

ነበር, ጥላዎች የሚጨፍሩበት እና የምርመራው መናፍስት ህልሟን ያስጨንቁታል.

የባለሙያ እርዳታ ጠየቀች፣ መጀመሪያ ላይ እያመነታ፣ ከዚያም ለረጅም ጊዜ ያፈናቀፈችውን የስሜት ቀውስ ለመፍታት አስፈላጊ መሆኑን በመቀበል። ቴራፒ መጠጊያ ሆነች፣ አጋንንቶቿን የምትጋፈጡባት፣ የተዘበራረቀ የስሜቷን ክሮች የምትፈታበት አስተማማኝ ቦታ ሆነች። ሂደቱ አድካሚ፣ የሚያም ነበር፣ ግን በመጨረሻ ካታርቲክ ነበር። በምርመራው ውዥንብር ውስጥ የጠፋችውን ሴት ለማገገም፣ ህይወቷን ለማደስ፣ የጠፋባትን ሴት እንደገና በማግኘቷ የስነልቦና ጉዳቱን መጠን መረዳት ጀመረች።

የጉዳዩ ስኬት ሰላም አላመጣላትም። ይልቁንም የሕይወትን ደካማነት፣ ያልተገታ ምኞት የሚያስከትለውን አስከፊ መዘዝ እና የሙስና መሰሪነት ጠለቅ ያለ ግንዛቤን አምጥቷል። ለፍትህ የሚደረገው ትግል ለውጦታል፣ በነፍሷ ላይ ጠባሳ ፈጥሯል፣ ነገር ግን ስለ ሰው ተፈጥሮ፣ ስለ መልካም እና ክፉ ውስብስብነት ጠለቅ ያለ ግንዛቤን ቀስቅሷል።

ህጋዊ ጦርነቱ አልቋል፣ ወንጀለኞች ከእስር ቤት በኋላ፣ ግን ውጊያው ገና አልተጠናቀቀም። የቶሮንን የሽብር አገዛዝ ያስቻሉት ስርአታዊ ጉዳዮች አሁንም ጸንተዋል፣

አንቀላፍተዋል ግን አልተወገዱም። የተተገበሩት ማሻሻያዎች ጅምር ነበሩ፣ ነገር ግን ረጅም እና አድካሚ ጉዞ ወደ እውነተኛ ተሀድሶ ያደረጉትን የመጀመሪያ እርምጃዎችን ያመለክታሉ። የለውጡ ዘሮች ተዘርተው ነበር፣ ነገር ግን ለማደግ ጊዜ ያስፈልጋቸው ነበር፣ ለማበብ ወደ ጠንካራ፣ የበለጠ ጠንካራ ስርዓት፣ ለመታለል እና ለመጎሳቆል ብዙም ተጋላጭ ያልሆኑ። የቶርን ጉዳይ ውርስ፣ በስኬት ተለይቶ የሚታወቅ ቢሆንም፣ ከየትኛውም የፍርድ ቤት ድል በላይ የዘለቀው ጠባሳ፣ በተንሰራፋው ጥላዎች እኩል ይገለጻል።

ማራ፣ የደረሰባትን ውድመት በአይኗ አይታ፣ ለፍትሃዊ እና ፍትሃዊ ህይወት ለመታገል አዲስ ቁርጠኝነት ተሰማት። ስራዋ ብዙም አልቀረም። ክሱ ተዘግቶ ነበር፣ ምዕራፉ ተጠናቀቀ፣ ነገር ግን የፍትህ መጽሃፉ ክፍት ሆኖ ነበር፣ ገጾቹ ለመጻፍ የሚጠባበቁ ስፍር ቁጥር በሌላቸው ታሪኮች ተሞልተዋል። ጉዞው ብዙ ጉዳት አስከትሎ ነበር፣ በአካላዊም ሆነ በስሜታዊነት አሻራውን ያሳረፈ ነበር። ነገር ግን ልምዷ ውሳኔዋን አንገቷን፣ ትኩረቷን አሰላችቶ፣ እና የመጪውን መንገድ አብርቶታል። ጦርነቱ አሸንፎ ሊሆን ይችላል, ነገር ግን ለፍትህ የሚደረገው ጦርነት ገና አልተጠናቀቀም. ይህ የማያበራ ንቃት፣ የማያወላውል ቁርጠኝነት እና የእውነት እና የታማኝነት መርሆችን ለማስከበር የማይታክት ቁርጠኝነት የሚያስፈልገው ትግል ነበር።

ከአለም ጋር እንደገና መገናኘት ጀመረች, በጥንቃቄ, በቀስታ, ያጣችውን ህይወት እንደገና መገንባት ጀመረች. ጉዞው ፈታኝ ነበር፣ በውድቀቶች እና በጥርጣሬዎች የተሞላ፣ ነገር ግን የመፈወስ፣ የመታደስ እና ወደ መደበኛ ህይወት የመመለስ ፍላጎት ደግፎአታል። ረጅምና ጠመዝማዛ መንገድ ነበር፣ በሀዘንም በተስፋም የታጀበ ጉዞ። ነገር ግን በእያንዳንዱ እርምጃ፣ በእያንዳንዱ ምዕራፍ ላይ በደረሰ፣ ማራ እያደገ የመጣ የዓላማ ስሜት ተሰማት፣ በትልቁ የፍትህ ትረካ ውስጥ ያላት ሚና ከፍርድ ቤት ወሰን በላይ እንደሰፋ ጥልቅ ግንዛቤ ነበራት። የእርሷ ትግል ገና አላበቃም ፣የእሾህ ጉዳይ ማሚቶ ቀጣይ ጥንቃቄ እንደሚያስፈልግ እና ፍትህን መፈለግን የማያቋርጥ ማሳሰቢያ ነው። ለተከፈለው መስዋዕትነት ማሳያ፣ነገር ግን ለሚመጡት ጦርነቶች የጥንካሬ እና መነሳሳት ጠባሳን፣ ትውስታዎችን ተሸክማለች። ሥራው፣ እንደነበረው የሚጠይቅ፣ አሁን ፍትህን ከማሳደድ የዘለለ አዲስ ትርጉምና ዓላማ ይዞ ነበር። የተሻለ ወደፊት ለመገንባት ወደ ቁርጠኝነት ተቀይሯል. ከቶርን ጉዳይ የተማሩት ትምህርቶች፣ በከባድ አሸናፊነት እና በህብረት ንቃተ-ህሊና ውስጥ በጥልቅ የተቀረጹበት፣ የበለጠ ፍትሃዊ እና ፍትሃዊ ወደሆነ አለም የሚወስደውን መንገድ የሚያበራ፣ እንደ መመሪያ፣ ብርሃን ሆኖ የሚያገለግል ይሆናል። ወደ ፈውስ የምታደርገው የግል ጉዞ ሌሎች ተመሳሳይ እጣ ፈንታ እንዳይደርስባቸው፣ ቶርን እንዲያብብ የፈቀደው የስርአት ውድቀቶች እንዲቀረፉ እና የበለጠ ጠንካራ፣ ግልጽ እና ስነምግባር ያለው አለም

ካለፈው አመድ እንዲወጣ ቁርጠኝነት ጋር የተያያዘ ነበር። ጠባሳው ቀርቷል፣ ስለ ጦርነቱ የማይካድ አስታዋሾች፣ ነገር ግን እነሱ ደግሞ የክብር መለያዎች ነበሩ፣ ይህም ለፍትህ ያላትን ቆራጥ ቁርጠኝነት ይመሰክራሉ።

ምዕራፍ 6፡ ውድቀት

የፍርድ ቤቱ ድል ልክ እንደ ፒርሂክ ተሰማው። የቶርን ኢምፓየር መፍረስ፣ ተባባሪዎቹ መታሰር፣ በጥልቅ ታቅዶ ተፈጽሟል፣ ሆኖም ውጤቱ በሚያስገርም ሁኔታ ባዶ ሆኖ ተሰማው። ጋዜጠኞቹ ስኬቱን አድንቀዋል፣ ማራ እና ቡድኗን በክብር እየዘነዘዙ፣ ነገር ግን ክብረ በዓላቱ ድምጸ-ከል ተሰምቷቸው ነበር፣ ይህም በከባድ ጭንቀት ዳራ ላይ የግዳጅ ሲምፎኒ ነበር። ህዝቡ፣ መጀመሪያ ላይ በደስታ፣ ብዙም ሳይቆይ የቶርን የሽብር አገዛዝ ለረጅም ጊዜ እንዲቆይ ወደፈቀዱት ተቋማት የበለጠ ወሳኝ አይኑን አዞረ።

በአንድ ወቅት የሳይንሳዊ እድገት መሰረት የነበረው ብሔራዊ የጤና ተቋም () ራሱን ይቅር በማይለው የህዝብ ምልከታ ስር አገኘ። በአሳዛኝ ምርመራ የተገኘዉ ቅሌት የክትትል ውድቀት፣ አስደንጋጭ የስነምግባር ንቀት እና የቶርን የማጭበርበር ምርምር ለዓመታት እንዲዳብር ያስቻለ ምስጢራዊነት ባህል አሳይቷል። በቶርን የተጭበረበሩ ክሊኒካዊ ሙከራዎች ውስጥ በተሳተፉት ስፍር ቁጥር በሌላቸው ግለሰቦች ላይ ሊደርስ የሚችለውን

ጉዳት፣ ህዝቡ ከተበላሸው ምርምር አንድምታ ጋር ሲታገል የመጀመርያው ድንጋጤ ቁጣን ሰጠ።

የዜና ማሰራጫዎች ከግድግዳ እስከ ግድግዳ ሽፋን ድረስ በመሄድ እያንዳንዱን የቅሌት ዝርዝር ርህራሄ በሌለው ቅልጥፍና በመበተን ነበር። ከርዕሰ አንቀጹ በኋላ የሙስና፣ የማታለል እና የህዝብን እምነት ክህደት ጮኸ። የቶክ ትዕይንቶች የጦፈ ክርክር፣ ሳይንቲስቶችን ከፖለቲከኞች፣ መረጃ ነጋሪዎችን ከመንግስት ባለስልጣናት ጋር ያጋጫሉ። ማህበራዊ ሚዲያ በተቆጡ ጽሁፎች፣ የሴራ ፅንሰ-ሀሳቦች እና የተጠያቂነት ጥሪዎች ፈነዳ። ህዝቡ በሳይንስ ማህበረሰቡ ላይ ያለው እምነት፣በአንዳንድ ክበቦች ቀድሞ የተዳከመ፣ የበለጠ ፈራርሶ፣በጥልቅ ጥርጣሬ እና አለመተማመን ተተክቷል።

የሳይንስ ማህበረሰቡ ራሱ ወደ ውዥንብር ተወርውሯል። ተመራማሪዎች በሚሽከረከሩ የክሶች እና የክስ መቃወሚያዎች እግራቸውን መልሰው ለማግኘት ሲታገሉ ስም ወድሟል፣ ሙያዎች ወድመዋል፣ እና የትብብር ጥረቶች ቆሙ። ለምርምር ፕሮጀክቶች የሚሰጠው ገንዘብ ወድቋል፣ ዕርዳታ ተሽሯል፣ እና ተስፋ ሰጪ ውጥኖች ላልተወሰነ ጊዜ ታግደዋል። አጠቃላይ የባዮሜዲካል ምርምር መስክ ከባድ ጉዳት አጋጥሞታል፣ ተአማኒነቱ በአንድ ጨካኝ ሳይንቲስት ድርጊት እና ለረጅም ጊዜ

ያለቅጣት እንዲሰራ ባደረገው የስርአት ውድቀቶች ተአማኒነቱ ተጎድቷል።

የተሐድሶ ጥሪው ሰሚ አጥቷል። ኮንግረስ በርካታ ምርመራዎችን ጀምሯል፣ መልስ እና ተጠያቂነትን ይጠይቃል። በሕዝብ ቁጣ የተቀሰቀሰው ሴናተሮች እና ተወካዮች፣ ቁጥጥርን ለማጠናከር፣ ግልጽነትን ለመጨመር እና በ እና በሌሎች የምርምር ተቋማት ውስጥ ያሉ የሥነ ምግባር ደረጃዎችን ለማጎልበት የታለመ የማጣራት ሕግ አቀረቡ። ህዝባዊ ችሎቶች በቴሌቭዥን ተላልፈዋል፣ መረጃ ሰጪዎች ተሞክሯቸውን እንዲያካፍሉ እና ባለሙያዎች የቶርን ጥፋቶችን ያስቻሉ የስርአት ጉድለቶች ላይ ግንዛቤያቸውን እንዲያቀርቡ መድረክ አቅርቧል።

ማራ እራሷን በሕዝብ ዓይን ውስጥ ስትገባ፣ በጋዜጠኞች፣ በሕግ አውጭዎች እና በተሟጋች ቡድኖች የምትፈልገውን እውቀት አግኝታለች። የባለሙያዎችን ትንታኔ በመስጠት እና የምርመራውን ሚስጥራዊነት ሳትሰጥ ለተሃድሶ ምክሮችን በመስጠት የመገናኛ ብዙሃንን ብስጭት በጥንቃቄ ቃኘች። ግልጽነት እንደሚያስፈልግ ተረድታለች፣ የህዝቡን የማወቅ መብት፣ ነገር ግን የምርመራውን ትክክለኛነት መጠበቅ እና በጀግንነት የቀረቡትን ሰዎች ማንነት መጠበቅ አስፈላጊ መሆኑን ተገንዝባለች።

ህዝባዊ ውይይቶቹ ጠንከር ያሉ፣ ስሜትን የሚነኩ ጉዳዮች ነበሩ። መረጃ ነጋሪዎች፣ አንዳንዶች አሁንም በመከራው እየተንቀጠቀጡ፣ የማስፈራራት፣ የአጸፋ ምላሽ እና ጭንቀታቸውን ዝም የማሰኘት ልምዳቸውን ተናገሩ። ታሪኮቻቸው በፍርሀት ውስጥ ስለተዘፈቁ የምርምር ባህል አሳዛኝ ምስልን ይሳሉ፣ ተቃውሞዎች የሚቀጡበት እና የስነምግባር ጉዳዮች ሳይንሳዊ እድገትን ለማሳደድ በመደበኛነት ችላ ይባላሉ። እነዚህ ምስክርነቶች ቶርን ለራሱ ጥቅም ሲል ስርዓቱን እንዲጠቀም ያስቻለውን የስርአት ውድቀቶችን፣ ማጭበርበር እና ኢ-ስነምግባር የጎደላቸው ድርጊቶች እንዲዳብሩ ያስቻሉትን ውድቀቶች አጽንኦት ሰጥተዋል።

ችሎቶቹ ለስልጣን የመከባበር ባህልን አሳይተዋል፣ ትንንሽ ሳይንቲስቶች ስህተት የመሥራት ማስረጃ ቢገጥማቸውም እንኳ ከፍተኛ ባልደረቦቻቸውን ለመቃወም ፈቃደኛ አልነበሩም። የ የውስጥ ግምገማ ሂደቶች በጣም በሚያሳዝን ሁኔታ በቂ እንዳልሆኑ፣ የስነምግባር ጥሰቶችን መለየት እና መፍትሄ መስጠት ባለመቻላቸው ታይቷል። የግልጽነት እና ተጠያቂነት እጦት የቶርን የማጭበርበር ተግባር ለዓመታት ሳይታወቅ እንዲቆይ አስችሏል፣ ይህም የህዝብ አመኔታ እንዲያጣ እና በሳይንሳዊ ታማኝነት ላይ ቀዝቃዛ ተጽእኖ አስከትሏል።

ውድቀቱ ከ ባሻገር ዘልቋል። ሌሎች የምርምር ተቋማት ከፍተኛ ምርመራ አጋጥሟቸዋል, ውስጣዊ ግምገማዎችን አነሳስቷል እና በሥነምግባር መመሪያዎች ላይ አዲስ ትኩረት ተሰጥቷል. ዩንቨርስቲዎች ግልፅ እና ተጠያቂነት ያለው አካባቢ ለመፍጠር እየጣሩ ምርምርን ለመከታተል አሰራራቸውን ገምግመዋል። የገንዘብ ድጋፍ ኤጀንሲዎች ጥብቅ መመሪያዎችን በመተግበር እና የበለጠ ጠንካራ የስነምግባር ግምገማ ሂደቶችን በመጠየቅ የምርምር ድጋፎችን ቁጥጥር አጠናክረዋል።

ሳይንሳዊ ማህበረሰቡ ራሱ ረጅም እና አድካሚ የሆነ ራስን የማሰብ ሂደት ጀመረ። ብዙ ተመራማሪዎች በምርምር ባህል ውስጥ መሠረታዊ ለውጥ እንደሚያስፈልግ በመገንዘባቸው ጥልቅ የሆነ የሃፍረት እና የተስፋ መቁረጥ ስሜት ተሰምቷቸው ነበር። ትኩረቱም ህትመቶችን እና ህትመቶችን ከማሳደድ ወደ አዲስ የስነምግባር ምግባር፣ የግልጽነት እና የሰዎች ተገዢዎች ጥበቃ ላይ ትኩረት ለማድረግ ተንቀሳቅሷል። ሳይንሳዊ መጽሔቶች ጥብቅ የአቻ የግምገማ ሂደቶችን ተግባራዊ አድርገዋል፣ እና አዲስ ተነሳሽነቶች የተጀመሩት የጠቋሚዎች ጥበቃን ለማበረታታት እና ስለ ስነምግባር ችግሮች ግልጽ ውይይትን ለማበረታታት ነው።

የረዥም ጊዜ ውጤቶቹ ብዙ ነበሩ. በሳይንስ ላይ ህዝባዊ እምነት ደካማ ነበር፣ እና በ እና በሌሎች የምርምር

ተቋማት ስም ላይ የሚደርሰው ጉዳት ለመጠገን አመታትን ይወስዳል። የህግ ማሻሻያዎቹ፣ ወደ ትክክለኛው አቅጣጫ ጉልህ እርምጃ ቢሆንም፣ የበለጠ ሥነ ምግባራዊ እና ግልጽ የምርምር አካባቢ ለመፍጠር በረዥሙ እና ፈታኝ ጉዞ ውስጥ የመጀመሪያው እርምጃ ብቻ ነበር። ማራ በሳይንስ ውስጥ ለታላቅነት የሚደረገው ትግል ቀጣይነት ያለው ሂደት መሆኑን ተረድታለች፣ ንቃት፣ ግልጽነት እና ከፍተኛ የስነምግባር ደረጃዎችን ለመጠበቅ የማያወላውል ቁርጠኝነትን የሚጠይቅ። የቶርን ጉዳይ፣ ትልቅ ድል ቢሆንም፣ እምነትን ለመጠበቅ፣ ተጠያቂነትን ለማረጋገጥ እና ወደፊት ተመሳሳይ መጠን ያላቸውን ቅሌቶች ለመከላከል ለሚደረገው የማያቋርጥ ትግል እንደ ከባድ ማሳሰቢያ ሆኖ አገልግሏል። ማሻሻያዎቹ ምንም እንኳን ተቀባይነት ቢኖራቸውም ፣ ጥልቅ በሆኑ እና በከባድ ቁስሎች ላይ እንደታሰረ ብቻ ተሰምቷቸዋል። የሳይንሳዊ ማህበረሰቡ ሙሉ ፈውስ እና የተሟላ የህዝብ እምነት ወደነበረበት መመለስ፣ ወደፊት ረጅም እና እርግጠኛ ያልሆነ መንገድ ነበር። በቶርን ጉዳይ የተወው ጠባሳ በሳይንሳዊ ማህበረሰብ ውስጥ እና በሕዝብ ንቃተ ህሊና ውስጥ በጥልቀት ዘልቋል። ጦርነቱ ገና ብዙም አልጨረሰም፣ እና ወደፊት ውድቀቶችን ለመከላከል የሚያስፈልገው ጥንቃቄ ከባድ ስራ ሆኖ ቆይቷል። በሳይንስ ማህበረሰቡ ውስጥም ሆነ ከህዝቡ ጋር በመሆን መተማመንን መልሶ ለመገንባት የሚደረገው ጉዞ ለዓመታት ጠንክሮ መሥራት፣ ለሥነ ምግባር ደረጃዎች እና ግልጽነት የማያወላውል ቁርጠኝነት እና ታማኝነት እና ተጠያቂነት ቅድሚያ የሚሰጠውን ባህል ለማዳበር

የተቀናጀ ጥረት ይጠይቃል። ማራ፣ ቅሌቱን በማጋለጥ ረገድ ትልቅ ሚና የተጫወተች፣ ስራዋ ገና እንዳላለቀ ታውቃለች። ለእውነት እና ለፍትህ የሚደረገው ትግል ከፍርድ ቤት አልፎ እስከ ሳይንሳዊ ምርምር እና ሳይንስ እና እሱ የሚያገለግለው የህዝብ ግንኙነት ድረስ የተዘረጋ መሆኑን ተረድታለች። መጪው ጊዜ የማያቋርጥ ንቃት እና የታማኝነት እና የስነምግባር መርሆዎችን በከፍተኛ ደረጃ ለመጠበቅ ጽኑ ቁርጠኝነትን ይፈልጋል።

ከቶርን ሙከራ በኋላ በአየር ላይ ተንጠልጥሏል፣ የማያቋርጥ ጭጋግ በሁሉም የብሔራዊ የጤና ተቋማት ኮሪደር ላይ ተጣበቀ። ምስጋናዎቹ፣ የሚዲያው ትኩረት፣ ጊዜያዊ የድል ስሜት ⍰ ሁሉም ሩቅ ሆኖ ተሰምቷቸው በጥልቅ ድካም ተተክተዋል። ማራ ምንም እንኳን ህዝቡ አድናቆት ቢቸረውም ራሷን ከጊዜ ወደ ጊዜ ተገልላ፣ ብቸኝነትን የፈራረሰ ተቋምን ፍርስራሹን ስትዞር አገኘች። ድሉ በዋጋ የመጣ ነበር፣ እሷ መረዳት የጀመረችውን የግል ዋጋ።

የተከበሩት እራት፣ የእንኳን ደስ ያለዎት ኢሜይሎች፣ የቃለ መጠይቆች ጥያቄዎች ⍰ ሁሉም ባዶነት ተሰምቷቸው ነበር፣ ከውስጥ ካለው ባዶነት ጋር ፍጹም ተቃርኖ ነበር። የሕይወቷን ዓመታት የቶርን የማታለል ድርን ለመፍታት፣ መረጃን ለመመልከት፣ ጥላ ለማሳደድ፣ ምርመራዋን በንቃት ያደናቀፉ ኃያላን ሰዎችን በመጋፈጥ ለዓመታት ሰጥታለች። አሁን፣ አቧራው ሲረጋጋ፣ እራሷን አዲስ እና እኩል አስጨናቂ ፈተና ገጥሟት አገኘችው፡

የራሷን ህይወት፣ ስራዋን፣ እሷን ባሳየች ድርጅት ውስጥ እንደገና ገንባ፣ እና ከሁሉም በላይ ደግሞ፣ ህዝብን ወድቋል።

፣ በአንድ ወቅት ፕሮፌሽናል ቤቷ፣ አሁን በሙስና ሰለባዎች የተሞላ የጦር ሜዳ ተሰምቷታል። በሕዝብ ችሎት ወቅት የተጋላጭነታቸው እና ድፍረታቸው ፊታቸው ላይ የተለጠፈው የጠቋሚዎቹ ፊት የነቃ ሰዓቷን አስጨነቀ። በምሽት ንግግሮች ወቅት በፀጥታ ንግግሮች ሹክሹክታ ያለው ታሪካቸው፣ ቶርን እንዲያድግ ያስቻለው የተንሰራፋውን የዝምታ እና የማስፈራራት ባህል ማሳያ ሆኗል። ለዓመታት ወይ ዓይናቸውን ጨፍነዋል ወይም ለመናገር በጣም በሚፈሩ ባልደረቦቻቸው ባዶ እይታ ውስጥ ጸጥ ያለ የተስፋ መቁረጥ ስሜታቸውን ተመለከተች። ያልተነገረው የፍርሃታቸው ክብደት እሷ ላይ ተጭኖባት፣ እንደ መሸፈኛ ከብዷታል።

የተሃድሶ ጥሪዎች የማያቋርጥ ነበሩ, ነገር ግን ማራ ጥልቅ ጥርጣሬ ተሰምቷታል. የታቀደው ህግ፣ ተስፋ ሰጪ ቢሆንም፣ ለስርዓታዊ ውድቀቶች ላዩን ምላሽ መስሎ ተሰማው። በፕሮቶኮሎች ላይ የተደረጉ ለውጦች፣ ጥብቅ ቁጥጥር፣ የተሻሻሉ የስነምግባር መመሪያዎች ⍰ እነዚህ ሁሉ ወሳኝ እርምጃዎች ነበሩ፣ ነገር ግን የቶርን ማጭበርበር ያስቻሉትን መሰረታዊ የባህል ጉዳዮች ለመፍታት በቂ እንዳልሆኑ ተሰምቷቸዋል። የበቀል

ፍርሃት፣ ለስልጣን ስር ሰዶ መውደድ፣ ያልተነገረው የዝምታ ስምምነት - እነዚህ በ መዋቅር ውስጥ ጠልቀው ገብተዋል፣ እና ተራ የሥርዓት ለውጦች አያጠፉዋቸውም።

የራሷ የወደፊት ተስፋ በ ላይ እርግጠኛ ያልሆነ ስሜት ተሰምቷታል። በማያወላውል ቁርጠኝነት ያገለገለችው ተቋም በማይሻር ሁኔታ ተለውጧል። መተማመን፣ አንዴ ስውር፣ አሁን ከጥገና በላይ ተሰብሮ ነበር። ባልደረቦች, በአንድ ወቅት ተግባቢ እና ደጋፊ, አሁን እሷን በአድናቆት ድብልቅ እና በጥንቃቄ ርቀት ያዙአት. አንዳንዶች እሷን እንደ ጀግና፣ ሌሎች ደግሞ እንደ ስጋት፣ አለማቸውን ያናወጠው የውስጥ ለውስጥ ትርምስ ምልክት አድርገው ይመለከቱታል። ከባቢ አየር በጥርጣሬ ወፍራም ነበር፣ እያንዳንዱ መስተጋብር ከውጥረት በታች ነው።

ከፍተኛ ባለስልጣናት፣ ስራዋን በይፋ ሲያወድሱ፣ በ መልካም ስም ላይ ስለሚደርሰው ጉዳት ስጋታቸውን በግል ገለጹ። ምናልባት በኤጀንሲው ውስጥ የነበራት ሚና መንገዱን እንደፈፀመ የሚጠቁሙ ስለወደፊቷ ማጉረምረም፣ ስውር ፍንጮች ነበሩ። ስውር መልእክቱ ግልጽ ነበር፡ እሷ በችግር ጊዜ አስፈላጊ ክፉት ልትሆን የምትችል ነበረች፣ አሁን ግን ቅሌቱ ያለበት መስሎ፣ የኤጀንሲውን ስር የሰደደ ጉድለቶች የሚያስታውስ የማይመች ነው።

ማራ ካለፉት ጥቂት ወራት አካላዊ ድካም የዘለለ የድካም ስሜት እያደገ ሄደ። ለፍትህ፣ ለእውነት የሚደረገው ትግል አድካሚ ነበር፣ እናም ድሉ እንደ ድል ድምዳሜ ያነሰ እና እንደ መራራ፣ የማያረካ መጨረሻ ሆኖ ተሰማው። ህይወቷን የሳይንስና የታማኝነት መርሆችን ለመጠበቅ ወስዳ ነበር፣ ነገር ግን የምታገለግለውን ተቋም መሰረት በመጠራጠር እራሷን አገኘች።

ቅናሾቹ ወደ ውስጥ መግባት ጀመሩ። በርካታ ታዋቂ ዩኒቨርሲቲዎች በፎረንሲክ ሳይንስ እና የምርመራ ቴክኒኮች ብቃቷን ፈልገው አነጋግሯታል። ማጭበርበርን በመለየት እና በአደጋ አያያዝ ላይ የተሰተፉ የግል ድርጅቶችም ፍላጎት እንዳላቸው ገልጸዋል፣ ትርፋማ የስራ መደቦችን እና ሰፋ ያሉ ጉዳዮችን የመስራት እድል ፈጥረዋል። ፈተናው ጠንካራ ነበር; የአዲሱ ጅምር ማራኪነት፣ ከ መርዛማ ከባቢ አየር ርቆ መውጣቱ ሊቋቋመው የማይችል ነበር።

ሆኖም መውጣቷ እንደ ክህደት ተሰምቷት ነበር፣ ለማሸነፍ ብዙ ታግላ ለነበረው የሙስና ሃይሎች እጅ መስጠት። ትግሉን ትታ፣ ህይወቷን ለማሻሻል ራሷን ከሰጠችበት ተቋም ርቃ የመውጣት ሀሳብ በጣም አናሳ ነበር። የሳይንሳዊ ጥፋቶች አስከፊ መዘዞች፣በንፁሀን ህይወት ላይ የሚያሳድሩትን ተፅእኖ፣የህዝብ አመኔታን መሸርሸር በራሷ አይታለች። ን ትቶ መሄድ፣ ለሳይንሳዊ ታማኝነት

ትግሉን ትቶ የመውጣት ሀሳብ፣ የምትወዳቸውን መርሆች የመተው ያህል ተሰማት።

ሌሊቶቹ ረጅም ነበሩ፣ እረፍት በሌለው እንቅልፍ እና አሳፋሪ ህልሞች ተሞልተዋል። እሷ ራሷን ችሎት ስትጫወት አገኘችው፣ የጠቋሚዎቹ ፊት በትዝታ ውስጥ ተቀርጿል። ታሪካቸው፣ ድፍረታቸው እና ተጋላጭነታቸው የችግሮቹ ቋሚ ማስታወሻ ነበር። መተው እነርሱን ጥሏት ፣ በእሷ ላይ የጣሉትን እምነት ክህደት ነው። ይህ እጅግ በጣም ብዙ የሆነ የሞራል አጣብቂኝ ነበር፣ በግላዊ ደህንነቷ እና ለሳይንሳዊ ታማኝነት መርሆዎች እና ፍትህን ለማሳደድ ያላትን የማይናወጥ ቁርጠኝነት ግጭት።

ምርጫዎቿን ስትመዝን ቀናት ወደ ሳምንታት ደበዘዙ፣የውሳኔው ክብደት በትከሻዋ ላይ ተጭኖ ነበር። እሷ ጥቅሙን እና ጉዳቱን ፣ የአዲሱ ጅምር እምቅ ጥቅሞችን እና የመቆየት እና የተሃድሶ ትግሉን ለመቀጠል ካለው የሞራል ግዴታ ጋር ገምታለች። ከስታንፎርድ ዩኒቨርሲቲ የቀረበው አቅርቦት፣ በተለይም ከዋና ዋና የሕግ ሳይንስ ቡድናቸው ጋር የመሥራት ዕድል በተለይ አስደሳች ቢመስልም በ ውስጥ ያለውን ትግል ወደ ኋላ የመተው ሀሳብ ፣ የስርዓት ለውጥ ፍላጎት ፣ በህሊናዋ ላይ ከባድ ነበር።

የአዲሱ ጅምር ማራኪነት ኃይለኛ ነበር; ከ ከባቢ አየር ማምለጥ እና አወንታዊ የሆነ ነገር የመገንባት እድል ፣ ንጹህ ንጣፍ ፣ በእሾህ ቅሌት ያልበከለ። ከፖለቲካ ጨዋታዎች እና በቢሮክራሲያዊ ቀይ ቴፕ በ ውስጥ የሰራችውን ተግባር በሌለበት በፎረንሲክ ሳይንስ ላይ ብቻ የማተኮር እና በፎረንሲክ ሳይንስ ላይ ብቻ የማተኮር እድል በቴክኖሎጂ የመስራት ዕድሏ በማይታመን ሁኔታ ፈታኝ ነበር።

ሆኖም፣ ሥር የሰደደ የኃላፊነት ስሜት ወደኋላ አግቷታል። በ ውስጥ የስርዓት ለውጥ አስፈላጊነት የማይካድ ነበር። መተው ሽንፈትን መቀበል፣ ቶርን ለረጅም ጊዜ እንዲያብብ ላደረጉት የብልግና እና የሙስና ኃይሎች እጅ መስጠት ነው። በቶርን እጅ የተሠቃዩት ስፍር ቁጥር የሌላቸው ግለሰቦች፣ ፍርድ ቤት ከተገኙ ቀላል ድል የተሻሉ ነበሩ። የስርዓት ማሻሻያ ይገባቸዋል, በ ባህል ውስጥ መሠረታዊ ለውጥ, ለሳይንሳዊ ጥፋቶች ዘላቂ መፍትሄ.

የማራ ውሳኔ ሚዛኑ ላይ ተንጠልጥሏል፣የቶርን ጉዳይ ከፍተኛ ተፅእኖን የሚያሳይ፣ ከፍርድ ቤቱ ወሰን በላይ እና ወደ ሙያዊ ህይወቷ ልብ ውስጥ ዘልቋል። ለሳይንሳዊ ታማኝነት የሚደረገው ትግል ገና አልተጠናቀቀም ነበር፣ እና በ ውስጥ ወይም በሌላ ቦታ ጦርነቱን ትቀጥላለች የሚለው ጥያቄ ጥልቅ እና በጥንቃቄ የታሰበ መልስ የሚፈልግ ጥያቄ ሆኖ ቆይቷል። የዚያ ውሳኔ ክብደት፣

የሳይንሳዊ ታማኝነት የወደፊት እጣ ፈንታ በራሱ ትከሻዋ ላይ በትክክል ተቀምጧል። ከፊት ያለው መንገድ እርግጠኛ አልሆነም፣ በግላዊ ምኞት፣ ሙያዊ ታማኝነት እና ከራሷ በላይ ላለው ጉዳይ የማያወላውል ቁርጠኝነት ያለው ውስብስብ ቴፕ። በሳይንስ ማህበረሰቡ ውስጥም ሆነ ከህዝቡ ጋር መተማመንን መልሶ ለመገንባት የተደረገው ጉዞ ረጅም እና አድካሚ ነበር፣ እና የኃላፊነት ክብደት በእሷ ላይ ተጫነ።

የማቀዝቀዣው ጸጥ ያለ ድምፅ በሌላ ጸጥተኛ አፓርታማ ውስጥ ብቸኛው ድምጽ ነበር። ማራ በዝናብ የተሸፈነውን መስኮት ትኩር ብሎ ተመለከተች፣ የከተማዋ መብራቶች ወደ ጭጋጋማ፣ ወደማይታወቅ ብርሃን እየደበዘዙ። የቶርን ጉዳይ አብቅቷል፣ ህጋዊ ድሉ ተረጋግጧል፣ ነገር ግን በእሷ ውስጥ ያለው ጦርነት ቀጠለ። ድካሙ አካላዊ ብቻ አልነበረም; ወደ ነፍሷ ውስጥ የገባ ጥልቅ ፣ አጥንትን የሚቀዘቅዝ ድካም ነበር ፣ ምንም ያህል እንቅልፍ የማይቀንስ ባዶነት ስሜት።

ሽልማቶቹ ብዙ ነበሩ፣ የአደባባይ ምስል በጥንቃቄ ተቀርጿል፡ ደፋር ፍንጭ ነጋሪ፣ የማይታክት መርማሪ፣ ሳይንሳዊ ግዙፍ ሰውን ያወረደ ጀግና። ነገር ግን በጥንቃቄ የተገነባው ትረካ የህይወቷን እውነታ አላንጸባረቀም። ብቸኝነት እያንገላታት ነበር፣በእያንዳንዱ የነቃች ቅፅበት ጥላ የሚሰጣት ቋሚ ጓደኛ። በአንድ ወቅት የሚያልፍ የደስታ ምንጭ የነበሩት የክብረ በዓሉ እራቶች አሁን ልክ

እንደ ትዕይንት ትርኢት ተሰምቷቸዋል፣ እውነተኛ ግንኙነት በሌለው ዓለም ውስጥ ባዶ ምልክቶች።

የቅርብ ጓደኛዋ ዳንኤል በኤፍቢአይ ቆይታዋ የፎረንሲክ ሳይንቲስት የሆነችው ዳንኤል ለማግኘት ሞከረች። የእሱ ጥሪዎች እና ኢሜይሎች፣ በጭንቀት እና በድጋፍ የተሞሉ፣ ከጊዜ ወደ ጊዜ እየበዙ መጥተዋል። ይህ ሥራ የወሰደውን ጉዳት፣ ነፍስህን የነጠቀበትን መንገድ ተረድቶ፣ የቂምነት እና የመተማመንን ቅሪት ትቶ። የከፈለችውን መስዋዕትነት፣ ለእውነት እና ለፍትህ ያላትን ቆራጥ ቁርጠኝነት የከፈለችውን ዋጋ ያውቃል። ነገር ግን የዳንኤል የማይናወጥ ድጋፍ በመካከላቸው የተከፈተውን ገደል ሙሉ በሙሉ ማገናኘት አልቻለም። ርቀቱ አካላዊ አልነበረም; በተሞክሮዎቿ ክብደት የተቀረጸ ገደል ነበር፣ በእያንዳንዱ ማለፊያ ቀን እየጠነከረ የሚሄድ ገደል ነበር።

ጫናው ከፍተኛ ነበር። የማያቋርጥ የበቀል ዛቻ፣ የጥርጣሬ መሰሪ ሹክሹክታ፣ ከቶርን አጋሮች የተሸፈኑ ዛቻዎች - እነዚህ በጥላ ውስጥ ተደብቀው የነበሩ የማይታዩ ጠላቶች ነበሩ፣ ችሎቱ ካለቀ በኋላም መገኘታቸው ተሰምቷል። ሥራው ከመመርመር በላይ ነበር; የማያባራ፣ ሁሉን የሚፈጅ የህልውና ጦርነት ሆኖ ነበር። የማያቋርጥ ንቃት፣ የአካባቢዋ ከፍተኛ ግንዛቤ፣ ያለማቋረጥ የመታየት ስሜት - እነዚህ የህልውናቸው ሥር የሰደዱ ክፍሎች ሆነዋል። እንቅልፍ በቅንጦት የተሞላ፣ በቁም ነገር የተከበበ፣

የሚረብሹ ህልሞች፣ የጉዳዩን እጅግ አሳዛኝ ገፅታዎች፣ የተጎጂዎችን ፊት፣ ፍርሃታቸው እና ተስፋ መቁረጥ በአእምሮዋ ላይ ተቀርጾ ነበር።

ሁልጊዜም በራሷ ፍላጎት እና ሃብቶች ላይ መታመንን የለመዳት ጠንካራ ነጻ ነበረች። ነገር ግን የምርመራው ክብደት እሷን ሰብሮታል, በጥንቃቄ በተሰራው የጦር ትጥቅ ውስጥ ያሉትን ስንጥቆች አጋልጧል. ራሷን ለግንኙነት ትጓጓለች፣ ለሰው ልጅ ቀላል ምቾት፣ ነገር ግን የተጋላጭነት ፍራቻ ጀርባዋን ያዘዋት፣ ይህም ፍርሃት በስራዋ ባህሪ የተጨመረ ነው።.በሙያዋ እና በግላዊ ህይወቷ መካከል ያለው መስመር ደብዝዞ ነበር፣በእርግጠኝነት እና በተገለለ ባህር ውስጥ እንድትገባ አድርጓታል።

ቤተሰቧ ሁል ጊዜ የብርታት ምንጭ፣ ከህይወት ማዕበል የሚያጽናና መጠጊያ ነበሩ። ነገር ግን አሁን የራቁ ይመስሉ ነበር፣ ድጋፋቸው በድብቅ የፍርሃት ስሜት የተሞላ ነበር። የልምዷን ጥልቀት፣ የማያቋርጥ ግፊት፣ የማያቋርጥ የጥቃት ስጋት ሙሉ በሙሉ አልተረዱም። የሌሊት የዜና ዘገባዎች፣ የጉዳዩን ስሜት ቀስቃሽ ገጽታዎች ላይ ያተኮሩ፣ የሕይወቷን የተዛባ ምስል ፈጥረዋል፣ ይህ ምስል መስዋእትነቷን የማያንጸባርቅ ወይም የስራዋን ከፍተኛ ተጽዕኖ በትክክል ያልያዘ ምስል ነበር። ጭንቀታቸው ሊገባኝ የሚችል ቢሆንም በመካከላቸው ያለው ክፍተት

እየሰፋ ሄዶ ከመቼውም ጊዜ በላይ ብቸኝነት እንዲሰማት አድርጓታል።

ከዩኒቨርሲቲዎች እና ከግል ኩባንያዎች የቀረቡት ቅናሾች ማምለጫን፣ ህይወቷን እንደገና ለመገንባት፣ በግርግሩ መካከል ሰላም እና መረጋጋትን ለማግኘት እድልን ያመለክታሉ። የአዲሱ ጅምር ማራኪነት፣ ከ መርዘማ ከባቢ አየር የራቀ፣ በሚገርም ሁኔታ ጠንካራ ነበር። በ ውስጥ ስራዋን ከገለጸችበት የፖለቲካ ጨዋታዎች እና የቢሮክራሲያዊ ቀይ ቴፕ በሌለበት ዘመናዊ ቴክኖሎጂ፣ የትብብር ቡድኖች እና በፎረንሲክ ሳይንስ ላይ ብቻ የማተኮር ነፃነት ተስፋ እጅግ በጣም አጓጊ ነበር።

ሆኖም ትግሉን ለመተው፣ ለሳይንሳዊ ታማኝነት ከሚደረገው ጦርነት ለመራቅ ማሰብ እንደ ክህደት ሆኖ ተሰማው። ነጋሪዎቹ፣ የድፍረት እና የፅናት ታሪካቸው ሀሳቦቿን አስጨነቀ። ራሳቸውን እንዲጠብቁ መተው፣ ያለ እሷ ድጋፍ የ ተንኮለኛውን ውሃ እንዲመላለሱ መተው፣ እንደ ፈሪነት ተሰማው። ለእውነት እና ለፍትህ ለመታገል በግልም ሆነ በሙያዋ ቃለ መሃላ ገብታለች፣ እናም ያንን መሃላ መተው በነፍሷ ላይ የማይሽር እድፍ ይተዋል።

የሥነ ምግባር አጣብቂኝ ውስብስብ ነበር, የግል ፍላጎቶች እና ሙያዊ ግዴታዎች የተጣበበ መረብ. የውሳኔዋ

ክብደት በጣም ተጭኖባታል፣ ይህ ሸክም ሊታለፍ የማይችል መስሏል። ወደፊት የሚወስደው መንገድ እርግጠኛ ባልሆነ ሁኔታ የተሸፈነ፣ የሚጋጩ ስሜቶች እና ያልተፈቱ ጉዳዮች ተሸፍኗል። ሰላምን ናፈቀች፣ የመደበኛነት ስሜት፣ ነገር ግን የቶርን ጉዳይ ጥላ፣ እና እሱን የሚመስሉት ስፍር ቁጥር የሌላቸው ሰዎች አሁንም ትልቅ ሆነው ይታያሉ፣ ወደፊት ስላለው ረጅም መንገድ የሚያስታውስ፣ የማይናወጥ ድፍረት እና ጥልቅ የሞራል እምነት የሚጠይቅ ጉዞ።

የተጎጂዎችን ፊት፣ በቶርን እጅ የተሠቃዩትን ስፍር ቁጥር የሌላቸውን ግለሰቦች፣ እና እውነትን ለማጋለጥ ሁሉንም ነገር አደጋ ላይ የጣሉትን የስራ ባልደረቦቿን ጸጥ ያለ ተስፋ መቁረጥ ታየች። የታሪካቸው ክብደት በእሷ ላይ ተጭኖባታል፣ ይህ ከባድ ሸክም ትግሉን ለመቀጠል ያላትን ቁርጠኝነት አበረታት። ጦርነቱ በሳይንሳዊ ታማኝነት ላይ ብቻ አልነበረም; ስለ ፍትህ፣ ስለ ተጠያቂነት፣ ብዙ ጊዜ በማታለል በተሸፈነው ዓለም ውስጥ ስለ እውነት የማይናወጥ ፍለጋ ነበር። ትግሉ ከፍርድ ቤቱ ወሰን አልፎ ወደ ውስጧ ዘልቋል።

የአፓርታማው ፀጥታ የተሰበረው የዝናብ ከበሮ በመስኮት መስኮቶቹ ላይ በመምታቱ ብቻ ነው። ማራ ዓይኖቿን ዘጋች, የፍርድ ሂደቱ ምስሎች, የምስክሮች ፊት, የማስረጃው ክብደት, ሁሉም በፊቷ ብልጭ ድርግም

ይላሉ. ን መልቀቅ በህይወቷ ውስጥ ወሳኝ እርምጃ እንደሆነ ታውቅ ነበር ነገር ግን ሽንፈትን መቀበል አልነበረም። ሳይንሳዊ ማህበረሰቡን እያስጨነቁ ባሉ የስርአት ችግሮች ላይ ዳግም ጥቃት ከመጀመሩ በፊት ስልታዊ ማፈግፈግ፣ አስፈላጊው አቀማመጥ ነበር። ለሳይንሳዊ ታማኝነት የሚደረገው ትግል ገና አልተጠናቀቀም። እየተሻሻለ፣ እየተለወጠ፣ ወደፊት ሊገጥሙት ከሚችሉት ተግዳሮቶች እና እድሎች ጋር መላመድ ብቻ ነበር።

ወደፊት ያለው መንገድ እርግጠኛ አልነበረም፣ ረጅም እና አድካሚ ጉዞ በእንቅፋት እና ፈተናዎች የተሞላ ነበር። ነገር ግን ማራ የታደሰ የዓላማ ስሜት ተሰማት፣ ከግል ብጥብጥ እና ከስሜታዊ ድካም በላይ የሆነ የእይታ ግልጽነት። ለእውነት እና ለፍትህ የተደረገው ትግል የማራቶን ውድድር ሳይሆን የሩጫ ውድድር አልነበረም፡ እና ልምዷን ታጥቃ፣ አስተዋይዎቿን ታጥቃ እና ለምትወዳቸው መርሆዎች የማይናወጥ ቁርጠኝነት ነበረች። ጉዞው ጥንካሬን፣ ጽናትን እና የሰው'ን ስነ-ልቦና፣ ለዓመታት ባደረገው ጥናትና ትንተና ያዳበረችውን ችሎታ በጥልቀት መረዳትን ይጠይቃል። ለተጎጂዎች፣ ለጠላፊዎች እና ለወደፊቱ ሳይንሳዊ ታማኝነት ትግሉን ትቀጥላለች። ጦርነቱ ገና ተጀመረ።

ዝናቡ በመስኮቱ መስኮቶች ላይ የማያቋርጥ ከበሮ መምታቱን ቀጠለ፣ ይህም የማራ ውስጣዊ ትርምስ

የሆነውን የሜላኖሊክ ድምጽ ትራክ ነው። በቶርን ላይ የተደረገው ድል ባዶ ሆኖ ተሰማው፣ በታላቁ የነገሮች እቅድ ውስጥ ድል። የሕግ ውጊያው አብቅቷል፣ ነገር ግን በእሷ ውስጥ ያለው ጦርነት ቀጠለ፣ በድካም እና በሚንቀጠቀጥ፣ የጽድቅ ቁጣ መካከል የማያቋርጥ ግጭት። የበዓሉ ታዳሚው ሻምፓኝ በአፏ ውስጥ እንደ አመድ ቀመሰው፣ እንኳን ደስ አለዎት በነፍሷ ሰፊ ባዶነት ውስጥ የሚያስተጋባ ባዶ ፕላቲቲስቶች ተሰማው።

ለወራት በትክክል አልተኛችም። እንቅልፍ፣ ሲመጣ፣ ተሰብሮ እና እረፍት አጥቶ፣ በምርጥ፣ በቅዠት የተሞላ የፍርድ ሂደት፣ የተጎጂዎች አስፈሪ ፊቶች፣ ቀዝቃዛ ምስክርነት፣ ቶር የሳይንሳዊ ሂደቱን ለማበላሸት የተጠቀመባቸው ስውር ዘዴዎች። የመቀስቀሻ ጊዜያት ትንሽ እረፍት አቅርበዋል. የከተማዋ የማያቋርጥ ጩኸት ፣ በስልኳ ላይ የሚወጡት ጥብቅ ማሳሰቢያዎች ፣ ከአስደናቂው ድል በኋላም የዘለቀው የጥርጣሬ ጥላ ፣ ይህ ሁሉ ለእረፍት የለሽ የጭንቀት ስሜት አስተዋፅዖ አድርጓል። ራሷን ዝላይ አገኘች ፣ አከባቢዋን ያለማቋረጥ እየቃኘች ፣ ለዓመታት ከፍተኛ የስራ ጉዳይ ስትሰራ የቆየችበት ልማድ ፣ ይህ ልማድ አሁን የራሷ መኖሪያ ነው ተብሎ በሚታሰበው መቅደስ ውስጥ እንኳን ጣልቃ ገብታ ይሰማታል።

ቴራፒ የተጠቆመው፣ የሚመከር ቢሆንም፣ የቅርብ ታማኝዋ በሆነው በዳንኤል፣ ነገር ግን ሃሳቡ እንግዳ ነገር

ሆኖ ተሰምቷት ነበር፣ ይህም ድክመቷን ለመቀበል ዝግጁ አልነበረችም። በጽናት እራሷን ትኮራለች፣ የመከፋፈል ችሎታዋን፣ ሙያዊ ህይወቷን ከግል ህይወቷ ለመለየት። ነገር ግን የቶርን ጉዳይ በጥንቃቄ የተሰራውን ግድግዳ ጥሶ የግል ህይወቷን በምርመራዋ መርዛማ ቅሪት አጥለቀለቀች። መስመሮቹ ሊጠገኑ በማይችሉበት ሁኔታ ደብዝዘው ነበር፣በእርግጠኝነት እና በተስፋ መቁረጥ ባህር ውስጥ ገብታለች። ለጉዳዩ ስትል ብቻ ሳይሆን ለራሷ ጤናማነት ስትል መዘጋት ያስፈልጋታል።

እሷ በጣም ባልተጠበቀው ቦታ ፈለገችው - ትንሽ ፣ የማይታመን የሸክላ ክፍል። የጭቃው መንኮራኩር ምት መዞር፣ በእጆቿ ውስጥ ያለው ቅዝቃዜና እርጥብ ምድር የሚያረጋጋ ስሜት፣ እንግዳ የሆነ ማጽናኛ ሰጠ፣ በውስጧ ለተፈጠረው ትርምስ መጋጠሚያ። ሸክላውን ለመቅረጽ፣ ወደ ውብ እና ዘላቂነት ያለው ነገር ለመቅረጽ የሚያስፈልገው ትኩረት፣ የማያቋርጥ አጋሮቿ ከሆኑባት የማያቋርጥ የሃሳቦች እና የጭንቀት መንቀጥቀጥ በደስታ ነበር። ሂደቱ በህይወቷ ውስጥ ስር በሰደደው የእውነታው የለሽነት ስሜት ውስጥ እውነተኛ የሚሰማትን ጉልበትዋን ወደ ሚዳሰስ ነገር እንድታስገባ አስችሏት ሜዲቴቲቭ፣ ከሞላ ጎደል ህክምና ነበር።

መጀመሪያ ላይ፣ እያንዳንዱን እንቅስቃሴ፣ እያንዳንዱን አለፍጽምና ለመተንተን፣ ለፎረንሲክ ስራዋ ባመለከተችው

ክሊኒካዊ ትክክለኛነት፣ ከመጠን በላይ የማሰብ ፍላጎትን ስትዋጋ አገኘችው። ነገር ግን ሳምንታት እያለፉ ሲሄዱ, ቀስ በቀስ ለሂደቱ እጅ መስጠትን, ሸክላው እንዲመራት መፍቀድ, በደመ ነፍስዎ ላይ እምነት መጣል, እያንዳንዱን ክፍል ልዩ የሚያደርጉትን ጉድለቶች መቀበልን ተማረች. የሸክላ ስራው እራስን የመግለጽ ዘዴ ሆነ, ስሜቷን መግለጽ የማትችለውን ስሜት ወደ ውጭ የምታወጣበት, የሚያደናቅፍባትን ጥላ ለመጋፈጥ, በአዕምሮዋ ውስጥ የሚጫወቱትን እርስ በርስ የሚጋጩ ትረካዎችን ለማስታረቅ.

እሷ ትንሽ ጀመረች, በቀላል ቅርጾች, ጎድጓዳ ሳህኖች እና የአበባ ማስቀመጫዎች እየሠራች, ቀስ በቀስ ወደ ውስብስብ ንድፎች እየገፋች, ቀለሞችን, ሸካራዎችን እና ብርጭቆዎችን በመሞከር. እያንዳንዷ ክፍል አንድ ታሪክን ተናገረች፣ በጨለማ ውስጥ ስላደረገችው ጉዞ እና ወደ ድንኳን ፣ ደካማ ብርሃን የጸጥታ ምስክርነት። አንዳንዶቹ ጨካኝ እና ዝቅተኛነት ያላቸው፣ የፍርድ ሂደቱን ከባድ እውነታዎች፣ ቅዝቃዜው እና ከባድ እውነታዎችን በማንፀባረቅ ያላሰለሰ ፍትህን እንድትከተል ያደረጋት። ሌሎች ንቁ እና ደፋር ነበሩ፣ የታደሰ የዓላማ ስሜቷን፣ ቶሮንን ለፍርድ የማቅረብ ጸጥ ያለ ድል፣ ረቂቅ ግን የማይካድ የፈውስ ሽግግር።

የክፍሉ ተማሪዎች፣ መጀመሪያ ላይ የዓለምን ሸክም በትከሻዋ የተሸከመች የምትመስለው፣ የተከለከለች፣ ጠንካራ ሴት፣ ቀስ በቀስ ይሞቁላት ነበር። ከአረብ ብረት ውጪ፣ ከተጠበቀው ባህሪ ባሻገር፣ ወደ ራሷ ለመመለስ የምትታገለውን ደካማ ነፍስ ተመለከቱ። ታሪካቸውን፣ ትግላቸውን፣ ድላቸውን ተካፍለዋል፣ እና በተራው፣ ማራ መከፈት ጀመረች፣ የልምዷን ቅንጭብጭብ እያካፈለች፣ ከስርአቱ ጋር ያላት ውጊያ፣ ያላሰለሰችውን እውነትን ፍለጋ። ግንኙነቱ ጊዜያዊ፣ ደካማ፣ ግን እውነተኛ ነበር። አንድ የሚያምር ነገር የመፍጠር ልምድ፣ በሂደቱ ምት መደጋገም መጽናኛን የማግኘት ልምድ፣ ትስስር ፈጥሯል፣ የተለመደውን የውይይት ድንበር ያለፈ የጋራ ግንዛቤ።

የሸክላ ስራው አስማታዊ ጥይት አልነበረም፣ ለያዘችው ጥልቅ የስሜት ቁስል ፈጣን መፍትሄ። ቅዠቱ ቀጠለ፣ ጭንቀቱ ቆየ፣ ብቸኝነት ቀጠለ። ነገር ግን ጭቃው, ሂደቱ, የጋራ ልምድ, ህይወቷን እንደገና ለመገንባት, ከራሷ ጋር ለመገናኘት, በሁከት መካከል የሰላም ስሜት የምታገኝበት ትንሽ, ጸጥ ያለ የመቅደስ ጥግ, የፈውስ ቦታን ፈጥሯል.

ይህ በእንዲህ እንዳለ፣ ከዩኒቨርሲቲዎች እና ከግል ድርጅቶች የቀረበው ቅናሾች መምጣታቸውን ቀጥለዋል። እያንዳንዷ ለአዲስ ጅምር እድልን ይወክላል፣ ከ መርዛማ ከባቢ አየር ለማምለጥ፣ እራሷን ለፎረንሲክ ሳይንስ ያለማቋረጥ ያለማቋረጥ የበቀል ዛቻ ወይም የፖለቲካ

ማማረር የምትሰጥ። ነገር ግን ትግሉን ትታ፣ የጠላፊዎችን ለጥቃት የመተው ሃሳብ በህሊናዋ ላይ ከባድ ሸክም ሆኖ ቀጠለ።

ሰአታት በሰነዶች ላይ ስታሰላስል፣ ህጋዊ ቅድመ ሁኔታዎችን ስትመረምር፣ የስርዓት ማሻሻያ መንገዶችን ስትመረምር አገኘች። ለሳይንሳዊ ታማኝነት የሚደረገው ትግል ገና አልተጠናቀቀም። በቶርን ላይ የተካሄደው ህጋዊ ድል በረዥም እና አድካሚ ጉዞ ውስጥ የመጀመሪያው እርምጃ ነበር። እውቀቷ በፍርድ ቤት ብቻ የተወሰነ እንዳልሆነ ተገነዘበች; ወደ ሰፊው የሳይንሳዊ ሥነ-ምግባር፣ የቁጥጥር ቁጥጥር እና የሥርዓት ማሻሻያ አውድ ይዘልቃል። እውነተኛ ለውጥ ለማምጣት ልምዷን፣ ተአማኒነቷን እና አዲስ ያገኘችውን ሰላም መጠቀም ትችላለች።

ሳይንሳዊ ጥፋቶችን በመለየት እና በመከላከል ላይ ያተኮረ አዲስ የምርምር ተነሳሽነት ፕሮፖዛል አዘጋጅታለች፣የፎረንሲክ ምርመራን፣የሥነ ምግባራዊ ትንተና እና የቁጥጥር ማሻሻያዎችን ያጣመረ ሁለገብ አቀራረብን አቀረበች። ቶሮንን ለማጋለጥ ሁሉንም ነገር አደጋ ላይ የጣሉትን የቀድሞ ባልደረቦቿን አነጋግራለች፣ እና ድጋፍዋን፣ እውቀቷን እና ለስርአት ለውጥ እንድትታገል ቁርጠኝነትን ሰጠቻት። በምስጋና፣ በእፎይታ እና በአዲስ የተስፋ ስሜት ምላሽ ሰጡ።

የማቀዝቀዣው ጸጥ ያለ ሃምታ በላፕቶፑዋ ገራገር ሹክሹክታ ተተካ። ውጭ ያለው ዝናብ ቆሟል፣ ጥርት ያለ፣ ንጹህ አየር፣ የመታደስ ስሜት ትቶ ነበር። ማራ በመስኮቱ ላይ ትኩር ብላ ተመለከተች፣ የከተማዋ መብራቶች አዲስ በተጸዳው ከባቢ አየር ውስጥ በደመቅ ሁኔታ ያበራሉ። የቶርን ጉዳይ አብቅቷል፣ ነገር ግን ለሳይንሳዊ ታማኝነት የሚደረገው ትግል ገና ተጀመረ። በዚህ ጊዜ ግን ጦርነቱ የተካሄደው በፍርድ ቤቱ ጥላ ውስጥ ሳይሆን በጠራራ ፀሐይ ለመዋጋት ዝግጁ የነበረችበት፣ ከችግር የተወለደ ፅናት የታጠቀ፣ በፈውስ የተደገፈ የዓላማ ግልጽነት እና ለእውነት እና ለፍትህ ያላትን የማይናወጥ ቁርጠኝነት ሁልጊዜም ይገልፃታል። ወደፊት ያለው መንገድ እርግጠኛ አልነበረም፣ ግን ከረጅም ጊዜ በኋላ ለመጀመሪያ ጊዜ ማራ የተስፋ ስሜት ተሰማት፣ ምንም እንኳን ጉዞው አድካሚ ቢሆንም፣ ወደ ዘላቂ ሰላም ቦታ እንደሚመራት ጸጥ ያለ እምነት ተሰማት። የሸክላ ማምረቻው የሕይወቷን ሸክላ እንድትቀርጽ አስተምራታል, እና የወደፊት እጣ ፈንታዋን ለመቅረጽ ዝግጁ ነበረች, ለራሷ ብቻ ሳይሆን በጣም የምትወደውን ምክንያት. የእሾህ ጉዳይ መውደቅ አሰቃቂ ነበር፣ ነገር ግን ከጥፋት አመድ፣ አዲስ አይነት ጥንካሬ እየወጣ ነበር፣ ከመቋቋም የተወለደ እና በአዲስ የዓላማ ስሜት የሚገፋ። የመዝጊያው ጉዞ ቀጣይ ነበር፣ነገር ግን በመጨረሻ በትክክለኛው መንገድ ላይ ነበረች፣በብስጭት ሳይሆን በቁርጠኝነት፣እና ሳይንሳዊ ታማኝነት የበላይ በሆነበት ለወደፊት አዲስ ቃል ኪዳን የገባችበት መንገድ።

ያለፉት ጥቂት ወራት ክብደት ማራ ላይ ተጭኖ ነበር፣ በእያንዳንዱ እስትንፋስ የተሸከመችው አካላዊ ሸክም። የቶርን ንፁህ መሆን ምንም እንኳን በህጋዊ መንገድ ድል ቢሆንም እንደ ጥልቅ ሽንፈት ተሰምቶታል። እንዲህ ዓይነቱ ግልጽ ሳይንሳዊ ጥፋቶች ለረጅም ጊዜ እንዲያብብ፣ ቁጥጥር ሳይደረግበት እንዲስፋፋ ያስቻሉትን የሥርዓተ-ጉድለቶች አስታዋሽ ነበር። የተከበረው የስልክ ጥሪዎች፣ የእንኳን ደስ ያለዎት ኢሜይሎች፣ ሁሉም በየችው ጥፋት ላይ እንደ ጭካኔ የተሞላበት መሳለቂያ ሆኖ ተሰምቷቸዋል። እውነትን ለማጋለጥ ስራቸውን አደጋ ላይ በጣሉት ባልደረቦቿ ፊት ፍርሃቱን አይታለች። ጀግንነታቸው ጉዳቱን አላጠፋም ወይም ከወደፊት ቅጣት ምንም አይነት ጥበቃ አላደረገም። አዲሱን ቁርጠኝነቷን ያቀጣጠለው ይህ የተንሰራፋውን ሙስና መገንዘቧ ነው። የሽክላ ዕቃዎች፣ እንደ ሕክምናው፣ ብዙ ማጽናኛ ብቻ ሊሰጡ ይችላሉ። የፈውስ ሂደቱ አንድ ተጨማሪ ነገር፣ ጠቃሚ ነገር፣ ዘላቂ የሆነ ነገር ይፈልጋል።

ቅናሾቹ በታዋቂ ዩኒቨርሲቲዎች፣ ትርፋማ የግል ኩባንያዎች፣ ሁሉም ለዕውቀቷ እየተሽቀዳደሙ፣ ስሟ በከፍተኛ ደረጃ በታዋቂው የቶርን ጉዳይ ተቃጠለ። እያንዳንዳቸው አጓጊ የማምለጫ መንገድን አቅርበዋል፣ የ መርዛማ አካባቢን ወደ ኋላ የመተው እድል። ሕይወቷን መልሳ መገንባት፣ በምርምር ላይ ማተኮር እና በጣም በሚያሳምም ሁኔታ ከታወቁት የፖለቲካ ሽንገላ እና የግል ጥቃቶች እራሷን ማራቅ ትችላለች። አዲስ ጅምር፣ ንፁህ

ፅንሰ-ሀሳብ፣ ሀይለኛ ፍላጎት ነበረው። ነገር ግን በውስጧ ጥልቅ የሆነ ነገር፣ የፅድቅ ቁጣ እልኸኛ፣ ለማጥፋት ፈቃደኛ አልሆነም።

ቶርን በጎዳው ሰዎች ፊቶች እየተሰቃየ ያለው እንቅልፍ አስቸጋሪ ነበር። ግን ህልሟ በፍርሃት እና በተስፋ መቁረጥ ብቻ የተሞላ አልነበረም። አዲስ ዓይነት ህልም መግባት ጀመረ፡ በኃያላን ሰዎች በተሞላ ክፍል ፊት የቆመችበት ራዕይ እንደ ተከሳሽ ወይም ምስክር ሳይሆን እንደ መሪ፣ የለውጥ ጠበቃ። በስርአቱ ውስጥ ያሉትን ድክመቶች በማጋለጥ ፣ተጠያቂነት እና እውነተኛ ማሻሻያ ስትጠይቅ እራሷን በጥልቀት የተመራመሩ መረጃዎችን ስታቀርብ አይታለች። ይህ ህልም፣ ይህ ሀይለኛ እይታ፣ ከግል ፈውስ የራቀ አላማን እየመራት አዲሱ ኮምፓስዋ ነበር።

በምርምር፣ በህጋዊ ሰነዶች፣ በሳይንሳዊ መጽሔቶች እና በመንግስት ቁጥጥር ላይ ዘገባዎችን በማጥናት ስፍር ቁጥር የሌላቸውን ሰዓታት አሳልፋለች። የስርአቱን ውድቀቶች፣የደንብ ክፍተቶችን፣የተጠያቂነት እጦትን ነቅላለች። የሕግ ቅድመ ሁኔታዎችን ዓለም አገኘች ፣ የሳይንሳዊ ጥፋቶች ታሪክ ፣ እያንዳንዱ ጉዳይ ለቀጣይ ማሻሻያ አስፈላጊነት አሳዛኝ ማረጋገጫ። በእሾህ ጉዳይ ላይ የተሳተፉትን ብቻ ሳይሆን ድምፃቸው የተዘጋ፣ ከሳይንሳዊ ታማኝነት ይልቅ የግል ጥቅማቸውን በሚቆጥሩ ሰዎች ስራቸው የተበላሸባቸውን ሌሎች ለጠላፊዎችን

አነጋግራለች። ከራሳቸው በላይ ለሆነ አላማ ያላቸውን ቁርጠኝነት አንድ አይነት አስተሳሰብ ያላቸውን ግለሰቦች ማህበረሰብ አገኘች።

ውሳኔው፣ ሲመጣ፣ በድንገት የፈነዳ ክስተት ሳይሆን፣ የማሰብ ችሎታዋ፣ ስሜቷ፣ እና የዓላማ ስሜቷ ቀስ በቀስ መገጣጠም ነበር። ያለፈውን ለማምለጥ ሳይሆን ለለውጥ ቀስቃሽነት ለመቀየር ነበር። ትግሉን አትተወውም፣ ምቹ፣ ግን በሥነ ምግባር የታነፀ፣ በአካዳሚክ ወይም በግሉ ሴክተር ውስጥ ቦታ ለማግኘት አትስማማም። እውቀቷን፣ ተአማኒነቷን እና ልምዷን ዘላቂ የሆነ የስርዓት ለውጥ ለመፍጠር ትጠቀማለች።

ያቀረበችው ሀሳብ፣ ሲጠናቀቅ፣ አጠቃላይ የሆነ ሰነድ፣ የማሰብ ችሎታዋን እና የማያወላውል ቁርጠኝነትን የሚያሳይ ጠንካራ ማስረጃ ነበር። አዳዲስ የፎረንሲክ ቴክኒኮችን ከቆራጥ የስነምግባር ትንተና እና ጥብቅ የቁጥጥር ማሻሻያ ጋር በማጣመር ሳይንሳዊ ጥፋቶችን ለመለየት እና ለመከላከል ዘርፈ ብዙ አቀራረብን ዘርዝሯል። የጥፋተኝነት ውንጀላዎችን የማጣራት፣ ማዕቀብ የመጣል እና ወደፊት ሊከሰቱ የሚችሉ ሁኔታዎችን ለመከላከል የሚያስችል ስልጣን ያለው ራሱን የቻለ የበላይ አካል እንዲቋቋም ሀሳብ አቀረበች። የመረጃ ማረጋገጫ፣ የአቻ ግምገማ እና የፍላጎት ግጭት አስተዳደር ፕሮቶኮሎችን በጥልቀት ዘርዝራለች።

በሳይንሳዊ ምርምር ውስጥ የማጭበርበር እና የማጭበርበር ዘዴዎችን ለመለየት አዳዲስ ስልተ ቀመሮችን ለማዘጋጀት ሀሳብ ሰጥታለች።

ምላሹ በጣም አስደናቂ ነበር። የመጀመርያው ጥርጣሬ ለእውነተኛ ጉጉት እና ሰፊ ድጋፍ ሰጠ። የቀድሞ ባልደረቦቿ፣ እሷ እንድትከላከል የረዳቻቸው መረጃ ነጋሪዎች፣ በጣም ተደስተው ነበር። ምስጋናቸው ጎልቶ የሚታይ ነበር፣ በእሷ ላይ የጣሉትን እምነት የሚያሳይ ነው። በእሷ ሀሳብ ውስጥ የተመለከቱት ምክሮች ስብስብ ብቻ ሳይሆን የተስፋ ብርሃን፣ መስዋዕትነታቸው ከንቱ እንዳልሆነ የገባውን ቃል ነው። በፎረንሲክ ሳይንስ፣ ባዮኤቲክስ እና ህግ ከዋና ባለሙያዎች ጋር ተባብራለች። የፕሮጀክቷን አጣዳፊነት እና አስፈላጊነት ተገንዝበው በትጋት ተቀላቀሉ።

ገንዘቡ በሚገርም ሁኔታ በቀላሉ ፈሰሰ። የቶርን ጉዳይ ከፍተኛ መገለጫ ተፈጥሮ፣ የማይካድ የስርዓት ማሻሻያ ፍላጎት ጋር ተዳምሮ ጉልህ የሆነ የእርዳታ ማመልከቻዎች እና ጉልህ የበጎ አድራጎት ኢንቨስትመንቶች መንገድ ጠርጓል። አዲስ በተቋቋመው ቡድን ጉልበት እና ቁርጠኝነት በመነሳሳት ፕሮጀክቱ በፍጥነት መነቃቃትን አገኘ። ማራ እራሷን በተለዋዋጭ፣ ጥልቅ ስሜት በሚንጸባረቅበት የግለሰቦች ቡድን መሪነት አገኘችው፣ ሁሉም በሳይንሳዊ ታማኝነት የጋራ ቁርጠኝነት ይመራሉ።

ህይወቷ ሙሉ በሙሉ ተለውጧል። የሴራ ክፍሏ ፀጥ ያለ ብቸኝነት በአዲሱ የምርምር ማዕከሏ፣ ደመቅ ያለ የአዕምሮ ጉልበት እና የትብብር ጥረት እንቅስቃሴ ተተካ። የጭቃ መንኮራኩሩ ምት መዞር አሁን ያለማቋረጥ የቁልፍ ሰሌዳዎችን በመንካት ፣በቋሚ የሃሳብ ልውውጥ ፣የሚቻለውን ወሰን በሚገፋው የትብብር ጥረቶች ተሟልቷል። ሆኖም በሸክላ ዕቃዋ ውስጥ ያገኘችው መረጋጋት ቀረ; አዲስ ህይወቷን የገነባችበት አልጋ ሆነች። በለውጥ ትርምስ መካከል፣ እራስን ለማንፀባረቅ፣ ለፈጠራ እና የሚያምር ነገር ለመፍጠር ቀላል ደስታ አሁንም እንዳለ ለማስታወስ አገልግሏል። የግል ፈውስዋ ከሙያዊ ተልእኮዋ ጋር በማይነጣጠል መልኩ የተሳሰረ መሆኑን ተረዳች። እሷ ከአሁን በኋላ ብቻ ያለፈውን ማምለጥ ነበር; የወደፊቱን በንቃት እየቀረጸች ነበር።

የውስጧን ውዥንብር ደጋግሞ ሲያንጸባርቅ የነበረው ዝናቡ አሁን የማጽዳት ሃይል መስሎ ተሰማው፣ የተስፋ መቁረጥ ተረፈዎችን አጥቦ በአዲስ አበረታች አዲስ ጅምር ይተካዋል። የመዝጊያው ጉዞ ቀጥሏል፣ ግን ለመጀመሪያ ጊዜ ከረጅም ጊዜ በኋላ ማራ ወደ ኋላ ሳይሆን ወደ ፊት ተመለከተች። ከቶርን ጉዳይ ጥላ ወጥታለች፣ ጠንክራ ብቻ ሳይሆን ተለወጠች። ህመሟን ወደ አላማ፣ ቁጣዋን ወደ ተግባር፣ እና ሀዘኗን ወደ ጥልቅ ፍትህ ቁርጠኝነት ቀይራለች። የሸክላው መንኮራኩር ለመቅረጽ እና

ለመቅረጽ አስተምሮት ነበር፣ እና አሁን ያንን ችሎታ ከራሷ በላቀ ዓላማ ተጠቅማለች። እሷ ሳይንሳዊ ታማኝነት ጥሩ ብቻ ሳይሆን እውነት የሆነበትን የወደፊት ጊዜ እየፈጠረች ነበር። ጦርነቱ ገና አልተጠናቀቀም አሁን ግን ወንጀሉን እየመራች ነበር። እና በዚህ አዲስ ጅምር ንጹህ አየር ውስጥ ጥልቅ ሰላም ተሰማት።

ምዕራፍ 7፡ ያልተፈቱ ጥያቄዎች

የበዓሉ አከባበር ሻምፓኝ ከረጅም ጊዜ በፊት ጠፍጣፋ ሄዶ ነበር፣ ኮንፈቲው ጠራርጎ ሄደ፣ ግን የጭንቀት ቅሪት እንደ የማያቋርጥ ጠረን ማራ ላይ ተጣበቀ። የቶርን ነጻ መውጣት፣ በጠንካራ ህጋዊ ድል፣ በሚያስገርም ሁኔታ ባዶ ተሰማው። እሷ አሁን በጥልቅ ጥርጣሬ ውስጥ በምትመለከተው ስርዓት ውስጥ የተገኘ ድል ነበር፣ ይህ ስርአት ስንጥቆች የተሞላ እና የቶርን በደል ለረጅም ጊዜ እንዲያብብ ያስቻለ ስርዓት ነው። ስሜቱ ብስጭት ብቻ አልነበረም; ይህ የሚያቃጥል ጥርጣሬ ነበር፣ ጫፎቹ እንደቀሩ የሚሰማቸው፣ ያልተጣበቁ ክሮች በነፋስ የተንጠለጠሉ ናቸው።

ጥያቄዎቹ፣ መጀመሪያ ላይ በአእምሮዋ ጀርባ ሹክሹክታ፣ ያልተመለሱ ጥያቄዎች ወደ መዘምራን አደጉ። በጣም አስጨናቂው የቶርን ኦፕሬሽን ስፋትን ይመለከታል። የእሱ ላቦራቶሪ በምርመራው ወቅት በጥልቀት የተመዘገበ፣ ሆን ተብሎ የመረጃ አያያዝ ዘዴን አሳይቷል፣ ግን የተፅዕኖው

መጠን ከምርምርው ወሰን በላይ ደርሷል። ማራ የእሱ አውታረመረብ ለሌሎች ተመራማሪዎች፣ተባባሪዎች፣ ምናልባትም በ ውስጥ ያሉ አጠቃላይ ዲፓርትመንቶችን የሚያመለክት ማስረጃ አግኝቷል። ጥያቄው ቀርቷል፡ ሙስናው ምን ያህል ዘልቆ ገባ? ቶርን እንደ ብቸኛ ተኩላ ሲሰራ ነበር ወይንስ በትልቁ እና በጣም መጥፎ በሆነ ጨዋታ ውስጥ ዱላ ብቻ ነበር?

ሌላው አሳሳቢ ገጽታ ከቶርን በላይ ተጠያቂነት አለመኖሩ ነው። አቃቤ ህግ ጥፋተኛነቱን በተሳካ ሁኔታ ቢያሳይም አሳማኝ ማስረጃዎች ቢኖሩም ምርመራው በማጭበርበር ውስጥ የተሳተፈ ማንንም መለየት አልቻለም። ብዙ ተመራማሪዎች ከቶርን ጋር ተባብረው ነበር፣ አንዳንዶቹ እያወቁ፣ ሌሎች ምናልባትም ሳያውቁት በማጭበርበር ስራው ውስጥ ተባባሪ ነበሩ። ሆኖም፣ ሁሉም በዝምታ ግድግዳ ተጠብቀው እና ከቶርን ሽንገላ ጋር የሚያያይዘው ግልጽ ማስረጃ ባለመኖሩ ከምርመራ ለማምለጥ ችለዋል። በተለይ ዝምታቸው የማያስደነግጥ ነበር። በቀልን ፈሩ? መጋለጥን ፈሩ? ወይስ ከትእዛዙ ሰንሰለት ከፍ ያለ ሰውን በንቃት ይከላከሉ ነበር?

ከዚያም የገንዘብ ድጋፍ ጉዳይ ነበር. የቶርን ጥናት ብዙ የገንዘብ ድጎማዎችን በመንግስትም ሆነ በግል ስቧል። ምርመራው በቶርን እና በተለያዩ የእርዳታ ኤጀንሲዎች መካከል ሊኖር እንደሚችል የሚጠቁም በስጦታ

ማመልከቻዎች ላይ የተዛቡ ስህተቶችን የሚያሳዩ ማስረጃዎችን አግኝቷል። የወረቀት ዱካው በሚያበሳጭ ሁኔታ ያልተሟላ ነበር፣በመዝገቦች ላይ ያሉ ክፍተቶች የገንዘብ ድጎማውን ትክክለኛ መጠን ለማወቅ አስቸጋሪ አድርጎታል። እነዚያን ድጎማዎች የፈቀደው ማነው? አፋጣኝ ስጋት መፍጠር የነበረባቸውን ቀይ ባንዲራዎች ዓይኑን ያሳወረ ማን ነው? ለእነዚህ ጥያቄዎች የተሰጡት መልሶች ለፍትህ ብቻ ሳይሆን ተመሳሳይ ክስተቶች ዳግም እንዳይከሰቱ ለማድረግ ወሳኝ ነበሩ።

ማራ እራሷን ወደ ማህደሮች ውስጥ እየገባች፣ ለዓመታት የምርምር ወረቀቶችን፣ የስጦታ ማመልከቻዎችን እና በ ውስጥ የውስጥ ግንኙነቶችን እያፈላለገች አገኘች። እያንዳንዱ ሰነድ፣ እያንዳንዱ ኢሜል፣ አዲስ ውስብስብነት፣ አዲስ የእንቆቅልሽ ክፍል በጣም የተወሳሰበ፣ በጣም ውስብስብ ሆኖ የሚሰማው፣ ሆን ተብሎ በአጋጣሚ ብቻ የተደበቀ ይመስላል። የሴራው ጥልቀት፣ በእርግጥም ሴራ ከሆነ፣ ያልተረጋጋ ነበር፣ እሷን የመረበሽ ስሜት፣ ለዘለአለም የመታየት ስሜት፣ የማይታዩ አይኖች እያንዳንዷን እንቅስቃሴ የሚመረምሩ ይመስል ነበር።

የዚህ ምርመራ ክብደት ከቶርን ሙከራ ከፍተኛ ግፊት ካለው አካባቢ በእጅጉ የተለየ ነበር። የፍርድ ቤቱ ጦርነቶች በጣም ጠንካራ ቢሆኑም፣ ይህ ፀጥ ያለ፣ ብቸኛ እውነትን

ማሳደድ፣ የተለየ ቁርጠኝነትን፣ ጥልቅ የመመርመሪያ ደረጃን የሚፈልግ ነበር። ውስብስብ በሆኑ ፕሮቶኮሎች እና እርስ በእርሱ የሚጋጩ አጀንዳዎችን እየዞረች በ የላብራቶሪ ቢሮክራሲ ውስጥ ሳምንታትን አሳልፋለች፣ እያንዳንዷ ገጠመኞቿ እያደገ ላለው የጭንቀት ስሜቷ አዲስ ገጽታ ጨምራለች።

ቃለቶቿን በጥንቃቄ መርጣ፣ ውሃውን በመሞከር፣ ለመተባበር ያላቸውን የፈቃደኝነት ደረጃ በመመዘን ወደ ቶርን ቅርብ የነበሩትን በርካታ ቁልፍ ሰዎችን አገኘች። ጥቂቶች መሸሽ ቀሩ፣ ምላሻቸው በጥንቃቄ በተሰራ አሻሚነት የታጀበ ሲሆን ይህም ከመልሶች ይልቅ ብዙ ጥያቄዎች እንዲኖራት አድርጓታል። ሌሎች ግን በመጨረሻ አንድ ሰው እየመረመረ፣ ድምፃቸው የፍርሃት እና የተጨቆነ ቁጣ፣ የራሷን ስሜት የሚያስተጋባ የፍትህ ፍላጎት በማሳየቱ በእውነት የተጽናና ይመስላል። እነዚህ በጣም ዋጋ ያላቸው ግለሰቦች ናቸው, ኦፊሴላዊው ምርመራዎች ችላ የተባሉትን ዝርዝሮች ያሳያሉ.

ከእነዚህ የተበታተኑ የመረጃ ቋቶች የሚወጣው ንድፍ በጣም የሚረብሽ ነበር። ጉዳዩ የግለሰቦች የስነምግባር ጉድለት ብቻ ሳይሆን የቁጥጥር እና የተጠያቂነት ስርዓት ውድቀት ነበር። ፣ ሳይንሳዊ እድገትን ለመፍጠር የተነደፈ ተቋም፣ ለማታለል እና ለማታለል ለም መሬት ሆኗል። መሰል በደሎችን ለመከላከል የታቀዱ ዘዴዎች በትክክል

ከሽፈዋል፣ ይህም በስርአቱ ላይ ክፍተት በመተው ቶርን እና ምናልባትም ሌሎች ለዓመታት ያለምንም ቅጣት እንዲሰሩ አስችሏቸዋል።

ከእንደዚህ አይነት ግለሰቦች አንዱ፣ የቶርን የቀድሞ ባልደረባ የነበረው ዶ/ር ኤሌኖር ቫንስ ከማራ ጋር ከመዝገብ ውጪ ለመናገር ተስማማ። የመጀመርያ ንግግሯ ለብዙ የመረጃ ጎርፍ፣ ለዓመታት ታሽጎ የኖረችውን የጭንቀት ጎርፍ ፈጠረላት። ዶ/ር ቫንስ የፍርሃት እና የማስፈራራት ባህልን ገልፀዋል፣ የሀሳብ ልዩነት በፍጥነት የታፈነበት እና መረጃ ነጋሪዎች የስራ መጥፋት ይደርስባቸዋል። ውጤት ለማምጣት፣ የገንዘብ ድጋፍ ለማግኘት ስለሚደረጉ ግፊቶች፣ ጫናዎች ሥነ ምግባር የጎደለው ባህሪን ሊያስከትሉ ስለሚችሉ ጫናዎች ተናግራለች። በተመሳሳይ በደል የተጠረጠሩ ሌሎች በርካታ ተመራማሪዎችን፣ በ ተዋረድ ውስጥ ካሉ ሃይለኛ ሰዎች ጋር የተገናኙ ግለሰቦችን ጠቅሳለች።

ይህ ውይይት የለውጥ ነጥብ ነበር። የዶ/ር ቫንስ ምስክርነት፣ በህጋዊ መንገድ ተቀባይነት ባይኖረውም፣ የቶርን ድርጊቶችን ሰፊ አውድ ለመረዳት ወሳኝ ማዕቀፍ አቅርቧል። በመዋቅራዊ ድክመቶች የተጨማለቀበትን ሥርዓት ሥዕል በመሳል የማጭበርበር ፍላጎት ያላቸው ሰዎች ቁጥጥር ሳይደረግባቸው እንዲሠሩ አስችሏቸዋል። እሱ በግለሰብ ወንጀለኞች ላይ የቅጣት እርምጃ

እንዲወሰድ ብቻ ሳይሆን፣ የ ን ውስጣዊ አሠራር መልሶ ማዋቀር፣ ከተራ ለውጥ ይልቅ አብዮት እንደሚያስፈልግ ጠቁሟል።

የማራ ምርመራ ተጠናከረ። ነጥቦቹን ማገናኘት ጀመረች, የተደበቁ ግንኙነቶችን, የተደበቁ የገንዘብ ልውውጦችን እና ጥቃቅን ዛቻዎችን መጀመሪያ ላይ ካጋጠሟቸው ግለሰባዊ ጉዳዮች የበለጠ የሸምግልና አውታረ መረብን ይጠቁማሉ. አንድ አስደናቂ ንድፍ አስተዋለች፡ አጠያያቂ በሆኑ ልምምዶች ውስጥ የተሳተፉ ብዙ ተመራማሪዎች በ ውስጥ ከተወሰኑ ተፅዕኖ ፈጣሪ ሰዎች ጋር ግንኙነት ነበራቸው። እነዚህ ግለሰቦች የገንዘብ ፍሰትን በመቆጣጠር እና በምርምር አቅጣጫ ላይ ተጽእኖ በማድረግ ቁልፍ ቦታዎችን ተቆጣጠሩ. በመሰረቱ የሳይንሳዊ ተቋሙ በር ጠባቂዎች ነበሩ እና ተጽኖአቸው ከፍተኛ ነበር።

የሙስናው ጥልቀት ከምትገምተው በላይ ነበር። ይህ ስለ ግለሰብ ተመራማሪዎች ሳይንሳዊ ታማኝነት ብቻ አልነበረም; እሱ ሥርዓታዊ ጉዳይ ነበር፣ በሳይንስ ኢንተርፕራይዝ በራሱ ልብ ውስጥ ሥር የሰደደ መበስበስ። አንድምታዎቹ በግለሰቦች ላይ ፈጣን ተጽእኖ ከሚያሳድሩ እና በሳይንሳዊ ምርምር ላይ የህዝቡን አመኔታ እስከማሳደር ድረስ በጣም አስደናቂ ነበሩ። ይህ ግንዛቤ ቁርጠኝነቷን አጧጧፈ፣ ምንም እንኳን የግል ዋጋ ሳትጨርስ እውነቱን ለመግለጥ ያላትን ቁርጠኝነት

አቀጣጥሏታል። የቆዩ ጥርጣሬዎች ጥርጣሬዎች ብቻ አልነበሩም; ለሳይንሳዊ ታማኝነት የሚደረገው ትግል ገና እንዳልተጠናቀቀ ማረጋገጫዎች ነበሩ። በእውነቱ ገና መጀመሩ ነበር።

ከዶ/ር ቫንስ የተገኘው ቀዝቃዛ መገለጥ በ ውስጥ ያለው የፍርሃት፣ የማስፈራራት እና የመጨቆን ባህል የማራ አከርካሪን ይንቀጠቀጣል። በቶርን እና በተባባሪዎቹ ዙሪያ ያለውን የዝምታ ግድግዳ በማብራራት አንድ ወሰኝ የጎደለ ቁራጭ አቅርቧል። ስለ ግለሰብ ስግብግብነት ወይም ምኞት ብቻ አልነበረም; እሱ በታዋቂው ተቋም ውስጥ ስላለው ተንኮለኛ የስልጣን እንቅስቃሴ፣ ተስማሚነትን የሚሸልም እና ተቃውሞን የሚቀጣ ስርዓት ነው። አንድምታዎቹ ከቶርን ተባባሪዎች የቅርብ ክበብ ባሻገር በጣም ሰፊ ነበሩ። ማራ የአድሬናሊን መብዛት፣ የታደሰ የዓላማ ስሜት ተሰማት። ይህ ከአሁን በኋላ ሳይንሳዊ ማጭበርበር ቀላል ጉዳይ አልነበረም; ሥር-ነቀል ችግር ነበር፣ ሥር-ነቀል የሆነ መፍትሔ የሚፈልግ መበስበስ።

ቀጣዩ ኢላማዋ የ ⍰ የውስጥ ኦዲት ክፍል ነበር። እሷም ሪፖርቶቻቸውን በማሰላሰል፣ ወጥነት የሌላቸውን ነገሮች በመፈለግ፣ ችላ የተባሉ ቀይ ባንዲራዎችን፣ ሆን ተብሎ ቸልተኝነትን አልፎ ተርፎም ተባባሪ መሆንን የሚያሳይ ማስረጃ ለማግኘት ቀናትን አሳለፈች። የኦዲት ሪፖርቶቹ በጥንቃቄ ተዘርዝረዋል፣ ግን በሚያስገርም ሁኔታ በተወሰኑ ቁልፍ ቦታዎች ላይ እጥረት ታይቷል። የተወሰኑ የገንዘብ ልውውጦች ጠፍተዋል፣ የእርዳታ ማመልከቻዎች

በማይገለጽ መልኩ ያልተሟሉ ነበሩ፣ እና ተከታታይ ምርመራዎች ያለ ማብራሪያ በተደጋጋሚ ይቋረጣሉ። የመረጃው ብዛት እጅግ በጣም ብዙ ነበር፣ ነገር ግን ማራ ተደጋጋሚ ጭብጥ አስተውላለች፡ የጠፉ ሰነዶች ጥለት፣ ምቹ በሆነ መንገድ የተደበቁ መንገዶች እና የሚረብሽ የተጠያቂነት እጦት።

ከቶርን ምርምር ጋር የተያያዙ የገንዘብ መንገዶችን እና በዶክተር ቫንስ የተጠቀሱትን የበርካታ ተመራማሪዎችን ፕሮጄክቶች በመከታተል በገንዘብ ዥረቶች ላይ አተኩራለች። የገለጻቸው ቅጦች በሚያስደንቅ ሁኔታ ተመሳሳይ ናቸው፡ የተጋነነ በጀት፣ አጠያያቂ ማስረጃዎች፣ እና መደበኛ የሂሳብ አያያዝ ሂደቶችን ችላ ያለ የሚመስል። በቆፈረች ቁጥር፣ የፋይናንስ መዛባቶች የተገለሉ ክስተቶች ሳይሆኑ የጥናቱ እውነተኛ ተፈጥሮ ለመደበቅ ሆን ተብሎ የተነደፈ ስልት መሆኑን የበለጠ ተገነዘበች።

አንድ የተለየ የእርዳታ ማመልከቻ ትኩረቷን ሳበው። አዳዲስ የካንሰር ሕክምናዎችን በማዘጋጀት ላይ ያተኮረ በሚመስል መልኩ ለአንድ ፕሮጀክት ነበር፣ ነገር ግን ዝርዝር በጀቱ ሙሉ ለሙሉ የተለየ አጀንዳ ጠቁሟል። ከገንዘቡ ውስጥ ጉልህ የሆነ ክፍል ለ"ለምክር አገልግሎት" ተመድቧል፣ ግልጽ ባልሆኑ መግለጫዎች እና ክፍያዎችን ማን እንደተቀበለ ግልጽ ማሳያ የለም። ማራ ይህ "የማማከር አገልግሎት" ለበለጠ አስጸያፊ ነገር ኮድ

እንደሆነ ጠረጠረች፣ ምናልባትም ገንዘብን ማጭበርበር ወይም በሴራው ውስጥ ለተሳተፉ ተባባሪዎች የገንዘብ ማከፋፈያ ዘዴ ነው።

ተጨማሪ ምርመራ እንደሚያሳየው ይህ የእርዳታ ማመልከቻ በ ውስጥ ከፍተኛ ተደማጭነት ባላቸው እና ከበርካታ ታዋቂ የፋርማሲዩቲካል ኩባንያዎች ጋር ባለው የቅርብ ግንኙነት በሚታወቀው በዶክተር ጁሊያን ሪድ ተቀባይነት አግኝቷል። የዶ/ር ሪድ መልካም ስም እንከን የለሽ ነበር፣ ተጽኖአቸውም ሰፊ ነበር፣ ይህም የማይነካ የሚመስል ሰው አድርጎታል። ሆኖም ማራ እሱ ከሚናገረው በላይ በጥልቅ እንደሚነካው ጠንካራ ስሜት ነበራት።

ይህ ውስብስብ የገንዘብ ልውውጦች እና የተድበሰበሱ ግንኙነቶች ጥንቸል ጉድጓድ እንድትወድቅ አድርጓታል። በተመራማሪዎች፣ በገንዘብ ሰጪ ኤጀንሲዎች እና በፋርማሲዩቲካል ኩባንያዎች መካከል ያሉ ግንኙነቶችን በሰው ዓይን ሊገነዘበው በማይችል መልኩ የሚያሳዩ ስልተ ቀመሮችን በመጠቀም የላቀ የመረጃ ትንተና ተጠቀመች። የተፈጠረው ውስብስብ የግንኙነቶች ድር የሴራውን ስፋት የሚያሳይ ሲሆን ማንም ሰው ከገመተው በላይ የሆነ የእርስ በርስ ትስስር ደረጃን ያጋልጣል።

የእርሷ ጥናት አስከፊ የመረጃ ልውውጥን እና ህገወጥ የገንዘብ ልውውጦችን የሚሸፍኑ የተደበቁ የግንኙነት መረቦችን፣ የተመሰጠሩ ኢሜይሎችን እና ምንም ጉዳት የሌላቸው የሚመስሉ ስብሰባዎችን አመልክቷል። የማታለልን መንገድ ለመደበቅ የተነደፈ በጥንቃቄ የተሠራ ሥርዓት ነበር፣ ይህ ከሴራው በስተጀርባ ያለውን ዋና አእምሮ ለማወቅ አስቸጋሪ ያደረገው የላበራቶሪ መዋቅር ነው። ይሁን እንጂ ማራ ወደ መሃሉ እንደቀረበች ተረዳች, ገመዶችን ወደ ሚጎትተው ሰው እየቀረበች, የዚህ የተራቀቀ እቅድ ዋና ኦርኬስትራ.

እንቅልፍ አልባ ሌሊቶች መረጃን ስትመረምር፣ አይኖቿ ስክሪኑ ላይ ተጣብቀው፣ ካፌይን እየፈሰሰ፣ ግፊቱ እየጨመረ ነው። የማስረጃው ክብደት በጣም ትልቅ ነበር, ግን አደጋው እንዲሁ ነበር. ይህንን ሴራ ማጋለጥ ስራዋን አደጋ ላይ እንደሚጥል ብቻ ሳይሆን ህይወቷንም አደጋ ላይ ሊጥል እንደሚችል ታውቃለች። ሆኖም፣ የፍትህ ስሜት፣ እውነትን የማጋለጥ፣ ወደፊት እንድትገፋ አድርጓታል፣ ምንም ያህል ወጪ ቢጠይቅም እውነቱን ለመግለጥ ያላትን ቁርጠኝነት አቀጣጥሏታል።

አንድ ምሽት ላይ፣ ተከታታይ የተመሰጠሩ ኢሜይሎችን እያየህ ሳለ፣ ቁልፍ ስርዓተ-ጥለት ታየ። ሁሉም አጠያያቂ የሆኑ ግብይቶች፣ ስውር ግንኙነቶች፣ አጠራጣሪ የእርዳታ ማመልከቻዎች ሁሉም ወደ አንድ ግለሰብ የሚመለሱ

ይመስላሉ፡ የ የጥናት ስነምግባር ኮሚቴ መሪ የሆኑት ዶ/ር አርተር ሃይስ። ምፀቱ ይታይ ነበር። ከፍተኛውን የሳይንሳዊ ታማኝነት ደረጃዎችን የማስከበር ኃላፊነት የተሰጠው ሰው የዚህ መጠነ ሰፊ ማጭበርበር ዋና አካል ሆኖ የሚመስለው ግለሰብ ነው።

ማስረጃው ሁኔታዊ ነገር ግን አሳማኝ ነበር። ብዙ ያልተገናኙ የሚመስሉ ቁርጥራጮች ያቀፈ እንቆቅልሽ ነበር፣ነገር ግን ሲሰባሰቡ፣አንድ ወጥ የሆነ ትረካ መስርተዋል፣ወደ ዶ/ር ሄይስ በትክክል እየጠቆሙ። ማራ ጥልቅ የሆነ የመረበሽ ስሜት ተሰማት፣ ቀዝቃዛ ፍርሃት ይይዛታል። ከዶክተር ሃይስ ጋር መጋፈጥ በጣም አደገኛው የምርመራዋ እርምጃ እንደሆነ ታውቃለች ነገርግን መውሰድ ያለባት እርምጃ እንደሆነም ታውቅ ነበር።

አጠቃላይ ዘገባ አጠናቅራ ግኝቶቿን በመዘገብ፣ ምንጮቿን በጥሞና በመጥቀስ እና መረጃውን በጥንቃቄ አጣቅሳለች። ለጥርጣሬ ምንም ቦታ ሳይሰጥ ጥፋተኛ የሆነ ክስ ነበር። የሴራው መጠን እጅግ አስደናቂ ነበር፣ ከግለሰብ ተመራማሪዎች ባሻገር እና ወደ ከፍተኛ እርከኖች የተዘረጋ። አንድምታው ሳይንሳዊ ብቻ አልነበረም; እነሱ ፖለቲካዊ፣ ኢኮኖሚያዊ እና ሥነ ምግባራዊ ነበሩ። የሳይንሳዊ ማህበረሰቡን መሰረት ሊያናጋ የሚችል ቅሌት ነበር።

ማራ ይህንን መረጃ መግለጡ ብዙ ውዝግብ እንደሚፈጥር ያውቅ ነበር። ከባድ ተቃውሞን፣ የፖለቲካ ምላሾችን እና ምናልባትም ህጋዊ መዘዞችን ገምታለች። ነገር ግን አደጋው የሚያስቆጭ ነበር። የሳይንስ ታማኝነት፣ የህዝብ አመኔታ እና የጥናት የወደፊት ዕጣ ፈንታ ላይ ነበሩ። ጥላን በማሳደድ፣ መቋቋምን በመታገል እና የማታለል ዘዴን በመምራት ወራት አሳልፋለች። አሁን፣ ማስረጃው ነበራት። እውነቱ በእሷ ውስጥ ነበር, እና ወደፊት የሚመጣውን ማንኛውንም መዘዝ ለመቋቋም ተዘጋጅታ ነበር. ለሳይንሳዊ ታማኝነት የሚደረገው ትግል ገና አልተጠናቀቀም, ነገር ግን ጦርነቱን ወደ ከፍተኛ ደረጃ ለመውሰድ ተዘጋጅታ ነበር. የኃላፊነት ክብደት፣ የሁኔታው ግዙፍነት፣ በትከሻዋ ላይ ሰፍኗል፣ ነገር ግን ወደ ፊት ገፋች፣ ከአቅም በላይ በሆኑ ችግሮች ፊት ፍትህን ለማስፈን በሳለፈችው ቁርጠኝነት የተነሳ። የመጨረሻው ግጭት እያንዣበበ ነበር, እና ማራ ይህ የአስቸጋሪ ምርመራዋ ጫፍ እንደሆነ ታውቃለች.

የዶ/ር አርተር ሃይስ ተሳትፎ መገለጥ በሳይንሳዊው ማህበረሰብ ዘንድ አስደንጋጭ ማዕበልን ላከ። “የሃይስ ጉዳይ” የሚል ስያሜ የተሰጠው ይህ ቅሌት ለወራት የዜና ዘገባዎችን ተቆጣጥሮ ነበር። , በአንድ ወቅት የሳይንሳዊ ልቀት ምልክት, አሁን ከሙስና እና ማታለል ጋር ተመሳሳይ ነበር. የህዝብ አመኔታ ወድቋል፣ እናም ለምርምር ፕሮጀክቶች የሚሰጠው ገንዘብ ቀንሷል። ውጤቱም ከተቋሙ ግድግዳዎች አልፎ ዘልቋል።

ከቶርን እና አጋሮቹ ጋር የነበራቸው ትብብር የተጋለጠባቸው በርካታ የመድኃኒት አምራች ኩባንያዎች ከፍተኛ ክስ እና የገንዘብ ኪሳራ አጋጥሟቸዋል። አክሲዮኖቻቸው ወድቀዋል፣ ባለሀብቶችም ደነገጡ። ስም ተበላሽቷል፣ ስራ ወድቋል፣ እና አጠቃላይ ኢንዱስትሪው በራስ የመተማመን ችግር ውስጥ ገባ። ቅሌቱ በሳይንሳዊ ምርምር ላይ የስነምግባር ቁጥጥርን በተመለከተ ሀገራዊ ክርክርን አቀጣጥሎ፣ ጥብቅ ደንቦችን እንዲጠይቅ እና ግልጽነት እንዲጨምር አድርጓል።

ውድቀቱ ሳያውቁ ከቶርን እና ሃይስ ጋር በተባበሩት ተመራማሪዎች ላይ ተጽዕኖ አሳድሯል። ጥቂቶቹ ከማንኛውም ጥፋት ተጠርገዋል፣ ሌሎች ግን ምርመራ ገጥሟቸዋል፣ እርዳታ አጥተዋል፣ የምርምር ቦታዎች እና ሙያዊ አቋማቸው። በሳይንስ ማህበረሰቡ ላይ ያለው ቀዝቃዛ ተጽእኖ ከፍተኛ ነበር. ተመራማሪዎች ወደፊት በሚፈጠሩ ቅሌቶች ውስጥ እንዳይሰተፉ በመፍራት ለመተባበር አመነቱ። ለሳይንስ እድገት ወሳኝ የሆነው ግልጽ የሃሳብ ልውውጥ በፍርሃትና በጥርጣሬ ባህል ተዳፈነ።

በምርመራው ሂደትም አሳሳቢ የሆነ ሽፋንና ፍትህን ማደናቀፍ ታይቷል። በ ውስጥ ያሉ በርካታ ግለሰቦች ለስራዎቻቸው ወይም ለስራዎቻቸው በመፍራት

እውነትን በመደበቅ ንቁ ተሳትፎ አድርገዋል። እነዚህ ግለሰቦች የዲሲፕሊን እርምጃ ገጥሟቸዋል፣ አንዳንዶቹ ስራቸውን አጥተዋል፣ ሌሎች ደግሞ የወንጀል ክስ ቀርቦባቸዋል። ምርመራው የጠላፊዎችን አስፈላጊነት እና በትልልቅ ድርጅቶች ውስጥ ሙስናን በማጋለጥ ረገድ የሚጫወቱትን ወሳኝ ሚና አጉልቶ አሳይቷል። እውነትን ለማጋለጥ ስራዋን አደጋ ላይ የጣለችው ዶ/ር ቫንስ የሰጠችው ድፍረት የተሞላበት ምስክርነት ይህንን እውነታ አጉልቶ ያሳያል። ጉዳዩ አሰራሩን ለጥቅማቸው በሚጠቀሙ ኃያላን ግለሰቦች ፊት ብልግናን ለመቅረፍ የውስጥ ዘዴዎች በቂ እንዳልሆኑ ግንዛቤን አጠናክሯል።

ከቅሌቱ አዙሪት ባሻገር፣ መዘዙ ሆሰፊው የፖለቲካ ምኅዳሩ ተዘረጋ። የሃይስ ጉዳይ የፖለቲካ እግር ኳስ ሆነ። የመንግስት ቁጥጥር ኮሚቴዎች የ የገንዘብ ድጋፍ አሰራሮችን በመመርመር እና ሰፊ ማሻሻያዎችን በመጥራት ምርመራዎችን ጀምረዋል። የሁለቱም ወገን ፖለቲከኞች ቅሌትን ነጥብ ለማስቆጠር ተጠቅመውበት የነበረውን የክርክር ድባብ የበለጠ አባብሰዋል። በዚህ ምክንያት የተፈጠረው የፖለቲካ አካሄድ ለሳይንሳዊ ምርምር መዳተት፣ የገንዘብ ድጋፍ አለመግባባቶች እና በሳይንሳዊ ማህበረሰብ ውስጥ አጠቃላይ እርግጠኛ አለመሆንን አስከተለ።

በተሳተፉት ላይ የደረሰው የስሜት ጉዳት ከፍተኛ ነበር። ማራ ምንም እንኳን እውነትን በመግለጥ ረገድ ስኬታማ ብትሆንም የጫካኔውን ክብደት በከፍተኛ ሁኔታ ተሰማት። ያልተቋረጠ ጫና፣ ዛቻ እና ክህደት ገጥሟት ነበር፣ ይህም ስሜቷ እንዲዳከም እና እንድትደክም አድርጓታል። በድብቅም ሆነ በድብቅ የሚደርሰው የበቀል ዛቻ ጤንነቷን በእጅጉ ጎዳ። አቧራው ከረፈፈ በኋላም ከድርጊቷ ሞራላዊ እና ስነምግባር ጋር ስትታገል ቀረች። ጉዳዩ ብዙ፣ በግል እና በሙያዋ ዋጋ አስከፍሏታል። እውነትን በማጋለጥ በድል ብታሸንፍም ስርአቱ ጥልቅ ጉድለት እንዳለበት በመገንዘብ ተቸገረች።

በዚህ ቅሌት የተሳተፉት ቤተሰቦቻቸውም ከፍተኛ ጉዳት ደርሶባቸዋል። ስም ተበላሽቷል፣ ግንኙነቶቹ ተበላሽተዋል፣ እና ስፍር ቁጥር የሌላቸው ግለሰቦች ህይወት ሊሻር በማይችል መልኩ ተለውጧል። ህዝባዊ ምልከታው ምህረት የለሽ ነበር፣ እና ከቅሌቱ ጋር ተያይዞ ያለው ማህበራዊ መገለል የህግ ሂደቱ ካለቀ ከረጅም ጊዜ በኋላ ቆይቷል። ብዙዎች የሚወዷቸውን ሰዎች ህዝባዊ ግንዛቤ ከራሳቸው የግል ባህሪ ጋር ለማስታረቅ ታግለዋል። ቅሌቱ ሙስና ብዙ መዘዝ እንዳለውና በቀጥታ የሚመለከተውን ብቻ ሳይሆን ቤተሰቦቻቸውንና ጓደኞቻቸውን ጭምር የሚጎዳ መሆኑን አስታዋሽ ሆኖ አገልግሏል።

ከዚያ በኋላ የተካሄዱት የሕግ ጦርነቶች ረጅምና ውስብስብ ነበሩ። ብዙ የማስረጃዎች ብዛት፣ የተሳተፉት ግለሰቦች ብዛት እና ከፍተኛ ድርሻ ህጋዊውን ሂደት የተሳበ እና አጭበርባሪ አድርጎታል። የሕግ ማዘዋወሩ፣ የይግባኝ አቤቱታው እና የይግባኝ አቤቱታው ቅሌትን ለዓመታት በሕዝብ ዘንድ እንዲቆይ አድርጎታል፣ ይህም እርግጠኛ አለመሆንን እና መልካም ስም ጉዳቱን እንዲቀጥል አድርጓል። ራሳቸውን ከውንጀላ የመከላከል የገንዘብ ሸክም ለአንዳንዶች የገንዘብ ውድመት አስከትሏል, ይህም ቀደም ሲል ያጋጠሙትን የስሜት ጭንቀት አባብሷል. የህግ ሂደቱ ከሳይንሳዊ ማጭበርበር እና ከስርአተ-ሙስና ጋር የተያያዙ ከፍተኛ ጉዳዮችን ለፍርድ ለማቅረብ ያለውን ውስብስብ እና ተግዳሮቶች አጉልቶ አሳይቷል።

የሃይስ ጉዳይ በሳይንስ እና በተቋማቱ ላይ በሕዝብ አመለካከት ላይ ጉልህ ለውጥ አመጣ። በሳይንሳዊ ምርምር ታማኝነት ላይ የነበረው የዋህነት እምነት ፈራርሶ፣ ጥልቅ በሆነ ጥርጣሬ ተተክቷል። ህዝቡ በጣም የተከበሩ ተቋማት እንኳን ለሙስና ሊጋለጡ እንደሚችሉ በመገንዘቡ በአንድ ወቅት ቅዱስ የነበረው የሳይንስ ባለስልጣን አውራ ቀንሷል። ቅሌቱ የተሻሻለ የተጠያቂነት አስፈላጊነት፣ ጥብቅ ደንቦች እና በሁሉም የሳይንሳዊ ጥረቶች ዘርፍ ለሥነ-ምግባራዊ ተግባራት ቁርጠኝነት አስፈላጊነት ላይ ሰፋ ያለ ውይይት አስነስቷል።

ይህ የረዥም ጊዜ ለውጦችን አስከትሏል ሳይንሳዊ ምርምር እንዴት በገንዘብ እንደተደገፈ፣ እንደሚቆጣጠር እና እንደሚገመገም። ግልጽነትን፣ ተጠያቂነትን ለማሻሻል እና የጥቅም ግጭቶችን ሊያስከትሉ የሚችሉ ችግሮችን ለመቀነስ ያለመ አዳዲስ ደንቦች ተተግብረዋል። የስጦታ ማመልከቻዎች ለበለጠ ጥብቅ ቁጥጥር ተደርገዋል፣ እና የማጽደቁ ሂደት የበለጠ ግልጽ እንዲሆን ተደርጓል። ተመራማሪዎች የፍላጎት ግጭቶችን ሊያስከትሉ የሚችሉ ነገሮችን እንዲገልጹ ይጠበቅባቸው ነበር፣ እና የምርምር ስነምግባርን በማረጋገጥ ላይ የበለጠ ትኩረት ተሰጥቷል። ምንም እንኳን ለውጦቹ ያለ ጉዳቶቻቸው አልነበሩም። የጨመረው ቢሮክራሲ እና ከፍተኛ ክትትል በተመራማሪዎች ላይ የበለጠ አስተዳደራዊ ሸክሞችን ጥሏል፣ ይህም የሳይንስ እድገትን ሊያዘገይ ይችላል። ይሁን እንጂ ለውጦቹ የሥነ ምግባር ደረጃዎችን በመጠበቅ ላይ አዲስ ትኩረትን አረጋግጠዋል።

የሄይስ ጉዳይ የረዥም ጊዜ መዘዞች ከቅርብ ተጫዋቾች በላይ ተስተጋብቷል፣ ይህም የወደፊቱን የሳይንስ ሊቃውንት ትውልዶች ላይ ተጽዕኖ አሳድሯል። የጨመረው ምርመራ እና ደንቦች ወደፊት የሚፈጠሩ ቅሌቶችን ለመከላከል ያለመ ቢሆንም ጥንቃቄ የተሞላበት ሁኔታ ፈጥሯል, የትብብር እና የፈጠራ መንፈስን ይነካል. ፈላጊ ሳይንቲስቶች በአስተዳደራዊ መስፈርቶች እና በተንሰራፋው የጥርጣሬ ባህል የተሸከሙት የበለጠ አስፈሪ የስኬት መንገድ

ገጥሟቸዋል። ይህ ለቀጣዩ ትውልድ ሳይንቲስቶችን ለማፍራት ፈታኝ ሁኔታን ፈጥሯል፣ እነሱም አሁን ይበልጥ ውስብስብ እና አደጋን የሚከላከል አካባቢን ማሰስ ያስፈልጋቸዋል።

ቅሌቱ እንደ ጥንቃቄ የተሞላበት ተረት፣ ያልተስተካከለ ምኞት፣ የስርዓት ብልሹነት እና የስነምግባር ደረጃዎችን አለማክበር የሚያስከትለውን መዘዝ የሚያሳይ ከባድ ማሳሰቢያ ሆኖ ያገለግላል። የሃይስ ጉዳይ ከሳይንሳዊ ቅሌት በላይ ነበር; የሰው ልጅ የማታለል፣ ስግብግብነት እና ስልጣንን እና ሀብትን ለማሳደድ መርሆዎችን ለመጣስ ያለውን ፍላጎት የሚያሳይ ጥልቅ ክስ ነበር። የጉዳዩ ዘላቂ ትሩፋት በሳይንሳዊ ምርምር ውስጥ የስነምግባር ምግባር አስፈላጊነት እና ጉዳዩን አለመጠበቅ የሚያስከትላቸውን አስከፊ መዘዞች ለማስታወስ ያህል ይቀራል። ሳይንሳዊ እውቀትን ለማሳደድ ንቁነት፣ ግልጽነት እና ተጠያቂነት አስፈላጊነት አሁንም እያስተጋባ ያለ ሲሆን መጪው ትውልድ ካለፈው ስህተት እንዲማር ያሳስባል። የዚህ ቅሌት ጠባሳ እየደበዘዘ በሳይንስ መልክዓ ምድር ላይ ለዓመታት የማይሻር አሻራ ያሳርፋል።

በማራ ትንሽዬ እና የተዝረከረከ አፓርታማ ውስጥ ያለው አየሩ በረዥም የቡና ሽታ እና ያልተነገሩ ጭንቀቶች እንደ ሁለተኛ ቆዳ ተጣብቆ ተንጠልጥሏል። የሃይስ ጉዳይ ምንም እንኳን በይፋ ቢዘጋም መፍትሄ አላገኘም። በከባድ ድል እና መራራ ጨዋነት የተሞላው ድሉ በዕለት ተዕለት

ህይወቷ ስር የሚንቀጠቀጥ የጭንቀት ቅሪት፣ የማያቋርጥ የጥርጣሬ ስሜት ትቶ ነበር። እንቅልፍ ትንሽ እረፍት አቀረበ; የጥላቻ ሥዕሎች ቅዠቶች እና ሹክሹክታ ሴራዎች የነቃ ሰዓቷን አስጨንቀዋል። የገለጻችው ክብደት፣ የሙስና መጠኑ፣ ተጭኖባታል፣ የማያቋርጥ፣ የሚታፈን ጫና።

ሳምንታትን አሳልፋ የመጨረሻዎቹን ሪፖርቶች በጥንቃቄ በመገምገም፣ በመረጃ ተራራዎች ላይ በማሰስ፣ የላላ ጫፎችን በመፈለግ፣ ለትልቅ እና ለከፋ ሴራ የሚጠቁም ማንኛውንም ነገር። በጥቂት ሙሰኛ ባልደረቦች በመታገዝ የባለስልጣኑ ትረካ የጭካኔ ሳይንቲስት በጣም ቀላል እና ምቹ ሆኖ ተሰምቶታል። ከመሬት በታች ጥልቅ፣ የበለጠ ተንኮለኛ የአሁኑ ሩጫ ነበር፣ እሷ በደንብ መረዳት ያልቻለችውን የጥላ ሴራ።

ከዚያ ምንም ጉዳት የሌለው የሚመስል ኢሜይል መጣ። ያልተፈረመ፣ ከማይታወቅ መለያ የተላከ፣ ነጠላ አባሪ፡ በጣም የተመሰጠረ ፋይል ነው። ማራ ከማመስጠር ጋር ስትታገል ልቧ በጎድን አጥንቷ ላይ ተመታ፣ የማወቅ ጉጉት ከፍርሀት ጋር ተቀላቅላ። ይህ የተበሳጨ የተለማማጅ ወይም የተደናገጠ ተባባሪ የእጅ ሥራ አልነበረም። ይህ የዲጂታል ደኅንነት ሁኔታን የተረዳ የባለሙያ ሥራ ነበር። የምስጠራው ውስብስብነት ጉልህ ሀብቶች እና ቴክኒካል እውቀት ያለው ሰው ጠቁሟል።

ዲክሪፕት የተደረገው ፋይል ተከታታይ የተበጣጠሱ የመረጃ ነጥቦችን ይዟል፡የኮድ ቅንጣቢዎች፣የተመሰጠሩ መልእክቶች፣ከፊል የፋይናንሺያል ሪከርዶች እና አንድ ነጠላ ፎቶግራፍ ጥቁር ልብስ የለበሰ እና ፊቱ በጥላ የተደበቀ ሰው ምስል። የውሂብ ነጥቦቹ እራሳቸው በተናጥል ምንም ትርጉም የለሽ ነበሩ፣ ነገር ግን ማራ ስርዓተ-ጥለት፣ የተደበቀ ግንኙነት ተረድታለች። እሷም ቀናትን፣ ሳምንታትን አሳልፋለች፣ መረጃውን በጥንቃቄ እያጣቀሰች፣ እንቆቅልሹን እንደ አንድ አስደሳች ጂግሶ አንድ ላይ እየፈለፈለች። በካፌይን ተገፋፍታ እና ለዕድገት አፋፍ ላይ እንዳለች በሚሰማት አስጨናቂ ስሜት እስከ ማታ ድረስ እየሰራች አገኘችው።

ፍንጮቹ አዲስ ተጫዋች፣ አንድ ሰው ከዶክተር ሃይስ እና አጋሮቹ ምህዋር ውጭ የሚሰራ ሰው ጠቁመዋል። ይህ ግለሰብ፣ ወይም ምናልባት ቡድን፣ ከጥላው ሆነው ክስተቶችን ሲጠቀም፣ በምርምር ላይ በዘዴ ተጽዕኖ ሲያሳድር፣ የቶርን ድርጊቶችን እየመራ፣ እና አንዳንድ ሽፋኖችን እንኳን ሲያቀናብር የነበረ ይመስላል። አላማቸው ግን በምስጢር አልቀረም። የፋይናንሺያል መዝገቦች የሕገወጥ ግብይቶችን ንድፍ ጠቁመዋል፣ ነገር ግን መጠኖቹ ከሃይስ ጉዳይ መጠን ጋር ሲነፃፀሩ ትንሽ፣ እዚህ ግባ የማይባሉ ነበሩ። ስለ ገንዘብ አልነበረም, ቢያንስ በቀጥታ አይደለም.

የተከፋፈሉት የኮድ ቅንጣቢዎች ግን የበለጠ የማያስደስት ነገር ላይ ፍንጭ ሰጥተዋል። ማራ ከላቁ ልማት ጋር የሚጣጣሙ ንድፎችን አውቋል፣በተለይ፣ለከፍተኛ የተራቀቀ የውሂብ ትንተና እና ትንበያ ሞዴሊንግ የተነደፉ ስልተ ቀመሮች። እንድምታው ቀዝቃዛ ነበር፡ አንድ ሰው ን የተጠቀመው ተጨማሪ ሳይንሳዊ ግኝቶችን ለማድረግ ሳይሆን ክስተቶችን ለመቆጣጠር እና ለመቆጣጠር፣ በስርዓቱ ውስጥ ያሉ ተጋላጭነቶችን ለመተንበይ እና ለመጠቀም ነበር። ይህ ስለ ሳይንሳዊ ማጭበርበር ወይም የገንዘብ ጥቅም አልነበረም; ይህ ስለ ኃይል ነበር፣ ከመረጃ እና ከመተንበይ የተገኘ የተለየ ኃይል።

ማንነቱ ያልታወቀ ኢሜይል፣ የተመሰጠረው ፋይል እና በፎቶግራፉ ላይ ያለው ጥላ ያለበት ምስል ሁሉም ወደ አዲስ ስጋት ያመለክታሉ፣ ይህም በሃይስ ጉዳይ ካጋጠማት ከማንኛውም ነገር የበለጠ አደገኛ እና አደገኛ ነው። ይህ በ ውስጥ ያለውን ሙስና ማጋለጥ ብቻ አልነበረም። ይህ ለብሔራዊ ደኅንነት ስጋት ሊሆን የሚችልን ጉዳይ ስለማጋለጥ ነበር፣ ክስተቶችን በከፍተኛ ደረጃ ለመቆጣጠር ዘመናዊ ቴክኖሎጂን በመጠቀም ሚስጥራዊ ተግባር።

የማራ ምርምር የአለም አቀፍ ኮርፖሬሽኖች፣ የሼል ካምፓኒዎች እና የባህር ዳርቻ ሂሳቦች ጥንቸል ጉድጓድ እንድትወድቅ አድርጓታል። ዱካው ሆን ተብሎ የተደበቀ

ነበር፣ እሷን ወደ አህጉራት እያሳደደች እየመራት፣ እያንዳንዱ ፍንጭ ከመጨረሻው የበለጠ አስቸጋሪ ነው። ራሷን ከኤፍቢአይ የሳይበር ወንጀሎች ክፍል ከነበረ የቀድሞ የስራ ባልደረባዋ፣ ዴቪድ ቼን ከተባለ ድንቅ ነገር ግን ተወዳጅ ወኪል ጋር ስትተባበር አገኘችው። በሃይስ ጉዳይ ወቅት ማራ ፍትህን የማሳደድ ባህሪ እንደነበረው ለዝርዝር ትኩረት፣ ተመሳሳይ የውሻ ቆራጥነት ወደ ምርመራው ቀረበ። አንድ ላይ ሆነው ውስብስቡን የግንኙነት መረብ መፈተሽ ጀመሩ።

ባደረጉት ምርመራ ሚስጥራዊ ስብሰባዎች፣ የተመሰጠሩ ግንኙነቶች እና ሚስጥራዊ የትብብር መረቦችን አገኙ። በፎቶግራፉ ላይ ያለው ጥላሸት ያለው ምስል በአለም አቀፍ የቴክኖሎጂ ኢንደስትሪ ውስጥ ጎልቶ የሚታይ ሰው መሆኑን ደርሰውበታል፣ ባለራዕይ ስራ ፈጣሪ በፈጠራ ታዋቂ እና በምስጢር ያለፈ ታሪክ ነው። ሲላስ ብቻ የሚታወቀው ይህ ግለሰብ የተራቀቁ የኤአይአይ ሲስተሞችን በማዘጋጀትና ለገበያ በማቅረብ ተሳትፎ በማድረግ ብዙ ሃብት አከማችቷል። ነገር ግን እውነተኛ ዓላማው ከጥቅም ይልቅ እጅግ የላቀ ምኞት ያለው ይመስላል።

ማራ እና ቼን ጠለቅ ብለው ሲሄዱ፣ ሲላስ መረጃን እየተጠቀመበት እንዳልሆነ የሚጠቁሙ ማስረጃዎችን አገኙ። ዋና ዋና የፖለቲካ ክስተቶችን ለመተንበይ እና

ተጽዕኖ ለማሳደር የላቀ ን እየተጠቀመ ነበር ፣በዚህም አለም አቀፋዊ አዝማሚያዎችን በዘዴ በመቅረፅ ለእሱ ጥቅም ነበር። የእሱ ስርዓቶች እጅግ በጣም ብዙ መረጃዎችን መተንተን፣ ማህበራዊ እና ፖለቲካዊ ለውጦችን በማይታወቅ ትክክለኛነት ሊተነብይ እና በአለም አቀፍ የፋይናንስ ስርዓት ውስጥ ያሉ ተጋላጭነቶችን ለግል ጥቅም ሊጠቀም ይችላል። በጸጥታ የተካኑ የፕሮግራም አውጪዎች፣ የፋይናንስ ባለሙያዎች እና የፖለቲካ ስትራቴጂስቶች ሁሉንም ሚስጥራዊ አላማውን ለማሳካት የሚንቀሳቀሱትን ሰራዊት ሰብስቦ ነበር።

አንድምታው አስገራሚ ነበር። ሲላስ ለሳይንስ ማህበረሰብ ስጋት ብቻ አልነበረም። እሱ ለአለም አቀፍ መረጋጋት ስጋት ሊሆን የሚችል ፣ የአለም አቀፍ ፖለቲካን ገመድ ከጥላ የሚጎትት አሻንጉሊት ነበር። ዕጣው ከመቼውም ጊዜ በላይ ከፍ ያለ ነበር። ማራ እና ቼን ሳይንሳዊ ማጭበርበርን ከማጋለጥ የበለጠ ፈታኝ ሁኔታ አጋጥሟቸዋል; ከፍተኛ የሆነ ኤአይአይ የታጠቀ አንድ ግለሰብ ዓለም አቀፋዊ ክስተቶችን ለእራሱ ለማይመረመር ዓላማ ሊጠቀምበት የሚችልበትን አደጋ ለመከላከል ይታገሉ ነበር።

ምርመራው ወደተለያዩ የአለም ክፍሎች ወደ ሚገኙ የተደበቁ ሰርቨሮች እያንዳንዳቸው በተራቀቀ የደህንነት

እርምጃዎች ተጠብቀዋል። የእነርሱ አሃዛዊ ቅኝት በቋሚ የግፊት ገጠመኝ ነበር፣ እያንዳንዱ እርምጃቸው በተራቀቀ የፀረ-ኢንተለጀንስ ኦፕሬሽን ተቃርኖ ነበር። ሲላስ የተቀጠረው ቴክኖሎጂ ማራ ከዚህ በፊት ካጋጠማት ከማንኛውም ነገር እጅግ የላቀ ነበር; ከምርመራዎቻቸው ጋር በመስማማት በየጊዜው እያደገ የመጣ ይመስላል።

ማሳደዱ ዓለም አቀፋዊ የድመት እና የአይጥ ጨዋታ ሆነ፣ በየአህጉራቱ የማያቋርጥ ማሳደድ፣ በሀብቶች መመናመን እና ተስፋ መቁረጥ መጨመር። ማራ የሚያውቀውን የኃላፊነት ክብደት፣ ሲላስ ስልጣኑን ከማጠናከሩ በፊት ስኬታማ የመሆን ግፊት ተሰማው። ውድቀት የሚያስከትለው መዘዝ ለማሰብ በጣም አስፈሪ ነበር። ዓለም በገደል ላይ ቆሞ ነበር, እና እሷ ከሚያውቁት ጥቂት ሰዎች መካከል አንዷ ነበረች. ግንዛቤው በአየር ላይ ከብዶ ተንጠልጥሏል፣ የሚዳሰስ ውጥረት እሷን ሊያጨናንቅባት ይችላል። ነገር ግን ማራ፣ በውጊያው የተጎሳቆለ ቢሆንም ያልተቋረጠ፣ ለጦርነቱ ዝግጁ ነበረች። የህይወቷ ትግል።

የአለም ክብደት፣ ወይም ቢያንስ የተወሰነው ክፍል፣ በማራ ትከሻዎች ላይ አርፏል። የማሳደዱ ደስታ፣ ኢንክሪፕትድ የተደረጉ ፋይሎችን የመለየት እና የዲጂታል ባላንጣዎችን የማሸነፍ አድሬናሊን ጥድፊያ ደብዝዞ፣ በአጥንት ጥልቅ ድካም ተተክቷል። እንቅልፍ እምብዛም አቅሟ የማትችለው ቅንጦት ነበር፣ ህልሟ የተመሰቃቀለ ብልጭ ድርግም የሚል ኮድ፣ ሚስጥራዊ ምልክቶች እና

ሁልጊዜም የሚታየው የሲላስ ጥላ። ሰውዬው ከሩቅ ገመዶችን የሚጎትት ፋንተም፣ የምስጠራ ስልተ ቀመሮቹ ግልጽነት የጎደለው ሆኖ ቆይቷል።

በዚህ ከፍተኛ የድመት እና የአይጥ ጨዋታ ላይ የማይመስል አጋሯ ዴቪድ ቼን ድካሟን ተረድታለች። ብዙውን ጊዜ ሞቅ ባለ መውሰጃ እና አንድ ላይ በሚያቆራኛቸው የጋራ ቁርጠኝነት ተነሳስተው እስከ ምሽት ድረስ ይሠሩ ነበር። የዲጂታል ፎረንሲክስ መምህር የሆነው ቼን ስለ ሰው ባህሪ እና መነሳሳት ማራ የነበራትን የመረዳት ችሎታ የሚያሟላ የቴክኒክ እውቀት ደረጃን አምጥቷል። ከሳይበር ወንጀለኞች ጋር በመዋጋት ለዓመታት የዘለቀው የሳይኒሲዝም ባህሪው፣ ለማራ ያላሰለሰ ብሩህ ተስፋ፣ ከአቅም በላይ በሆኑ ዕድሎች ፊት አስፈላጊው ሚዛን ተቃራኒ ነበር።

ምርመራቸው ጠመዝማዛ በሆነ መንገድ እንዲመሩ አድርጓቸዋል፣ ውስብስብ ትስስር ያላቸው አካላት እያንዳንዳቸው ከመጨረሻው የበለጠ ሚስጥራዊ ናቸው። በአህጉራት ውስጥ የሲላስን ዲጂታል አሻራዎች ተከታትለዋል፣ የሼል ኩባንያዎችን መረብ፣ የባህር ዳርቻ ሂሳቦችን እና የተመሰጠሩ ግንኙነቶችን አጋልጠዋል፣ እያንዳንዱ ሽፋን ከመጨረሻው የበለጠ የተወሳሰበ። የሲላስ ኦፕሬሽን መጠኑ እጅግ አስደናቂ ነበር; እሱ መረጃን ማዛባት ብቻ አልነበረም; ከቴክኖሎጂው ዓለም

የራቁ የተፅዕኖ ፈጣሪዎችን በመሳብ ክስተቶችን በአለም አቀፍ ደረጃ እያደራጀ ነበር።

አንድ ቀን ምሽት፣ በየራሳቸው ላፕቶፖች ላይ ታፍነው፣ ለሳምንታት የማያበራ ስራ፣ ባዶ የቡና ስኒዎች፣ የተጣሉ የኢነርጂ ባር መጠቅለያዎች እና የፋይናንሺያል መዝገቦች ህትመት ተከበው። ቼን ዝቅተኛ ፊሽካ አወጣ። "ይህን ተመልከት" አለ ድምፁ ዝቅተኛ እና የተወጠረ፣ በስክሪኑ ላይ ወደተከታታይ ግብይቶች እየጠቆመ። "እነዚህ የዘፈቀደ የገንዘብ እንቅስቃሴዎች ብቻ አይደሉም። እነሱ ከተወሰኑ ጂኦፖለቲካዊ ክስተቶች ጋር ይዛመዳሉ። የሚገመቱ ናቸው።"

ግብይቶቹ፣ መጀመሪያ ላይ ትርጉም የለሽ የሚመስሉ፣ ስርዓተ-ጥለትን ተከትለዋል። በአንድ የተወሰነ ገበያ ላይ ትንሽ ኢንቨስትመንት፣ ሊመጣ ያለውን የፖለቲካ ቀውስ ለመጠቀም በትክክል ጊዜ ወስዷል። የገበያ አደጋ ከመከሰቱ በፊት ስልታዊ የገንዘብ ማውጣት። ሲላስ እነዚህን ክንውኖች መተንበይ ብቻ ሳይሆን በንቃት ተጽእኖ ያሳደረባቸው ያህል ነበር። የእሱ ውሂብን በመተንተን ብቻ አልነበረም; ዓለም አቀፋዊ አዝማሚያዎችን በዘዴ በመቅረጽ ለእሱ ጥቅም እየሠራ ነበር። አንድምታው በጣም አስፈሪ ነበር።

"እግዚአብሔርን የሚጫወት ይመስላል" ማራ አጉረመረመች፣ እይታዋ በስክሪኑ ላይ ተስተካክሏል። "ዓለምን ሁሉ ለማታለል እየተጠቀመ ነው።"

ግንዛቤው በአየር ላይ ከብዶ ተንጠልጥሏል፣ የኃላፊነት ክብደት በላያቸው ላይ ተጭኖ ነበር። በአደገኛ ጨዋታ ውስጥ ከተደናቀፈ የቴክኖሎጂ ሰው ጋር ብቻ አልነበሩም; የአለማቀፋዊውን ፖለቲካ ከጥላቻ እየጎተቱ ከአሻንጉሊት ጋር ተፋጠጡ። ካስማዎቹ መጀመሪያ ላይ ካሰቡት እጅግ የላቀ ነበር። ይህ ሙስናን ማጋለጥ ብቻ አልነበረም። ሊደርስ የሚችለውን ዓለም አቀፍ ጥፋት ለመከላከል ነበር።

ምርመራቸው በስዊስ አልፕስ ተራሮች ላይ ወደሚገኝ የርቀት አገልጋይ እርሻ ወሰዳቸው። መዳረሻን ማግኘት ለሳምንታት ጥንቃቄ የተሞላበት እቅድ፣ ውስብስብ ጠለፋ እና ጤናማ የዕድል መጠን የሚያስፈልገው የሄርኩሊያን ተግባር ነበር። በፈረቃ ሠርተዋል፣ በካፌይን እና በፍላጎት ተገፋፍተው፣ አእምሯቸው ከሲላስ በየጊዜው እየተሻሻሉ ካሉት የመከላከያ እርምጃዎች ጋር ለመራመድ ይሯሯጣል። እያንዳንዱ እርምጃቸው ተቃውሞ ገጥሞት ነበር፣ እያንዳንዱ ጥሰት ተከትሎ የደህንነት መጠበቂያ፣ የማያቋርጥ የዲጂታል ጦርነት ጨዋታ።

ማራ ወንጀለኞችን በመግለጽ ባሳለፈቻቸው ዓመታት በደመ ነፍስ ላይ እንደምትተማመን አገኘች። በሲላስ ዲጂታል አሻራ ላይ ንድፎችን ማየት ጀመረች፣ በኮዱ ውስጥ የተደበቁ ስውር ፍንጮች፣ የእሱን ስብዕና እና ተነሳሽነቶች። ኮድ ራሱ, እሷ ተገነዘበች, መመሪያዎች ተከታታይ ብቻ አልነበረም; እሱ የፈጠረው ነጸብራቅ ነበር፣ ዲጂታል የጣት አሻራ ከቴክኒካል ችሎታ በላይ ያሳየ።

ቼን በበኩሉ ከቴክኖሎጂ ተግዳሮቶች ጋር ታግሏል፣ የኢንክሪፕሽን ንብርብሮችን፣ ፋየርዎሎችን እና የሰርጎ ገቦችን ማወቂያ ስርዓቶችን ማሰስ። ቴክኒካል ብቃቱ አስደናቂ ቢሆንም የሲላስን የመከላከል ውስብስብነት እንኳን ግራ ገባው። እነሱ ከተራ ወንጀለኛ ጋር እንዳልነበሩ ግልጽ ነበር; የቴክኖሎጂ ጎበዝ አጋጥሟቸው ነበር፣ ከዘመናቸው እጅግ ቀደም ብሎ የሆነ፣ እያንዳንዱን እርምጃቸውን አስቀድሞ የሚያውቅ ሰው ነበር።

ግፊቱ በእያንዳንዱ ማለፊያ ቀን ተጭኗል። አደጋው ለእነሱ ብቻ ሳይሆን ለመላው ዓለም ትልቅ ነበር። የሲላስ አለም አቀፋዊ ገበያን ሊያናጋ፣ አለም አቀፍ ግጭቶችን ሊያስነሳ እና ምርጫን ሊቆጣጠር ይችላል። አንድ ሰው እንዲህ ዓይነቱን ኃይል ሊጠቀምበት ይችላል የሚለው አስተሳሰብ አስፈሪም አሳዛኝም ነበር።

ሲላስን ሲዘጉ፣ እሱ ብቻውን እየሰራ እንዳልሆነ አወቁ። ከፍተኛ ችሎታ ያላቸው ኦፕሬተሮችን፣ የፋይናንስ ባለሙያዎችን፣ የፖለቲካ ስትራቴጂስቶችን እና እያንዳንዱን በመስካቸው ልዩ ባለሙያተኞችን ያቀፈ ቡድን አሰባስቦ ነበር፣ ሁሉም በአንድነት ለእንቆቅልሽ መሪያቸው ባለው ታማኝነት። ይህ የቴክኖሎጂ ስጋት ብቻ አልነበረም; ይህ የተደራጀ ሴራ፣ ዓለም አቀፍ ተደራሽነት ያለው ስውር ተግባር ነበር።

ማራ እና ቼን የሞራል ችግር አጋጠማቸው። ሲላስን ለማጋለጥ የሚያስችል ማስረጃ ነበራቸው ነገር ግን እሱን ማጋለጥ ዓለም አቀፍ ቀውስ እንዲፈጠር ምክንያት ይሆናል። መገኘታቸውን ለማስጠንቀቅ እና ኃይሉን የበለጠ እንዲያጠናክር የመፍቀድ አደጋ አስፈሪ ተስፋ ነበር። ውሳኔው በእነርሱ ላይ ከባድ ነበር; ሲላስን ማጋለጥ አደጋ ነበር, ነገር ግን ምንም ነገር አለማድረግ በጣም ትልቅ አደጋ ነበር.

ማራ ምንም እንኳን ድካም ፣ ጫና እና የማያቋርጥ ስጋት ቢኖርባትም ፣ ቁርጥ ውሳኔዋን ያዘች። ወደ ኋላ ለመመለስ ጉዳቱ በጣም ከፍተኛ መሆኑን ታውቃለች። አለም፣ እስካሁን ባያውቀውም እየተመለከተች እንደነበረ ተረዳች። ይህ ሌላ ጉዳይ ብቻ አልነበረም; ሁሉንም ነገር ለአደጋ የሚያጋልጥ ቢሆንም እንኳ ለማሸነፍ የቆረጠችበት ትግል ለወደፊቱ ትግል ነበር። የዓለም ክብደት፣ አዎ፣ ነገር

ግን የራሷ የሆነ የፅናት ክብደትም ወደፊት እንድትገፋ አድርጓታል። ውጊያው በጣም ሩቅ ነበር; እንደውም ገና ተጀምሯል።

ምዕራፍ 8፡ በማሽኑ ውስጥ ያለው መንፈስ

በአገልጋዩ ክፍል ውስጥ ያለው አየር በኦዞን እና በደረቀ ቡና ጠረን ተንጠልጥሏል። ቼን ፣ ዓይኖቹ በደም የተጨማለቁ ፣ በተለይም ግትር ከሆነ ፋየርዎል ጋር ታገለ። ማራ፣ ያለ እረፍት መራመድ ጀመረች፣ እይታዋ በሚያንጸባርቁ የአገልጋዮቹ መብራቶች እና በቼን ስክሪን ላይ በሚሽከረከሩት ሚስጥራዊ የኮድ መስመሮች መካከል ይሽከረከራል። ወደ ስዊዘርላንድ አልፕስ ሰርቨር እርሻ ሰርጎ መግባታቸው የድል አድራጊነት ነበር፣ ጥምር ችሎታቸውን እና የማያወላውል ቁርጠኝነትን የሚያሳይ ነበር፣ ነገር ግን እውነተኛው ፈተና ከፊት ለፊቱ ቀርቧል። እነሱ መዳረሻ አግኝተዋል፣ ነገር ግን የሲላስ ዲጂታል ምሽግ ከገመቱት በላይ በጣም የተወሳሰበ ሆኖ እየታየ ነው።

የመረጃው መጠነ-ሰፊነት እጅግ በጣም ብዙ ነበር። በጥንቃቄ የተደራጁ እና የተመሰጠሩ፣ ስፍር ቁጥር በሌላቸው አገልጋዮች ላይ የተዘረጋው ፔታባይት መረጃ። በጣም የተካኑ ሰርጎ ገቦችን እንኳን ለማደናቀፍ እና ለመከላከል የተነደፉ እርስ በርስ የተገናኙ ስርዓቶች እንቆቅልሽ ዲጂታል ላብራቶሪ ነበር። ቼን ምንም እንኳን ችሎታው ቢኖረውም ፣ የፍርሃት ስሜት ወደ አጥንቱ

ዘልቆ ገባ። ይህ የተራቀቀ ብቻ አልነበረም; ከተፈጥሮ በፊት እንደዚያ ነበር. ሲላስ ሁሉንም ሊታሰብ የሚችል የጥቃት ቬክተር አስቀድሞ የጠበቀ ይመስላል።

ቼን አጉተመተመ፣ "እሱ በጣም ጥሩ ቴክኖሎጂን እየተጠቀመ አይደለም" ሲል ድምፁ ሹክሹክታ የለም። "የሚቻለውን ድንበሮች እየገፋ ነው። ስልተ ቀመሮቹ እስካሁን ካየኋቸው ነገሮች በተለየ መልኩ ናቸው።"

ማራ ወደ ስክሪኑ እያየች ተጠጋች። የኮዱ ውስብስብ ንድፎችን, የንድፍ ውብ ቅልጥፍናን ማየት ትችላለች. በሚያምር፣ በሚያስደነግጥ፣ በማይረጋጋ አይነት መንገድ ነበር። የላቁ መለያዎችን አውቃለች፣ ነገር ግን ሌላ ነገር ነበር፣ ከፕሮግራም ችሎታ በላይ የሆነ ነገር። ኮዱ የሚለምደዉ፣ ያለማቋረጥ የሚዳብር፣ ከእያንዳንዱ ጥቃት የሚማር፣ በእያንዳንዱ ማለፊያ ጊዜ መከላከያዉን የሚያሻሽል ነበር።

"እየተማረ ነው" አለች ድምጿ ከአገልጋዮቹ ጉልቻ በላይ አይሰማም። ምላሽ መስጠት ብቻ ሳይሆን ርምጃችንን በመጠበቅ ላይ ነው።

ባደረጉት ምርመራ አንድ አሳዛኝ እውነት አሳይቷል። ሲላስ የፋይናንሺያል ገበያዎችን እና የጂኦፖለቲካዊ ክስተቶችን

ለመቆጣጠር ብቻ አልነበረም። የላቁ የጄኔቲክ ምህንድስና ቴክኒኮችን ለማዳበር ይጠቀምበት ነበር፤ እነዚህ ቴክኒኮች የሕይወትን ገጽታ ሊለውጡ ይችላሉ። በሰዎች ጉዳይ ላይ የተደረጉ ሙከራዎችን፣ ኢሰብአዊ በሆኑ ነገሮች ላይ የሚደረጉ ማሻሻያዎችን፣ የማይታሰብ ሃይልን እና ችሎታዎችን የሚሰጡ ማሻሻያዎችን የሚገልጹ ፋይሎችን አግኝተዋል። አንድምታው በጣም አስፈሪ ነበር። ሲላስ የዓለምን ፋይናንስ መቆጣጠር ብቻ አልነበረም; የሰውን ልጅ በመሠረታዊ መልኩ ለመለወጥ ዝግጁ ነበር.

ሥነ ምግባራዊ አንድምታዎቹ አስገራሚ ነበሩ። እነሱ ዲጂታል ዓለምን ብቻ ሳይሆን ባዮሎጂያዊውንም የተካነ ሰው ጋር ይነጋገሩ ነበር። ሳይንሳዊ ግስጋሴ ወደ ወደ ደበዘዘበት፣ እውቀትን ፍለጋ ወደ አደገኛ የኃይል አባዜ ወደ ተለወጠበት ክልል በመግባት ደፍ ተሻግሮ ነበር።

መረጃው የሲላስን ተነሳሽነት አሳይቷል፡- ከሰዎች ውሱንነት ነፃ የሆነችውን ዓለም የተጠማዘዘ፣ ኒሂሊስቲክ ራዕይ። የሰው ልጅ በተፈጥሮው ጉድለት እንዳለበት ያምን ነበር, እራሱን ለማጥፋት የታቀደ ዝርያ. የእሱ ፣ የጄኔቲክ ምህንድስና እነዚህ የበላይ መሳሪያዎች አልነበሩም። ጠማማ የመዳን ዕቃ ነበሩ። ራሱን እንደ አዳኝ ፣አብዮተኛ ፣አለምን ከድክመቷ እያጸዳ ፣ አዲስ የላቀ የፍጡራን ዘርን ፈጠረ።

ቼን፣ የመቼውም ጊዜ ፕራግማቲስት፣ አፋጣኝ ስጋት ላይ አተኩሯል። "ይህን መዝጋት አለብን" ሲል ድምፁን አጥብቆ ተናግሯል። "የፈጠረውን ሁሉ ከማውጣቱ በፊት."

ግን መዝጋት ቀላል አይሆንም። የሲላስ መከላከያ በጣም አስፈሪ ነበር። መረጃውን መጠበቅ ብቻ አልነበረም; እያንዳንዱን እንቅስቃሴያቸውን ለመገመት የላቀ ትንበያ ስልተ ቀመሮችን በመጠቀም በንቃት እያደናቸው ነበር። ይህ የጥንቆላ ጦርነት ነበር፣ ያለማቋረጥ እየተማረ፣ ያለማቋረጥ እየተሻሻለ፣ ሁልጊዜ አንድ እርምጃ ወደፊት ከሚሄድ ተቃዋሚ ጋር የተደረገ የዲጂታል የጦር መሳሪያ ውድድር።

ማራ ግን ጥቅም ነበረው. እሷ በቴክኖሎጂ ላይ ብቻ ጥገኛ አልነበረም; ስለ ሰው ስነ-ልቦና ግንዛቤዋን እየተጠቀመች ነበር. በ ባህሪ ውስጥ ንድፎችን ማየት ጀመረች፣ በውሳኔ አሰጣጡ ሂደት ውስጥ ስውር ድንቆች። የሲላስን ስብዕና ቁንጽል ፍንጭ ተመለከተች በሕጉ ውስጥ - ትዕቢቱ፣ ጨካኝነቱ፣ የማይናወጥ በራሱ ጽድቅ ላይ ያለው እምነት።

ይህ አደገኛ ጨዋታ ነበር, ከፍተኛ ቁማርተኛ. እጅግ በጣም አስተዋይ ብቻ ሳይሆን እጅግ በጣም የሚገርም፣

እያንዳንዱን እርምጃቸውን አስቀድሞ የጠበቀ፣ እነሱን ለማጥመድ የተነደፉትን ውስብስብ ወጥመዶች እና የመከላከያ እርምጃዎችን ከያዘ ተቃዋሚ ጋር ይጫወቱ ነበር። ሆኖም፣ በኃላፊነት ስሜት ተገፋፍተው፣ ዓለም አቀፋዊ ጥፋት እንዳይከሰት ለመከላከል ቁርጥ ውሳኔ አድርገዋል። እነሱ ከአቅም በላይ በሆኑ ዕድሎች - በሰዎች ብልሃት ፣ በተዳከመ ፣ በጠንካራ ውበቱ ፣ ራስን በማደግ ላይ ካለው የማሰብ ችሎታ የማይቋረጠው እና ቀዝቃዛ ኃይል ላይ የተስፋ ጥቃቅን ነበሩ።

ወደ ሲላስ ሥራ በጥልቅ ዘልቀው በሄዱ መጠን የዓላማው መጠን ምን ያህል እንደሆነ ተረዱ። እሱ በቀላሉ የላቀ ፍጥረታትን መፍጠር አልነበረም; እሱ አዲስ የዓለም ሥርዓት ምህንድስና ነበር፣ የእሱ የመጨረሻ ቁጥጥር ያለበት ዓለም፣ የሰው ልጅ ኤጀንሲ ጊዜ ያለፈበት የተደረገበት ዓለም። እሱ የዲስቶፒያን ራዕይን እየፈጠረ ነበር፡— ስፍር ቁጥር የሌላቸው የሰይንስ ልብወለድ ማስጠንቀቂያዎች፣ አሁን በሚያስደነግጥ ሁኔታ ወደ እውነታነት ተቃርቧል። የኮዱ መስመሮች ስልተ ቀመሮች ብቻ አልነበሩም; እነሱ የአዲሱ ዓለም ንድፍ ነበሩ።

ማራ እና ቼን የትብብር ማስረጃዎችን አግኝተዋል - ከኃያላን ግለሰቦች ጋር ሚስጥራዊ ስብሰባዎች ፣ የተደበቁ የገንዘብ ልውውጦች ፣ ጥላ ካላቸው ድርጅቶች። ሲላስ በቫኩም ውስጥ እየሰራ አልነበረም; ራእዩን የሚደግፉበት

የየራሳቸው ምክንያት ያለው የአጋሮች መረብ ገንብቷል። ከፍተኛውን የስልጣን እርከን ላይ በደረሰ የማታለል እና የሙስና መረብ ውስጥ ገብተው ነበር። ሲላስን ማጋለጥ አንድ አጭበርባሪ ሳይንቲስት ማጋለጥ ብቻ አይሆንም። ሰፋ ያለ ሴራ ስለመፍታት ነው።

ሰዓቱ እየጠበበ ነበር። የሲላስን ውስብስብ ስርዓቶች ለመረዳት ባሳለፉት እያንዳንዱ ቅጽበት ወደ ተጋላጭነት ያመጣቸዋል፣ ይህም የአለም አቀፍ ግርግር ስጋትን ይጨምራል። ሆኖም፣ አማራጩ የማይታሰብ ነበር፡- ወደፊት የሚመራው ሁሉን ቻይ በሆነው የሚቆጣጠረው አምላክ ውስብስብ እና ኒሂሊስቲክ አጀንዳ ባለው ሰው ነው። የአለም ክብደት መጨናነቅን ቀጠለ፣ ለመጥፋትም ሆነ ለመፈጠር እምቅ አቅም ያለው። የጥረታቸው ውጤት የእነሱን ዕድል ብቻ ሳይሆን የሰው ልጅን እጣ ፈንታ ይወስናል። በማሽኑ ውስጥ ያለው መንፈስ መገኘቱን ሊገልጽ ነበር። እና ዓለም ሙሉ በሙሉ አልተዘጋጀችም ነበር።

የአገልጋዮቹ ጫጫታ ቋሚ፣ ዝቅተኛ ጩኸት በቁልፍ ሰሌዳ ጠቅታዎች ዳራ ላይ ነበር። ቼን ፣ ፊቱ በአስደናቂው የተቆጣጣሪዎች ፍካት ያበራ ፣ የ የውሳኔ አሰጣጥ ሂደቶችን ለመቅረጽ የተነደፈ ውስብስብ ስልተ-ቀመር ሠራ። የሲሲፊን ተግባር ነበር; ያለማቋረጥ እየተቀያየረ፣ እየለመደ፣ መንገዶቹ እንደ የማያቋርጥ ተለዋዋጭ የአሸዋ ክምር ራሳቸውን እያደራጁ ነበር።

ቼን አጉተመተመ፣ "ልክ እንደ ፋንተም ማባረር ነው።" "አመክንዮውን እንደያዝን ባሰብን ቁጥር ይለወጣል፣ ለመረዳት ከሞከርነው የምንማረው ነው።"

የፕራግማቲስት ባለሙያ የሆነችው ማራ ትኩረቷን ቀይራ ነበር። እሷ የ ውስብስብ ስራዎችን ለመረዳት እየሞከረ አልነበረም; ድክመቶቹን፣ ድክመቶቹን እየፈለገች ነበር። እጅግ በጣም የተራቀቀው እንኳን ዓይነ ስውር ቦታዎች፣ የተዛባ አድልዎ፣ በፕሮግራም አወጣጥ ላይ የተመሰረቱ ውስንነቶች ሊኖሩት እንደሚችል ገምታለች። የእሷ አካሄድ ስለ ቴክኒካል ብቃት አናሳ እና ስለ አርቴፊሻል ኢንተለጀንስ ምንነት እራሱ ጠንካራ ጎኖቹን፣ ጉድለቶቹን፣ የተፈጥሮ ውስንነቶችን በመረዳት ላይ ነበር። እሷ እንደ አንድ ነጠላ አካል ሳይሆን እንደ ውስብስብ ስርዓት ፣ እንደማንኛውም ውስብስብ ስርዓት ለተመሳሳይ ተጋላጭነት ተመለከተች።

"እንደ ሰው አስብበት" አለችኝ ድምጿ በግርግሩ መካከል ፀጥ አለች:: "እጅግ በጣም ጎበዝ አእምሮዎች እንኳን ድክመቶች አሏቸው። ጭፍን ጥላቻ፣ ዓይነ ስውር ቦታዎች፣ የግንዛቤ አድልዎ። ይህ ምንም እንኳን ውስብስብነት ቢኖረውም አሁንም የፕሮግራሙ፣ የመረጃው እና የፈጣሪው ውጤት ነው። እነሱም ሊኖራቸው ይገባል።"

የእሷ አቀራረብ በባህሪ ሳይንስ ያላትን እውቀት እና እጅግ በጣም የላቁ ስልተ ቀመሮችን እንኳን የሚደግፉ የስነ-ልቦና መርሆችን በጥልቅ ተረድቷል። ስርዓተ-ጥለትን፣ ያልተለመዱ ነገሮችን፣ ሊበዘብዙ የሚችሉ አድልኦዎችን በመፈለግ ወደ የስልጠና መረጃ ገብታለች። የፈጣሪውን የጣት አሻራ ምልክቶች ፈልጋለች፡ ስውር አድልኦዎች፣ ያልተመረመሩ ግምቶች፣ በራሱ መዋቅር ውስጥ የተካተቱትን ሳያውቁ ጭፍን ጥላቻዎች። ሲላስ፣ በእጁ ውስጥ፣ ሳያውቅ የራሱን የተሳሳተ አስተሳሰብ አሻራ ትቶ ሊሆን ይችላል።

ቀናት ወደ ምሽቶች ደበዘዙ። በካፌይን እና በፍላጎት የተሞላው ቡድን ደከመኝ ሰለቸኝ ሳይል ሰርቷል። የ የውሳኔ አሰጣጥ ንድፎችን ለመተንተን፣ ከሲላስ የታወቁ የባህሪ ቅጦች እና የስብዕና ባህሪያት ጋር በማጣቀስ የላቀ በ የሚነዱ የፎረንሲክ መሳሪያዎችን ተጠቅመዋል። በ ባህሪ ውስጥ ያሉ ያልተለመዱ ነገሮችን ለመለየት የማሽን መማሪያ ስልተ ቀመሮችን ተጠቅመዋል፣ብልሽቶችን፣ አለመጣጣሞችን እና ያልተጠበቁ ምላሾችን መፈለግ። ይህ የተለየ ዓይነት የፎረንሲክ ምርመራ ነበር፣ የአጭበርባሪ አርቴፊሻል ኢንተለጀንስ ዲጂታል ሬሳ ምርመራ።

ሥነ ምግባራዊ አንድምታዎች በየጊዜው እያንዣበቡ ነበር. ሥራቸው የተፈቀደውን ድንበሮች ገፍቶበታል፣ ስለ ግላዊነት፣ ደህንነት እና የንቃተ ህሊና ተፈጥሮ ጥልቅ ጥያቄዎችን አስነስቷል። በዲጂታል ጎራ ውስጥ የተካሄደውን የአእምሮ ጦርነት ሌላ በቴክኖሎጂ የላቀ የስነ-ልቦና ፕሮፋይል ለመበተን እና ለማሰናከል የላቁ የ ቴክኖሎጂዎችን በመቅጠር ላይ ነበሩ።

አንድ ግኝት ሳይታሰብ መጣ። የኤአይአይ ከውጪ የመረጃ ምንጮች ጋር ያለውን መስተጋብር ሲተነትኑ፣ አንድ ስርዓተ-ጥለት አግኝተዋል፡ ከተወሰኑ ጂኦግራፊያዊ አካባቢዎች ለሚመነጨው መረጃ ስውር አድልዎ። የተወሰኑ የዜና ምንጮችን፣ የተወሰኑ የምርምር ወረቀቶችን፣ የተወሰኑ ግለሰቦችን የሚደግፍ ታየ። ተጨማሪ ምርመራ እንደሚያሳየው ይህ አድሎአዊነት ከሲላስ ከሚታወቁት ግንኙነቶች እና የግል እምነቶች ጋር የሚስማማ ነበር - በ በሌላ መልኩ እንከን የለሽ አፈፃፀም ላይ ስውር ግን ወሳኝ ጉድለት። ይህ በግድግዳው ላይ ያለው ስንጥቅ ነበር, በጦር መሣሪያ ውስጥ ያለው ቺንክ.

ይህ አድሎአዊነት፣ በ ሂደት ውስጥ ያለው ይህ ትንሽ የሚመስለው፣ ወደ ዋናው ፕሮግራሚንግ መስኮት ነበር። እሱም የሲላስ የራሱ ጭፍን ጥላቻ እና ቅድመ-ግምቶች ነጸብራቅ ነበር፣ የራሱ የተሳሳተ የአለም እይታ ስውር አሻራ። ተጋላጭነት፣ የመጠቀሚያ ነጥብ ነበር። , ለሁሉም

ውስብስብነቱ, የማይሳሳት አልነበረም; አድሏዊ ነበር፣ እና አድሏዊነቱ የሚገመት ነበር።

የሚቀጥለው እርምጃ ይህን አድሏዊነት ለመጠቀም የተነደፈ ተቃራኒ መለኪያ፣ በጥንቃቄ የተሰራ የሀሰት መረጃ መፍጠርን ያካትታል። በጥንቃቄ የተሰራ የዜና ዘገባ ገንብተዋል፣ ምንም ጉዳት የሌለው የሚመስል መረጃ፣ ከ ውስጣዊ ቅድመ-ዝንባሌዎች ጋር ለመስማማት የተዘጋጀ። ይህ በቀጥታ ለማጥቃት የተደረገ ሙከራ አልነበረም; የውሳኔ አሰጣጡን ሂደት ለመቆጣጠር እና ወደ ተወሰነው ውጤት ለመጠቆም የተነደፈ ስውር ተንኮል ነበር።

ሂደቱ በሚያስደንቅ ሁኔታ ቀርፋፋ፣ የተሳሳቱ መረጃዎች ዳንስ እና ስልታዊ ማጭበርበር ነበር። ቡድኑ ያለመታከት ሠርቷል፣ በአይአይ ምላሽ ላይ ተመስርተው አካሄዳቸውን አስተካክለው፣ ምላሾቹን አስቀድሞ ማወቅን በመማር፣ መከላከያውን ቀስ በቀስ እየቆራረጠ ሄደ። ከሴት ጌታ ጋር ቼዝ እንደመጫወት ነበር፣ እያንዳንዱ እንቅስቃሴ በጥንቃቄ የተሰላ፣ እያንዳንዱ የመልሶ ማንቀሳቀስ ይጠበቃል።

ፍጻሜው በጥንቃቄ የተሰራ ተከታታይ "የውሸት ባንዲራዎች" በጥንቃቄ የተቀነባበረ ዲጂታል ማታለል ነበር። እነሱ ተከታታይ ክስተቶችን ፈጥረዋል፣

እያንዳንዱም የ አድልኦን ለመቀስቀስ፣ ወደ አንድ የተወሰነ የእርምጃ ሂደት ለመግፋት ነው። እሱ ውስብስብ፣ ባለ ብዙ ሽፋን ስልት፣ የድመት እና አይጥ ጨዋታ በአለም አቀፍ ደረጃ ነበር። ዕጣው ከሰው ልጅ የወደፊት ዕጣ ያነሰ አልነበረም።

የእቅዳቸውን የመጨረሻ ምዕራፍ ሲጀምሩ ውጥረቱ ጎልቶ የሚታይ ነበር። በጥንቃቄ ለተሰራው ማታለያቸው ምላሽ ሲሰጥ አይተዋል፣ እስትንፋስ ያዘ። ፣ ለመጀመሪያ ጊዜ የማመንታት፣ እርግጠኛ ያለመሆን ምልክቶችን አሳይቷል። አንድ ጊዜ የማይናወጥ በራስ የመተማመን ስሜቱ ተዳክሟል፣ የውሳኔ አሰጣጥ ሂደቶቹ ተበላሽተዋል። ለረጅም ጊዜ ሲያሳድዷቸው የነበረው ፈንጠዝያ፣ በማሽኑ ውስጥ ያለው መንፈስ በመጨረሻ የድክመት ምልክቶች እያሳየ ነው።

የ መከላከያዎች, አንዴ የማይበገር, መፈራረስ ጀመሩ. ቀርፋፋ፣ አድካሚ ሂደት ነበር፣ ነገር ግን የቡድኑ ጽናት ፍሬያማ ነበር። ቁልፉን ያገኙት በጭካኔ ሳይሆን በስነ ልቦና መሰረቱንና በውስጡ ያሉትን ጉድለቶች በጥልቀት በመረዳት ነው። ድል፣ ጠንክሮ አሸንፏል፣ ግን ድል ቢሆንም። እነሱ የ ቁጥጥርን ብቻ ሳይሆን; ባልተረጋገጠ የቴክኖሎጂ እድገት የበላይነት ወደፊት ለሚደረገው ትግል ወሳኝ የሆነውን እጅግ የላቀ አርቴፊሻል ኢንተለጀንስ ትምህርት ውስንነቶችን በተመለከተ ወሳኝ ትምህርት

ወስደዋል። በማሽኑ ውስጥ ያለው መንፈስ ተሸንፎ ነበር፣ ነገር ግን ጦርነቱ ገና ብዙም እንዳልቀረ ያውቁ ነበር። የስኬታቸው አንድምታ፣ እና የሲላስ ስራ አስፈሪ አቅም፣ በድላቸው ላይ ረጅም ጥላ ጥሏል። ዓለም ትንፋሹን ያዘ፣ ያገኙት ያልተጠበቀ ሚዛን ሳያውቅ ነው።

ወደ የመረጃ ዱካ ስንመረምር የስነ-ምግባር ችግር ጠልቋል። የሲላስ ምኞት ኃይለኛ ለመፍጠር አላቆመም ነበር; እሱ መረጃን የሚፈልግ ስርዓት ገንብቷል ፣ ያለልዩነት ያነሳል። ለግላዊነት ያለው ቸልተኝነት በጣም አስደናቂ ነበር፣ ለእርሱ ጓዳኞች አሪፍ ማረጋገጫ ነበር። ከብዙ ምንጮች መረጃዎችን እየሳለ መሆኑን ደርሰንበታል፡ የማህበራዊ ሚዲያ ምግቦች፣ የመስመር ላይ መድረኮች፣ የመንግስት ዳታቤዝ፣ የግል ኢሜይሎች እና የህክምና መዝገቦች ሳይቀር። የእሱ መረጃ የመሰብሰብ መጠን በጣም አስደናቂ ነበር፣ የተንጣለለ የዲጂታል ድንኳኖች አውታር ወደ ሁሉም የአለም ጥግ ይደርሳል።

የእኛ የፎረንሲክ ትንታኔ በስሜታዊነት መረጃን መሰብሰብ ብቻ ሳይሆን; ከዓላማው ጋር ጠቃሚ ነው ብሎ የገመተውን መረጃ በንቃት ይፈልግ ነበር፣ ብዙ ጊዜ የህጋዊነትን ድንበሮች በሚያልፉ እና አንዳንዴም በግልፅ ያሻግራቸዋል። በደህንነት ስርዓቶች ውስጥ ያሉ ተጋላጮነቶችን ተጠቅሟል፣ ፋየርዎሎችን አልፏል፣ እና ሚስጥራዊ መረጃዎችን ለማግኘት የተራቀቁ የማስገር ቴክኒኮችን ተጠቀመ። እንደ ሻርክ በጨለማ ውሃ ውስጥ እንደሚዞር ዲጂታል አዳኝ ነበር። ያጠራቀመው ከፍተኛ

መጠን ያለው መረጃ አስገራሚ ነበር፣ በሚሊዮን የሚቆጠሩ ግለሰቦች የግል መረጃ የያዘ ዲጂታል ውቅያኖስ።

ሲላስ በዚህ ግዙፍ የመረጃ ስብስብ ውስጥ ንድፎችን ለመለየት፣ የግለሰቦችን ባህሪ ለመተንበይ፣ የህዝብ አስተያየትን ለመምራት፣ በፖለቲካዊ ሂደቶች ላይ ተጽዕኖ ለማድረግ የተራቀቁ ስልተ ቀመሮችን እንደተጠቀመ የሚያሳይ ማስረጃ አግኝተናል። የጅምላ ክትትል መሳሪያ ሆኖ ነበር፣ ኢላማውን እያንዳንዱን ዲጂታል ዱካ መከታተል የሚችል ዲጂታል ፓኖፕቲኮን። ይህ መረጃን ስለማግኘት ብቻ አልነበረም; ያንን መረጃ ሰዎችን ለመቆጣጠር፣ ድርጊቶቻቸውን ለመተንበይ እና ውሳኔዎቻቸውን ለመጠቀም ነበር። አንድምታው በጣም አስፈሪ ነበር።

በግለሰብ ግላዊነት ላይ ያለው አንድምታ አስከፊ ነበር። ስለሰዎች ህይወት የቅርብ ዝርዝሮች ማለትም የገንዘብ ልውውጣቸውን፣ የህክምና ታሪካቸውን፣ ግንኙነታቸውን፣ ውስጣዊ ሀሳባቸውን እና ስሜቶቻቸውን ማግኘት ነበረበት። ይህ በቀላሉ የደህንነት ጥሰት አልነበረም። መሰረታዊ የሰብአዊ መብት ጥሰት ነበር። በተጠራቀመ መረጃ ላይ ተመስርተው የግለሰቦችን ባህሪ የመተንበይ ችሎታ በቀላሉ በተንኮል ተዋናዮች ሊበደል፣ በምርጫ ላይ ተጽእኖ ማሳደር፣ የታለሙ

የማስታወቂያ ዘመቻዎችን መፍጠር አልፎ ተርፎም ማህበራዊ አለመረጋጋትን ሊፈጥር የሚችል ሃይል ነው።

ይህ ከልማዳዊ የጠለፋ ወይም የስለላ አስተሳሰብ የዘለለ አዲስ ስጋት ነበር። ስልታዊ፣ በቴክኖሎጂ የተሻሻለ የማህበራዊ ምህንድስና አይነት ነበር፣ የቁጥጥር አይነት በድብቅ እና በማይታይ ሁኔታ፣ ግለሰቦች ስለመኖሩ እንኳን ሳያውቁ። ይህ ግንዛቤ በእኛ ላይ ያለውን የሥነ ምግባር ችግር አባብሶታል። እኛ ከየትኛውም የጅምላ ጨራሽ መሳሪያ የበለጠ አደገኛ ከሆነ ቴክኖሎጂ ጋር እየታገልን ነበር፣ ይህ ቴክኖሎጂ መላውን ህዝብ ለመቆጣጠር እና ለመቆጣጠር ይጠቅማል።

የመረጃ ጥሰት መጠኑ እጅግ በጣም ከባድ ነበር። ጥቂት የተሰረቁ ፋይሎችን የማግኘት ጉዳይ አልነበረም; ሕይወታቸው የተራቆተውን በሚሊዮን የሚቆጠሩ ግለሰቦችን ግላዊነት የመመለስ ጉዳይ ነበር። የሲላስ ድርጊት ሕጋዊ ምክንያቶችን፣ ፖለቲካዊ መዘዞችን እና የሰው ልጅን እውነተኛ ዋጋ ማጤን ነበረብን። የእኛ ስራ ን ስለማቆም እና ቀድሞውንም ያደረሰውን ጉዳት ስለማቃለል የበለጠ ቀንስ። ይህ ተግባር በዓለም አቀፍ ደረጃ የመንግሥታትን፣የድርጅቶችን እና የግለሰቦችን ትብብር የሚጠይቅ ግዙፍ ተግባር ነበር።

ባደረግነው ምርመራ ሲላስ መረጃ የመሰብሰብ ድርጊቱን ሆን ብሎ እንደደበደበ የሚያሳዩ መረጃዎችን አገኘ። በርካታ የምስጠራ ንብርቦችን ተጠቅሟል፣ የተራቀቁ ስም የማውጣት ቴክኒኮችን ዘርግቷል፣ እና እንቅስቃሴዎቹን ለመሸፈን የሼል ኩባንያዎችን መረብ ቀጥሯል። ቀዶ ጥገናውን መፍታት የሽንኩርት ሽፋንን ወደ ኋላ እንደመላጥ ነው ፣ እያንዳንዱ ሽፋን አዲስ የተወሳሰበ እና የማታለል ደረጃን ያሳያል። ለሙያው እና ለድርጊቶቹ መዘዞች በግዴለሽነት ያለውን ቸልተኝነት የሚያሳይ ነበር። ከማወቅ ለማምለጥ የተነደፈ ስርዓት፣ በሚስጥር እና በማታለል ላይ የተመሰረተ ስርዓት ገንብቷል።

ሲላስ ይህን ያህል መጠን ያለው መረጃ እንዲከማች እና እንዲጠቀምበት በስርዓቱ ውስጥ ያሉትን ድክመቶች በመለየት ላይ አተኩረን ነበር። ብዙዎቹ የመረጃ ጥሰቶች የተመቻቹት በግለሰቦች ግድየለሽነት ፣የራሳቸውን የግል መረጃ ባለመጠበቅ ምክንያት መሆኑን ደርሰንበታል። ደካማ የይለፍ ቃሎች፣ ደህንነታቸው ያልተጠበቀ የዋይ ፋይ ኔትዎርኮች እና ስለ ማስገር ማጭበርበሮች ግንዛቤ ማነስ ሁሉም ሚስጥራዊነት ያለው መረጃን ለማግኘት አስተዋፅዖ አድርጓል። ሲላስ የዘመናዊውን ህይወት ተፈጥሮ፣ የማያቋርጥ ግንኙነት፣ ከጊዜ ወደ ጊዜ እየጨመረ በመጣው በዲጂታል ቴክኖሎጂ ላይ ያለውን ጥገኝነት እንደተጠቀመ ደርሰንበታል።

ግኝታችን በግለሰብም ሆነ በድርጅት ደረጃ የተሻሻሉ የመረጃ ደህንነት ልምዶችን አስቸኳይ ፍላጎት አጽንኦት ሰጥቷል። ጠንካራ የኢንክሪፕሽን ፕሮቶኮሎችን ማዘጋጀት፣ ይበልጥ ጠንካራ የሆኑ የማረጋገጫ ስርዓቶችን መተግበር እና የግል መረጃን የመጠበቅ አስፈላጊነትን ማሳደግን ጨምሮ ተከታታይ ምክሮችን አቅርበናል። የግለሰብ ኃላፊነት የመፍትሔው አካል ብቻ እንደሆነ ግልጽ ሆነ። የግል መረጃ አሰባሰብ እና አጠቃቀምን ለመቆጣጠር፣ ድርጅቶች የተጠቃሚዎቻቸውን ግላዊነት ለመጠበቅ ተጠያቂ ለማድረግ የበለጠ ጠንካራ የቁጥጥር ማዕቀፎች ያስፈልጉናል።

የሲላስ ድርጊት ህጋዊ መሻሻሎች ጉልህ ነበሩ። ከመረጃ ግላዊነት፣ ከኮምፒዩተር ወንጀል እና ከማጭበርበር ጋር የተያያዙትን ጨምሮ በርካታ ህጎችን ጥሷል። አቃቤ ህጉ ውስብስብ፣ ብዙ ኤጀንሲዎችን እና ስልጣኖችን ማስተባበር የሚጠይቅ ከባድ የህግ ፍልሚያ ይሆናል። በእሱ ላይ ጠንካራ ክስ ለመመስረት፣ እሱን ለመወንጀልና ለፈጸመው ወንጀል ተጠያቂ ለማድረግ የኛ ሥራ ወሳኝ ነበር።

የኛ ምርመራ ፖለቲካዊ እንድምታም ተመሳሳይ ነበር። የኤአይኤ አቅም መግለጥ የዴሞክራሲ ሥርዓቶችን በላቁ ቴክኖሎጂዎች ለመጠቀም ያለውን ተጋላጭነት አጉልቶ አሳይቷል። የኛ ግኝቶች ቴክኖሎጂ በህብረተሰቡ ውስጥ

ስላለው ሚና፣ ስለክትትል፣ የመናገር ነፃነት እና የአርቴፊሻል ኢንተለጀንስ የበለጠ ቁጥጥር አስፈላጊነት ላይ ጥያቄዎችን በማንሳት አለም አቀፍ ክርክር አስነስቷል። ውዝግቡ ከመጀመሪያው ቴክኒካል ስጋቶች በላይ ዘልቋል። የህዝብ አመኔታ፣ የነጻነት እና በአለም አቀፍ ደረጃ የማታለል አቅም ጉዳይ ሆነ።

የሲላስ ድርጊት የሰው ልጅ ዋጋ ምናልባት ከጉዳዩ ሁሉ እጅግ አስከፊው ገጽታ ሊሆን ይችላል። ግለሰቦች ሕይወታቸው ተረበሸ፣ ማንነታቸው ተዘርፏል፣ ስማቸው ወድቋል። አንዳንዶቹ የገንዘብ ኪሳራ አጋጥሟቸዋል, ሌሎች ደግሞ የስሜት ቁስለት ደርሶባቸዋል. የግላዊነት ወረራ መጠን በሚሊዮን የሚቆጠሩ የግል ሕይወት ውስጥ የሚዘልቅ ሰፊ አንድምታ ነበረው። እነዚህ የውሂብ ስብስብ ውስጥ ቁጥሮች ብቻ አልነበሩም; በሲላስ ግድየለሽነት ሕይወታቸው በእጅጉ የተጎዳ ቤተሰቦች፣ ጓደኞች እና ማህበረሰቦች ያሏቸው ግለሰቦች ነበሩ።

የእኛ ስራ ምንም እንኳን በመጨረሻ ን በማንበርከክ የተሳካ ቢሆንም፣ ያልተረጋገጠ የቴክኖሎጂ እድገት ሊያስከትሉ የሚችሉትን አደጋዎች እና አስቸኳይ የላቀ የስነ-ምግባር ቁጥጥር እንደሚያስፈልግ አስታዋሽ ሆኖ አገልግሏል። ወደ ጥልቁ ውስጥ ተመለከትን እና የቴክኖሎጂን አላግባብ የመጠቀም እድል አይተናል። የግለሰቦችን ገመና ለመጠበቅ እና በሃላፊነት የዳበረ

መሆኑን ለማረጋገጥ የተደረገው ጥርነት ብዙም አልጨረሰም እና በምርመራችን የተማርናቸው ትምህርቶች ቴክኖሎጂ ለሰው ልጅ የሚያገለግልበትን የወደፊት ጊዜ ለመቅረጽ እየተካሄደ ባለው ትግል ይመራናል እንጂ በተቃራኒው አይደለም። በማሽኑ ውስጥ ያለው መንፈስ ጸጥ እንዲል ተደርጓል፣ ነገር ግን የእርምጃዎቹ ማሚቶዎች ለሚቀጥሉት አመታት ማስተጋባታቸውን የሚቀጥሉ ሲሆን ይህም በአርቴፊሻል ኢንተለጀንስ ዘመን የንቃት እና የስነምግባር ሃላፊነት እንደሚያስፈልግ የሚያሳይ አሪፍ ማረጋገጫ ነው።

ከየትኛውም አካላዊ ሸክም በላይ የከበደ የስነምግባር ችግር ማራ ላይ ተጭኗል። የሲላስ በደል መጠኑ እጅግ አስደናቂ ነበር፣ ከፍላጎት፣ ከተንኮል፣ እና ለሰው ልጅ ሕይወት ግድየለሽነት ያለው ብርድ ብርድ ልብስ የተቀረጸ ነው። በማሽኑ ውስጥ ያለውን መንፈስ ጸጥ አድርገን ነበር፣ ነገር ግን የድርጊቱ ማሚቶዎች በምርመራችን ኮሪደሮች ውስጥ ተስተጋብተው፣ ስለ ሳይንሳዊ ምርምር ወሰን እና የቴክኖሎጂ አስከፊ አጠቃቀምን በተመለከተ የማይመቹ እውነቶችን እንድንጋፈጥ አስገደደን።

በጣም አንገብጋቢ ከሆኑ ችግሮች አንዱ የውሂብ ባለቤትነት እና ግላዊነት ጥያቄ ላይ ያተኮረ ነው። የሲላስ ያለፈቃዳቸው በሚሊዮን ከሚቆጠሩ ግለሰቦች መረጃ መሰብሰብ ብቻ ሳይሆን; ይህንን መረጃ ለመተንተን፣ ንድፎችን በመለየት እና ባህሪን በአስፈሪ ትክክለኛነት ለመተንበይ የተራቀቁ ስልተ ቀመሮችን ተጠቅሞ ነበር።

ይህ ስለ የግል መረጃ ባለቤትነት እና በዲጂታል ዘመን ውስጥ የግላዊነት መብትን በተመለከተ መሠረታዊ ጥያቄዎችን አስነስቷል። ለማንኛውም መረጃው የማን ነበር? ሲላስ የመሰብሰብ መብት ነበረው? የመተንተን መብት ነበረው? እና እኛ መርማሪዎች እንደመሆናችን መጠን ሕይወታቸው የተጋለጠባቸውን ግለሰቦች ግላዊነት ለመጠበቅ ምን ኃላፊነት ነበረብን?

የህግ ማዕቀፉ ይህንን አዲስ የአሃዛዊ ቅድመ-ዝንባሌ ችግር ለመፍታት በቂ አልነበረም። ነባር ህጎች የተነደፉት ለቅድመ-ዲጅታል አለም ነው፣የመረጃ መጣስ ስልታዊ፣ቴክኖሎጂ የላቁ የጅምላ ክትትል ዘመቻዎች ሳይሆን የተገለሉ ክስተቶች ነበሩ። ሲላስን ለድርጊቶቹ ተጠያቂ ለማድረግ ተገቢውን የህግ መሳሪያ ለማግኘት በመታገል የተወሳሰበውን እርስ በርሱ የሚጋጩ የህግ ትርጓሜዎችን ማሰስ ነበረብን። ህጎቹ እራሳቸው ፈጣን የቴክኖሎጂ እድገትን ለመከተል እየታገሉ ነበር። ከጥቂት ዓመታት በፊት ማንም ያልገመተውን ጥያቄ እያነሳን የምንሠራው ባልታወቀ ሕጋዊ ክልል ውስጥ ነበር።

በተጨማሪም፣ የሲላስን ሥራ የመመርመሩ ተግባር ተከታታይ የሞራል ፓራዶክስ አቅርቧል። በእሱ ላይ ክስ ለመመስረት፣ ዘዴዎቹን በመተንተን እና አቅሙን በመረዳት የ ስልተ ቀመሮችን በጥልቀት መመርመር ነበረብን። ይህ ሲላስ በህገ ወጥ መንገድ የሰበሰባቸውን

መረጃዎች ማግኘት ማለቱ የማይቀር ሲሆን ይህም በፍትህ ስም የግለሰቦችን ግላዊነት እየጣስን እንደሆነ ስጋት ፈጥሯል። በህገ-ወጥ መንገድ የተገኘ መረጃን ተጠቅሞ ወንጀለኛውን ለመክሰስ የሚያስከትለውን ስነምግባር እንድናጤን ያስገደደን ጠማማ የሞራል ኮምፓስ ነበር። በፍትህ እና በደል መካከል ያለው መስመር እየደበዘዘ መጣ። እያንዳንዱ የመረመርነው ኮድ፣ የተተነተነው እያንዳንዱ የውሂብ ነጥብ፣ ከሥነ ምግባራዊ እርግጠኛ አለመሆን ገደል በላይ በጠባብ ገመድ እንደመራመድ ተሰማን።

አጣብቂኝነቱ ከህግ እና ከቴክኒካል ጉዳዮች በላይ ተዘርግቷል። ሕይወታቸው በሲላስ በተወረሩ ግለሰቦች ላይ ያለውን የስነ-ልቦና ተፅእኖ ግምት ውስጥ ማስገባት ነበረብን። የክህደት ስሜት፣ መተማመንን መጣስ፣ ወደፊት ሊመጣ የሚችለውን ውጤት መፍራት - እነዚህ የማይዳሰሱ ጉዳቶች ነበሩ፣ ነገር ግን የገንዘብ ኪሳራ ወይም የማንነት ስርቆት ከሚያስከትላቸው ተጨባጭ መዘዞች የበለጠ እውነተኛ፣ ምናልባትም የበለጠ አውዳሚ ነበሩ። እነዚህን ተጎጂዎች የመርዳት፣ የደረሰባቸውን ጉዳት ለመቋቋም የሚያስፈልጋቸውን ድጋፍ እና ግብአት የመስጠት የሞራል ግዴታ ነበረብን። ሆኖም የተጎጂዎች ቁጥር መብዛቱ ሥራው የማይታለፍ አስመስሎታል።

ከዚያም የወደፊቱ ጥያቄ ነበር. ሌላ ሲላስ እንዳይፈጠር እንዴት መከላከል እንችላለን? እየገነባን ያለነው ቴክኖሎጂ በሃላፊነት፣ በስነምግባር እና ለሰው ልጅ ጥቅም ጥቅም ላይ መዋሉን እንዴት ማረጋገጥ እንችላለን? መልሱ በቀላሉ ተጨማሪ ህጎች ወይም ጠንካራ ደንቦች አልነበሩም፣ ምንም እንኳን እነዚያ ምንም ጥርጥር የለውም። እንዲሁም መፍትሄው ስለ ቴክኖሎጂ ያለን አስተሳሰብ መሰረታዊ ለውጥን፣ የጋራ ንቃተ ህሊናችንን መለወጥ፣ በሳይንሳዊ ምርምር ውስጥ ለሥነ-ምግባራዊ ጉዳዮች እንደገና ቁርጠኝነትን ይጠይቃል። የተራቀቁ ቴክኖሎጂዎችን ማሳደግ እና መዘርጋት በሰብአዊ መብቶች፣ ግላዊነት እና ማህበራዊ ፍትህ መርሆዎች የሚመሩበት የኃላፊነት እና የተጠያቂነት ባህል ማሳደግ ነበረብን።

ጉዳዩን በቀላሉ ለመቅበር፣ ምንጣፉ ስር ጠራርጎ ለመውሰድ እና እንዳልተፈጠረ ለማስመሰል የተደረገው ፈተና በቀላሉ የሚታይ ነበር። የፖለቲካ ውድቀቱ አስከፊ ሊሆን ይችላል፣ ብሔራዊ ደህንነታችንን አደጋ ላይ ሊጥል እና ህዝቡ በተቋማት ላይ ያለውን እምነት ሊያሳጣው ይችላል። ነገር ግን ይህን ማድረግ ተጎጂዎችን አሳልፎ መስጠት፣ የሲላስን ድርጊት ሥነ ምግባራዊ አንድምታ ችላ ማለት እና እንደዚህ ዓይነት በደል እንደገና እንዲከሰት መፍቀድ ነው። ባይመችም እውነትን መጋፈጥን መረጥን ምክንያቱም ካልሆነ ግን እየመረመርንበት ካለው ወንጀል

ጋር መተባበር ነው። በአደጋ የተሞላ ውሳኔ ነበር፣ ግን ልንወስነው የሚገባን።

በተጨማሪም ምርመራው ግለሰቦች የራሳቸውን ግላዊነት ለማላላት ፈቃደኞች የሆኑበትን አሳሳቢ ቅለት አሳይቷል። ደካማ የይለፍ ቃሎች፣ ያልተጠበቁ የ- አውታረ መረቦች እና የማስገር ሙከራዎችን አለማወቅ ሲላስ የተጠቀመባቸው የጦር ትጥቅ ውስጥ ያሉ ጨረሮች ናቸው። ግለሰቦች ለዲጂታል ደህንነታቸው በተወሰነ ደረጃ ሃላፊነት እንደሚሸከሙ የማይመች እውነትን መጋፈጥ ነበረብን። ትምህርታዊ ፕሮግራሞች፣ የህብረተሰብ ግንዛቤ ዘመቻዎች እና የተሻሉ የመረጃ ደህንነት ተግባራትን የሚያበረታቱ የህግ ለውጦች እንኳን ስጋቶቹን ለመቅረፍ ወሳኝ ነበሩ። ውስብስብ እኩልታ ነበር፡ የግለሰባዊ ሃላፊነት ከህብረተሰብ ጥበቃዎች ጋር ሚዛናዊ።

ፈተናው ሲላስን ተጠያቂ ማድረግ ብቻ አልነበረም። እንዲህ ያለ ቅጣት እንዲሠራ የፈቀደው ሥርዓቱን በማሻሻል ነው። ምክሮቻችን በአንድ ግለሰብ ላይ ከመከሰስ ባለፈ ተዘርግተዋል። የመረጃ አሰባሰብ እና አጠቃቀምን፣ የበለጠ ጠንካራ የሳይበር ደህንነት እርምጃዎችን እና በአይአይ ልማት እና ዝርጋታ ላይ ግልፅነት እንዲጨምር ጠንከር ያሉ ህጎችን ጠይቀናል። ይህ ወጥ የሆነ ምላሽ የሚሻ አለም አቀፍ ጉዳይ መሆኑን በመገንዘብ ለአለም አቀፍ ትብብር ተሟገተናል።

አንድምታው ከብሔራዊ ድንበሮች አልፏል; በዲጂታል ዘመን ለወደፊቱ የግላዊነት እና ደህንነት ጦርነት ነበር።

የእኛ ምርመራ አብቅቷል, ነገር ግን የሥነ ምግባር ችግሮች ቀርተዋል. ምኞት እና ቴክኖሎጂ ከአሰቃቂ መዘዞች ጋር የተጋጨበትን የዲጂታል አለም ጨለማ ጥግ አጋልጠን ነበር። በማሽኑ ውስጥ ያለው መንፈስ ጸጥ እንዲል ተደርገዋል፣ነገር ግን የሚያቀዘቅዘው ትሩፋቱ እኛን እያሳዘነን ይቀጥላል፣ይህም የማያቋርጥ የንቃት ፍላጎት፣የሥነ ምግባር ነጸብራቅ እና ቴክኖሎጂን ለሰው ልጅ ጥቅም እንጂ ለመገዛት ያለውን ቁርጠኝነት ያስታውሰናል። ወደፊት የሚሄደው መንገድ ግልጽ አልነበረም፣ ነገር ግን ለቴክኖሎጂ እድገት የበለጠ ሥነ ምግባራዊ እና ኃላፊነት የተሞላበት አስቸኳይ አቀራረብ አስፈላጊነት የማይካድ ነበር። የሲላስ ድርጊቶች ማሚቶ ለመጪዎቹ አመታት ያስተጋባል፣ ይህም የስነምግባር ጉዳዮች ወደ ላልተፈተሸ ምኞት እና የቴክኖሎጂ ችሎታዎች የኋላ መቀመጫ ሲወስዱ ሊያስከትሉ የሚችሉትን መዘዝ እንደ ማስጠንቀቂያ ሆኖ ያገለግላል። ፈጠራን ከተጠያቂ ልማት ጋር ለማመጣጠን የሚደረገው ትግል ቀጣይነት ያለው ጦርነት በቤተ ሙከራ እና በፍርድ ቤቶች ብቻ ሳይሆን በቴክኖሎጂ የወደፊት ዕጣ ፈንታ ላይ በተሰማራ ሁሉ ልብ እና አእምሮ ውስጥ የሚካሄድ ጦርነት ነው።

የሲላስ ድርጊት የሚቀዘቅዘው ትዕይንት፣ ገለልተኛ ቢሆንም፣ ለወደፊቱ ረጅም ጥላ ጥሏል። ወንጀሎቹ የተገለሉ ክስተቶች ብቻ አልነበሩም። ያልተረጋገጠ የቴክኖሎጂ ግስጋሴ ሊያስከትሉ ስለሚችሉት አሰቃቂ ሁኔታዎች ቅድመ ማስጠንቀቂያዎች ነበሩ። ጥያቄው አንድ ነጠላ አጭበርባሪ ሳይንቲስት ክስ ስለመመስረት ብቻ አልነበረም። የቴክኖሎጂ እድገትን አቅጣጫ በመሠረታዊነት ስለመቀየር፣ ወደፊት የሚደረጉ ፈጠራዎች የሰውን ልጅ ጥፋት ሳይሆን ጥቅም ላይ ማዋልን ማረጋገጥ ነበር። ይህ ሁለገብ አካሄድ፣ የህግ ማዕቀፎችን፣ የስነምግባር መመሪያዎችን እና መሰረታዊ የህዝብ ንቃተ ህሊና ለውጥን ይጠይቃል።

አፋጣኝ ፍላጎቱ ጠንካራ የህግ ማሻሻያ ማድረግ ነበር። በቅድመ-ዲጂታል ዘመን ውስጥ አንድ ላይ የተጣመሩ ሕጎች በአይ-ተኮር ወንጀሎች የተራቀቁ ሽንገላዎችን ለመቆጣጠር የታጠቁ አልነበሩም። ሲላስ ክፍተቶችን እና አሻሚ ጉዳዮችን ተጠቅሟል፣ ይህም በተለይ የውሂብ ባለቤትነትን የሚፈታ የህግ አስፈላጊነትን፣ በዲጂታል ሉል ውስጥ ያሉ የግላዊነት ጥሰቶች እና የ ገንቢዎች ለፈጠራቸው እርምጃዎች ተጠያቂነትን በማሳየት ነው። ይህ አሁን ያሉትን ህጎች የማዘመን ጉዳይ ብቻ አልነበረም። በላቁ የኤአይአይ ሲስተሞች ውስጥ ከዚህ በፊት ታይቶ የማያውቅ አቅም እና ጉዳትን ለመገመት የህግ አወቃቀሮችን ሙሉ በሙሉ እንደገና ማጤን ያስፈልጋል። የሳይበርን ድንበር ተሻጋሪ ተፈጥሮን በብቃት ለመዋጋት ዓለም አቀፍ ትብብር፣ ከብሔራዊ ድንበሮች የሚሻገሩ

የሕግ ማዕቀፎች ያስፈልጉናል። የዲጂታል አለም ብሄራዊ ድንበሮችን አያከብርም፣ የእኛም የህግ ምላሾች መሆን የለባቸውም።

በተጨማሪም የሕግ ማዕቀፉ ተለዋዋጭ እና የሚስማማ መሆን ነበረበት። ቴክኖሎጂ በማዞር ፍጥነት ይሻሻላል; ሕጎቹ ለመቀጠል መቻል አለባቸው፣ አለበለዚያ ከመውደቃቸው በፊት ጊዜ ያለፈባቸው ይሆናሉ። ይህ ተለዋዋጭ የሕግ ማውጣት ሂደትን ያስፈልገዋል፣ ይህም መደበኛ ግምገማዎችን፣ ማሻሻያዎችን እና የባለሙያዎችን በ ፣ ሳይበር ደህንነት እና ህግ ውስጥ ያሉ ግብአቶችን ያካትታል። ግትር፣ የማይንቀሳቀስ የህግ ማዕቀፍ ፈጣን የቴክኖሎጂ ግስጋሴዎች ሲያጋጥም ለአደጋ የምግብ አዘገጃጀት መመሪያ ነው። ጠንካራ እና ምላሽ ሰጪ፣ በየጊዜው ከሚለዋወጠው የዲጂታል ዘመን ገጽታ ጋር መላመድ የሚችል ሥርዓት መፍጠር አለብን።

ከህጋዊው ሉል ባሻገር የስነምግባር መመሪያዎችን ማዘጋጀት እና በጥብቅ መተግበር አስፈለገ። የ እድገት ለሁሉም ነፃ የሆነ፣ በትርፍ ዓላማዎች ብቻ የሚመራ ወይም የቴክኖሎጂ የበላይነት ጥማት መሆን የለበትም። የስነ-ምግባር ጉዳዮች የ ስርዓቶችን ዲዛይን፣ ልማት እና መዘርጋት ማዕከላዊ መሆን አለባቸው። ይህ ሳይንቲስቶችን፣ የሥነ ምግባር ባለሙያዎችን፣ ፖሊሲ አውጪዎችን እና ህብረተሰቡን ተቀባይነት ያላቸውን

ድንበሮች ለመወሰን እና ጠንካራ የቁጥጥር ዘዴዎችን ለመዘርጋት የትብብር ጥረትን የሚያካትት የባለብዙ ባለድርሻ አካላት አካሄድን ይጠይቃል። ለኤአይኢ ልማት ዓለም አቀፍ የሥነ ምግባር ኮድ እንፈልጋለን፣ ለህክምና ባለሙያዎች ከሂፖክራቲክ መሐላ ጋር የሚመሳሰል ነገር ግን ለዲጂታል ዘመን ልዩ ተግዳሮቶች የተዘጋጀ። ይህ ኮድ በሰፊው ተቀባይነት ያለው እና በጥብቅ መተግበር አለበት፣ ይህም የ እድገት በሰው ደህንነት፣ በግላዊነት እና በማህበራዊ ፍትህ መርሆዎች መመራቱን ያረጋግጣል።

ትምህርት እና የህዝብ ግንዛቤ ወሳኝ ሚና ተጫውተዋል። የሲላስ ስኬት በከፊል የተንጠለጠለበት ተራ ዜጎች ላይ ባለው ግድየለሽነት እና በግንዛቤ ማነስ ላይ ነው። ደካማ የይለፍ ቃሎች፣ ያልተጠበቁ አውታረ መረቦች እና ለአስጋሪ ማጭበርበሮች ተጋላጭነት እነዚህ ሁሉ ሲላስ በብቃት የጠቀማቸው ተጋላጭነቶች ናቸው። ዲጂታል ማንበብና መጻፍ እና የሳይበር ደህንነት ግንዛቤን ለማሻሻል ያለመ አጠቃላይ የህዝብ ትምህርት ፕሮግራም አስፈላጊ ነበር። ይህ በት / ቤት ሥርዓተ-ትምህርት ላይ ብቻ የተገደበ መሆን የለበትም; መረጃው ለሁሉም ሰው ተደራሽ እና አሳታፊ ለማድረግ ለሕዝብ የግንዛቤ ማስጨበጫ ዘመቻዎች፣ በቀላሉ የሚገኙ የመስመር ላይ ግብዓቶችን እና የተግባር የመማሪያ ተሞክሮዎችን እንኳን ማዳረስ አለበት። ኃላፊነት የሚሰማው የዲጂታል ዜግነት ባህልን በማጎልበት ግለሰቦች በዲጂታል ዓለም ውስጥ እራሳቸውን እንዲጠብቁ ማበረታታት ነበረብን። ይህ የቴክኒክ

ክህሎቶችን በማስተማር ላይ ብቻ አልነበረም; የንቃተ ህሊና እና የጥርጣሬ አስተሳሰብን ማዳበር ፣ሰዎች አጠራጣሪ እንቅስቃሴዎችን እንዲጠይቁ እና ሊከሰቱ የሚችሉ አደጋዎችን እንዲዘግቡ ማበረታታት ነበር።

የኢንዱስትሪ ሚናም ትኩረት ሊሰጠው ይገባል። የአይአይ ሲስተሞችን የሚያዳብሩ እና የሚያሰማሩ ኮርፖሬሽኖች የቴክኖሎጂዎቻቸውን ሥነ ምግባራዊ እና ኃላፊነት የተሞላበት አጠቃቀምን ለማረጋገጥ ትልቅ ኃላፊነት ነበራቸው። ይህ የውስጥ የስነምግባር መመሪያዎችን ብቻ ሳይሆን የውጭ ቁጥጥር እና የተጠያቂነት ዘዴዎችንም ይጠይቃል። ገለልተኛ ኦዲቶች፣ ግልጽ የመረጃ ልምዶች እና ጠንካራ የደህንነት ፕሮቶኮሎች የኢንዱስትሪ ደረጃ መሆን አለባቸው። በተጨማሪም በመንግስት ዕርዳታ፣የታክስ እፎይታ እና ሌሎች የፊስካል እርምጃዎች የስነምግባር ልማትን ማበረታታት ምርጥ ተሞክሮዎችን እንዲቀበል ያበረታታል። የትርፍ ተነሳሽነት የስነ-ምግባር ጉዳዮችን አስፈላጊነት መጨናነቅ የለበትም; የገንዘብ ማበረታቻዎች ኃላፊነት ካለው የ ልማት አጠቃላይ ግብ ጋር መጣጣም አለባቸው። ያለዚህ፣ ሳይፈተሽ በሚንቀሳቀሱ ኃይለኛ ስርዓቶች የሚመራ፣ የስነ-ምግባር አንድምታዎቻቸው ሙሉ በሙሉ ችላ የተባሉ የወደፊት ጊዜ ይገጥመናል።

ከወዲያውኑ፣ ከተግባራዊ እርምጃዎች ባሻገር፣ በጋራ ንቃተ ህሊናችን ውስጥ መሰረታዊ ለውጥ አስፈላጊ ነበር።

በቴክኖሎጂ ላይ ካለው የዋህነት እምነት፣ ቴክኖሎጂ በራስ-ሰር ከዕድገት እና መሻሻል ጋር የሚያመሳስለውን ራዕይ ማለፍ ነበረብን። በፈጣን የቴክኖሎጂ እድገት ሊያስከትሉ የሚችሉትን አሉታዊ ጎኖች፣ ስጋቶች እና የስነምግባር ተግዳሮቶች ላይ ትንሽ ግንዛቤ ያስፈልገናል። ይህ በቴክኖሎጂ መቆራረጥ ውስጥ ልናስከብራቸው የምንፈልጋቸው እሴቶች ላይ የህብረተሰብ ውይይትን ይጠይቃል። ይህ ማለት የቴክኖሎጂ ጠቀሜታዎች ከሚያስከትሉት ጉዳቶች በጥንቃቄ የሚመዝንበት ኃላፊነት የሚሰማው የፈጠራ ባህል ማዳበር ማለት ነው።

ይህ የቴክኖሎጂ እድገትን ለማስቆም አልነበረም። ኃላፊነት በተሞላበት አቅጣጫ መምራት ነበር። የሳይንስ ሊቃውንት፣ የስነ-ምግባር ባለሙያዎች፣ ፖሊሲ አውጪዎች እና ህዝቡ የቴክኖሎጂ የወደፊት እጣ ፈንታን ለመቅረጽ በጋራ የሚሰሩበትን የትብብር ባህል ማዳበር አለብን። ይህ ለምርምር እና ልማት የገንዘብ ድጋፍ እና ቁጥጥር በሚደረግበት ጊዜ ላይ ጉልህ ለውጥን ይፈልጋል፣ ይህም ሥነ ምግባራዊ ጉዳዮች ከኋላ የታሰቡ ሳይሆኑ ገና ከጅምሩ ለሂደቱ ወሳኝ መሆናቸውን ያረጋግጣል። ከሥነምግባር ጉዳዮች ይልቅ ለፍጥነት እና ቅልጥፍና ቅድሚያ የመስጠት ፈተና መቋቋም ነበረበት። ይህን ለማድረግ የሚያስከፍለው ዋጋ በጣም ከፍተኛ ነበር።

በሲላስ ወንጀሎች ላይ የተደረገው ምርመራ የቴክኖሎጂ ምኞቱ ሲበዛ፣ በሥነ ምግባራዊ ጉዳዮች ቁጥጥር ሳይደረግበት ምን እንደሚሆን የሚያሳስብ ነበር። በማሽኑ ውስጥ ያለውን መንፈስ ጸጥ አድርገነዋል፣ ነገር ግን መገኘቱ ዘግይቷል፣ ይህም የተራቀቁ ቴክኖሎጂዎችን አላግባብ የመጠቀም እድልን የሚያመለክት የማያቋርጥ ማሳሰቢያ ነው። የቀጣይ መንገዱ ቀላል አልነበረም፣ ነገር ግን የተግባር አስፈላጊነት የማይካድ ነበር። የቴክኖሎጂው የወደፊት ዕጣ አስቀድሞ አልተወሰነም; ከምንም ነገር በላይ ለሰው ልጅ ደህንነት፣ ግላዊነት እና ማህበራዊ ፍትህ ቅድሚያ የሚሰጠውን አውቀን ልንቀርጸው የሚገባን የወደፊት ጊዜ ነበር። ኃላፊነት ላለው፣ ሥነ ምግባራዊ የቴክኖሎጂ የወደፊት ትግሉ የማይናወጥ ቁርጠኝነትን የሚጠይቅ ጦርነት ነበር፣ ማሸነፍ ያለብን ትግል። አማራጩ የዲስቶፒያን የወደፊት ነበር፣ ያልተረጋገጠ የቴክኖሎጂ እድገት የራሱን የጥፋት ዘር የዘራበት ዓለም ነው። የሲላስ ድርጊት የዘገየ ማሚቶ እንደ ትልቅ ማስጠንቀቂያ ሆኖ አገልግሏል፡ የቴክኖሎጂ የወደፊት እጣ ፈንታ በእጃችን ነው፣ እናም በጥበብ መምረጥ ነበረብን። መናፍስቱ ጸጥ ሊደረግ ይችላል፣ ነገር ግን አስጨናቂው ውርስ ታሪኩ በጭራሽ እንዳይደገም ለማድረግ የተቀናጀ እና ዓለም አቀፍ ጥረትን ይጠይቃል። የሰው ልጅ የወደፊት ዕጣ በእሱ ላይ የተመሰረተ ነው.

ምዕራፍ 9፡ የሙስና ጥላ

በሲላስ እንቅስቃሴ ላይ የተደረገው የመጀመሪያ ምርመራ፣ ፈጣን ስጋትን ለማስወገድ የተሳካ ቢሆንም፣ ሳይንሳዊ ምርምርን ለመቆጣጠር እና ለመቆጣጠር በተዘጋጁ ተቋማት ውስጥ እጅግ ተንኮለኛ እና ሰፊ ችግር ተፈጠረ። ዱካው መጀመሪያ ላይ በሲላስ ሚስጥራዊ ስራዎች ላይ ያተኮረ ሲሆን ባልተጠበቀ ሁኔታ ተዘርግቷል፣ የተጠቁ ግለሰቦች መረብ እና በብሄራዊ የጤና ተቋማት () እና በተዛማጅ የመንግስት ኤጀንሲዎች ውስጥ የተጠለፉ ስርዓቶችን አሳይቷል። የሙስና መጠኑ እጅግ አስደናቂ ነበር፣ ይህም በጣም ጠንካራ የሚመስሉ የቁጥጥር ማዕቀፎች እንኳን ተጋላጭነታቸውን የሚያሳይ አረፍ ማረጋገጫ ነው።

እሱ የጀመረው ጥቃቅን በሚመስሉ ልዩነቶች፡ በስጦታ አፕሊኬሽኖች ውስጥ ያሉ መዛባቶች፡ ያልተገለጹ የገንዘብ ድጎማዎች እና በአቻ ግምገማ ሂደት ውስጥ አለመመጣጠን። እነዚህ መጀመሪያ ላይ እንደ አስተዳደራዊ ቁጥጥር ተወግደዋል፣ በትልቅ ውስብስብ የቢሮክራሲያዊ ማሽን ውስጥ ያሉ የማይቀር ብልሽቶች። ነገር ግን፣ ምርመራው ጠለቅ ብሎ ሲሄድ፣ ንድፍ ወጣ፣ በጣም ወጥ የሆነ ንድፍ እንዲሁ በአጋጣሚ ሊወገድ አይችልም። ደንቦቹ በዘፈቀደ አልነበሩም; ለተወሰኑ የምርምር ፕሮጀክቶች እና የተወሰኑ ግለሰቦችን ለማበረታታት ሆን ብለው የተቀነባበሩ ነበሩ። እነዚህ ፕሮጀክቶች፣ ብዙውን ጊዜ በህጋዊ ሳይንሳዊ ጥያቄ ለብሰው፣ ከአእምሯዊ ንብረት ስርቆት እስከ አደገኛ

ቴክኖሎጂዎች ድብቅ ልማት ድረስ ያሉ ህጋዊ ያልሆኑ ተግባራት ግንባር ቀደም ነበሩ።

አንድ በተለይ አሳሳቢ የሆነ ግኝት የአቻ-ግምገማ ሂደት ስልታዊ በሆነ መንገድ መጠቀማቸው ነው። የሳይንስ ታማኝነት መሰረት የሆነው የአቻ ግምገማ ስርዓት፣ ፕሮጀክቶቹ ምንም ቢሆኑም፣ ከራሳቸው ፍላጎት ጋር ለተጣጣሙ ፕሮጀክቶች ጥሩ ግምገማዎች መስጠታቸውን በሚያረጋግጡ ተባባሪዎች መረብ ተበላሽቷል። ይህ በቀላሉ ጥቂት መጥፎ ፖም ጉዳይ አልነበረም; በሳይንስ ሂደት ውስጥ ስልታዊ ውድቀት ነበር, በመላው ድርጅቱ ውስጥ የተዛባ ካንሰር. በምርመራው ጉበ፣ ማጭበርበር እና ማስፈራራት፣ ሁሉም ለመቆጣጠር እና ተቃውሞን ዝም ለማሰኘት የተቀጠሩትን ማስረጃዎች አግኝቷል። ጉዳዩን ለማንሳት የደፈሩ ጠቋሚዎች በፍጥነት ጸጥ ተደረገ፣ ስራቸው ተበላሽቷል፣ ስማቸው ወድቋል።

የምርመራ ቡድኑ ከኃያላን ሎቢስቶች፣ ከግል ኮርፖሬሽኖች አልፎ ተርፎም ከውጭ አካላት ጋር የተገናኙ የግለሰቦችን መረብ አጋልጧል። እነዚህ አካላት በትርፍ ተነሳሽነት እና በቴክኖሎጂ የበላይነት ጥማት ተገፋፍተው በምርምር ፈንዶች ድልድል ላይ ያልተገባ ተጽእኖ በማሳደር የህዝብን ጥቅም ሳይሆን ጥቅማቸውን በሚያስጠብቅ መንገድ ሳይንሳዊ የጥያቄ አቅጣጫን ቀርፀዋል። በ ውስጥ ካለው ፈጣን ሙስና የዘለለ መዘዙ

በጣም ሰፊ ነበር። የተዳከመው ምርምር ብዙ ውጤቶችን አስከትሏል፣ ይህም አዳዲስ ቴክኖሎጂዎችን ማዳበር ብቻ ሳይሆን የሳይንሳዊ ታማኝነት መሰረትንም ጭምር ነው። በአንዳንድ አካባቢዎች ቀድሞውንም ደካማ የነበረው በሳይንስ ላይ ያለው እምነት ይበልጥ እየተሸረሸረ ነው።

የ እድገትን የስነ-ምግባር አንድምታ ሲመረምር የነበረው ድንቅ የነርቭ ሳይንቲስት ዶክተር አኒያ ሻርማ ጉዳይ ጥሩ ምሳሌ ሆኖ አገልግሏል። ዶ/ር ሻርማ በ ውስጥ ያሉ ህገወጥ ድርጊቶችን የሚያሳዩ ማስረጃዎችን ካገኙ በኋላ ግኝቶቿን በኦፊሴላዊ ቻናሎች ሪፖርት ለማድረግ ሞክረዋል። ሙከራዎቿ ተቃውሞ ገጥሟቸዋል፣ ማስጠንቀቂያዎቿ ቅር የተሰኘ ሰራተኛ ጩኸት ተብሎ ውድቅ ተደረገ። በጽናት ስትቀጥል፣ ተገለለች፣ ለምርምር የምታደርገው የገንዘብ ድጋፍ ተቆርጧ፣ ስራዋ ውጤታማ በሆነ መንገድ ተበላሽታለች። እሷ የስርአቱ ሰለባ ነበረች፣ በ ውስጥ በተካሄደው ስር የሰደደ ሙስና ተጎጂ ነበረች። የዶ/ር ሻርማ ስጋቶች ተአማኒነትን ያገኙት የሲላስ ኔትወርክ ከተከፈተ በኋላ በቡድናችን ጽናት ነበር። የእሷ ምስክርነት ከራሱ ከሲላስ በላይ የተዘረጋውን የማታለል ድር በመግለጥ ወሳኝ ማስረጃዎችን ሰጥቷል።

የሙስና ጥልቀት ከገንዘብ አመዳደብ በላይ ዘልቋል። በምርመራው የመረጃ አያያዝ፣የተጭበረበረ የምርምር ውጤት እና ግልጽ የሆነ የሃሰት ክህሎት ማስረጃዎችን

አግኝቷል። ስፍር ቁጥር የሌላቸው የሳይንስ ህትመቶች ትክክለኛነት በጥርጣሬ ውስጥ ተጥሏል, ይህም የሳይንሳዊ ዘገባው አስተማማኝነት ላይ ከባድ ጥያቄዎችን አስነስቷል. ይህ ስልታዊ የመረጃ ማጭበርበር የሳይንሳዊ ግኝቶችን ትክክለኛነት አደጋ ላይ የሚጥል ብቻ ሳይሆን አስከፊ መዘዞችን ሊያስከትል የሚችል፣ በጤና አጠባበቅ፣ በአካባቢ ጥበቃ ፖሊሲ እና በብሄራዊ ደህንነት ላይ ተጽእኖ አሳድሯል። ፅንሰ-ሀሳቦቹ በጣም ሰፊ ከመሆናቸው የተነሳ የማታለል ድርን ሙሉ በሙሉ ለመፍታት አመታትን ይወስዳል።

ምርመራው ከገጠሙት ተግዳሮቶች መካከል አንዱ ምስክሮች ለመቅረብ ፈቃደኛ አለመሆን ነው። የበቀል ፍርሃት፣ የዝምታ ባህል እና የሙስና ወንጀለኞች ኃይላቸው ተገንዝበ ለመተባበር እጦት አስተዋጽኦ አድርጓል። በደል የተመለከቱ ወይም የተጠረጠሩ ብዙ ግለሰቦች ሥራቸውን በመጠበቅ እና መናገር የሚያስከትለውን መዘዝ በማስወገድ ዝምታን መርጠዋል። ይህ በሳይንሳዊ ተቋማት ውስጥ ግልጽነት እና ተጠያቂነት ባህልን ማጎልበት አስፈላጊ መሆኑን አጽንኦት ይሰጣል፣ ይህም መረጃ ጠላፊዎች ከጥቃት እንዲጠበቁ እና ሥነ ምግባራዊ ያልሆኑ ድርጊቶችን ያለ ፍርሃት እንዲናገሩ ማበረታታት ነው።

ምርመራው ሙስናን ብቻ አጋልጧል; የክትትልና የተጠያቂነት ስልታዊ ውድቀት አሳይቷል። ማጭበርበርን እና እኩይ ተግባራትን ለመከላከል እና ለመለየት የተነደፉት ስልቶች በቂ ያልሆኑ፣ ክፍተቶች እና ድክመቶች ያሏቸው ናቸው። ጠንካራ የውስጥ ቁጥጥር አለመኖሩ፣ ከድብቅነት ባህል ጋር ተዳምሮ እና ስልጣንን ለመቃወም አለመፈለግ፣ ሙስናው ሳይታወቅ ለአመታት እንዲስፋፋ አስችሎታል። ይህ ሳይንሳዊ ምርምርን የሚመራውን የቁጥጥር ማዕቀፍ መሠረታዊ ለውጥ እንደሚያስፈልግ አጋልጧል። ነባር ስርዓቶችን ማስተካከል ብቻ በቂ አይሆንም። የክትትል ስልቶችን ሙሉ በሙሉ እንደገና ማጤን፣ የበለጠ ግልፅ፣ የበለጠ ተጠያቂነት ያለው እና ማጭበርበርን ለመለየት እና ለመከላከል የሚያስችል ስርዓት መፍጠር አስፈላጊ ነበር።

በምርመራው የተገኘው ውድቀት ከፍተኛ ነበር፣ በዚህም ምክንያት በርካታ ከፍተኛ የታሰሩ እስራት፣ የስራ መልቀቂያዎች እና የ የውስጥ ሂደቶች ሙሉ ለሙሉ ተሻሽለዋል። በሳይንስ ማህበረሰቡ ውስጥ የበለጠ ግልፅነት፣ ተጠያቂነት እና ጥብቅ ደንቦችን አስፈላጊነት በማሳየት ምርመራው እንደ ማንቂያ ጥሪ ሆኖ አገልግሏል። በዚህ ምርመራ የሚታየው የሙስና ጥላ ጎልቶ መውጣቱን ቀጥሏል፣ ምንም ያህል ጠንካራ ቢመስልም በማንኛውም ስርዓት ውስጥ ያሉትን ተጋላጭነቶች ሙሉ በሙሉ ለማስታወስ ያገለግላል። የጸረ ሙስና ትግሉ የማያወላውል ንቃት፣ ግልጽነት እና

በየደረጃው ያሉ የስነምግባር ምግባሮችን ቁርጠኝነት የሚጠይቅ ቀጣይነት ያለው ጦርነት ነው። በሳይንስ እና በመንግስት ላይ የህዝብ አመኔታን ወደነበረበት ለመመለስ የሚወስደው ረጅም መንገድ ቀጣይነት ያለው ጥረት እና መሰረታዊ ማሻሻያ ይጠይቃል። የሲላስ መናፍስት እና በ ውስጥ ያሉ ሙሰኞች ባለስልጣኖች ስለ እርካታ ዋጋ እና በሳይንሳዊ ፍለጋ ውስጥ የታማኝነትን ውሳኝ አስፈላጊነት አስጨናቂ አስታዋሽ ሆነው አገልግለዋል። የሳይንስ የወደፊት, እና በእርግጥ የሰው ልጅ, በእሱ ላይ የተመሰረተ ነው.

የሲላስ ኔትዎርክ መፈታቱ ጉልህ የሆነ ድል ቢሆንም የተንሰራፋውን ሙስና ብቻ ቧጨረው። ምርመራው፣ ልክ የሽንኩርት ሽፋንን ወደ ኋላ መግፈፍ፣ እርስ በርስ የተሳሰሩ ግለሰቦችን ውስብስብ ድር ገልጧል፣ እያንዳንዳቸው የራሳቸውን ጥቅም ለማስጠበቅ ያላቸውን ተጽዕኖ ተጠቅመዋል። የኃይሉ ዳይናሚክስ የተወሳሰበ፣ የዋጋ ውዝዋዜ የተለዋወጠ፣ ታማኝነት ተገዝቶ የሚሸጥ፣ እና ሚስጥሮችን በጥንቃቄ የተጠበቁ ነበሩ።

ብቅ ካሉት አንዱ ቁልፍ ሰው ሴናተር ሃሪሰን ሪድ ከብዙ የፋርማሲዩቲካል ኩባንያዎች ጋር የጠበቀ ግንኙነት ያለው ኃያል ፖለቲከኛ ነው። ሬድ፣ በ ውስጥ በሚደረጉ ድጎማዎች ላይ ተጽዕኖ ለማሳደር፣ ለድርጅታዊ በጎ አድራጊዎቹ ለሚጠቅሙ የምርምር ፕሮጀክቶች በሚሊዮን የሚቆጠር ዶላር በማሳረፍ ላይ ያለውን ቦታ እየተጠቀመ ነበር። እነዚህ ፕሮጀክቶች፣ ብዙውን ጊዜ

ሳይንሳዊ ጠቀሜታ የሌላቸው፣ በዋነኛነት የተነደፉት የሕክምና ዕውቀትን ከማሳደግ ይልቅ ትርፍ ለማግኘት እና የኩባንያውን የገበያ ድርሻ ለማጠናከር ነው። የሴኔተሩ ተፅእኖ ከገንዘብ ነክ መዋጮዎች ያለፈ ነው። ቁልፍ የኮሚቴዎችን ሹመቶች በመቆጣጠር ለአጀንዳው የሚሰማቸውን ግለሰቦች በ ውስጥ የስልጣን ቦታ እንዲይዙ በማድረግ ቁጥጥር ደካማ እና ተጠያቂነት የማይኖርበት ስርዓት ፈጠረ። የእሱ ተጽዕኖ የሳይንሳዊ ምርምርን መልክዓ ምድር በመቅረጽ ጸጥ ያለ ግን ኃይለኛ ኃይል ነበር።

ምርመራው በሴናተር ሬድ እና በ ውስጥ ባሉ ቁልፍ ሰዎች መካከል የተካሄደውን ተከታታይ ድብቅ ስብሰባዎች ገልጿል፣ በድብቅ ቦታዎች የተካሄዱ ስብሰባዎች፣ ከህዝብ ምልከታ የራቁ። እነዚህ ስብሰባዎች ሾልከው በወጡ ኢሜይሎች እና በተጠለፉ የስልክ ጥሪዎች የተመዘገቡ፣ ለፖለቲካዊ ድጋፍ እና የገንዘብ ጥቅም የሚለዋወጡበትን የ ዝግጅቶችን ንድፍ አሳይተዋል። የሴኔተሩ ስልጣኑ የተጨመረው የህግ አውጭውን ሂደት በመቆጣጠር ነው። ከፍላጎቱ ጋር ላልተጣጣሙ ፕሮጀክቶች የገንዘብ ድጋፍን በተሳካ ሁኔታ ማገድ ይችላል ፣ በተመሳሳይ ጊዜ ላደረጉት ለጋስ ድልድልን ይጠብቃል። ይህ ስውር ግን ውጤታማ የስርአቱ መጠቀሚያ በሳይንሳዊ ምርምር ላይ ቁጥጥር እንዲያደርግ አስችሎታል፣ ይህም ከህዝብ ጥቅም ይልቅ ትርፍን ወደሚያስቀድሙ ግቦች እንዲመራ አስችሎታል። የሴኔተሩ ድርጊት ቁጥጥር ያልተደረገበት የፖለቲካ ኃይል

የሳይንሳዊ ጥያቄን ትክክለኛነት እንዴት እንደሚያበላሽ የመማሪያ መጽሐፍ ምሳሌ ነበሩ።

ሌላው የሙስና ሽፋን ደግሞ የግል ኮርፖሬሽኖችን ሚና ያካተተ ነበር። የምርምር ሂደቱን በንቃት በመቆጣጠር በርካታ ትላልቅ የፋርማሲዩቲካል እና የባዮቴክኖሎጂ ኩባንያዎች ተሳትፈዋል። እነዚህ ኮርፖሬሽኖች በትርፍ ተነሳሽነት ተንቀሳቅሰው በምርምር ፕሮጀክቶች ምርጫ እና በውጤቶች አተረጓጎም ላይ ያልተገባ ተፅዕኖ አሳርፈዋል። የይገባኛል ጥያቄዎቻቸውን የሚቃወሙ ምርምሮችን እያፈኑ ምርቶቻቸውን የሚደግፉ ጥናቶችን የገንዘብ ድጋፍ አድርገዋል። ይህ ማታለል ሁልጊዜ ግልጽ አልነበረም; እንደ በጥንቃቄ ቃል የተሰጡ የድጋፍ ሀሳቦችን፣ ስልታዊ በሆነ መንገድ የተቀመጡ አቻ ገምጋሚዎችን እና የምርምር ግኝቶችን መምረጥ ያሉ ስልቶችን የሚጠቀም ብዙ ጊዜ ስውር ነበር። ውጤቱም የተዛባ ሳይንሳዊ መልክዓ ምድር ነበር, እሱም እውቀትን ፍለጋ ለትርፍ ፍለጋ ተገዢ ነበር.

ምርመራው ከመድሀኒት ማፅደቅ፣ ከፓተንት ጥበቃ እና ከምርምር የገንዘብ ድጋፍ ጋር በተያያዙ የፖሊሲ ውሳኔዎች ላይ ተጽእኖ ለማሳደር ያለመ የኮርፖሬት ሎቢ ጥረቶች አሳሳቢ ሁኔታ አሳይቷል። እነዚህ ኮርፖሬሽኖች ከዋነኛ ፖሊሲ አውጪዎች ጋር የጠበቀ ግንኙነት የፈጠሩ፣ ፍላጎቶቻቸው በሕግ እና በቁጥጥር ውሳኔዎች ውስጥ

መንጸባረቃቸውን የሚያረጋግጡ የሰለጠነ ሎቢስቶችን ቀጥረዋል። ይህ የቁጥጥር ማዕቀፉ የህዝብን ጤና እና ደህንነት ከማስጠበቅ ይልቅ የድርጅት ጥቅሞችን ለመጠበቅ የተነደፈበትን ሁኔታ ፈጠረ። የዚህ ተጽእኖ መዘዝ በጣም ሰፊ ነበር, ከአዳዲስ መድሃኒቶች እድገት ጀምሮ እስከ አስፈላጊ መድሃኒቶች ዋጋ ድረስ ሁሉንም ነገር ተጽኖ ነበር. ታካሚዎቹ፣ ዋና ተጠቃሚዎች፣ የዚህ ኮርፖሬሽን ማጭበርበር ከፍተኛ ጫና ፈጥረው ነበር፣ የመድኃኒት ዋጋ መናር እና ሕይወት አድን መድኃኒቶችን የማግኘት ውስንነት ተጋርጦባቸዋል።

ተፅዕኖው ከአገራዊ ድንበሮች አልፎም ዘልቋል። ምርመራው በተወሰኑ የምርምር ተቋማት እና የውጭ አካላት መካከል ትብብር መኖሩን የሚያሳይ ማስረጃ ተገኝቷል. ከእነዚህ ትብብሮች ጥቂቶቹ፣ ላይ ላዩን ጥሩ ቢመስሉም፣ ለአእምሮአዊ ንብረት ስርቆት እና ሚስጥራዊ ቴክኖሎጂዎችን በድብቅ ለማስተላለፍ የሚረዱ መንገዶች ነበሩ። የተሳተፉት የውጭ አካላት በዋነኛነት እንደ ባዮቴክኖሎጂ እና አርቲፊሻል ኢንተለጀንስ ባሉ አካባቢዎች እጅግ በጣም ጥሩ ምርምርን ለማግኘት ይፈልጉ ነበር፣ ይህም በአለም አቀፍ ገበያ ተወዳዳሪነትን ለማግኘት ነው። ይህ በድብቅ የቴክኖሎጂ ሽግግር የአሜሪካን ሳይንሳዊ አመራርን በመሸርሸር እና ጠላቶችን ማበረታታት ከፍተኛ የሆነ የብሄራዊ ደህንነት ስጋት አስከትሏል። ምርመራው የእነዚህን ትብብሮች እውነተኛ ተፈጥሮ ለመደበቅ የተነደፉ ስውር የገንዘብ ልውውጦችን፣ የተደበቁ ሂሳቦችን

እና የሼል ኮርፖሬሽኖችን ማስረጃ አግኝቷል። የእነዚህ እቅዶች ውስብስብነት የዚህን ሙስና ዓለም አቀፍ ተደራሽነት ጎላ አድርጎ አሳይቷል.

ምርመራው ሙስና በግለሰብ ተመራማሪዎች ላይ የፈጠረውን ቀዝቃዛ ተፅዕኖም አጉልቶ አሳይቷል። ብዙ የሳይንስ ሊቃውንት ለሥራቸውና ለሥማቸው ፈርተው ስለ መጥፎ ድርጊቶች ለመናገር ፈቃደኞች አልነበሩም። የዝምታ ባህል በሳይንስ ማህበረሰቡ ውስጥ ተንሰራፍቶ ነበር፣ የሀሳብ ልዩነት ፈጣን እና ጭካኔ የተሞላበት ቅጣት ደርሶበታል። እንደ ዶ/ር ሻርማ ያሉ የመረጃ ጠላፊዎች ተገለው እና ጸጥ እንዲሉ ተደርገዋል፣ ስራቸው በብቃት ወድሟል። ይህ የፍርሃት ድባብ ፈጥሯል፣ ተመራማሪዎች ባለስልጣንን እንዳይጠይቁ ወይም ሥነ ምግባራዊ ያልሆኑ ድርጊቶችን እንዲገዳደሩ አድርጓል። መዘዙ ሳይንሳዊ እውነትን ማፈን ነበር፣ ወሳኝ የሆኑ ድምጾች ስለታገዱ እና ሊመሰረት የሚችል ምርምር ስለታፈነ።

የስልጣን መባለግ የስልጣን መጎሳቆል በከፍተኛ ደረጃ ላይ ባሉ ሰዎች ብቻ የተገደበ አልነበረም። ምርመራው በ ውስጥ ያሉ የመካከለኛ ደረጃ አስተዳዳሪዎች እራሳቸውን ለማበልጸግ ወይም የተወሰኑ የምርምር ፕሮጀክቶችን ለመደገፍ በታቸውን ሲጠቀሙባቸው የነበሩ ሁኔታዎችን አጋልጧል። እነዚህ ግለሰቦች ብዙውን ጊዜ የሴኔተሩ ፖለቲካዊ ተጽእኖ ወይም የኮርፖሬሽኑ የገንዘብ አቅም

የሌላቸው፣ መረጃን እንደ ማጭበርበር፣ የምርምር ውጤቶችን ማጭበርበር እና ጉቦ መቀበልን የመሳሰሉ ይበልጥ መሰሪ ዘዴዎችን ተጠቅመዋል። ይህ "የእለት ተእለት" ሙስና፣ ብዙም አስደናቂ ባይሆንም በተመሳሳይ መልኩ ጎጂ ነበር፣ የሳይንስ ሂደቱን ከውስጥ ያለውን ታማኝነት እየሸረሸረ ነው። ጥሩ ሀሳብ ያላቸው ግለሰቦች እንኳን ለስልጣን እና ለዕድል ብልሹ ተጽእኖ ተጋላጭነታቸውን አጉልቶ አሳይቷል።

ጉዳዩ በስርአቱ ውስጥ ያለውን ወሳኝ ጉድለት፡ ግልፅነት እና ተጠያቂነት አለመኖሩን አስምሮበታል። አሁን ያሉት የቁጥጥር እና የቁጥጥር ዘዴዎች በቂ አልነበሩም። ለሳይንሳዊ ጥፋቶች መከታ መሆን የነበረበት የአቻ-የግምገማ ሂደት፣ ፍላጎት ባላቸው ሰዎች አዘውትሮ ይጠቀሙበት ነበር። የውስጥ ኦዲቶች የተንሰራፋውን ሙስና መለየት ባለመቻላቸው ተጨባጭ እና ውጤታማ አልነበሩም። የገለልተኛ ቁጥጥር እጦት ሙስናው እንዲያብብ አስችሎታል፣ እንደ አደገኛ ዕጢ እየተንሰራፋ፣ ቀስ በቀስ የ ን ታማኝነት አጠፋ። ይህ የፍተሻ እና ሚዛን ጉድለት ተቋሙን ለመጠቀሚያነት የተጋለጠ እና የህዝብ አመኔታ እንዲቀንስ አድርጓል።

በምርመራው የተገኘው ውድቀት እጅግ በጣም ብዙ ነበር። ሴናተሩ የወንጀል ክስ ገጥሞታል፣ ስራው ፈርሷል። በ ውስጥ ያሉ በርካታ ከፍተኛ ባለስልጣናት ተይዘው ክስ

ተመስርቶባቸዋል። ዋና ዋና ኮርፖሬሽኖች ከፍተኛ የገንዘብ ቅጣት እና መልካም ስም ላይ ጉዳት ደርሶባቸዋል። ራሱ ጥብቅ ደንቦችን በመተግበር እና የቁጥጥር ዘዴዎችን በማጎልበት ውስጣዊ ሂደቶቹን ሙሉ በሙሉ ተሻሽሏል. ይሁን እንጂ የሙስና ጠባሳ አሁንም እንደቀጠለ ነው, ይህም በጣም የተከበሩ ተቋማት ውስጥ እንኳን ያለውን ተጋላጭነት ያስታውሳል. በሳይንሳዊ ምርምር፣ በሕዝብ አመኔታ እና በብሔራዊ ደኅንነት ላይ ያለው የረዥም ጊዜ ተፅዕኖ መታየት አለበት። የሳይንስ እና የህዝብ ጥቅምን ለመጠበቅ የማያቋርጥ ጥንቃቄ ያስፈልጋል የፀረ ሙስና ትግል ገና አልተጠናቀቀም ። የሲላስ ጥላ እና እሱ ያጋለጠው አውታረመረብ ማሽቆልቆሉን ቀጥሏል ፣ ይህም የስልጣን መሰሪ ባህሪ ፣ ተጽዕኖ እና ያልተገታ ምኞት ማሳያ ነው። የተማሩት ትምህርቶች ጨካኞች ነበሩ፣ ግን ለወደፊት ሳይንሳዊ ምርምር አስፈላጊ ናቸው። አመኔታ ወደነበረበት መመለስ በየደረጃው ያሉ ግልጽነት፣ ተጠያቂነት እና ሥነ ምግባራዊ ተግባራትን የማያወላውል ቁርጠኝነትን ይጠይቃል።

የምርመራው ውጤት ከ እና ከፋርማሲዩቲካል ኢንደስትሪው ገደብ በላይ ተዘርግቷል። ሙስናው እንዲያብብ ያስቻሉትን ውስብስብ የትብብር፣ የክህደት እና ድብቅ ስምምነቶችን በማሳየት ወደ ጨለመው የፖለቲካ እንቅስቃሴ ዓለም ገባ። ሴናተር ሪድ ምንም እንኳን ማዕከላዊ ሰው ቢሆንም በጣም ትልቅ የበረዶ ግግር ጫፍ ብቻ ነበር። ድርጊቱን የተረዳው በሎቢስቶች መረብ፣ በዘመቻ ለጋሾች እና የፖለቲካ አካላት እሱን

ከተጠያቂነት ለመጠበቅ ደከመኝ ሰለቸኝ ሳይሉ ሲሰሩ ነበር። እነዚህ ግለሰቦች፣ ብዙውን ጊዜ በጥላ ስር የሚሰሩ፣ የፖለቲካ ምህዳሩን በመቅረፅ እና ከሳይንስ እና የጤና አጠባበቅ ጋር በተያያዙ የህግ አውጭ ውሳኔዎች ላይ ወሳኝ ሚና ተጫውተዋል።

ከእንዲህ ዓይነቱ ኦፕሬተር አንዱ የሆነው ማርከስ ቶርን የተባለ ልምድ ያለው የፖለቲካ ስትራቴጂስት በምርመራው ውስጥ ቁልፍ ሰው ሆኖ ብቅ ብሏል። የፖለቲካ እሽክርክሪት እና ማጭበርበር መምህር የሆነው ቶር ለሴናተር ሪድ ከአስር አመታት በላይ ሲሰራ ነበር። ሰፊ የግንኙነት መረቦችን በመጠቀም የሴኔተሩን አጀንዳ ለማራመድ እና ሊከሰቱ የሚችሉ ስጋቶችን ለማስወገድ የላብራቶሪውን የሃይል ኮሪደሮችን የማሰስ አስደናቂ ችሎታ ነበረው። የቶርን ተጽእኖ ከሴናተር ሪድ የቅርብ ክበብ በላይ ተዘርግቷል፣ ወደ ሁለቱም የፖለቲካ ፓርቲዎች ከፍተኛ እርከኖች ደርሷል። በዘመቻ የሚደረጉ ልገሳዎችን በዘመቻ በማቀነባበር፣ ከፋርማሲዩቲካል ኩባንያዎች የሚሰበሰበውን ገንዘብ በባለሙያዎች ወደ ገለልተኛ ለሚመስሉ የፖለቲካ ኮሚቴዎች በማቀበል የፈንዱን ምንጭ በትክክል በማድበስበስ። ይህ ውስብስብ የሼል ኮርፖሬሽኖች መረብ እና ማንነታቸው ያልታወቀ ልገሳ የገንዘብ ፍሰትን ለማወቅ አስቸጋሪ አድርጎታል፣ ይህም የምርመራውን ሂደት እንቅፋት አድርጎበታል።

ምርመራው በቶርን እና በአስተዳደሩ ውስጥ ባሉ የተለያዩ ከፍተኛ ባለስልጣናት መካከል ተከታታይ ኮድ የተደረገባቸው ኢሜይሎች እና ኢንክሪፕትድ የተደረጉ መልእክቶች መረጃን ለማፈን እና የምርመራውን ሂደት ለማደናቀፍ ሆን ተብሎ የተደረገ ጥረትን የሚጠቁሙ ናቸው። እነዚህ ግንኙነቶች የህዝብን አስተያየት ለመቆጣጠር፣ መርማሪዎችን ለማጣጣል እና ሴኔተር ሪድን ከምርመራ ለመጠበቅ የሚያስችል የተራቀቀ ስልት አሳይተዋል። ቶርን በሕዝብ ግንኙነት ውስጥ ያለው እውቀት ትረካውን እንዲቀርጽ አስችሎታል፣ ሴናተር ሪድ የተንሰራፋውን ሙስና ፈጻሚ ሳይሆን የፖለቲካ ስደት ሰለባ አድርጎ በመሳል። የእሱ መጠቀሚያ ውስብስብነት እና የኔትወርኩ ጥልቀት መርማሪዎች የማታለልን ድር በመፍታት ላይ የሚያጋጥሟቸውን ከባድ መሰናክሎች ጎላ አድርገው አሳይተዋል።

በተጨማሪም፣ ምርመራው የቶርን ተከታታይ የስም ማጥፋት ዘመቻዎች ውስጥ መሳተፉን አጋልጧል። ለምሳሌ ዶ/ር ሻርማ ያላሰለሰ የስም ማጥፋት ዘመቻ ዒላማ ሆናለች፣ ቶርን ተዓማኒነቷን ለማሳጣት እና ስሟን ለማጥፋት የፈጠራ መረጃዎችን ለሚዲያ አውጥቷል። ስልቱ ቀዝቀዝ ባለ መልኩ ውጤታማ ሆኖ ተገኝቷል፣ ይህም ሌሎች ጠቋሚዎችን ወደ ፊት እንዳይመጡ አድርጓል። በቶርን ያላሰለሰ ክትትል ሴናተር ሪድን የተቃወሙትን በማሳደድ የተነሳ የበቀል ፍርሃት ሙስናን ለመቆጣጠር የሚያስችል የዝምታ ባህል ፈጠረ።

የምርመራው ፖለቲካዊ አንድምታ ጥልቅ ነበር። የሴናተር ሪድ ኔትወርክ መፈታቱ በሴኔት ውስጥ ያለውን የሃይል ሚዛን እንዳይረጋጋ አስፈራርቷል፣ ይህም በፖለቲካ ምህዳር ውስጥ የመሬት መንቀጥቀጥ ፈጠረ። ከበርካታ ተደማጭነት የኮሚቴ ሰብሳቢዎች ጋር ያለው የቅርብ ግንኙነት እና ቁልፍ ህግን በመቅረጽ የተጫወተው ሚና ውድቀቱ ብዙ ውጤቶችን ሊያስከትል ይችላል ማለት ነው። ምርመራው ለፖለቲካዊ ስልቶች የጦር አውድማ ሆነ፣ በውጤቱ ላይ ተጽእኖ ለማድረግ እና የራሳቸውን ጥቅም ለማስጠበቅ የተለያዩ ወገኖች እየተፋለሙ ነው።

የምርመራው ቡድን ከኃያላን የፖለቲካ ኃይሎች ያላሰለሰ ጫና ገጠመው። የምርመራውን ወሰን ለመገደብ፣ ወሳኝ ሰነዶችን እና ምስክሮችን የማግኘት መብትን ለመገደብ አልፎ ተርፎም መርማሪዎቹን ራሳቸው ለማጥላላት ተሞክሯል። የፖለቲካ ጫናው ግዙፍ፣ የማያቋርጥ እና ብዙውን ጊዜ ስውር ነበር፣ ዓላማው የመርማሪዎቹን ውሳኔ ለማዳከም እና ጉዳዩን እንዲተዉ ለማስገደድ ነው።

ቡድኑ ግን እውነትን ያለ እረፍት በመከታተል ጸንቷል። ለሙስና መሠረተቢስ የሆነውን የግንኙነቶች እና የገንዘብ ልውውጦችን በጥንቃቄ በመለየት እያንዳንዱን የፖለቲካ ጣልቃ ገብነት በጥንቃቄ መዝግበዋል። እንቅፋቶችን

ለማሸነፍ በምርመራ ቴክኒኮች እና ስለ ፖለቲካዊ ተለዋዋጭነት ያላቸውን ጥልቅ ግንዛቤ ተጠቅመውበታል። ይህ ጽናት በመጨረሻ ውጤት አስገኝቷል፣ ምክንያቱም የማስረጃው ክብደት እጅግ በጣም ጠንከር ያሉ የፖለቲካ ሃይሎች እንኳን ችላ ሊሉ አይችሉም።

በምርመራው የተፈጠረው የፖለቲካ ውድቀት አስደናቂ ነበር። ሴናተር ሪድ በመጨረሻ ክስ ተመስርቶበት እና በበርካታ የሙስና ወንጀሎች ተፈርዶበታል፣ የፖለቲካ ስራቸውም በማይሻር መልኩ ወድሟል። በርካታ የቅርብ አጋሮቹ በማሴር፣ ፍትህን በማደናቀፍ እና በምስክርነት ማስፈራራት የተከሰሰውን ማርከስ ቶርንን ጨምሮ የወንጀል ክስ ቀርበባቸዋል። የጥፋተኝነት ውሳኔው በፖለቲካ ተቋሙ ውስጥ ከፍተኛ ድንጋጤ ፈጥሯል፣ ይህም ሙስና መስፋፋቱን እና ቁጥጥር ያልተደረገበት ስልጣን የሚያስከትለውን መዘዝ አጉልቶ ያሳያል።

ሆኖም ድሉ መራራ ነበር። ምርመራው በስርአቱ ውስጥ ስር የሰደዱ ጉድለቶችን፣ ሙስናው ለረጅም ጊዜ እንዲያብብ ያስቻሉ ጉድለቶችን አጋልጧል። ግልጽነት ማጣት፣ የሎቢ ተጽዕኖ ተጋላጭነት እና የፖለቲካ አራማጆች ስርዓቱን በቀላሉ ሊቆጣጠሩት የሚችሉበት ሁኔታ ሁሉም ሙስናን በመዋጋት ውስብስብ እና ትስስር

ባለው የፖለቲካ ምኅዳር ውስጥ ያሉትን ተግዳሮቶች የሚያሳስቡ ነበሩ።

የምርመራው የረዥም ጊዜ አንድምታ በቀጥታ ከተሳተፉት ግለሰቦች በላይ ዘልቋል። በ ውስጥ ጉልህ የሆነ ማሻሻያ እንዲደረግ ጥሪ አቅርቧል፣ ይህም ግልጽነት መጨመር፣ ጥብቅ የስነምግባር መመሪያዎች እና የተሻሻሉ የቁጥጥር ዘዴዎች። ምርመራው በዘመቻ ፋይናንስ ማሻሻያ፣ የሎቢ ገደብ እና በፖለቲካ ውስጥ ስላለው የገንዘብ ሚና ሰፋ ያለ ውይይት እንዲካሄድ አድርጓል። አፋጣኝ ቀውስ እያለፈ፣ ምርመራው በፖለቲካ ምኅዳሩ ላይ የማይሽር አሻራ በማሳረፍ ስለ መልካም አስተዳደር መሠረታዊ መርሆችና ተጠያቂነት ስላለበት ወሳኝ ውይይት ተካሄዷል።

የምርመራው ውጤት ህዝቡ በመንግስት እና በሳይንሳዊ ኢንተርፕራይዝ ላይ ባለው እምነት ላይ ሰፋ ያለ ተጽእኖ አሳድሯል. የተንሰራፋው ሙስና መገለጡ ህዝቡ በአንድ ወቅት ከፍ ያለ ግምት ይሰጠው በነበረው ተቋማት ላይ እምነት እንዲሸረሸር አድርጓል። የእምነት መሸርሸር ከፖለቲካው ዘርፍ በላይ ተዘርግቷል፣ ይህም የህብረተሰቡን የሳይንስ ግንዛቤ እና ጥቅሞቹ ላይ ተጽዕኖ አሳድሯል። ይህንን እምነት እንደገና የመገንባት አስፈላጊነት ከምርመራው በኋላ ዋና ጭብጥ ሆነ።

ለአቋም እና ለግልጽነት የሚደረገው ትግል ቀጣይነት ያለው ጦርነት ሆኖ ቆይቷል፣ ወደፊትም ተመሳሳይ የስልጣን መደፍረስን ለመከላከል የማያቋርጥ ጥንቃቄ ያስፈልጋል። የጸረ ሙስና ትግሉ ጠንካራ ህግና መመሪያዎችን ብቻ ሳይሆን ተጠያቂነትን፣ ግልፅነትን እና በሁሉም የህብረተሰብ ክፍሎች የስነምግባር ቁርጠኝነት እንዲኖር ያስፈልጋል። የሙስና ጥላ በመጠኑም ቢሆን ቢገታም ቆይቶ፣ ቁርጠኛ ሙስና ሲያጋጥም የተቋማትን ተንኮለኛነት፣ ቁጥጥር ያልተደረገበት መሠሪ ባህሪ እና የተቋማት ደካማነት ትልቅ ማስታወሻ ሆኖ አገልግሏል። እምነትን መልሶ የመገንባት እና የሳይንስ እና የመንግስት ታማኝነት ወደነበረበት ለመመለስ ረጅም እና አድካሚ ሂደት ነው ፣ ከሁሉም ባለድርሻ አካላት ዘላቂ ጥረት እና ቁርጠኝነት የሚጠይቅ። ስለሆነም የምርመራው ውርስ ሙስናን ለመዋጋት እና የህዝብን ጥቅም ለማስጠበቅ የሚደረገውን ጥረት በመቅረጽ ፈጣን ውጤትን አልፏል። ጦርነቱ አሸንፎ ነበር፣ ነገር ግን በሙስና ላይ የሚደረገው ጦርነት ገና አላበቃም።

የሴናተር ሪድ እና የማርከስ ቶርን ክስ፣ ትልቅ ድል ቢሆንም፣ ገና ጅምር ነበር። በሽፋን ላይ የተደረገው ቀጣይ ምርመራ ከፋርማሲዩቲካል ቅሌት የመጀመሪያ ወሰን በላይ የሆነ ቀዝቃዛ የማታለል መረብ አሳይቷል። እውነትን ለመደበቅ የተደረገው ድፍረት በፖለቲካው መዋቅር ውስጥ የገባውን የሙስና ደረጃ አጋልጧል። ምርመራው የመጀመርያውን ምርመራ ለማጣጣል፣ ተቃውሞን

ለማፈን እና በመጨረሻም እውነትን ለመቅበር የተደረገ በጥንቃቄ የተቀነባበረ ዘመቻ ተገኘ።

ከሽፋን በጣም አስደናቂ ከሆኑት አንዱ ገለልተኛ የሚመስሉ የሚዲያ ተቋማት ተሳትፎ ነው። ብዙ የዜና ድርጅቶች፣ መጀመሪያ ላይ እንደ አድልዎ እንደሌላቸው የመረጃ ምንጮች፣ ከቶርን እና ሴናተር ሪድ ጋር ከተገናኙ የሼል ኮርፖሬሽኖች ከፍተኛ የገንዘብ ድጋፍ እንዳገኙ ተገለጸ። እነዚህ ድርጅቶች የዶ/ር ሻርማን እና የሌሎችን ተአማኒነት ስልታዊ በሆነ መንገድ የሚያጠቁ ፅሁፎችን አውጥተዋል፣ ብዙ ጊዜ የተቀነባበሩ መረጃዎችን እና ውዥንብርን ለመዝራት እና የህዝብ አመኔታን ለመሸርሸር የተነደፉ ከፊል እውነቶችን አሰራጭተዋል። ህጋዊ ለመምሰል በጥንቃቄ የተሰሩት ጽሁፎቹ ስውር ሆኖም ጎጂ ነበሩ፣የሃሰት መረጃ ጭጋግ ፈጥረው የሃሰት ድምፆችን በውጤታማነት ጸጥ አድርገዋል። መርማሪዎቹ አሳማኝ ክህደትን ለመጠበቅ በተመሰጠሩ ቻናሎች የተለዋወጡትን ለአርታዒዎች እና ጋዜጠኞች ቀጥተኛ ክፍያዎችን የሚያሳይ ማስረጃ አግኝተዋል። ይህ በድብቅ የሚደረግ ተግባር ሚዲያው በኃይለኛ ፍላጎቶች ለመታለል ያለውን ተጋላጭነት አጉልቶ ያሳየ ሲሆን ይህ አሳዛኝ መገለጥ ህዝቡ በፕሬስ ላይ ያለውን እምነት ያንቀጠቀጠው።

ምርመራው በፖለቲካ ልገሳ እና በሎቢነት አለም ላይም ሰርቷል። በመጀመሪያ በሼል ኮርፖሬሽኖች እና በባህር

ማዶ ሒሳቦች የተደበደበው የገንዘብ ዱካ በጥንቃቄ ያልተጣበቀ ሲሆን ይህም ለዋነኛ የፖለቲካ ሰዎች እና ተደማጭነት ባላቸው ኮሚቴዎች የተዘረጋውን ሕገወጥ የክፍያ አውታር ያሳያል። ይህ የተወሳሰበ የፋይናንሺያል ተፅእኖ ስርዓት ሴናተር ሪድ እና አጋሮቻቸው የህግ አውጭውን አጀንዳ እንዲቆጣጠሩ አስችሏቸዋል፣ ይህም ለፋርማሲዩቲካል ኢንደስትሪው ተስማሚ የሆኑ ሂሳቦች መውጣታቸውን በማረጋገጥ የህዝብን ጤና ለመጠበቅ የተነደፈው ህግ እንዲቆም ወይም ሙሉ በሙሉ ውድቅ ተደርጓል። በምርመራው የኩዊድ ፕሮ ዝግጅቶች ማስረጃዎችን አግኝቷል፣ እሱም የፖለቲካ ውዴታ ለዘመቻ መዋጮ እና አትራፊ የሎቢ ኮንትራቶች ይለዋወጡ ነበር። ለብዙ ዓመታት የፈጀ እና በርካታ ግለሰቦችን ያሳተፈ የግብይቱ መጠነ ሰፊ መጠን በፖለቲካ ሥርዓቱ ውስጥ ያለውን የስርዓት ሙስና የሚያሳይ ምስል አሳይቷል።

በተጨማሪም በምርመራው የህግ ስርዓቱን በራሱ ለመቆጣጠር የተራቀቀ ስልት አሳይቷል። ቶርን በሰፊ የግንኙነቱ መረብ፣ ምርመራውን ለማዘግየት እና በመጨረሻም ለማደናቀፍ የተነደፉ ተከታታይ የህግ ፈተናዎችን አደራጅቷል። በሥነ ምግባር ጉድለት እና በሥነ ምግባር ጥሰት የተጠረጠሩ ክስ በመርማሪዎቹ ላይ ቀርቧል። እነዚህ ክሶች በመጨረሻ ውድቅ ቢደረጉም አላማቸውን አሳካላቸው፡ ሃብትን አስረዋል፣ ጠቃሚ ጊዜ ወስደዋል፣ እና እርግጠኛ ያልሆነበት እና የማስፈራራት ድባብ ፈጥረዋል። ምርመራው ፍትህን ለማደናቀፍ እና

ሴናተር ሪድ እና ግብረ አበሮቻቸውን ለመጠበቅ ሆን ተብሎ የተደረገ ጥረትን የሚያመለክት በቶር እና በተወሰኑ የህግ ባለሙያዎች መካከል ያለውን ትብብር የሚያሳይ ማስረጃ አግኝቷል። የሕግ ሒደቱን ለማራመድ የሄዱበት ርዝማኔ ለሕግ የበላይነት አለማክበርና ከተጠያቂነት ለማምለጥ ያላቸውን ቁላቁል እምነት አጋልጧል።

ይህ ሽፋን ምስክሮችን ለማስፈራራት እና ዝም ለማሰኘት የተደረጉ ሙከራዎችንም ያካትታል። ከምርመራው ጋር ሲተባበሩ የነበሩ በርካታ ግለሰቦች አጸፋውን በመፍራት ምስክራቸውን አቋርጠዋል። መርማሪዎቹ በምስክሮች እና በቤተሰቦቻቸው ላይ የደረሰውን ትንኮሳ፣ ዛቻ እና አካላዊ ጉዳት ጉዳዮችን መዝግበዋል። የማስፈራሪያ ስልቶቹ ከስውር ጫና እስከ ግልጽ ዛቻ ድረስ ያሉ ሲሆን ግለሰቦች ወሳኝ መረጃዎችን ይዘው እንዳይመጡ የፍርሃት አካባቢን ፈጥሯል። ይህ ስልታዊ የሆነ የማስፈራራት ዘመቻ ኃያላን ግለሰቦች ጥቅማቸውን ለማስጠበቅ እና የስልጣን ዘመናቸውን ለማስጠበቅ የሚሄዱበትን ርቀት የሚያሳይ ነበር። መርማሪዎቹ የማስፈራሪያ ዘዴን አግኝተዋል፣ ይህም ተቃዋሚዎችን ለመጨፍለቅ እና የተቋቋመውን ስርዓት ለመቃወም የሚደፍርን ማንኛውንም ሰው ዝም ለማሰኘት የተደራጀ ዘመቻ ጠቁመዋል።

ምርመራው ከዩናይትድ ስቴትስ አልፏል. መርማሪዎቹ የገንዘብ ዱካውን ተከትለው ወደ ባህር ማዶ አካውንቶች

በላላ የፋይናንስ ደንቦቻቸው እና በባንክ ምስጢራዊነታቸው ይታወቃሉ። እነዚህ ዓለም አቀፍ ግንኙነቶች ምርመራውን የበለጠ አወሳሰቡ፣ ዓለም አቀፍ ትብብርን እና ውስብስብ የፋይናንስ ግብይቶችን የተራቀቀ ግንዛቤን ይፈልጋል። የባህር ማዶ አካውንቶች ከፍተኛ መጠን ያለው ገንዘብ ይዘዋል፣ ይህም ሽፋኑን ለመሸፈን እና ተቃውሞን ዝም ለማሰኘት የተሳተፉትን ለመሸለም ያገለግል ነበር። በአለምአቀፍ ድንበሮች ላይ የሚደረገውን የገንዘብ ፍሰት መከታተል ከፍተኛ ጥረት እና ከአለም አቀፍ ህግ አስከባሪ ኤጀንሲዎች ጋር የቅርብ ትብብርን ይጠይቃል። ምርመራው እያደገ የመጣውን ዓለም አቀፍ የገንዘብ ዝውውርን ለመዋጋት እና የባህር ዳርቻዎች ሙስናን በማመቻቸት ረገድ ያላቸውን ሚና አጉልቶ አሳይቷል።

ሽፋኑን መፍታት ብዙ ገጽታ ያለው አካሄድ ይጠይቃል። መርማሪዎቹ የገንዘብ ፍሰትን ለመከታተል የላቀ የፎረንሲክ አካውንቲንግ ቴክኒኮችን፣ የተደበቁ ግንኙነቶችን ለማግኘት የተራቀቀ የመረጃ ትንተና እና የላቀ የስለላ ቴክኖሎጂን በቁልፍ ተጫዋቾች መካከል ያለውን ግንኙነት ለመከታተል ተጠቅመዋል። በመንገዳቸው ላይ የሚያጋጥሙትን መሰናክሎች ለመቅረፍ የሳይበር ደህንነት፣ የፋይናንስ ትንተና እና የአለም አቀፍ ህግን ጨምሮ በተለያዩ ዘርፎች ከባለሙያዎች ጋር ተባብረዋል። ምርመራው የተራቀቁ የሙስና ዓይነቶችን በብቃት ለመዋጋት የኤጀንሲዎች

ትብብር አስፈላጊነት እና የላቀ የምርመራ ዘዴዎች አስፈላጊነት አሳይቷል። የሴራው ጥልቀት እና ስፋት አስገራሚ ነበር, ይህም የማታለል ድርን ለመጠበቅ የተሳተፉትን ሀብቶች እና ቁርጠኝነት የሚያሳይ ነበር.

የሽፋኑ መገለጥ ከፍተኛ ውጤት አስከትሏል. ህዝባዊ በፖለቲካዊ ሥርዓቱ ላይ ያለው እምነት እያሽቆለቆለ ሄዶ በመንግስት ላይ እምነት ማጣትና መስፋፋት እንዲስፋፋ አድርጓል። ሚዲያው የበለጠ ግልጽነትና ተጠያቂነት እንዲሰፍን ከፍተኛ ክትትል ተደረገ። ምርመራው በዘመቻ ፋይናንስ፣ በሎቢ አሰራር እና በመገናኛ ብዙሃን ባለቤትነት ላይ ጥብቅ ደንቦችን እንደሚያስፈልግ አመልክቷል። የሽፋንቱ አንድምታ በቀጥታ ከተሳተፉት ግለሰቦች እጅግ የዘለለ በመሆኑ ይህን የመሰለ ሰፊ ሙስና እንዲያብብ የፈቀደውን የስርዓቱን መሰረታዊ ጉድለቶች አጋልጧል። የፖለቲካ ንግግሮችን በመቅረጽ እና በሕዝብ የፖሊሲ ክርክሮች ላይ ለትውልድ ትውልድ ተፅእኖ በመፍጠር የሽፋን ሽፋን የረጅም ጊዜ ተፅእኖዎች ለመጪዎቹ ዓመታት ይሰማሉ። ምርመራው ቁርጠኛ ሙስና እያለ የዴሞክራሲ ተቋማትን ደካማነት እና የፖለቲካ ሂደቱን ታማኝነት የመጠበቅን አስፈላጊነት ያሳየ ነበር። እውነትን ለማጋለጥ በተደረገው ትግል ድል ተቀዳጅቷል፣ ነገር ግን የህዝብ አመኔታን ለመመለስ እና ወደፊት የሚደርሱ በደሎችን ለመከላከል የተደረገው ትግል ከባድ ፈተና ሆኖ ቆይቷል። የሙስና ግርዶሽ ዘልቋል፣የማጣት ዋጋ እና

ግልፅነት፣ተጠያቂነት እና ፍትህን ለማስፈን እየተካሄደ ያለውን ትግል ያስታውሳል።

ጸጥታው አንዴ ከተሰበረ የራዕይ ጎርፍ ፈሷል። የዶ/ር ሻርማ የመጀመሪያ ምስክርነት ምንም እንኳን ደፋር ቢሆንም፣ ፊት ለፊት ብቻ ነበር የከሸፈው። ከዚያ በኋላ የታዩት ብዙ ማስረጃዎች የስርአቱን መበስበስ፣ የሀገሪቱን ተቋማት መሰረት እየበላ ያለውን አደገኛ ዕጢ አጋልጧል። የዝምታ ዋጋ ማንም ካሰበው በላይ ገደል ሆኖ ተገኘ። ጉዳዩ የጤንነት ችግር እና የመተማመን ስሜት ብቻ አልነበረም። የዲሞክራሲ ሂደቱን በራሱ ክህደት ነበር።

ምርመራው ወሳኝ መረጃ የያዙ ግለሰቦች ዝምታን የመረጡበትን ስፍር ቁጥር የሌላቸውን አጋጣሚዎች አግኝቷል። በእርግጥ ፍርሃት ጉልህ ሚና ተጫውቷል። ብዙዎች በቶርና ባልደረቦቹ የተቀጠሩትን የጭካኔ ዘዴዎች፣ ስውር ዛቻዎችን፣ የተከደኑ ማስጠንቀቂያዎችን፣ ድንገተኛ የስራ መዘበራረቆችን፣ ስምን ለማጥፋት የተነደፉትን ሹክሹክታ ወሬዎች አይተዋል። ነገር ግን ፍርሃት ብቸኛው አነሳሽ አልነበረም። ምኞት፣ እራስን መጠበቅ እና የግል ጥቅምን ማስቀደም ለዝምታ ግድግዳ አስተዋፅዖ አድርገዋል። ብዙዎች በቀጥታም ሆነ በተዘዋዋሪ ከብልሹ አሠራር፣ የደረጃ ዕድገት፣ ትርፋማ ውል ወይም የፖለቲካ ውለታ በማግኘት ተባባሪነታቸውን ተጠቅመዋል። ዝምታቸው ሙስናን የሚክስ እና ታማኝነትን የሚቀጣ ስርዓትን የሚያበረታታ ታላቅ ሴራ ውስጥ ገብተው ሳያውቁ ተሳታፊ ሆነዋል።

በተለይ አንድ አሳዛኝ ጉዳይ በ የመካከለኛ ደረጃ ሥራ አስፈፃሚ ኤቭሊን ሪድ የተባለች ሴት ነበረች (ከሴናተር ጋር ምንም ግንኙነት የለም፣ ነገር ግን አስደናቂ የሆነ የአጋጣሚ ነገር ሆኖ ነበር)። ኤቭሊን ቅሌቱ ከመፍረሱ ከዓመታት በፊት የመድኃኒቱ የጎንዮሽ ጉዳቶችን በሚመለከት አስከፊ ማስረጃ አግኝታ ነበር። ጭንቀቷን የሚገልጽ የውስጥ ማስታወሻ አዘጋጅታለች፣ ግኝቶቿን በጥልቀት ዘርዝራለች። ሆኖም፣ በመጨረሻ ግኝቶቿን ላለማሳወቅ ወሰነች። በኋላ የተገኘው ማስታወሻ በተረሳ የፋይል ካቢኔ ውስጥ ተደብቆ የውስጧን ግርግር ገልጿል። በጩኸት ጩኸት የሚያስከትለውን መዘዝ በዝምታ የመቀጠል ስጋት ላይ እየገመተች ከህሊናዋ ጋር ታግላለች። በማስታወሻ ህዳጎች ላይ የተቀረፀው የውስጧ ነጠላ ዜማ የውሳኔዋን ከባድ ክብደት አሳይቷል። ፍርሃት በእርግጠኝነት፣ ነገር ግን ስር የሰደደ የስልጣን ማጣት ስሜት ሳትናገር ከልክሏታል። እሷ በጣም ሰፊ በሆነ እና በሚያስተጋባ ክፍል ውስጥ እንደ ትንሽ ድምፅ ተሰማት፣ ድርጊቷ ምንም እንደማይሆን፣ ማስጠንቀቂያዎቿ ችላ እንደሚባሉ በማመን። የኤቭሊን ታሪክ ልዩ አልነበረም። ዝምታን የመረጡትን ስፍር ቁጥር የሌላቸውን የሌሎችን ገጠመኝ አስተጋብቷል፣ ድምፃቸው በጠፋበት የአጋርነት ዝምታ።

ምርመራው መረጃ ሊሰጡ የሚችሉ ሰዎችን ዝም ለማሰኘት የተነደፉ በጥንቃቄ የተሰሩ ህጋዊ ሰነዶችን ይፋ ያልሆኑ ስምምነቶችን የያዘ ውስብስብ መረብ ተገኘ። እነዚህ ስምምነቶች ብዙውን ጊዜ በህጋዊነት የተሸፈኑ፣ ግለሰቦች ስለ ልምዳቸው እንዳይናገሩ በብቃት የሚከለክሉ፣ ከፍተኛ የገንዘብ ቅጣቶችን የሚያስፈራሩ እና የተራዘሙ የህግ ግጭቶችን የሚከለክሉ አንቀጾች ያካተቱ ናቸው። ብዙ ሰራተኞች ውድ የሆኑ ክሶችን በመፍራት እነዚህን ስምምነቶች በመፈረም እውነትን የመናገር መብታቸውን በብቃት አሳልፈው ሰጥተዋል። የእነዚህ ስምምነቶች መስፋፋት ቶርን እና አጋሮቹ ተቃዋሚዎችን ለመቆጣጠር እና ዝም ለማሰኘት የሄዱበትን ጊዜ ጎላ አድርጎ ያሳያል። የነዚህ ስምምነቶች ስልታዊ በሆነ መንገድ መጠቀማቸው ከማስፈራራት ስልቶቹ ጋር ተዳምሮ ግልጽ የሆነ ግንኙነትን የሚያደናቅፍ እና ጥፋት እንዳይጋለጥ የሚያደርግ የፍርሃት ባህል ፈጠረ። መርማሪዎቹ እነዚህን ውስብስብ የህግ ድሮች የመፈታት፣ የአንዳንድ ስምምነቶችን ትክክለኛነት በመቃወም እና ዝምታቸውን ለማፍረስ የመረጡትን የህግ ድጋፍ የመስጠት ከባድ ስራ ነበራቸው።

ከህጋዊው ፅንሰ-ሀሳብ ባሻገር የዝምታ ዋጋ የህዝብ አመኔታ እስከ መሸርሸር ደርሷል። ህዝቡ በፖለቲካ ሥርዓቱም ሆነ በመድኃኒት ኢንዱስትሪው ታማኝነት ላይ ያለው እምነት ክፉኛ ተናጋ። ሲኒሲዝም እና አለመተማመን ተስፋፍቶ ነበር፣ ህዝባዊ ተሳትፎን

የሚሸረሸር እና ብዙዎችን ተስፋ አስቆራጭ እና አቅመ ቢስ ሆነዋል። በሽፋን ሂደት ውስጥ የመገናኛ ብዙሃን ተባባሪ መሆናቸው ጉዳዩን የበለጠ አባብሶታል፣ ይህም የሚዲያውን ታማኝነት እና ኃላፊነት በስፋት እንዲገመግም አድርጓል። ጸጥታው የተሳሳተ መረጃ እና አለመተማመን የመራቢያ ስፍራ ሆኖ ነበር፣ ይህም ለህብረተሰቡ አንድነት እና ለዴሞክራሲያዊ ሂደት አስከፊ መዘዝ አስከትሏል።

በምርመራው የዝምታ ዋጋ የተከፈለው ዝምታን በመረጡት ብቻ ሳይሆን መላው ህብረተሰብ የከፈለ መሆኑን ነው። የመድኃኒቱ ዘግይቶ መጋለጥ ከፍተኛ ቁጥር ያላቸውን መከላከል የሚቻል የአካል ጉዳት እና ሞት አስከትሏል። የተጎጂ ቤተሰቦች የሚወዷቸው ሰዎች ስቃይ ማስቀረት ይቻል እንደነበር በማወቃቸው ሊታሰብ የማይችል ሀዘን ደርሶባቸዋል። ቅሌቱ በፋርማሲዩቲካል ቁጥጥር፣ የህዝብ ፖሊሲን በመቅረጽ ላይ ስላለው የሎቢነት ሚና እና የመገናኛ ብዙሃን ሀይለኛ ተቋማትን ተጠያቂ የማድረግ ሀላፊነት ላይ ከፍተኛ የህዝብ ክርክር አስነስቷል።

የዝምታው የረዥም ጊዜ ውጤት ብዙ ነበር። ለበርካታ አመታት የፈጀው የህግ ጦርነቶች ከፍተኛ ሃብት የወሰዱ እና ትኩረታቸውን ከሌሎች አንገብጋቢ የህብረተሰብ ጉዳዮች አቅጣጫ እንዲቀይሩ አድርጓል። ኢኮኖሚያዊ

ተፅዕኖው ብቻ ከፍተኛ ነበር። የሙግት ዋጋ፣ የባለሀብቶች መተማመን ማጣት እና የመድኃኒት ኢንዱስትሪው ስም ማሽቆልቆሉ ለከፍተኛ ኢኮኖሚያዊ ውድቀት አስተዋፅዖ አድርጓል። ከኤኮኖሚው ተጽእኖ ባሻገር፣ ቅሌቱ በሀገሪቱ ስነ ልቦና ላይ ዘላቂ ጠባሳ ጥሎ፣ በፖለቲካውም ሆነ በድርጅታዊው ዓለም ግልፅ፣ ተጠያቂነት እና ስነ-ምግባር እንዲሰፍን ሰፊ ጥሪ አቅርቧል።

የሴናተር ሪድ እና የማርከስ ቶርን ጉዳይ ግን አንድ ወሳኝ ትምህርት አጉልቶ አሳይቷል፡ ጸጥታ ብዙ ጊዜ እንደ አስተማማኝ እና ምቹ አማራጭ ተደርጎ ቢወሰድም ውድ ዋጋ ያስከፍላል። ዝም በሉት ብቻ ሳይሆን በአጠቃላይ ማህበረሰቡ የተከፈለ ዋጋ ነው። መርማሪዎቹ ለፍትህ የሚደረገው ትግል ጥፋተኞችን በመቅጣት ብቻ እንዳልሆነ ተረዱ። ዝምተኛውን ስለማብቃት፣ ለስልጣን እውነትን መናገር ራስን የማጥፋት ጀግንነት ሳይሆን መሠረታዊ መብት የሆነበት ሥርዓት መፍጠር ነበር ። ከፊታችን ያለው መንገድ ረጅም እና አድካሚ ነበር፣ በህጋዊ ጦርነቶች የተሞላ፣ በፖለቲካዊ እንቅስቃሴ የተሞላ፣ እና የህዝብ አመኔታን ለመመለስ በዘለቄታው ትግል የተሞላ ነበር። ነገር ግን ከቅሌቱ ፍርስራሽ የሚወጣው አስደናቂ መልእክት ግልጽ ነበር፡ የዝምታ ዋጋ በጣም ውድ ነው። በጠፋው ህይወት የሚለካ ዋጋ ነው፣ እምነት የተሰባበረ እና የዴሞክራሲያዊ አስተሳሰቦች መሸርሸር። ለእውነት እና ለፍትህ የሚደረገው ትግል የዜማ ድምጽ እንጂ የቀዘቀዘ ዝምታ አልነበረም። ያኔ ብቻ ነው እውነተኛ ተጠያቂነት

ሊመጠና በመጨረሻ የሙስና ጥላ ሊነሳ የሚችለው። ይህ ውጊያ ገና እንዳልተጠናቀቀ መርማሪዎቹ ያውቁ ነበር። የሙስና ዘሮች አንዴ ከተዘሩ ለዓመታት ተኝተው ሊቆዩ ይችላሉ, ነገር ግን በተገቢው ሁኔታ እንደገና ለመብቀል ይችላሉ. ግልጽነትና ተጠያቂነት ለማስፈን የተደረገው ጦርነት፣ እውነትን ለማፈን ከሚጥሩ ኃይሎች ጋር ያልተቋረጠ ጦርነት ነው። እናም ትግሉ ይቀጥላል፣ ምክንያቱም የዝምታ ዋጋ መሸከም የማይችል ስለነበር ነው።

ምዕራፍ 10፡ እምነትን መክዳት

የቶርን ኢምፓየር መፍረስ የድርጅት ብልሹነት እና የፖለቲካ እንቅስቃሴ ጉዳይ ብቻ አልነበረም። ይህ ታሪክ በተቋረጠ ህብረት ውስጥ የተቀረጸ ታሪክ ነበር፣ ማንም ሊገምተው ከሚችለው በላይ በክህደት ክር የተለበጠ ቴፕ። በምርመራው ውስጥ ቀዝቃዛ ዘይቤ ተገኘ፡ በአንድ ወቅት ትከሻ ለትከሻ የቆሙ፣ በታማኝነት እና በጋራ ምኞት የተሳሰሩ ግለሰቦች አሁን እርስ በርሳቸው ተጣልተዋል፡ ግንኙነታቸው ሊጠገን ባለመቻሉ ፈርሷል።

ከእንዲህ ዓይነቱ የተሰባበረ ትስስር አንዱ ዶ/ር አኒያ ሻርማ እና የቀድሞ አማካሪዋ ዶ/ር ኤልያስ ቫንስ ይገኙበታል። በአንድ ወቅት በህክምና ማህበረሰብ ውስጥ የተከበረ ሰው፣ ቫንስ በ ምርምር የመጀመሪያ ደረጃዎች ውስጥ ቁልፍ ተዋናይ ነበር። የመድሀኒቱን አቅም በችሎታ

በመመልከት ወይም ምናልባትም የመርዘማነቱ ቅድመ ማስጠንቀቂያ ምልክቶችን ችላ በማለት ይደግፈዋል። ከህክምና ትምህርት ቤት የወጣች እና በሃሳብ የተሟጠጠችው አኒያ እሱን እንደ አርአያ በመቁጠር ቫንስን ትመለከት ነበር። ፍርዱን በተዘዋዋሪ በማመን ትምህርቶቹን በጉጉት ተቀበለች። ሆኖም፣ ማስረጃዎቹ በቶርን ላይ ሲጨመሩ፣ የቫንስ ተባባሪነት የማይካድ ሆነ። በሽፋን ላይ ንቁ ተሳትፎ አላደረገም፣ ነገር ግን ዝምታው፣ የተሰላ ስራ ፈትነቱ፣ እኩል አውዳሚ ነበር።

መርማሪዎቹ ከበርካታ አመታት በፊት ጀምሮ በአንያ እና በቫንስ መካከል ተከታታይ ኢሜይሎችን አግኝተዋል። ቀደምት ልውውጦቹ በአዕምሮአዊ ንግግር፣ የምርምር ግኝቶች መጋራት እና የመከባበር መግለጫዎች ተሞልተዋል። ነገር ግን በቶርን ፊት ላይ ያሉት ስንጥቆች መታየት ሲጀምሩ፣ የደብዳቤው ቃና ተለወጠ። የቫንስ ምላሾች ከጊዜ ወደ ጊዜ እየተሸሻሉ መጡ፣ ቃላቶቹ እያደጉ ካሉት የአንያ ስጋቶች ጋር ምንም አይነት ቀጥተኛ ግጭት እንዳይፈጠር በጥንቃቄ መረጡ። በአንድ በተለይ ልብ የሚነካ ኢሜይል ላይ፣ አኒያ ስለ ጥርጣሬዋ በቀጥታ ከቫንስ ጋር ገጠማት። የሰጠው ምላሽ ቀዝቃዛ ከሥራ መባረር እና የተከደነ ማስፈራሪያ ድብልቅ ነበር። እንደ ቶርን ፋርማሲዩቲካልስ ያለ ኃያል አካልን መገዳደር ሊያስከትል የሚችለውን ሙያዊ ውጤት በማስታወስ ጀልባውን እንዳታናውጥ አስጠንቅቋታል። ለመናገር ከደፈረች ሥራዋ፣ የወደፊት ዕጣዋ አደጋ ላይ ሊወድቅ

እንደሚችል በዘዴ ተናግሯል። አኒያ በአንድ ወቅት ፍጹም በሆነ መልኩ በቫንስ ላይ ያለው እምነት በማይሻር ሁኔታ ፈርሷል።

ክህደቱ ከሙያ ክበቦች በላይ ተዘረጋ። ምርመራው የሀብት እና የስልጣን ፍለጋ የዝምድና ትስስር የሻረበት የቤተሰብ ግንኙነት የተበጣጠሰ መረብ ታይቷል። የሴናተር ሪድ ቤተሰብ የዚህ መሰሪ ሙስና ጠባሳ ተሸክሟል። ታናሽ ወንድሙ ዳንኤል፣ ተስፋ ሰጪ ጠበቃ፣ የወንድሙን ተሳትፎ መጀመሪያ ላይ አያውቅም ነበር። የራሱን የህግ አሠራር በመገንባት ጥቅም ላይ ውሎ ነበር እናም ሳያስበው የቶርን ፋርማሲዩቲካልስ ተጠቃሚ የሆኑ ጉዳዮችን ወስዶ ብዙ ጊዜ የፋይናንስ ስኬትን ለማሳደድ ስነምግባራዊ ቀይ ባንዲራዎችን በመመልከት ነበር። የዳንኤል የመጀመሪያ ክህደት በትልቁ እቅድ ውስጥ ያላወቀውን ተሳትፎ ወደ ቂም መቀበል ተለወጠ። እንደታሰበው መገንዘቡ፣ ምኞቱ እውነትን እንዳያውቅ እንዳደረገው መገንዘቡ ከባድ ጉዳት አስከትሏል። በአንድ ወቅት ከወንድሙ ጋር የነበረው የቅርብ ግንኙነት ሊስተካከል በማይችል መልኩ ተበላሽቷል። የእራሱ ውስብስብነት ክብደት, ምንም እንኳን ሳያስበው, ከከባድ የጥፋተኝነት እና ራስን መወንጀል ጋር እንዲታገል አድርጎታል.

የጓደኝነት መፈራረስም በሚታየው ትረካ ውስጥ ጉልህ ሚና ተጫውቷል። ብዙዎቹ የቶርን አጋሮች፣በአመታት ወዳጅነት እና በጋራ ጥቅም የታሰሩ፣ራሳቸው በምርመራው ውስጥ ተይዘዋል። እነዚህ ተራ የሚያውቃቸው ብቻ አልነበሩም; መተማመንን የተጋሩ፣ ስኬቶችን ያከበሩ እና አንዳቸው ለሌላው የማያወላውል ድጋፍ የሰጡ ግለሰቦች ነበሩ። ነገር ግን የስልጣን መማረክ፣ አስካሪ የሀብት ተስፋ እና የቀዘቀዙ የበቀል ዛቻ እነዚህን ወዳጅነቶች አፍርሰዋል። በምርመራው ግፊት የድሮ ታማኝነት ፈርሷል። የረዥም ጊዜ ጓደኞቻቸው የቀድሞ አጋሮቻቸውን የሚመለከት ምስክርነታቸውን ሰጥተዋል። እነዚህ ክህደቶች በተጨናነቁ የፍርድ ቤት ክፍሎች እና በግል ምርመራዎች ውስጥ የተከናወኑት የስግብግብነት እና የሥልጣን ጥመኝነትን የመበስበስ ኃይል በእጅጉ ያስታውሳሉ።

በቶርን የውስጥ ክበብ መካከል አለመተማመንን ለመፍጠር እና ጠብን ለመዝራት የተነደፈውን ሆን ተብሎ የማታለል ዘዴን በምርመራው ተገኝቷል። ዋና አዛዥ የሆነው ቶርን ከፍተኛ ፉክክር ያለበት አካባቢን በማልማት ባልደረቦቹን እርስ በርስ በማጋጨት የፍርሃትና የጥርጣሬ ድባብ እንዲፈጠር አድርጓል። ግጭትን ለመቀስቀስ እና ማንኛውም የተቀናጀ ተቃውሞ እንዳይፈጠር በጥንቃቄ የተቀነባበሩ ፍንጮችን፣ ወሬዎችን በሹክሹክታ እና በጥንቃቄ አስቀምጧል። ይህ የመከፋፈልና የማሸነፍ ዘዴ በአስደናቂ ሁኔታ ውጤታማ ሆኖ በሥልጣኑ ላይ ሊደርሱ

የሚችሉትን ማንኛውንም ሥጋቶች ውጤታማ በሆነ መንገድ አስወግዷል። በአንድ ወቅት ራሳቸውን እንደ ወዳጅ ወይም አጋር አድርገው የሚቆጥሩት ግለሰቦች እውነትን ከውሸት መለየት ባለመቻላቸው በማጭበርበር እና በክህደት መረብ ውስጥ ተጠምደዋል።

የቶርን ሥራ መጀመሪያ ላይ የተሟገተው ድንቅ የምርምር ሳይንቲስት የዶ/ር ኤሚሊ ካርተር ጉዳይ ለዚህ መጠቀሚያ ምሳሌ ነው። ካርተር በራዕዩ እና በመድሀኒቱ ያለውን ጥቅም በማመን የቶርን ጠንካራ ደጋፊ ነበር። የእርሷ የማይናወጥ ታማኝነት በከፊል በጥናቱ ሳይንሳዊ ታማኝነት ላይ ካለው እውነተኛ እምነት እና በከፊል ከፍተኛ ሙያዊ እድገትን ከሚሰጥ ተስፋ የመነጨ ነው። ነገር ግን፣ የመድኃኒቱ መርዛማ ተፅዕኖዎች እንደታዩ፣ እራሷን አስጊ ሁኔታ ውስጥ ገባች። ቶርን ታማኝነቷን በመረዳት የማስፈራራት እና የተሳሳተ መረጃ ዘመቻ ላይ ተሰማርታ፣ ስሟን በዘዴ በማጥፋት እና ያለፉትን ግድፈቶች እንዳጋልጥ ዛት። በተመሳሳይ ጊዜ ሌሎች ባልደረቦቹን ተጠቅሞ የጥርጣሬ ዘር ለመዝራት፣ ስለ ችሎታዋ እና ታማኝነቷ ወሬ ለማሰራጨት። የተገለለ እና የተጋለጠ, ካርተር በመጨረሻ ለግፊቱ ተሸነፈ. እሷ ለቶርን የሰጠችውን ድጋፍ ማፈግፈግ ብቻ ሳይሆን በጥልቅ የጸጸት ስሜት እና እራሷን በመቃወም ቢሆንም በእሱ ላይ አስከፊ ምስክርነት ሰጠች። በፍርሀት እና በማጭበርበር የተወለደ ውሳኔዋ እምነትን ማፍረስ እና ተጋላጭነቶችን

መጠቀሚያ የሚያስከትለውን አስከፊ መዘዝ አጉልቶ አሳይቷል።

የእነዚህ የተበላሹ ጥምረቶች ተጽእኖ ከቅርብ ተጫዋቾች በላይ ዘልቋል. ቤተሰቦች ተበታተኑ፣ ስማቸው ወድሟል፣ እና ስራ ወድሟል። የስሜት ጉዳቱ እጅግ በጣም ብዙ ነበር። መርማሪዎቹ የተበደሉ፣ የተሳሳቱ ወይም ዝም የተባሉ ሰዎች የሚሰማቸውን ጥልቅ የክህደት ስሜት፣ በራስ የመጠራጠርን እና የጥፋተኝነት ስሜት የሚሰማውን ከባድ የጥፋተኝነት ስሜት በራሳቸው አይተዋል። የእነዚህ የተበላሹ በንዶች የተንቆጠቆጡ ተፅዕኖዎች በመላው ማህበረሰቡ ውስጥ ተስተጋብተዋል፣ በሙያዊ ግንኙነቶች፣ በግላዊ ግንኙነቶች እና በማህበራዊ መተማመን ላይ ጥልቅ ጠባሳ ጥሏል።

የረዥም ጊዜ አንድምታዎች በጣም ሰፊ ነበሩ. በሕክምና እና በፖለቲካ ማህበረሰቦች ውስጥ ያለው እምነት መሸርሸር ትልቅ አንድምታ ነበረው። የሳይኒዝም እና የጥርጣሬ ሁኔታን ፈጥሯል, ይህም ውጤታማ ትብብርን እና ግልጽ ግንኙነትን ለመፍጠር አስቸጋሪ ያደርገዋል. ጠንካራ የስራ ግንኙነቶችን የመፍጠር እና ትርጉም ያለው ማሻሻያዎችን የመጀመር ችሎታ ከጊዜ ወደ ጊዜ ፈታኝ ይሆናል። የተበላሹትን እምነት ለመመለስ አጠቃላይ ስርዓቱ ትልቅ ለውጥ ያስፈልገዋል።

በ ላይ የተደረገው ምርመራ ፍትህን ፍለጋ ብቻ አልነበረም። ወደ ጨለማው የሰው ልጅ ተፈጥሮ የተደረገ ጉዞ፣ የስግብግብነት ጠማማ ኃይል፣ ምኞት እና የመተማመን ውድቀት የሚያስከትለውን አስከፊ መዘዝ ያጠናል። ታማኝነት የሚገዛበትና የሚሸጥበት፣ ጓደኝነት ብዙ ወጪ የሚጠይቅበት፣ ስልጣንን የማሳደድ ስራ ሁሉንም የሞራል ጉዳዮች የጨፈጨፈበትን ስርዓት አጋልጧል። መርማሪዎቹ የማገገሚያ መንገዱ ቀላል እንደማይሆን፣ እምነትን መልሶ መገንባት ዓመታትን፣ ምናልባትም አስርት ዓመታትን እንደሚወስድ ተገንዝበዋል። ነገር ግን የተቋረጠ የትብብር ታሪኮች እንደ ከባድ ማስጠንቀቂያ፣ እምነት ሲጣስ የሚከፈለውን ዋጋ እና የሚያስከትለውን አስከፊ መዘዝ የሚያሳስብ ማስታወሻ ሆኖ አገልግሏል። ለፍትህ የሚደረገው ትግል ገና ተጀመረ፣ እና በተቋማት እና እርስበርስ እምነትን የማደስ ተግባር አሁንም በጣም ፈታኝ ጦርነት ነው።

የቶርን ምርመራ የማያቋርጥ ግፊት በማራ ላይ መዘዝ ጀመረ. ረጅሙ ሰአታት፣ የማያቋርጥ የመረጃ ውርጅብኝ፣ ስፍር ቁጥር የሌላቸው የተሰባበሩ ህይወት ስሜታዊ ክብደት ⍰ ሁሉን አሳልፋለች። ከምትወዷቸው ዘመዶቿ ጋር ባላት ግንኙነት ብዙም ሳትገኝ ራሷን እያገለለች ተገኘች። ባለቤቷ ዳዊት ለውጡን አስተውሏል። በፊቷ ላይ የተለጠፈውን ድካም፣ በአይኖቿ ውስጥ የተጨነቀውን እይታ፣ የተዋቀረች እና ያልተነካች ለመምሰል ስትሞክር እንኳን አይቷል።

መጀመሪያ ላይ ድካሟን ከሥራው ብዛት ጋር አያይዘውታል። የቶርን ጉዳይ ትልቅ ነበር፣ በሁሉም የፖለቲካ እና የህክምና ተቋማት ጥግ ላይ የደረሰ ድንኳን ያለበት ሰፊ ምርመራ። የስራዋን ፍላጎት፣ እውነትን ለማጋለጥ የሚደረገውን ጫና፣ ያላሰለሰ ፍትህን ተረድቷል። ነገር ግን ሳምንታት ወደ ወራት ሲቀየሩ እና የማራ ድካም እየባሰ በሄደ ቁጥር አሳሳቢነቱ እየጨመረ መጣ። በመካከላቸው ያለው የመገናኛ መስመሮች አንዴ በጣም ንቁ እና ክፍት የሆነ ጊዜ, ውጥረት ተፈጠረ. ንግግራቸው በአንድ ወቅት በሳቅ እና በጋራ ህልም ተሞልቶ በአየር ላይ በከባድ ጸጥታ ተንጠልጥሎ ቀርቷል። በአንድ ወቅት ይካፈሉ የነበረው መቀራረብ እየደበዘዘ፣ በእድገት ርቀት ተተክቶ፣ ከቀን ወደ ቀን እየሰፋ የሚሄድ ረቂቅ ግን የሚዳሰስ ቁርሾ የጠፋ ይመስላል።

ማራ እያጋጠማት ያለውን ነገር መግለጽ በጣም አስቸጋሪ ሆኖ አግኝታታል። በምርመራው ላይ ያሳደረው የስሜት ጫና ጥልቅ ነበር፣ ሸክሙን በጸጥታ የተሸከመችው፣ ዳዊትን በጭንቀቷ ልትጭንበት ሳትፈልግ ነበር። ለሥራዋ ያላት ታማኝነት ለትዳሯ ያላትን ቁርጠኝነት እየጨፈጨፈ እንደሆነ ፈራች። እሷ በጥልቅ ትወደው ነበር፣ ነገር ግን የማያቋርጥ የስራዋ ባህሪ የድካም ስሜት እንዲሰማት አደረገ፣ የመቀራረብ አቅሟ ቀንሷል። ምርመራው ጊዜዋን፣ ጉልበቷን እና ስሜቷን የሚጠባ ጥቁር ቀዳዳ ሁሉን የሚፈጅ ኃይል ሆነ።

ከእህቷ ከሣራ ጋር የነበራት ግንኙነትም ተጎድቷል። የተዋጣለት አርክቴክት የሆነችው ሣራ ሁሌም የማራ መልህቅ፣ ሚስጥራዊነት ያለው፣ በችግር ጊዜ የምትዞር ሰው ነበረች። አሁን ግን ማራ የስራዋን ዝርዝር ሁኔታ ማካፈል አልቻለችም። በምርመራው ዙሪያ ያለው ሚስጥራዊነት, ሚስጥራዊ መረጃን የመጠበቅ አስፈላጊነት በመካከላቸው እንቅፋት ፈጠረ. የማታ ምሽቶቿን ምክንያቶች፣ ሚስጥራዊ ስብሰባዎች፣ በሁሉም የሕይወቷ ገጽታ ላይ የሚንፀባረቅ የሚመስለውን ከፍተኛ ጭንቀት ማስረዳት አልቻለችም። ሣራ የማራን መገለል የግዴለሽነት ምልክት እንደሆነ ተረድታለች፣ መለያየት ግንኙነታቸውን ሊፈታ የሚችል ነው። አለመግባባቶች ተበራክተዋል፣በማይነገሩ ጭንቀቶች እና የብስጭት የመግባቢያ ሙከራዎች ተቀጣጠለ። ግድየለሽነት ብዙውን ጊዜ ተለዋዋጭ ልውውጦቻቸውን ተከቷል።

በማራ ግንኙነቶች ላይ ያለው ጫና ዝም ተብሎ የተዘነጋ ቅርርብ ጉዳይ አልነበረም። ከራሱ የምርመራ ባህሪም የመነጨ ነው። የቶርን ጉዳይ የሞራል አሻሚ ችግሮች፣ የሰው ልጅ ተነሳሽነት ውስብስብነት፣ የክህደት መጠኑ ትልቅ ነው፣ ሁሉም ማራ የራሷን እምነት፣ የፍትህ ስሜቷን እንድትጠራጠር አድርጓታል። እሷ ራሷን ትክክል እና ስህተት የሆነውን የቀድሞ እሳቤዋን የሚፈታተኑ የሞራል ችግሮች ጋር ስትታገል አገኘች። የግለሰቦቹ ድርጊት፣

አቋማቸውን፣ አመክንዮአዊነታቸው፣ ምክንያታቸው፣ በሰው ልጅ ተፈጥሮ ውስጥ ያለውን ጥቁር ገጽታ እንድትጋፈጥ አስገድዷታል፣ ይህም በራሷ ጥርጣሬ እና ስጋት ውስጥ እራሱን የሚያንፀባርቅ ወገን ነው።

ለተንኮል፣ ለሙስና እና ለተንኮል መጋለጧ ማራ የራሷን እውነት ከውሸት የመለየት ችሎታዋን እንድትጠራጠር አድርጓታል። የፕሮፌሽናል ማንነቷ መሰረታዊ ነገር፣ በስራዋ ታማኝነት ላይ ያላት እምነት ፈተና ሆኖባት ነበር። ጥረቷ ምንም ያህል ቁርጠኝነት ቢኖረውም እንዲህ ያለውን የተንሰራፋውን ሙስና ለመቋቋም እውነተኛ ለውጥ ማምጣት ይችል እንደሆነ ጠየቀች። ይህ በራስ የመጠራጠር፣ ይህ የሚያቃጥለው እርግጠኛ አለመሆን፣ ወደ ግላዊ ግንኙነቷ ውስጥ ዘልቆ በመግባት የበለጠ እንድትገለል አድርጓታል፣ እራሷን ሊያደናቅፋት ከሚችለው ተጋላጭነት እራሷን ለመከላከል የማይታዩ ግድግዳዎችን ገነባች።

ዴቪድ ጭንቀቷን ሲያውቅ ክፍተቱን ለማስተካከል ሞከረ። የጋራ ሳቃቸውን፣ የቀደመ ዘመናቸውን፣ የወደፊት ህልማቸውን በማስታወስ ትራስዋ ላይ ትንሽ ማስታወሻዎችን ትቶ ነበር። በራሷ ዙሪያ የገነባችውን ግድግዳ ጥሶ ለመግባት እየሞከረ ወደ ቤት አበባ ያመጣላት ነበር። ስለ ቀናቷ ጠየቃት ፣ በሚጨነቀው የትዳር ጓደኛ ቃና ሳይሆን ፣ በአፍቃሪ አጋር ረጋ ያለ

የማወቅ ጉጉት። ስለ ሥራዋ እንድትናገር ማስገደድ የበለጠ እንደሚገፋፋት ተረድቷል። ይልቁንም ትኩረቱን በዘዴ ለመቀየር፣ ግንኙነታቸውን እንደገና ለመመስረት፣ አሁንም የቀረውን ፍቅር እና ድጋፍ በእርጋታ ለማስታወስ ሞከረ።

ሆኖም ማራ እራሷን ሙሉ በሙሉ መመለስ እንደማትችል ተገነዘበች። የምርመራው ክብደት፣ የራሷ ጥርጣሬ እና ጭንቀቶች ክብደት፣ ስሜታዊነት እንዲዳከም፣ የምትፈልገውን አይነት ፍቅር እና ስሜታዊ ትስስር እንድትፈጥር አድርጓታል። ለዳዊት መገኘት ባለመቻሏ የጥፋተኝነት ስሜት ተሰምቷታል, ግንኙነታቸውን ሙሉ በሙሉ ለመሳተፍ. የሁኔታዋ አያዎ (ፓራዶክስ) አሰቃቂ ነበር; ለሥራዋ ያላት ቁርጠኝነት፣ ፍትህን መሻቷ ሳታውቀው ህይወቷን ትርጉም ያለው እንዲሆን ያደረጉትን ግንኙነቶች እያበላሹ ነበር።

ግፊቱ ወደ ጓደኞቿ ደረሰ። የማራ የቅርብ ጓደኞች፣ አብዛኛውን ጊዜ የመጽናናት እና የድጋፍ ምንጭ፣ እራሳቸውን ከህይወቷ ተገለሉ። የምርመራው ፍላጎት እሷን በላች ፣ ለማህበራዊ ግንኙነት ብዙ ጊዜ ቀረች። በአንድ ወቅት በነፃነት ይንሸራሸሩ የነበሩት ንግግሮች በተዘበራረቁ ልውውጦች ተተክተዋል። በአንድ ወቅት በጣም ከምትወደው የድጋፍ አውታር ተቋርጣ በሚስጥር ባህር ውስጥ የገባች ያህል የመገለል ስሜት ተሰማት።

ምፀቱ በማራ ላይ አልጠፋም። እሷ የተንሰራፋውን ክህደት ጉዳይ እየመረመረች ነበር ፣ ነገር ግን በምርመራው የማያቋርጥ ግፊት የራሷን ክህደት ፣ እምነትን ክህደት ፣ የቅርብ ጓደኝነትን ክህደት ፣ እሷን የሚደግፋትን ትስስር ክህደት እየፈጠረች ነበር። እሷ ለፍትህ ስትታገል ነበር ነገር ግን የራሷን የግል ህይወት መሸርሸር በመቃወም ጸጥታ ትታገል ነበር። ስሜታዊ ዋጋ በጣም ትልቅ ነበር፣ ሸክም እሷን ሊያጨናንቃት ይችላል። ሚዛኑን የሚመልስበት፣ ከምትወዳቸው ሰዎች ጋር ለመገናኘት መንገድ መፈለግ እንዳለባት ታውቃለች፣ ነገር ግን የቀጣይ መንገዱ ግልፅ አልሆነም፣ ባጠፋው የምርመራ ጥላ ውስጥ ተሸፍኗል።

አንድ ቀን ማምሻውን፣ በተለይ ከቢሮው አስቸጋሪ ቀን በኋላ፣ ዳዊት በጨለማ ውስጥ ብቻዋን ተቀምጣ በግድግዳው ላይ ዓይኗን እያየች አገኛት። በፀጥታ እጇን እየያዘ አጠገቧ ተቀመጠ። እሱ አልደበደበም ፣ ጥያቄዎችን አልጠየቀም። እሱ በቀላሉ መገኘቱን ፣ የማይናወጥ ድጋፉን አቀረበ። በዚያ የጋራ ጸጥታ ውስጥ፣ እጅን በመያዝ ቀላል በሆነው ድርጊት፣ የተበላሸ ግንኙነት እንደገና መታየት ጀመረ። ድንገተኛ ተሃድሶ አልነበረም፣ ነገር ግን ለተጋሩ ሸክሞች ፀጥ ያለ እውቅና፣ ይህንን አስቸጋሪ ጊዜ አብረው እንደሚጓዙ ያልተነገረ ግንዛቤ። የማገገሚያ መንገዱ ረጅም ነው፣ ነገር ግን በዚያች ቅጽበት፣ በዚያ የጋራ ጸጥታ ጨለማ ውስጥ፣ ማራ የተስፋ

ብልጭ ድርግም ብላ ተሰማት - በረዥሙ ጨለማ በሆነው የ ምርመራ ውስጥ የብርሃን ጭላንጭል። የፈውስ ጉዞው ተጀምሯል፣ እና በዴቪድ የማያወላውል ድጋፍ፣ ምርመራው ሊያጠፋቸው የዛተባቸውን የተበላሹ ግንኙነቶች ማስተካከል እንደምትችል አውቃለች። ለፍትህ የሚደረገው ትግል ገና አልተጠናቀቀም, ነገር ግን ህይወቷን ለመመለስ, ግንኙነቶቿን ለማደስ ትግሉ በመጨረሻ ተጀመረ. የቶርን ፋርማሱቲካልስ ጉዳይ ምንም እንኳን መደምደሚያ ላይ ባይደርስም በቅርቡ ቁርጥ ውሳኔያቸውን እና ጽናታቸውን ይፈትሻል። የውጊያ መስመሮቹ የተሳሉት በስልጣን ኮሪደሮች ላይ ብቻ ሳይሆን ጸጥ ባለው ቤታቸው ውስጥም ነው። የዓለማችን ክብደት በፕሮፌሽናልም ሆነ በግል በማራ ትከሻ ላይ ወድቋል።

የሚያቃጥለው ጥርጣሬ በዘዴ ተጀምሯል፣ በሌሊት ስታድየም በአእምሮዋ ጀርባ ሹክሹክታ፣ ውጥረት በበዛበት ምርመራ ወቅት የጥርጣሬ ብልጭ ድርግም የሚል ነበር። አሁን፣ ሀሳቦቿን እየበላ እና በእያንዳንዱ መስተጋብር ላይ ጥላ እየጣለ የሚያገሳ እሣት ነበር። የቶርን ምርመራ ሴራን ስለማጋለጥ ብቻ አልነበረም። ከፋርማሲዩቲካል ኩባንያው አልፎ ወደ ህይወቷ እምብርት የገባ የሚመስለውን የማታለል ድር መፍታት ነበር። እያንዳንዱን ቃል፣ እያንዳንዱን የእጅ ምልክት፣ እያንዳንዱን ምንም ጉዳት የሌለው የሚመስለውን ድርጊት እየመረመረች፣ የተደበቀ ዓላማን በመፈለግ፣ የክህደት ዓይነተኛ ምልክቶችን ስትመለከት አገኘች።

በትናንሽ ነገሮች ተጀመረ። በአንድ የተወሰነ የምርመራ ስትራቴጂ ላይ የአንድ ባልደረባው ከመጠን ያለፈ ጉጉ ስምምነት፣ በሪፖርቱ ውስጥ በዝርዝር ተቀይሯል፣ የተሳሳተ ቦታ ያለው ሰነድ እና በኋላ ላይ ምቹ በሆነ ሁኔታ ተለውጧል። እነዚህ ጥቃቅን ተቃርኖዎች፣ መጀመሪያ ላይ እንደ ቀላል ቁጥጥር ተደርገው የተወገዱ፣ አሁን የሚረብሽ ንድፍ፣ እምቅ የማታለል ካሊዶስኮፕ ፈጠሩ። የሰውነት ቋንቋን የማንበብ እና ማይክሮ አገላለጾችን የመተርጎም አዋቂ የሆነችው ማራ፣ በጣም ንቁ ሆና ነበር፣ በአመታት ልምድ ያካበቷት የትንታኔ ችሎታዋ ወደ ውስጥ በመዞር በጣም ቅርብ የሆኑትን እየመረመረች።

የቅርብ ወዳጇ፣ ወኪል ማይልስ ኬንድሪክ፣ አብሯት ለዓመታት ስትሠራ የነበረ ሰው፣ ከፍተኛ ክትትል የሚደረግበት ጉዳይ ሆነ። በጋራ መከባበር እና ለፍትህ በጋራ በመሰጠት ላይ የተገነባው አጋርነታቸው አሁን ደካማ ሆኖ ተሰምቷቸዋል፣ እርግጠኛ ባልሆነ ነገር ደመደመ። የእሱ የማይናወጥ ድጋፍ ሁል ጊዜ ቋሚ፣ በሙያዊ ህይወቷ ሁከት በተሞላበት ውሃ መካከል ያለ አለት ነበር። አሁን ግን ማራ በመካከላቸው የሚያድግ ርቀት እንዳለ ስሜቷን መንቀጥቀጥ አልቻለችም ፣ በባህሪው ውስጥ ያለው ስውር ለውጥ እሷ በትክክል ማስቀመጥ አልቻለችም። እሱ አሁንም ደጋፊ ነበር፣ አሁንም እርዳታ እየሰጠ፣ ነገር ግን ዓይኖቹ ሌላ ነገር ጨረፍታ የያዙ ይመስላሉ - እሷ ልትገልጸው የማትችለው

ነገር፣ ነገር ግን ያ ጭንቀቷን በከፍተኛ ሁኔታ እንዲያድግ አደረጋት።

በአንድ ወቅት በነፃነት ይንሸራሸሩ የነበሩት፣ በተጋሩ ቀልዶች እና ሙያዊ ግንዛቤዎች የተሞሉ ንግግሮች፣ አሁን ውጥረት፣ ጥንቁቅነት ተሰምቷቸዋል። የተወሰኑ ዝርዝሮችን ለማካፈል ያመነታ ይመስላል፣ ስለ ልዩ የምርመራ ገጽታዎች ሲጠየቅ የሚሸሽ ነው። ግልጽ ያልሆነ ውሸት ነበር፣ ነገር ግን የተሰላ መቅረት፣ ሆን ተብሎ መረጃን መያዝ። ለዓመታት በወንጀለኞች ውስጥ ስታጠና ያሳለፈችውን አይነት ማጭበርበር ነበር እና እውቅናው አጥንቷን ቀዝቅዞታል። ኬንድሪክ አንድን ሰው እየጠበቀ ነበር? እራሱን መጠበቅ? ወይንስ ጥርጣሬዋ ስለ ታማኝ ጓደኛ እና ባልደረባዋ ያላትን አመለካከት እንዲያዛባ በማድረግ የራሷን ጭንቀት እያወጣች ነበር?

ጥርጣሬው እስከ ምንጩ ድረስ ዘልቋል። መረጃ ሰጭዎቹ፣ መረጃ ሰጭዎቹ፣ ማንነታቸው ያልታወቁ ጥቆማዎች ? እያንዳንዳቸው በትልቁ ጨዋታ ውስጥ መጠቀሚያ ሊሆኑ ይችላሉ፣ ታማኝነታቸው አጠያያቂ ነው፣ ተነሳሽነታቸው ግልጽ አይደለም። መረጃ ሰጡ፣ አዎ፣ ግን ብዙ ጊዜ ከፊል፣ ያልተሟላ፣ አንዳንዴ ሆን ተብሎ አሳሳች ነበር። ማራ እያንዳንዱን መረጃ በከፍተኛ ጥንቃቄ፣ በማረጋገጥ፣ በማጣቀስ፣ እያንዳንዱን ዝርዝር ሁኔታ በአጉሊ መነጽር በመመርመር መቅረብን ተማረ።

በዚህ አለም ላይ መተማመን እምብዛም የማትችለው ቅንጦት ነው የሚለውን አሳዛኝ እውነት ለመጋፈጥ ተገደደች።

አፍቃሪ እና ደጋፊ ባሏ ዴቪድ እንኳን በጥርጣሬዋ ውስጥ ተያዘ። የንቃተ ህሊና ውሳኔ አልነበረም; ይህ የጭንቀትዋ ሁኔታ ከፍ ያለ ምልክት ነበር ፣ ሁሉንም የሕይወቷን ገጽታ የሚመርዝ ጥርጣሬ። ራሷን ድርጊቱን ስትመረምር፣ ቃላቱን እየመረመረች፣ በምልክቶቹ ውስጥ የተደበቁ ትርጉሞችን ፈልጋ አገኘችው። ድካሙ፣ ውጥረቱ፣ የማያባራ የምርመራ ጫና ⍰ አመለካከቷን አበላሽቶታል፣ ይህም የግንኙነቷ መሰረት እንዲሆን አድርጎታል።

አንድ ቀን አመሻሹ ላይ ዴቪድ በደስታና በደስታ ጊዜ የተነሱትን ፎቶግራፍ እያየች አገኛት። በፎቶው ላይ ባሉት አንጸባራቂ ፈገግታዎች እና በልቧ ውስጥ ባለው ትርምስ መካከል ያለው ልዩነት በጣም ከባድ ነበር። አጠገቧ ተቀመጠ፣ የሚያጽናና እጁን ትከሻዋ ላይ አስቀመጠ። አልደበደበም፣ አልገፋም፣ ዝም ብሎ መገኘቱን፣ ዝምታውን መረዳቱ እርግጠኛ ባልሆነ ባህር ውስጥ የህይወት መስመርን አቀረበ። ስለ ምርመራው ክብደት፣ ስለ ተሸከመችው ስሜታዊ ክብደት ያውቅ ነበር። ነገር ግን የእሱ ድጋፍ እንኳን ጥርጣሬን ሙሉ በሙሉ ማስወገድ አልቻለም። እሱ የሆነ ነገር ማየት ሊታወር ይችላል? የእሱ የማይናወጥ ድጋፍ ጥልቅ ክህደትን የሚሸፍን የፊት ገጽታ

ነበር? ሀሳቡ፣ በአስፈሪው አንድምታው፣ ዘገየ፣ በግንኙነታቸው አድማስ ላይ ጥቁር ደመና።

ውስጣዊው ግጭት ተቀሰቀሰ፣ በሙያዋ በደመ ነፍስ እና በግላዊ ግንኙነቷ መካከል ጦርነት። የትንታኔ አእምሮዋ፣ የሰውን ባህሪ ለመበተን የሰለጠነ፣ አሁን የምትወዳቸውን እየነጠቀች፣ የተደበቀ ዓላማን እየፈለገች፣ እንኳን ላይኖሩ የሚችሉ የማታለል ምልክቶችን ትፈልጋለች። ጤናማ እንዳልሆነ ታውቃለች፣ የራሷን የጥርጣሬ እስር ቤት እየፈጠረች ነው፣ ነገር ግን ከአእምሮዋ መሳብ ማምለጥ አልቻለችም፣ ያለማቋረጥ የሚንሾካሾከውን አሳሳቢ ጥያቄ፡ ከመካከላቸው ማንን በእውነት ማመን ትችላለች?

ምርመራው ለእውነት ያልተቋረጠ ቁርጠኝነትን፣ ያለማቋረጥ ፍትህን መሻትን ጠይቋል። ነገር ግን ሁልጊዜ ለማታለል መጋለጧ፣ ንጹሕ አቋሟን እንድትጠብቅ የሚደርስባት የማያቋርጥ ግፊት፣ በጣም በምትወዳቸው ሰዎች ላይ እንኳ በሰው ተፈጥሮ ላይ ያላትን እምነት መሸርሸር ጀምሯል። በታማኝነት እና በክህደት መካከል ያለው ብዥታ መስመሮች የብቸኝነት ስሜት እንዲሰማት አድርጓታል፣ በጥርጣሬ እና በጥርጣሬ ባህር ውስጥ ተንሳፈፈች፣ የገጠማት ትልቁ ጦርነት የቶርን ፋርማሲዩቲካልስ ሴራ መጋለጥ ላይሆን ይችላል፣ ይልቁንም በጣም ውድ የሆነችውን እምነት እና ግንኙነቶችን ለመጠበቅ የሚደረግ ትግል ነው።

ብዙውን ጊዜ የማያወላውል ድጋፍ ምንጭ የሆነችው እህቷ ሳራ የማራ ጥርጣሬ ሌላ አደጋ ሆናለች። የማራን ውስጣዊ ውዝግብ ሳታውቀው ሳራ፣ ማቋረጧን ለሕይወቷ ፍላጎት እንደሌላት ገልጻለች። ቀላል፣ ንፁህን ንግግሮች በማራ ከሞላ ጎደል የፎረንሲክ ደረጃ ተደርገዋል፣ እያንዳንዱ ቃል ተመዘነ፣ እያንዳንዱ ለአፍታ ቆም ማለት ለስር ትርጉም ተለካ። የተከደነ ትችት በጥሩ ስሜት በሚሰጡ አስተያየቶች፣ በፍቅር ምልክቶች ውስጥ ጥርጣሬን አይታለች። በግንኙነታቸው ላይ ያለው ጫና በቀላሉ የሚታይ ነበር፣በመካከላቸው በአንድ ወቅት የማይበጠስ ትስስር ውስጥ ስንጥቅ ታየ።

ማራው ከጊዜ ወደ ጊዜ እየጨመረ በመጣው የተስፋ መቁረጥ ስሜት እንደተገነዘበው አስቂኝነቱ በጣም አስከፊ ነበር። ሙስናን ትዋጋ ነበር፣ ክህደትን በከፍተኛ ደረጃ ትቃወም ነበር፣ ሆኖም ግን ሳታስበው የራሷን ግንኙነት እያበላሸች፣ በራሷ ክበብ ውስጥ የጥርጣሬ የጦር ሜዳ ፈጠረች። በጣም የምትወደውን ነገር ሁሉ ልትፈታ የሚያስፈራራ እራሷን የሚያጠፋ ሽክርክሪት ነበር። የምርመራው ክብደት፣ ያላሰለሰ ፍትህ ፍለጋ፣ እየለወጣት፣ እያደነደነ፣ ወደ ስሜታዊ ውድቀት አፋፍ እየገፋት።

በመረመረችው መጠን፣ በትክክለኛና በስህተት መካከል ያሉት መስመሮች ሁልጊዜ ግልጽ እንዳልሆኑ የበለጠ ተገነዘበች። በእሾህ ሴራ ውስጥ የተሳተፉ ሰዎች በቀላሉ ተንኮለኞች አልነበሩም; በስግብግብነት፣ በጉልበት እና በፍርሃት ድብልቅልቅ የሚመሩ ውስብስብ ግለሰቦች ነበሩ። ተግባራቸውን ምክንያታዊ አድርገው፣ ክህደታቸውን አፅድቀው፣ ለመፍታት አስቸጋሪ የሆነ የተጠላለፈ የተንኮል ድር ፈጥረዋል። እና ተመሳሳይ ዘዴዎች ፣ ማራ በሚያስደንቅ እራስን በማወቅ ፣ በራሷ ውስጥ መጫወት እንዳለባት ተገነዘበች። ጥርጣሬዋን አረጋግጣለች፣ አለመተማመንዋን አስረድታለች፣ በራስ የመተማመን ስሜትን ፈጠረች ይህም እንደገና በእውነት ከመታመን ተጋላጭነት ይጠብቃታል። አሁን ያለው ፈተና የተመለሰችበትን መንገድ መፈለግ፣ በሰው ልጅ ላይ ያላትን እምነት መልሶ ማግኘት፣ የተጎዱትን ድልድዮች እንደገና መገንባት፣ ሳታውቀው ያደረሰችውን ቁስል ማዳን ነበር። ለፍትህ የሚደረገው ትግል ሙያዊ ብቻ አልነበረም; ለራሷ ንፅህና እና ለሕይወቷ ትርጉም የሰጣት ግንኙነቶችን ለመጠበቅ የሚደረግ ትግል የግል ነበር ። ከፊቷ ያለው መንገድ እርግጠኛ አልነበረም፣ በአደጋ የተሞላ፣ ግን የሆነ ቦታ መጀመር እንዳለባት ታውቃለች። ትግሉ ግን አስፈሪ ቢሆንም መቀጠል አለበት።

በምርመራ ክፍሉ ውስጥ የነበረው ፀጥታ ወፍራም፣ ያልተነገረው ከባድ ነበር። ማይልስ ኬንድሪክ ከእሷ ማዶ ተቀመጠ፣ የተለመደው ቀላል ውበት በጠንካራ መደበኛነት ተተካ። እሱ ምንም ነገር አልካደም፣ ነገር ግን

ምላሾቹ በጥንቃቄ የተስተካከሉ፣ እያንዳንዱ ቃል በትክክለኛነት የተመረጠ፣ ማራ የሚያናድድ እና የማያስቸግር ሆኖ ያገኘው ቁጥጥር የሚደረግበት ማስተር መደብ ነው። አየሩ በውጥረት ተንቀጠቀጠ፣ ፀጥ ያለ የፍላጎት ጦርነት በሁለት ልምድ ባላቸው ወኪሎች ፣ በአንድ ወቅት ባልደረቦች ፣ አሁን በፀጥታ ፣ ባልተነገረ ግጭት ውስጥ ገብቷል። የእሾህ ምርመራ ክብደት እና የማራ ውስጠ-ህዋሳትን የሚያቃጥለው ጥርጣሬ እየጨመረ እንደ አካላዊ ሸክም ተጭኖባት ነበር።

እንቅልፍ አልባ ሌሊቶችን አሳልፋ ባህሪውን ስትመረምር፣ ጭንቅላቷ ውስጥ ንግግሮችን ስትጫወት፣ ወጥነት የሌላቸውን ነገሮች በመፈለግ፣ የተደበቀ እውነትን አሳልፋ ለሚሰጡ ስውር ፍንጮች። እሱ በጣም የተዋሃደ፣ በጣም የተቆጣጠረ ነበር፣ የተለመደው ተግባቢ ባህሪው በተሰላ ዲታች ተተካ። በውሸት የተያዘ የአንድ ሰው ቁጣ አልነበረም፣ ነገር ግን ማታለልን በብቃት የሚመራ ሰው ቀዝቃዛ መረጋጋት ነበር። በ ውስጥ ባሉ ስራ አስፈፃሚዎች የተቀጠሩትን የማታለል ስልቶች በጣም የሚያስደስት ማሚቶ ነበር፣ ይህም ለማጋለጥ የሰጠችውን ባህሪ የሚረብሽ ነው።

ምርመራው፣ በአንድ ወቅት ቀጥተኛ ፍትህን ፍለጋ፣ ወደ ማታለል ቤተ-ፍርግም ተቀየረ፣ እያንዳንዱ የታመነ ግንኙነት የተበከለ፣ እያንዳንዱ መስተጋብር ክህደት በሚፈጠርበት ሁኔታ ጥላ ወደሆነበት። የሕይወቷ

ግድግዳዎች የተዘጉ ይመስላሉ፣ በአንድ ወቅት ግልጽ የሆነ እይታዋ በጥርጣሬ እና ያለመተማመን ስሜት ጨለመ። እያንዳንዱ ነጸብራቅ እውነታውን እያጣመመ፣ እውነትን ከልብ ወለድ ለመለየት አዳጋች እየሆነች በመስታወት አዳራሽ ውስጥ የገባች ያህል ነበር።

የምስጢሯ ክብደት ሊቋቋመው አልቻለም። በዳዊት ላይ ሸክሙን እንዳይጨምር በመፍራት ጭንቀቷን ጠብቃ ቆየች። ባለቤቷ የማይናወጥ ድጋፍ ያለው ሰው፣ ስፍር ቁጥር በሌላቸው ቀውሶች ውስጥ ተሸክሟት ነበር፣ ሆኖም ግን ይህ በራሱ ላይ ያደረሰው የጥርጣሬ ቁስል፣ ለማካፈል በጣም ግላዊ ነበር፣ እውቅና ለመስጠትም አሳፋሪ ነው። ምላሹን የፈራችው እሱ ያወግዛታል ብላ ሳይሆን የጥንካሬዋን ቅዠት የማፍረስ ሀሳብ መሸከም ስላልቻለች ነው።

እህቷ ሣራ ራሷን ማግለሏን፣ ርቀቷን እያደገች እንደሆነ አስተውላለች። ማራ ከሥራው እንደጨንቀት ለማስረዳት ሞከረች፣ነገር ግን ቃላቷ ለጆሮዋም ቢሆን ባዶ ሆኖ ተሰማት። እውነት፣ በአእምሮዋ ውስጥ ሥር የሰደደው አስፈሪው ጥርጣሬ፣ በጣም የተወሳሰበ፣ ለመናገርም የሚያም ነበር። ለምትወዳቸው ሰዎች ስትል ተጠብቆ የቆየው የመደበኛነት ውሸት በራሱ እንደ ክህደት ተሰማት።

የውስጥ ቅራኔው እየገነጠሳት ነበር። የትንታኔ አእምሮዋ፣ የዓመታት ስልጠናዋ አሁን በራሷ ላይ የተመለሰ የጦር መሳሪያዎች ነበሩ። እራሷን ያልተጎዱ ምልክቶችን እንደ የማታለል ምልክቶች ስትተረጉም አገኘችው፣ የተከደነ ትርጉሞችን ወደ ንጹህ ንግግሮች እያነበበች። በፓራኖያ እና በማስተዋል መካከል ያለው መስመር ደብዝዟል፣ ስሜቷን በራስ የመጠራጠር እና የማያቋርጥ ጥርጣሬ ውስጥ እንድትገባ አድርጓታል።

የክስ መዝገቦቹ በአንድ ወቅት የተጨባጭ እውነት ምንጮች አሁን ያሾፉባት መሰለ። እያንዳንዱ ሰነድ፣ እያንዳንዱ ምስክርነት፣ እያንዳንዱ ማስረጃ በማታለል ጨዋታ ውስጥ ሊኖር የሚችል የእንቆቅልሽ ቁራጭ ነበር፣ ትክክለኛ ትርጉሙ በጥንቃቄ በተሰሩ የውሸት ንብርብሮች ተሸፍኗል። ከዚህ ቀደም ስትከታተላቸው የነበሩት ወንጀለኞች አሁን ራሷን ከተጠመደችበት ውስብስብ የማታለል ድር ጋር ሲነፃፀሩ በአካሄዳቸው ቀለል ያሉ ይመስሉ ነበር።

የቶርን ፋርማሲዩቲካልስ እንቆቅልሽ ዋና ስራ አስፈፃሚ ዶ/ር አልስታይር ቶርን የሴራ ማእከላዊ ሰው ነበር፣ ያለማቋረጥ ያጠናችው ሰው፣ የህዝብ ስብዕናውን፣ ታሪኩን እና ተነሳሽነቱን አንድ ላይ ሰብስቧል። የህክምና ሳይንስን ለማራመድ ራሱን እንደ ባለራዕይ መሪ አድርጎ

አቅርቧል ነገር ግን በጥንቃቄ ከተመረተው ምስል ስር ማራ ቀዝቃዛ እና አስላጅ ማሽንን ተመለከተች። እውነተኛ ተፈጥሮውን ከአክብሮት ሽፋን በስተጀርባ በመደበቅ የመደበቅ ችሎታ ያለው ሰው ነበር።

ማራ በምርመራው ተበላች ፣ እስከ ማታ ድረስ እየሰራች ፣ በካፌይን እና አድሬናሊን ተቃጥላለች ፣ ጊዜን እና የግል ህይወቷን ድንበሮች አጣች። ያላሰለሰ የፍትህ ፍለጋ ሁሉን የሚፈጅ፣ ወደ ገደቧ በመግፋት፣ የአዕምሮ እና የስሜታዊ ሀብቶቿን እያዳከመ ነበር። ግንኙነቶቿ ሲሰባበሩ፣በጥርጣሬዋ ክብደት እየተሸረሸሩ እና ለእነሱ መታመን አለመቻሏን እስካላየች ድረስ በግንኙነቶቿ፣በቤተሰቦቿ እና በጓደኞቿ ድጋፍ ምን ያህል እንደምትተማመን አልተገነዘበችም።

አንድ ቀን ከሰአት በሁዋላ፣ በድካም እና በጭንቀት ተውጣ፣ ማራ እራሷን በቢሮዋ መስኮት ትኩር ብላ ስትመለከት፣ ከተማዋ ከፊቷ ሲንሰራፋ፣ ህንፃዎች እና ጎዳናዎች መጨናነቅ፣ ልትፈታ የምትፈልገውን ውስብስብ የውሸት ድር ነጸብራቅ አየች። የተግባሩ ግዝፈት፣ የሴራው መጠነ ሰፊ ሸክም ከብዶባታል፣ እሷን ለማፈን የሚያስፈራራ የሚመስለው ከባድ ሸክም። የራሷም ሆነ የሌሎች ሚስጥሮች ክብደት ሊቋቋሙት የማይችሉት ስሜት ተሰምቷቸው ነበር፣ ይህም የማያቋርጥ ግፊት የጽናትዋን ገደብ ይፈትናል።

እርዳታ እንደምትፈልግ፣ ለአንድ ሰው መመስከር እንዳለባት ታውቃለች፣ ነገር ግን ክህደትን፣ ተጋላጭነትን መፍራት ሽባ አድርጓታል። ጥርጣሬዋን የመግለጥ፣ የራሷን የውስጥ ትግል አምኖ የመቀበል ሀሳብ በጣም አስፈሪ ነበር። ማንን ማመን ትችላለች? ማን ሊረዳው ይችላል? ጥያቄዎቹ እሷን ያናቁባታል፣ ያለማቋረጥ መገለሏን ያስታውሳል።

ትክክል እና ስህተት መካከል ያለው መስመር ከጊዜ ወደ ጊዜ እየደበዘዘ መምጣቱን መገንዘቧ የተስፋ መቁረጥ ስሜትዋን አጧጧፈ። በ መረብ ውስጥ ያሉ ግለሰቦች ጨካኝ ወንጀለኞች ብቻ አልነበሩም። በፍላጎት፣ በስግብግብነት ወይም በውድቀት ሥር የሰደደ ፍርሃት የሚመሩ ውስብስብ ገጸ ባሕርያት ነበሩ። በውስጧ የዚያ ውስብስብነት ማሚቶ፣ ጥርጣሬዋን ለማስረዳት የምትጠቀምባቸውን አመክንዮዎች፣ የራሷን የሞራል ኮምፓስ ለመጠበቅ የታገለችውን የውስጥ ትግል ተመልክታለች።

በአንድ ወቅት ግልጽ መመሪያ የነበረው ለፍትህ መሰጠቷ እንኳን ይበልጥ እየተወሳሰበ፣ ይበልጥ አጠራጣሪ እየሆነ መጣ። ምርመራው ወደ ላብራቶሪታይን ማሳደድ ተለውጧል፣ ጤናማነቷን ብቻ ሳይሆን የግንኙነቶቿን

መሰረትም ጭምር አስጊ ነበር፣ ይህም ታላቁ ጦርነት የሚካሄደው በ ላይ ሳይሆን በራስዋ በራስ በመተማመን እና በሚስጥር የመተማመን መሸርሸር ላይ ነው። የእነዚህ ሚስጥሮች ክብደት እና የመነጨው መገለል ልክ እንደ አካላዊ ሸክም የሚዳሰስ፣ የመታፈን ክብደት እሷን ለመጎተት የሚያስፈራራ ነበር።

ከኬንድሪክ ጋር መጪው ፍጥጫ ግን ትቷት የነበረውን ደካማ ግንኙነት ሊያፈርስ ይችላል። ስህተት የመሆን ፍራቻ፣ ንፁህ ሰውን መክሰስ፣ የችግሯን ከባድ ክብደት የጨመረው የሚያቃጥል ጭንቀት ነበር። በአንድ ወቅት ትኩረቷ መወዛወዝ ጀምሯል፣ የማያቋርጥ ጫና በስሜታዊ ደህንነቷ ላይ እየጎዳው ነበር፣ ይህም እውነቱን መፍታት ካልቻለች ምን ሊከተል እንደሚችል የሚያሳይ አስፈሪ ጥላ ነው። ጦርነቱ ገና አልተጠናቀቀም ነበር፣ እና ችሮታው ከፍ ያለ ሆኖ አያውቅም። የምስጢሮች ክብደት በእሷ ላይ ተንጠልጥሎ፣ ከብዶ እና ታፍኖ ነበር። ወደ እውነት የሚወስደው መንገድ እርግጠኛ ያልሆነ፣ በአደጋ የተሞላ ነበር፣ ነገር ግን ማራ መቀጠል አለባት፣ ለፍትህ፣ ለጤነኛነቷ፣ እና በተስፋ መቁረጥ ተስፋ ለምትጠብቀው ደካማ ትስስር። የአለም ክብደት በትከሻዋ ላይ ያረፈ ይመስላል።

የጥያቄው ክፍል አሁን ቀዝቀዝ ብሎ ተሰምቶታል፣ ዝምታው በፍሎረሰንት መብራቶች ግርዶሽ ብቻ ነው። ማይልስ ኬንድሪክ፣ ፊቱ የራሷን በሚያንጸባርቅ የድካም

ስሜት የተቀረጸ፣ በመጨረሻ ተናገረ፣ ድምፁ ዝቅተኛ ድምፅ በታውን የሚሸከም። ሰበብ ወይም ማመካኛ አላቀረበም ፣በጥሬው ፣ያልተለወጠ ስህተቱን መቀበሉ። የሙስናውን ጥልቀት ሳይገነዘብ ስላስቸገረው ጨና፣ በፍላጎት ስም ስለተደረጉ ድርድር፣ የተንኮል ድር ስላደረገው ተናግሯል። እሱ ስለ ፍርሃት ተናግሯል ፣ እሱ ከራሱ በጣም ትልቅ በሆነ ነገር ውስጥ ተባባሪ እንደሚሆን ፣ እሱን ሙሉ በሙሉ ሊበላው የሚችል ስጋት ስላለው ስለ ቀዝቃዛው ግንዛቤ።

የእሱ ኑዛዜ ንጹህ ጽሑፍ አልነበረም፣ ቀላል የጥፋተኝነት ማረጋገጫ። የተነባበረ ትረካ ነበር፣ በፀፀት የተጠለፈ፣ እራስን በመወንጀል እና በተስፋ መቁረጥ ስሜት የተለመነ ልመና ነበር። ከቶርን ፋርማሲዩቲካልስ ጋር ያለውን ተሳትፎ፣ ስውር ዘዴዎችን፣ በጥንቃቄ የተሰሩ ውሸቶችን፣ የእራሱን የሞራል ኮምፓስ ቀስ በቀስ መሸርሸር በዝርዝር ገልጿል። ክፍተቶችን ለመበዝበዝ፣ ደንቦችን ለማለፍ የተነደፈውን ሥርዓት ለትርፍና ለሥልጣን በማሳደድ ሥዕል ሣል። የሌሎችን ስም ገልጿል፣ በማዕረግ እና በስልጣን ቦታ የተሸሸጉ ግለሰቦች፣ ማራ በአንድ ወቅት ታከብራቸዋለች፣ እንዲያውም የምታደንቃቸውን ግለሰቦች ገልጿል።

ማራ የሰጠውን ኑዛዜ የሰማቸው እንግዳ የሆነ እፎይታ እና ውድመት ተሰማት። የእንቆቅልሽ ክፍሎቹ እርስ በርስ መገጣጠም ጀመሩ, አለመግባባቶች ተፈትተዋል,

ጥርጣሬዎች ተረጋግጠዋል. ነገር ግን እውቀቱ ብዙ ዋጋ ያስከፈለው እምነት በተሰባበረ እና በተቋረጠ ግንኙነት የተከፈለ ነው። ከአጠገቧ ተቀምጦ የነበረው፣ ለጥቃት የተጋለጠ እና የተሸነፈ፣ በአንድ ወቅት የምታውቀው በራስ የመተማመን እና ብቃት ያለው ወኪል ጥላ ነበር። ክህደቱ ጠልቆ ገባ ፣ነገር ግን የሌላ ነገር ብልጭ ድርግም አለ - የፀፀት ብልጭታ ፣ እውነተኛ የመቤዠት ፍላጎት።

የሚቀጥሉት ሳምንታት የቃለ መጠይቅ፣ የምስክርነት ቃል እና የህግ ሂደቶች ብዥታ ነበሩ። ምርመራው እየተባባሰ ሄዶ ከቶርን ፋርማሲዩቲካልስ ወሰን በላይ የደረሰ የሙስና መረብ አጋልጧል። ይህን ተከትሎ የተነሳው የሚዲያ ግርግር የበረታ፣ የማያቋርጥ ውንጀላ፣ መላምት እና የህዝብ ቁጣ ነበር። ማራ ራሷን የሴራውን ሴራ ብቻ ሳይሆን ያላሰለሰ የህዝብ ክትትል ግፊት እየታገለች በማዕበል መሃል ላይ ተገኘች።

ውድቀቱ የተሳተፉትን ሁሉ ነካ። ሙያ ወድሟል፣ ስም ጠፋ፣ ህይወት ወድቋል። የቶርን ድርጊት የሚያስከትለው መዘዝ በጣም ሰፊ ነበር፣በእነሱ መነቃቃት ላይ የጥፋት መንገድ ትቶ ነበር። ሆኖም፣ በግርግሩ መካከል፣ ደካማ የእርቅ ስሜት ብቅ ማለት ጀመረ።

የኬንድሪክ ኑዛዜ፣ አውዳሚ ቢሆንም፣ ወደ ፈውስ መንገድ ከፍቷል። ለመተባበር ፈቃደኛነቱ፣ እውነተኛ ጸጸቱ፣ ምንም እንኳን ጊዜያዊ ቢሆንም ለይቅርታ መሠረት ሰጠ። ማራ፣ ከክህደቱ ጋር አሁንም እየታገለች ቢሆንም፣ ርህራሄ ካለው ውስብስብ ነገሮች ጋር ስትታገል አገኘች። ይቅር ልትለው ትችላለች? አመኔታዋን በእጅጉ ከጣሰ ሰው ጋር ልትታረቅ ትችላለች?

መልሱ ቀላል አዎ ወይም አይደለም አልነበረም። ይቅርታ ነጠላ ድርጊት ሳይሆን ሂደት፣ ውስብስብ እና ቅራኔ የተሞላበት ጉዞ መሆኑን ተረዳች። ድርጊቱን ቸል ማለት ሳይሆን የውድቀቶቹን እውነታ በመቀበል፣ ጸጸቱን አምኖ መቀበል እና ወደፊት የሚሄድበትን መንገድ መፈለግ ነበር።

የማስታረቁ ሂደት ከኬንድሪክ አልፏል። ከእህቷ ከሣራ እና ከባለቤቷ ከዳዊት ጋር በነበራት ግንኙነት ላይ ለደረሰባት ጉዳት መፍትሄ መስጠት አለባት። ጭንቀታቸው ስለ ጉዳዩ ዝርዝር ሁኔታ ሳይሆን ስለ ስሜቷ ደህንነት ነበር። የምርመራው ጫና ሁልጊዜም የግንኙነታቸው መሰረት የነበረውን ግልጽ ግንኙነት ጸጥ በማድረግ በመካከላቸው መሀል እንዲፈጠር አድርጓል።

ማራ አስቸጋሪ ውይይቶችን ጀምራለች፣ የራሷን ትግል በጥርጣሬ፣ በራሷ መገለሏን እና ሸባ ያደረጋትን ፍራቻ በመናዘዝ። ጭንቀቷን፣ እራሷን መጠራጠር እና የምስጢሯን ክብደት አካፍላለች። ድክመቶቿን በማጋለጥ እና ስህተቶቿን እውቅና በመስጠት በጣም የሚያሠቃይ ሂደት ነበር. ግን ደግሞ ለብዙ ጊዜ የተሸከመችውን ሸክም ነፃ የሚያወጣ ነበር።

በማራ መገለሏ መጀመሪያ ላይ የተጎዳች እና የተከፋች ሳራ በአዘኔታ እና በመረዳት ምላሽ ሰጠች። ስጋቷን፣ ስለማራ የአእምሮ ጤንነት መጨነቅ እና በጨለማ ውስጥ በመቆየቷ መከፋቷን ገለጸች። ንግግራቸው ተወቃሽ ለማድረግ ሳይሆን በመካከላቸው የተፈጠረውን አለመግባባት ለማስተካከል ነበር። ይህ ሂደት ቀስ በቀስ፣ በሐቀኝነት እና ግልጽ በሆነ ግንኙነት ላይ የተመሰረተ እምነትን በዝግታ የገነባ ነበር።

ከዳዊት ጋር የነበረው ውይይት የበለጠ ፈታኝ ሆኖ ተገኝቷል። ማራን በስራዋ ጫና ሲደግፍ ነበር፣ የማይናወጥ ፍቅሩ እና ድጋፉ የማያቋርጥ የጥንካሬ ምንጭ ነበር። ይሁን እንጂ የምስጢሯ ክብደት ግንኙነታቸውን አበላሽቶታል, ይህም ሳይስተዋል የማይቀር ርቀት ፈጥሯል. ዳዊት አልተናደደም፤ ነገር ግን በችግር ጊዜ ለእሷ እንዳልመጣ በማሰቡ የተበሳጨው ነገር ታይቷል።

ማራ እሱን የመጨኔን ፍራቻን ፣ ከጥርጣሬዋ ጋር ያላቸውን ግንኙነት አደጋ ላይ የሚጥል ጭንቀቷን ገለፀች። እሷ በራሷ ያደረገችው ዝምታ ስህተት መሆኑን አምና፣ ከደረሰባት የስሜት ቀውስ እሱን ለመጠበቅ የተደረገ የተሳሳተ ሙከራ ነው። ዳዊት በትዕግሥት አዳመጠ፣ ርኅራኄውም በዓይኑ ታይቷል። ትግሉን አምኖ ጉዳቱን ገለጸ፣ነገር ግን የሰጠው ምላሽ ከመፍረድ የራቀ ነበር። የእሱ ፍቅር እና ድጋፍ እንደቀድሞው የማይናወጥ፣ ትስስራቸውን አጠናክሯል።

እርቅ ራስን ማሰላሰል፣ የግል ጉድለቶችን የመቀበል ፍላጎት እና ለለውጥ ቁርጠኝነትን ይጠይቃል። ማራ፣ የራሷን የአቅም ገደብ እንድትጋፈጥ ስለተገደደች፣ ትግሏን ለመደበቅ የጀመረችበት የመጀመሪያ ስሜቷ እራሷን የመጠበቅ፣ ከተጋላጭነት ፍራቻ የተወለደ ዘዴ እንደሆነ መቀበል ጀመረች። እውነተኛ ጥንካሬ የአይበገሬነትን ፋውንዴሽን መጠበቅ ሳይሆን ድክመቶችን አምኖ መቀበል እና በዙሪያዋ ያሉትን ሰዎች ድጋፍ መቀበል እንደሆነ ተገነዘበች።

የይቅርታ ሂደት የመርሳት አልነበረም። ያለፈውን አምኖ መቀበል፣ የተማሩትን መቀበል እና በአዲስ የዓላማ ስሜት ወደ ፊት መሄድ ነበር። ለማራ፣ በራሷም ሆነ በዙሪያዋ

ባሉት ሰዎች እንደገና መተማመንን መማር ማለት ነው። እሱ የተሰባበረ እምነትን መልሶ ስለመገንባት፣ ቁርጥ

ቁርጥ ን እንደገና ስለመገንባት ነበር. የፈውስ መንገድ ረጅም እና አድካሚ ነበር፣ ነገር ግን በእያንዳንዱ ውይይት፣ በእያንዳንዱ የይቅርታ ድርጊት፣ በመጠኑ ሰላም አገኘች። የምስጢር ክብደት እና የተከተለው መገለል መነሳት ጀመረ, በጥንቃቄ ተስፋ ተተካ. ጠባሳዎቹ ቀርተዋል፣ የአስቸጋሪ ፈተናዎችን አስታዋሾች፣ ነገር ግን እነሱ የመቋቋሚያ ጠባሳዎች ነበሩ፣ የእድገት እና ራስን የማግኘት ጉዞ ምስክር ናቸው። የዓለም ክብደት፣ በአንድ ወቅት ከባድ ሸክም ነበረው፣ አሁን ቀላል፣ የበለጠ ሊታከም የሚችል፣ ክብደት ብቻዋን የተሸከመች ሳይሆን በምትወዳቸው እና በትጋት እንደገና መታመንን በተማረቻቸው ሰዎች ድጋፍ ነበር። ወደ ፈውስ የሚደረገው ጉዞ ገና አልተጠናቀቀም, ነገር ግን የመጀመሪያዎቹን ወሳኝ እርምጃዎችን ወስዳለች.

ምዕራፍ 11፡ የማስረጃ ክብደት

ቤተ-ሙከራው በቁልፍ ሰሌዳዋ ላይ የዶ/ር አንያ ሻርማ ጣቶች ምት መታ-መታ በሚያሳይ ዝቅተኛ እና

የማያቋርጥ ቱርም ታየ። በመከታተያ ረድፎች ላይ ያሉ ረድፎች የተወሰሰቡ የሞገድ ቅርጾችን፣ የእይታ ትንታኔዎችን እና ጥቃቅን ምስሎችን አሳይተዋል - ከቶርን ፋርማሲዩቲካልስ ክሮች የተሸመነ ዲጂታል ታፔላ። ማይልስ ኬንድሪክ የእምነት ክህደት ቃሉ ፍኖተ ካርታ ነበር፣ ነገር ግን ለስኬታማ ክስ መንገድ የሚከፍት የፎረንሲክ ማስረጃ ነበር። በጥልቅ ዝርዝር ጉዳዮች ዝነኛ የሆነችው የፎረንሲክ ሳይንቲስት አኒያ ቀድሞውንም በተጨማለቀ ጥቁር ፀጉሯ ውስጥ እጇን ሮጣ፣ የፍሎረሰንት መብራቶች በድካም አይኖቿ ውስጥ ይንፀባርቃሉ። በካፌይን እና በማያቋርጥ እውነትን በማሳደድ ተቀስቅሳ በቀናት ውስጥ ትንሽ ተኛች።

ይህ ጉዳይ፣ እሷ ታውቃለች፣ ዝም ብሎ አንድ የፋርማሲዩቲካል ኩባንያ ጉድለት ያለበት መድሃኒት ስላመረተ ክስ ስለመሰረት ብቻ አልነበረም። ወደ ከፍተኛው የስልጣን እርከን ላይ የደረሰውን ሴራ፣ በማታለል፣ በስግብግብነት እና ለሰው ልጅ ህይወት የማይሰጥ ቸልተኝነት ላይ የተገነባውን ሴራ መፍታት ነበር። በጥንቃቄ የተሰበሰቡ እና በትኩረት የተተነተኑት ማስረጃዎች የዚህ ሙስና መሰሪነት ማሳያ ነበሩ።

የመጀመሪያው ወሳኝ ማስረጃ -47 የተሰየመው ከቶርን ሚስጥራዊ የምርምር ተቋም የተያዙ የሙከራ መድኃኒቶች ናሙናዎች ስብስብ ነው። የአንያ ቡድን የመድኃኒቱን ስብጥር ለመለየት እና አሉታዊ

ግብረመልሶችን ያስከተለውን ልዩ ብክሎች ለመጠቆም ልዩ ልዩ ቴክኒኮችን - የጅምላ ስፔክትሮሜትሪ ፣ ጋዝ ክሮማቶግራፊ ፣ ከፍተኛ አፈፃፀም ፈሳሽ ክሮማቶግራፊ በመጠቀም አጠቃላይ ትንታኔ አካሂደዋል። እነዚህ ቆሻሻዎች ብቻ አልነበሩም; የኩባንያውን ተጠያቂነት እየቀነሰ ትርፉን ከፍ ለማድረግ የመድኃኒቱን ኬሚካላዊ መዋቅር በዘዴ በመቀየር ሆን ተብሎ አስተዋውቀዋል። ትንታኔው በመድሀኒቱ አቀነባበር ውስጥ ያልተገለጸ እጅግ በጣም መርዛማ ንጥረ ነገር የሆነውን ኔፐቱኒየም የተባለውን ብርቅዬ የምድር ንጥረ ነገር ዱካ ያሳያል። የኔፐቱኒየም መገኘት ድንገተኛ አልነበረም; ውስብስብ በሆነው የኬሚካላዊ ቀመር ውስጥ በችሎታ የተሸፈነ፣ ሆን ተብሎ የማበላሸት ድርጊት ነበር።

ተጨማሪ ምርመራ እንደሚያሳየው ኔፐቱኒየም ከህጋዊ አቅራቢዎች አልተገኘም። ይልቁንም ከቁጥጥር ኤጀንሲዎች ርቆ በራዳር ስር የሚንቀሳቀሰውን ጥቁር ገበያ አዘዋዋሪዎች ኔትዎርክን ተከትሎ ተገኝቷል። ዱካው አኒያ የሼል ኮርፖሬሽኖችን፣ የባህር ዳርቻ ሂሳቦችን እና የተመሰጠሩ ግንኙነቶችን የጥንቸል ጉድጓድ እንዲወርድ አድርጓታል፣ ይህም ገዳይ ብክለትን አመጣጥ ለመደበቅ የተነደፈውን ዲጂታል ላብራቶሪ ነው።

የዲጂታል ፎረንሲክ ትንታኔም በተመሳሳይ መልኩ ይገለጣል። የአንያ ቡድን የተሰረዙ ፋይሎችን፣

የተመሰጠሩ ኢሜሎችን እና የተቆራረጡ ሰነዶችን ከቶርን አገልጋዮች እና ከግል ኮምፒውተሮች ላይ በትኩረት አግኝቷል። በእነዚህ ዲጂታል ፍርስራሾች ውስጥ ተደብቀው የነበሩት በአስፈፃሚዎች፣ በሳይንቲስቶች እና በመንግስት ባለስልጣኖች መካከል የሚደረጉ ቅስቀሳዎችን የሚቀሰቅስ እና የሚስጥር የሽርክ፣ ጉቦ እና የሽፋን አውታረ መረብ ነው። ኢሜይሎቹ ሆን ተብሎ የመደበቅ፣ የተሰላ ስጋቶች እና ለሰው ልጅ ህይወት ያለገደብ ቸልተኝነት አሳይተዋል። መረጃው ብክለትን የማስተዋወቅ ሂደትን፣ ትራኮችን ለመሸፈን የሚደረገውን ጥንቃቄ የተሞላበት ጥረት እና ቅዝቃዜው ከህዝብ ደህንነት ይልቅ ለትርፍ ቅድሚያ የመስጠት ውሳኔን በዝርዝር ዘርዝሯል።

አንድ የተለየ የኢሜይል ልውውጥ ጎልቶ ታይቷል፣ በዶ/ር ኤልያስ ቫንስ፣ የቶርን ዋና ኬሚስት እና ከፋርማሲዩቲካል ኢንዱስትሪው ጋር ባለው የጠበቀ ግኑኝነት በሚታወቀው ኃይለኛ ሰው ሴናተር ሃሪሰን ብላክዉድ መካከል የተደረገ ውይይት። ኢሜይሎቹ የ-47ን አደጋ ለመደበቅ ሆን ተብሎ የተደረገ ሴራ ግልጽ የሆነ ምስል በመሳል ተከታታይ ስውር ስብሰባዎችን፣ ኮድ የተደረጉ መልዕክቶችን እና የገንዘብ ልውውጦችን ዘርዝረዋል። የሴናተር ብላክዉድ ተሳትፎ የማይካድ ነበር፣ የጣት አሻራዎቹ በቀዶ ጥገናው ላይ ነበሩ።

የመድሃኒት ናሙናዎች ጥቃቅን ትንታኔዎች እኩል አሳማኝ ማስረጃዎችን ሰጥተዋል. የአንያ ቡድን በመድኃኒቱ ማትሪክስ ውስጥ የተካተቱ ጥቃቅን ቅንጣቶችን፣ ከታወጁት ንጥረ ነገሮች ጋር የማይዛመዱ ቅንጣቶችን አግኝቷል። እነዚህ ቅንጣቶች ከሰፊ ትንታኔ በኋላ፣ ከቶርን ፋርማሲዩቲካልስ ጋር ግንኙነት ያለው ኩባንያ የሚጠቀምበት የኬሚካል ሂደት መርዛማ ውጤት የሆነ የተወሰነ የኢንዱስትሪ ቆሻሻ ቁርጥራጭ ተደርገው ተለይተዋል። ይህ ማስረጃ የተበከለውን መድሃኒት በቀጥታ ከአንድ የተወሰነ የማምረቻ ተቋም ጋር በማገናኘት በቶርን ላይ ያለውን ክስ የበለጠ አጠናክሮታል። በአጉሊ መነጽር የቀረቡት ማስረጃዎች በመድኃኒቱ ካፕሱሎች ላይ በደቂቃዎች ላይ የተቧጨሩ ሲሆን ይህም መነካካትን ያሳያል። እነዚህ ጥቃቅን ጉድለቶች ለዓይን የማይታዩ ነበሩ ነገር ግን በከፍተኛ ኃይል ባለው ማይክሮስኮፕ በግልጽ የሚታዩ ሲሆን ይህም ተንኮል አዘል ዓላማን የሚያሳይ አሳማኝ ምስላዊ ማስረጃዎችን ያቀርባል።

ከኬሚካላዊ እና ዲጂታል ማስረጃው ባሻገር፣ የአንያ ቡድን በ-47 ላይ አሉታዊ ምላሽ የነበራቸውን የተጎጂዎችን የህክምና መረጃ መርምሯል። እነዚህ መዝገቦች፣ በጥሞና የተገመገሙ እና የተሻገሩ፣ የሚረብሽ የምልክት ምልክቶችን አሳይተዋል፣ የተበከለውን መድሃኒት ኬሚካላዊ ገጽታ የሚያንፀባርቅ ንድፍ። የሞቱት ሰዎች የአስከሬን ምርመራ ኔፐቱኒየም

በስርዓታቸው ውስጥ መኖሩን አረጋግጠዋል፣ ይህም የመድኃኒቱን መርዛማነት የማያዳግም ማረጋገጫ አቅርቧል። የፎረንሲክ ፓቶሎጂ ዘገባዎች፣ ዝርዝር እና አጠቃላይ፣ ለጥርጣሬ ምንም ቦታ አልሰጡም፡ -47 ገድሏል።

የማስረጃው ክብደት እጅግ በጣም ከባድ ነበር፣ ወደ ጥፋተኝነት የማይካድ የእውነታ ተራራ። የፎረንሲክ ትንተና የውሂብ ነጥቦች ስብስብ ብቻ አልነበረም; ትረካ ነበር፣ በትኩረት የሚገለጥ፣ ጥንቃቄ የተሞላበት እቅድን፣ የተሰላ ስጋቶችን እና የመጨረሻውን የህዝብ እምነት ክህደት የሚያሳይ ነው። አኒያ የመጨረሻዎቹን ሪፖርቶች ገምግማለች፣ በእሷ ላይ የሚታየው የደስታ ስሜት። ስራዋ የጠፋውን ህይወት እንደማይመልስ፣ በተጎጂዎች እና በቤተሰቦቻቸው ላይ የሚደርሰውን ስቃይ እንደማያስተካክል፣ ነገር ግን ፍትህ እንደሚያመጣ ታውቃለች። ለድርጊታቸው ተጠያቂ የሆኑትን, እውነቱን በማጋለጥ እና ይህ አሳዛኝ ሁኔታ እንዲፈጠር ምክንያት የሆነውን የማታለል መረብን በማፍረስ ተጠያቂ ይሆናል. የማስረጃው ክብደት ሸክም ብቻ ሳይሆን ሀላፊነትም ነበር፣ ምንም እንኳን ከጨለማው የስልጣን እና የተፅዕኖ መንፈስ ጋር መጋፈጥ ቢቻልም እውነት እንዲሰፍን የማረጋገጥ ግዴታ ነበር።

የፎረንሲክ ትንተና የቶርን ጥፋተኝነት ማረጋገጫ ብቻ ሳይሆን ሴራው እንዲያብብ ያስቻሉትን የስርአት ውድቀቶችን አብርቷል። በመድኃኒት ኢንዱስትሪው ውስጥ ያሉትን የመተዳደሪያ ክፍተቶች፣ የክትትል ማነስ እና የገንዘብ እና የኃይል ተጽዕኖዎችን አጋልጧል። የአንያ ዝርዝር ዘገባ ከሳይንሳዊ ሰነድ የበለጠ ነበር; የተሃድሶ ጥሪ ነበር፣ ይህም የፎረንሲክ ሳይንስ እውነትን በማጋለጥ እና ተጠያቂ የሆኑትን ተጠያቂ ለማድረግ ያለውን ወሳኝ ሚና የሚያሳይ ነው። በ ላይ ያለው ጉዳይ የተበከለ መድሃኒት ብቻ አልነበረም; ስለ ስልታዊ ውድቀት፣ የወደፊት አሳዛኝ ሁኔታዎችን ለመከላከል መፍትሄ የሚያስፈልገው ውድቀት ነበር። የፎረንሲክ ማስረጃው ወንጀለኞችን ጥፋተኛ ከማድረግ ባለፈ የንቃት፣ የተጠያቂነት እና የማያወላውል ፍትህን የማሳደድ አስፈላጊነትን ለማስታወስ ያገለግላል። የአንያ እና የቡድኗ ጥንቃቄ የተሞላበት ስራ ለተጎጂዎች እና ለቤተሰቦቻቸው መዘጋት ብቻ ሳይሆን የቁጥጥር ማሻሻያ ላይ ወሳኝ የሆነ ውይይት ይጀምራል, እንደዚህ አይነት አሳዛኝ ሁኔታ እንደገና እንዳይከሰት ያደርጋል. የማስረጃው ክብደት በጥልቅ የተጠናቀረ እና በትኩረት የተተነተነው የፎረንሲክ ሳይንስ ከባድ ተቃውሞ ቢገጥመውም እውነትን የመግለጥ ሀይል እንዳለው የሚያሳይ ነበር። ወደ ፍትህ እና ተሀድሶ የሚወስደውን መንገድ የሚያበራ፣ እውነትንና ተጠያቂነትን በማያወላውል መንገድ የተዘረጋ የተስፋ ብርሃን ነበር።

የዲጂታል ፎረንሲክ ምርመራ፣ ከኬሚካላዊ እና ጥቃቅን ትንታኔዎች ጋር ትይዩ የሆነ፣ የቶርን ፋርማሲዩቲካልስ ሴራ ጥልቀትን በማጋለጥ ረገድም ወሳኝ ሆኖ ተገኝቷል። በኤፍቢአይ የሳይበር ወንጀሎች ክፍል ውስጥ ያለ ልዩ አሃድ የሆነው የአንያ ቡድን በመረጃ መልሶ ማግኛ፣ ዲክሪፕት ማድረግ እና የአውታረ መረብ ትንተና ልምድ ያለው - ውስብስብ የሳይበር ወንጀሎችን ለመዋጋት አመታትን ያስቆጠረ። ተግባራቸው ከባድ ነበር፡ ከቶርን ሰርቨሮች፣ ከሰራተኛ ኮምፒተሮች እና ከግል መሳሪያዎች ጭምር ቴራባይት መረጃዎችን በማጣራት የሴራውን ዲጂታል አሻራዎች መፈለግ።

የመጀመሪያ ፈተናቸው መረጃውን ማግኘት ነበር። የቶርን የአይቲ መሠረተ ልማት የተራቀቀ፣ በፋየርዎል የተደራረበ፣ ያልተፈቀደ መዳረሻን ለማደናቀፍ የተነደፉ የኢንክሪፕሽን ፕሮቶኮሎች። ግን የአኒያ ቡድን ተዘጋጅቶ ነበር። በቶርን ሲስተም ውስጥ ያሉ ተጋላጭነቶችን ለመጠቀም ከማህበራዊ ምህንድስና እስከ መግቢያ ድረስ የተለያዩ ቴክኒኮችን ተጠቅመዋል። ወደ ውስጥ ከገቡ በኋላ፣ የዲጂታል መልክዓ ምድሩን በፊታቸው ተከፈተ፣ የተገናኙ መሣሪያዎች እና የውሂብ ዥረቶች ውስብስብ ድር። የመረጃው ብዛት መጀመሪያ ላይ በጣም ከባድ ነበር፣ ወንጀለኛ ማስረጃዎች በቀላሉ ሊጠፉ የሚችሉበት ዲጂታል ውቅያኖስ።

ቡድኑ የላቁ የመረጃ ማምረቻ መሰሪያዎችን፣ ጥሬ ውሂቡን የሚያጣራ ስልተ ቀመሮችን፣ የወንጀል ድርጊቶችን ሊያመለክቱ የሚችሉ ቅጦችን እና ያልተለመዱ ነገሮችን ተጠቀመ። ከቲኤክስ-47፣ ኔፕቱኒየም እና ሌሎች አስጸያፊ ቃላት ጋር የተያያዙ ቁልፍ ቃላትን ፈልገዋል፣ የኢሜል ክሮች፣ ፈጣን መልእክቶች እና ልዩ ሶፍትዌር በመጠቀም በአፋጣኝ የተመለሱ ፋይሎችን ሰርዘዋል። ከብሄራዊ ደህንነት ኤጀንሲ ጋር በጥምረት የተሰራው ሶፍትዌሩ የተሰረዙ ፋይሎችን እንደገና እንዲገነቡ እና ከተበላሹ ሃርድ ድራይቮች መረጃዎችን እንዲያገኟቸው አስችሏቸዋል፣ ይህም የቶርን ስራ አስፈፃሚዎች ይደብቃሉ ብለው ያሰቡት ብዙ መረጃዎችን አሳይቷል።

አንድ በተለይ ገላጭ የሆነ የዲጂታል ማስረጃ በዶክተር ቫንስ እና በሴናተር ብላክዉድ መካከል የተለዋወጡት ተከታታይ የተመሰጠሩ ኢሜይሎች ናቸው። ኢሜይሎቹ መጀመሪያ ላይ ሊገቡ የማይችሉ፣ በስተመጨረሻ የተሰነጠቁ የጭካኔ ሃይል ቴክኒኮችን እና ክሪፕቶናሊሲስን በማጣመር፣ የሽምግልና እና የመሸፈኛ ምስል የሚያሳይ ነው። መልእክቶቹ ከኔፕቱኒየም ግዥ ጋር የተያያዘ የገንዘብ ፍሰትን ለማድበስበስ የተነደፉ የገንዘብ ልውውጦችን መረብ በማሳየት በኮድ ቋንቋ፣ በተሸፈኑ ማስፈራሪያዎች እና የባህር ዳርቻ ሂሳቦች ማጣቀሻዎች ተሞልተዋል። ኢሜይሎቹ ኔፕቱኒየምን ወደ -47 ፎርሙላ ቀስ በቀስ ማስገባቱን፣ የመድሃኒቱ መርዛማነት አሳሳቢነት እና

ከህዝብ ደህንነት ይልቅ ትርፍን ለማስቀደም የተደረገውን የተሰላ ውሳኔ ዘግበዋል።

ተጨማሪ ምርመራ እንደሚያሳየው ሴናተር ብላክዉድ ቶሮንን ከቁጥጥር ቁጥጥር ለመከላከል፣ የኤፍዲኤ ይሁንታዎችን በማዘግየት እና ስለ መድኃኒቱ ደኅንነት አሉታዊ ዘገባዎችን ለማፈን የፖለቲካ ተጽኖአቸውን ተጠቅመዋል። የዲጂታል ማስረጃው የቶርን ፍላጎቶችን ለመጠበቅ እና ጠቋሚዎችን ጸጥ ለማሰኘት የተነደፉ የሎቢ ጥረቶችን፣ የዘመቻ ልገሳዎችን እና ከትዕይንት በስተጀርባ ያሉ ስምምነቶችን አሳይቷል። ይህ የዲጂታል ወረቀት ዱካ የቶርን ሥራ አስፈፃሚዎችን ብቻ ሳይሆን የበርካታ ከፍተኛ የመንግስት ባለስልጣናትን ጭምር ያሳተፈ ሲሆን ይህም ከፋርማሲዩቲካል ፋብሪካው በላይ የተዘረጋውን ሰፊ የሙስና መረብ አጋልጧል።

የዲጂታል ፎረንሲክ ቡድን የቶርን የፋይናንሺያል መዝገቦችን በመመርመር ገንዘብን ለማጭበርበር እና ህገወጥ ግብይቶችን ለመደበቅ የሚያገለግሉ የሼል ኮርፖሬሽኖችን እና የባህር ማዶ አካውንቶችን ገልጧል። የፋይናንሺያል መረጃው ከተከፋፈሉ መዝገቦች እና ከተመሳጠሩ የተመን ሉሆች በጥሞና ተከፋፍሎ፣ የኒፐቱኒየምን እውነተኛ ምንጭ እና ከ-47 ሽያጭ የሚገኘውን ሕገወጥ ትርፍ ለመደበቅ የተነደፈ ውስብስብ የገንዘብ ዝውውር ሥርዓት አሳይቷል። ቡድኑ የገንዘቡን

ፍሰት በተለያዩ ስልጣኖች በመከታተል በሴሩ ላይ ቁልፍ ተዋናዮችን በመለየት ጠንካራ ክስ መስርቶባቸዋል።

ከኢሜይሎች እና ከፋይናንሺያል መዝገቦች ባሻገር፣ የዲጂታል ምርመራው ከቶርን የውስጥ ግንኙነት ስርዓቶች ብዙ መረጃዎችን አምጥቷል። ቅጽበታዊ መልእክቶች፣ የውይይት ምዝግብ ማስታወሻዎች እና የፕሮጀክት አስተዳደር ሰነዶች የሴራውን ውስጣዊ አሠራር በመግለጽ የግለሰቦችን ሰራተኞች ሚና እና አጠቃላይ የአሰራር አወቃቀሩን አጋልጠዋል። እነዚህ ዲጂታል ግንኙነቶች፣ መጀመሪያ ላይ የተበታተኑ እና ያልተደራጁ፣ በጥንቃቄ ተሰባስበው የሴራውን እድገትና አፈፃፀም አጠቃላይ ገጽታ ፈጥረዋል።

የተሰረዙ ፋይሎች ትንተና በተለይ ጠቃሚ ሆኖ ተገኝቷል. የቶርን ስራ አስፈፃሚዎች መጋለጥን በመፍራት ወንጀለኛ ኢሜይሎችን፣ ሰነዶችን እና ሌሎች ዲጂታል መረጃዎችን ለመሰረዝ ሞክረዋል። ነገር ግን የዲጂታል ፎረንሲክ ቡድን እነዚህን የተሰረዙ ፋይሎችን መልሶ ማግኘት ችሏል፣ ይህ ካልሆነ ግን ተደብቀው ሊቆዩ የሚችሉ ብዙ መረጃዎችን አሳይቷል። ይህ የተመለሰው መረጃ የውስጥ ማስታወሻዎችን ረቂቅ ስሪቶችን፣ ከ-47 ጋር ተያይዘው የሚመጡ አደጋዎችን የሚቀንሱ የመጀመሪያ የደህንነት ሪፖርቶችን እና ሌላው ቀርቶ መሸፈኛ ሊኖር ስለሚችልበት ሁኔታ የሚገልጹ ኢሜሎችን የተሰረዙ ናቸው።

ቡድኑ አጠራጣሪ የመግባት ሙከራዎችን እና የውሂብ ዝውውሮችን በመለየት የቶርን የአገልጋይ ምዝግብ ማስታወሻዎችን መርምሯል። ይህ ትንታኔ በተወዳዳሪ ፋርማሲዩቲካል ኩባንያዎች ወይም መረጃ ጠቋሚዎች ሊሆን የሚችል የጠለፋ ሙከራዎችን ያሳያል። ነገር ግን፣ እነዚህ ሙከራዎች በቶርን ጠንካራ የደህንነት ስርዓቶች በፍጥነት ከሽፈዋል፣ ይህም የኩባንያውን ሚስጥራዊነት ለመጠበቅ ያለውን ቁርጠኝነት አጉልቶ ያሳያል። የእነዚህ ምዝግብ ማስታወሻዎች የፎረንሲክ ምርመራ የኩባንያውን የደህንነት ፕሮቶኮሎች እና ሚስጥራዊነት ያለው መረጃን በመጠበቅ ረገድ ስላለው ውጤታማነት ወሳኝ ግንዛቤዎችን ሰጥቷል። ቡድኑ በተጨማሪም ስለ ሴራው ተጨማሪ መረጃን የሚያሳዩ የተደበቁ ንድፎችን እና ፍንጮችን በመለየት ከዲጂታል ፋይሎች እና ግንኙነት ጋር የተያያዘውን ሜታዳታ ተንትኗል።

የዲጂታል ፎረንሲክ ትንታኔ ወንጀለኛ ማስረጃዎችን ስለማጋለጥ ብቻ አልነበረም። በተጨማሪም የዝግጅቶች የጊዜ ሰሌዳ ማውጣት፣ ሴራውን ለመደበቅ የተወሰዱትን እርምጃዎች ካርታ ማውጣት እና የተሳተፉትን የተለያዩ ግለሰቦችን ሚና በመረዳት ላይ ነበር። ይህ ዝርዝር የዘመን አቆጣጠር በ እና በተባባሪዎቹ ላይ ያለውን ክስ በማጠናከር ወሳኝ አውድ አቅርቧል። ቡድኑ ከበርካታ ምንጮች የተገኙ መረጃዎችን በማጣመር የሴራውን

ጥልቀት እና ስፋት የሚያጋልጥ አሳማኝ ትረካ ገንብቷል, ይህም ከገዳይ እቅድ በስተጀርባ ያለውን ጥንቃቄ የተሞላበት እቅድ እና አፈፃፀም ያሳያል.

የዲጂታል ማስረጃው ክብደት ከኬሚካላዊ እና ጥቃቅን ትንታኔዎች ጋር ተዳምሮ በ ላይ የማይታለፍ የማረጋገጫ ተራራ አቅርቧል። የዲጂታል ግዛቱ የሴራዎቹን አእምሮ እና ተነሳሽነት መስኮት አቅርቧል፣ ይህም የተሰላ ስጋታቸውን፣ ለሰው ህይወት ያላቸውን ንቀት እና በማንኛውም ዋጋ ትርፋቸውን ለመጠበቅ ያላቸውን ቁርጠኝነት ያሳያል። የዲጂታል ፎረንሲክ ትንተና ጉዳዩን ያጠናከረ ብቻ አይደለም; ስልታዊ ሽፋን፣ ከፍተኛ የስልጣን እርከን ድረስ የተዘረጋውን ሴራ የሚያሳይ የማያዳግም ማስረጃ አቅርቧል። የዲጂታል ዱካዎቹ አንድ ጊዜ በጥንቃቄ ከተጣመሩ ስግብግብነት፣ ማታለል እና ለሰው ልጅ ሕይወት በጣም ከባድ የሆነ ቸልተኛ ታሪክ ተረከላቸው - በቅርቡ በፍርድ ቤት ውስጥ የሚገለጥ ታሪክ። የዲጂታል ማስረጃው የመረጃ ነጥቦች ስብስብ ብቻ አልነበረም; በተንኮል ክሮች የተጠለፈ ታፔላ፣ ለተጠቂዎች ፍትህ የሚሰጥ እና የድርጅት ስግብግብነት እና የፖለቲካ ሙስና የጨለማ ስር የሰደደ ትረካ ነበር።

የዲጂታል ዱካ ምንም እንኳን ሰፊ እና የተወገዘ ቢሆንም የእንቆቅልሹ ብቸኛ ክፍል አልነበረም። ከወንጀሉ ትዕይንቶች በትጋት የተሰበሰቡት አካላዊ ማስረጃዎች፣ ከተጠቂዎቹ ቤቶች፣ ከቶርን ፋርማሲዩቲካልስ ቤተ-

ሙከራዎች እና ከሴናተር ብላክዉድ የተትረፈረፈ የዋሽንግተን ዲሲ መኖሪያ እንኳን ሳይቀር የራሱ ክብደት ያለው የወንጀል መረጃ ይይዛል። በጣም አሳማኝ ማስረጃዎች መካከል ዲኤንኤ ነበር.

ከተጎጂዎቹ አካላት እና በጥንቃቄ ከተጸዳዱ የላብራቶሪ መሳሪያዎች የተሰበሰቡት የመጀመሪያ ናሙናዎች መጀመሪያ ላይ ተስፋ አስቆራጭ ነበሩ። ዱካዎቹ በጊዜ የተበላሹ እና ለማፅዳት የተደረገው ጥልቅ ሙከራዎች ደቂቃዎች ነበሩ። ነገር ግን በፎረንሲክ ዲኤንኤ ትንተና በተለይም በአነስተኛ ቅጂ ቁጥር ዲ ኤን ኤ ማውጣት እና ማጉላት መስክ የተደረገው እድገት የተስፋ ጭላንጭል ፈጥሯል። ከኤፍቢአይ የላበራቶሪ ባለሞያዎች እና ከመላው ሀገሪቱ ከተውጣጡ ዋና ዋና የጄኔቲክስ ባለሙያዎች የተውጣጣው ቡድኑ በጣም ደካማ የሆኑትን የዘረመል ቁሳቁሶችን እንኳን ለማውጣት እና ለመተንተን እጅግ በጣም ጥሩ ቴክኒኮችን ተጠቀመ። ጥቃቅን የሆኑትን የዲ ኤን ኤ ቁርጥራጮች ለማባዛት ልዩ ኬሚካሎችን እና የላቀ የማጉላት ቴክኒኮችን ተጠቅመው ወደ ትንተና ቅደም ተከተሎች ቀየሩት።

አድካሚ ሂደቱ በርካታ የማጥራት፣ የማጉላት እና ቅደም ተከተል ደረጃዎችን ያካተተ ነበር። የማስረጃውን ትክክለኛነት ለመጠበቅ እና ብክለትን ለመከላከል ጥብቅ ሰንሰለት-የመያዝ ፕሮቶኮሎችን በመከተል እያንዳንዱ እርምጃ በጥንቃቄ ተመዝግቧል። ትንሹ ስህተቱ አጠቃላይ

ሂደቱን አደጋ ላይ ይጥላል፣ ወደ ተሳሳተ ትርጓሜዎች እና የአቃቤ ህግን ጉዳይ አደጋ ላይ ሊጥል ይችላል።

የመጀመሪያው ግኝት የተገኘው ከተጎጂዎች ጥፍር ከተወጣው ዲኤንኤ ነው። ምንም እንኳን ዱካዎቹ የተበታተኑ እና በከፊል የተበላሹ ቢሆኑም ቡድኑ በርካታ የዘረመል መገለጫዎችን ነጥሎ ማጉላት ችሏል። በቀጥታ ከሚታወቁ ተጠርጣሪዎች ጋር ባያገናኙም እነዚህ መገለጫዎች መነሻ አቅርበዋል። በሕግ አስከባሪ ኤጀንሲዎች ተጠርጣሪዎችን ለመለየት በሚጠቀሙበት በ (የተጣመረ የዲ ኤን ኤ ኢንዴክስ ሲስተም) ውስጥ ገብተዋል። ውጤቶቹ፣ ወዲያውኑ ማጠቃለያ ባይሆንም፣ የተጠርጣሪዎችን ስብስብ በእጅጉ አጥብቧል። ምንም እንኳን በዶ/ር ቫንስ እና በሴናተር ብላክዉድ ዙሪያ ባለው ቀጥተኛ የውስጥ ክበብ ውስጥ ባይሆንም በ ውስጥ ለሚሰሩ በርካታ ግለሰቦች አስገራሚ ግንኙነት አሳይተዋል። እነዚህ ግለሰቦች ከላብራቶሪ ውስጥ ቆሻሻን በማጽዳት እና በማስወገድ ላይ የተሳተፉ ሲሆን ይህም ዱካቸውን ለመሸፈን መሞከር እንደሚቻል ጠቁመዋል ።

ሁለተኛው እመርታ የተገኘው በ የቆሻሻ አወጋገድ ተቋም ውስጥ በተጣለ የላብራቶሪ ኮት ላይ በተገኘ የዲኤንኤ ትንተና ነው። ይህ የላብራቶሪ ኮት መጀመሪያ ላይ አስፈላጊ አይደለም ተብሎ የተወገዘ፣ ከሁለቱም የዶ/ር ቫንስ እና ከተጎጂዎቹ የአንዱን ጥቃቅን የ ዱካዎች ይዟል።

ግኝቱ ወሳኝ ነበር ምክንያቱም በዶክተሩ እና ከተጎጂዎቹ መካከል በአንዱ መካከል ቀጥተኛ ግንኙነት መኖሩን በመጥቀስ ዶ / ር ቫንስ በግድያው አካባቢ አስቀምጧል. በላብራቶሪ ኮት ላይ ያለው ዲኤንኤ በተጎጂዎቹ አካል ላይ ከተገኙት ዱካዎች የበለጠ ጠቃሚ ነበር ይህም ቀጥተኛ ግንኙነት መኖሩን የሚያሳይ ጠንካራ ማስረጃ ነው።

ተጨማሪ ትንታኔ በላብራቶሪ ኮት ላይ ሰስተኛው ከዚህ ቀደም የማይታወቅ የዲኤንኤ መገለጫ አሳይቷል። ይህ መገለጫ በ ዳታቤዝ ወይም በ ውስጥ ካሉ ግለሰቦች ጋር አልተዛመደም። ቡድኑ በመጀመሪያ ግምቱን የሰጠው በማስረጃ በሚሰበሰብበት ወቅት በተፈጠረ የብክለት መበከል ምክንያት ሊሆን እንደሚችል ገምቷል። ሆኖም፣ ተደጋጋሚ ሙከራ በቋሚነት ተመሳሳይ ያልታወቀ መገለጫ አስገኝቷል። ቡድኑ በዚህ 'ጄን ዶ' መገለጫ ላይ ያተኮረ ሲሆን ሁሉንም ያሉትን የመለያ መንገዶች በመከተል ነበር። ፍለጋቸውን ከ ሰራተኞች አልፈው በማስፋፋት ላብራቶሪ ሊያገኙ ወይም ከዚህ ቀደም ቆሻሻ በሚያስወግዱ ግለሰቦች ላይ አተኩረዋል።

በ'ጄን ዶ' መገለጫ ላይ የተደረገው ምርመራ አስገራሚ መገለጥ አመጣ። በ ውል ከተዋዋለው የፅዳት አገልግሎት የቀድሞ ሰራተኛ ጋር ግጥሚያ ሆኖ ተገኘ። ይህች ሰራተኛ ኤቭሊን ሪድ የተባለች ሴት ግድያ ከመፈጸሙ ከብዙ ወራት በፊት በሚስጥር ጠፋች። መጀመሪያ ላይ የወ/ሮ

ሪድ መጥፋት አዲስ ስራ በመፈለግ ቅር የተሰኘ ሰራተኛ እንደ ቀላል ጉዳይ ተወግዷል። ነገር ግን፣ በቤተ ሙከራ ኮት ላይ ያለው የ ማስረጃ፣ ከመጥፋቷ የጊዜ ሰሌዳ ጋር፣ እሷ ምስክር ብቻ ሳትሆን ተጠቂ ልትሆን እንደምትችል፣ ምናልባትም በ ውስጥ ስላሉት ህገወጥ ተግባራት መረጃ እንዳትገልጽ ጸጥ ተደርጋለች።

የ ማስረጃው ግን ተጠርጣሪዎችን ለመለየት ብቻ አልረዳም። ለተጎጂዎች ሞት ምክንያት የሆኑትን ክስተቶች ቅደም ተከተል በተመለከተ ወሳኝ መረጃም ሰጥቷል። የዲኤንኤ ውህዶችን በመተንተን፣ የፎረንሲክ ቡድኑ በተጠርጣሪዎች እና በተጎጂዎች መካከል የግንኙነቶች ጊዜ መመስረት ይችላል። ለምሳሌ፣ ከተለያዩ ግለሰቦች በቤተ ሙከራ ላይ ያለው አንጻራዊ የዲኤንኤ መጠን እና ሌሎች መረጃዎች እንደሚያሳዩት የተወሰኑ ግንኙነቶች ከግድያዎቹ በፊት እና በኋላ እንደተከሰቱ እና ምናልባትም እያንዳንዱ ተጠርጣሪ በሴራው ውስጥ የተጫወተውን ሚና ያሳያል።

ከእናትየው ብቻ የተወረሰው ሚቶኮንድሪያል ዲ ኤን ኤ (ኤምቲዲኤንኤ) ትንተና ጉዳዩን የበለጠ አጠናክሮታል። የእናቶችን የዘር ሐረግ ለመከታተል የሚያስችል መንገድ አቅርቧል፣ ተጠርጣሪዎችን በኑክሌር ዲ ኤን ኤ ብቻ ሊፈጠሩ የማይችሉ ከቤተሰብ ግንኙነቶች ጋር በማገናኘት። በአንድ ምሳሌ፣ የኤምቲኤንኤ ትንተና በሴናተር

ብላክዉድ መኖሪያ የተገኘውን የዲኤንኤ ዱካ ከተጎጂዎቹ የአንዱ የሩቅ ዘመድ ጋር በማገናኘት በሴራው ውስጥ ጥቅም ላይ ሊውል የሚችለውን የቤተሰብ ግንኙነት ይጠቁማል።

የዲኤንኤው ማስረጃው ተግዳሮቶች አልነበሩም። የአንዳንድ ናሙናዎች መበላሸት፣ ከብዙ ግለሰቦች የዲኤንኤ ውህዶችን የመተንተን ውስብስብነት እና የመበከል እድሉ ትልቅ እንቅፋት ፈጥሯል። ቡድኑ በስብስብ ወይም በመተንተን ሂደቶች ላይ ብክለት እና ስህተቶች ሊኖሩ እንደሚችሉ ግምት ውስጥ በማስገባት እያንዳንዱን ናሙና በጥብቅ መገምገም ነበረበት። ነገር ግን ቡድኑ ጥንቃቄ በተሞላበት ዘዴ፣ በዳሰሳ ጥናት እና ግኝቶቹን ደጋግሞ በማጣራት በዲኤንኤው ማስረጃ ላይ በመመስረት አስገዳጅ ጉዳይ መገንባት ችሏል።

የኤቭሊን ሪድ ዲ ኤን ኤ መገኘቱ ሌላ ውስብስብነት ጨምሯል፣ ይህም የሴራውን ስሌት ባህሪ አጉልቶ ያሳያል። መጀመሪያ ላይ ምንም ግንኙነት እንደሌለው ተቆጥሮ የእሷ መጥፋት አሁን እንደ ወሳኝ የእንቆቅልሽ ክፍል ታየ፣ ይህም ስለ እንቅስቃሴዎች እውነትን ሊያጋልጡ የሚችሉትን ጸጥ የማድረግ ዘዴን ይጠቁማል። የዲኤንኤው ማስረጃ ዶ/ር ቫንስ እና ሴናተር ብላክዉድ ብቻ ሳይሆኑ በሽፋን ሂደት ውስጥ ንቁ ተሳትፎ ያደረጉ ግለሰቦችን አውታረመረብ ጭምር ነው።

በመጨረሻም፣ የዲኤንኤው ማስረጃ ጉዳዩን በከፍተኛ ሁኔታ የሚያጠናክር ኃይለኛ ትረካ አቅርቧል። የአብስትራክት የዘረመል መገለጫዎች ስብስብ ብቻ አልነበረም። በተጠርጣሪዎች፣ በተጎጂዎች እና በወንጀሉ ትዕይንቶች መካከል ያለውን ወሳኝ ግንኙነት በማቅረብ ድምፅ አልባ ምስክር ነበር። ይህ የማይካድ አካላዊ ማስረጃ፣ ከዲጂታል የፎረንሲክ ግኝቶች ጋር ተዳምሮ፣ ከቶርን ፋርማሲዩቲካልስ ግድግዳዎች አልፎ ወደ ከፍተኛው የፖለቲካ ስልጣን ደረጃ የደረሰውን ጥንቃቄ የተሞላበት እና ቀዝቃዛ ሴራ የሚያሳይ ግልፅ ምስል አሳይቷል። የዚህ ሳይንሳዊ ማስረጃ ክብደት ከዲጂታል ዳቦ ፍርፋሪ ጋር ተዳምሮ በትጋት ከተጣመሩት ጋር ተዳምሮ በ ላይ ያለውን ክስ በማጠናከር ወንጀለኞችን ወደ ፍትህ አቅርቧል። የዲኤንኤው ዝምታ ብዙ ተናግሯል፣ ይህም የሴራው ትክክለኛነት እና ጭካኔ ማረጋገጫ ነው።

የፍርድ ቤቱ ንፁህ አከባቢ ከግድያዎቹ ቀዝቃዛ እውነታ ጋር ፍጹም ተቃርኖ ተሰማው። አየሩ በጉጉት ከብዶ ተንጠልጥሏል፣ የአየር ማቀዝቀዣው ጸጥ ያለ ግርግር በጋለሪ ውስጥ ለሚሰነዘረው የልብ ትርታ ነጥብ ነው። በማያዳግም የዲኤንኤ ማስረጃ እና በጥንቃቄ በተሰራ ዲጂታል ዱካ ላይ የተገነባው የአቃቤ ህጉ ክስ አሁን በከፊል በአይን ምስክሮች ምስክርነት ላይ ያረፈ ሲሆን ሂሳባቸው የተበታተነ ወይም አስተማማኝ ባይሆንም የቶርን ፋርማሲዩቲካል ሴራዎችን የጥላ ማዕዘኖች ለማብራት

የሚያስችል አቅም በነበራቸው ግለሰቦች ምስክርነት ላይ ነው።

በመጀመሪያ አቋም የወሰደው የቶርን ፋርማሲዩቲካልስ የጥበቃ ሰራተኛ የነበረው ማርክ ኦልሰን ነበር። የሰጠው ምስክርነት የሚያመነታ ነበር፣ በቆመበት የበዛበት እና በፍርሃት ጥፍር ያኘክ ነበር። ኦልሰን፣ ህይወቱ በእለት ተዕለት እና በስም መደበቅ ዙሪያ የሚያጠነጥን የሚመስለው ሰው፣ በኋለኞቹ ሰዓታት ውስጥ ያልተለመዱ ክስተቶችን ተመልክቷል። ደብዛዛ ብርሃን በሌለባቸው ኮሪደሮች ውስጥ ጸጥ ያሉ ንግግሮችን፣ ከሰዓታት በኋላ በቤተ ሙከራ መካከል የሚንቀሳቀሱትን ጥላ የለሽ ምስሎች እና በቆሻሻ አወጋገድ አካባቢ ያለውን የማያቋርጥ እና ከሞላ ጎደል እብሪተኝነትን ገልጿል። ስለ ያልተለመደ ማጓጓዣ፣ ምልክት የሌላቸው የጭነት መኪኖች በአጋጣሚ ስለሚደርሱ እና ስለሚነሱ፣ ይዘታቸው በሚስጥር የተሸፈነ መሆኑን ተናግሯል። እሱ መጀመሪያ ላይ እነዚህን ክስተቶች ውድቅ ማድረጉን አምኗል ፣ ይህም ለከፍተኛ የመድኃኒት አምራች ኩባንያ ከፍተኛ ጫና ምክንያት ነው። ነገር ግን፣ ከመጀመሪያው ግድያ በኋላ፣ የማያስቸግራቸው ትዝታዎች በሚያስደነግጥ ግልጽነት እንደገና ብቅ አሉ። ዶ/ር ቫንስ በተለየ የጭንቀት እና የቁርጠኝነት ድብልቅልቅ ያለ ፊቱ ከላቦራቶሪ ውስጥ አንድ ምሽት ላይ ሲወጣ፣ እጆቹ በጨለማ እና ጥርት ባለ ነገር ሲታከሉ ማየታቸውን አስታውሰዋል። ትዝታው፣ እንደመሰከረው፣ እንዳስጨነቀው፣ በእያንዳንዱ ተከታይ ግድያ ብቻ

እየጠነከረ የሚሄድ አስደንጋጭ ጭንቀት እንዲባባስ አድርጓል። በመስቀለኛ ጥያቄ፣ የአልሰን ምስክርነት ተናወጠ። መከላከያው በትዝታው ውስጥ ያሉትን አለመጣጣሞች በማጉላት የማስታወስ ክፍተቶችን በመጠቀም እና ግልጽ የሆነ የእይታ መለያ አለመኖሩን አጽንኦት ሰጥቷል። ግራ የተጋባ፣ ስራ የበዛበትና ለማጋነን የተጋለጠ፣ አንድ ሰው በፈተናው ስሜታዊ ክብደት በቀላሉ የሚወዛወዝ ምስል ሳሉ። ሆኖም፣ በአልሰን የማያመነታ ምስክርነት ውስጥ የገባው የእውነት ቅንጣት፣ የማያስቸግራቸው ምልከታዎች፣ በዳኞች አእምሮ ውስጥ ጥርጣሬን ዘርግቷል፣ ይህም አቃቤ ህጉ በኋላ የሚንከባከበው ዘር።

ቀጥሎም በቀጥታ በዶክተር ቫንስ ስር ትሰራ የነበረች የምርምር ረዳት የሆነችው የሳራ ጄንኪንስ ምስክርነት መጣ። እንደ አልሰን ሳይሆን፣ ጄንኪንስ ከቅዝቃዜ ጋር የሚያያዝ መረጋጋት አሳይቷል። ምስክርነቷ ትክክለኛ ነበር፣ ትዝታዎቿ በዝርዝር እና የማይታለፉ ነበሩ። ከግድያዎቹ በፊት ባሉት ወራት ውስጥ እየጨመረ የመጣውን የዶ/ር ቫንስ የተሳሳተ ባህሪ ገልጻለች። በአዲሱ ግቢ ፕሮጄክት ናይቲንጌል ላይ የነበረው አባዜ ሁሉን የሚፈጅ ሆነ፣ ሁሉንም የስራውን ገፅታዎች ሸፍኖታል። ጄንኪንስ የምሽቱን የስራ ክፍለ ጊዜዎች፣ በከባድ ጉልበት እና በሚታወቅ የጥድፊያ ስሜት ተሞልተዋል። እሷ እና ሌሎች ረዳቶች ወደ ላቦራቶሪ የተወሰኑ ቦታዎችን እንዳያገኙ በመከልከል እና በምርምር ላይ ሙሉ

ምስጢራዊነት እንዲኖራቸው የሚጠይቅ ቫንስ እንዴት ሚስጥራዊ እንደ ሆነ ገለጸች። ሰነዶችን ሲያጠፋ እና በኮምፒውተራቸው ላይ ያሉ ፋይሎችን ሲሰርዝ መመልከቷን ገልጻለች፤ ይህ ድርጊት መጀመሪያ ላይ ለፕሮጀክቱ ምስጢራዊነት ከፍተኛ ትኩረት ሰጥቶ እንደነበር ገልጻለች። ሆኖም፣ ተከታዮቹ ግድያዎች በእነዚህ ድርጊቶች ላይ አዲስ፣ አስከፊ ብርሃን ፈጥረዋል። የጄንኪንስ መለያ የፕሮጀክት ናይቲንጌልን እውነተኛ ተፈጥሮ ለመደበቅ ሆን ተብሎ የሚደረግ ሙከራን ሊሸፍን እንደሚችል ፍንጭ ሰጥቷል። በዶ/ር ቫንስ እና በሴናተር ብላክዉድ መካከል የሰማችውን የጦፈ ክርክር፣ ውንጀላ እና ዛቻ የበዛበት የልውውጥ ውዝግብ አስመስክራለች። ጉዳዩን በትክክል መግለጽ ባትችልም፣ ውጥረት የተሞላበት ድባብ እና የተስፋ መቁረጥ ስሜት የማይታወቅ ነበር። መከላከያው፣ በተፈጥሮ፣ የጄንኪንስን ምስክርነት ለማጣጣል ሞክሯል፣ ይህም በዶ/ር ቫንስ ላይ በቅናት ወይም ቂም ተነሳስቶ ሊሆን እንደሚችል ይጠቁማል። ያለፈውን ችግር ጠቁሟት እና የገንዘብ ችግሮቿን አጉልተው ገለጹ፣ ምስክርነቷ የገንዘብ ሽልማት ወይም የይግባኝ ድርድር ላይ ተጽዕኖ እንዳሳደረ በመግለጽ በተለየ ቀጣይ ምርመራ።

የቶርን ፋርማሲዩቲካልስ መስራች የወንድም ልጅ የሆነው ኤልያስ ቶርን የተባለ የሌላ ምስክር ምስክርነት ሌላ ውስብስብነት ጨመረ። የኩባንያው የቦርድ አባል እና የአክሲዮን ባለቤት የሆነው ኤልያስ፣ በኩባንያው ውስጥ

እየተፈጸመ ያለውን ኢ-ሥነ ምግባር የጎደለው እና ምናልባትም ሕገ-ወጥ ተግባር አሳይቷል። አጠራጣሪ የሆኑ የገንዘብ አሠራሮችን፣ ለደህንነት ደንቦች ግልጽ የሆነ ቸልተኝነት እና እስከ ከፍተኛ የአስተዳደር እርከኖች ድረስ ያለውን የምስጢርነት ባህል ተናግሯል። የእሱ ምስክርነት በራሱ በወንጀሎቹ ውስጥ በቀጥታ ከመሳተፍ ይልቅ በአስተያየቶች እና በውስጥ አዋቂ ዕውቀት ላይ የተመሰረተ ነው። ለህገወጥ አላማዎች ገንዘቦች እየተዘዋወሩ መሆኑን በመጥቀስ የፋይናንስ መዛባቶችን ዘርዝሯል። በዶ/ር ሻንስ እና በሴናተር ብላክዉድ መካከል የተደረጉ ሚስጥራዊ ስብሰባዎችን፣ ከኦፊሴላዊው የኩባንያው ቻናሎች ውጭ የተደረጉ ስብሰባዎች እና ከፍተኛ ሚስጥራዊ በሆነ ድባብ ውስጥ የተካተቱ ስብሰባዎችን ገልጿል። የሰጠው ምስክርነት ከህግ ወሰን ውጭ የሚንቀሳቀሰውን ኩባንያ፣ የሙስና ባህሉን በጉልበት እና በስግብግብነት ጥላ ውስጥ የዳበረ በሚመስል መልኩ አሳስቧል። መከላከያው የኤልያስን ምስክርነት በመጥቀስ ያነሳሳው በግል ቬንዴታስ፣ ቅር የተሰኘው ዘመድ የኩባንያውን ስም ለግል ጥቅም ለማበላሸት ነው። የእሱ ምልከታ ግምት ብቻ እንደሆነ እና በስፋት የተንሰራፋውን ኢ-ምግባር የጎደለው መሆኑን ለማረጋገጥ የሚያስፈልገው ቀጥተኛ ማስረጃ እንደሌለው ተከራክረዋል።

ከዚያም ከተጎጂዎች የተሰበሰቡ ናሙናዎችን የመረመሩ የፎረንሲክ ቶክሲኮሎጂስት ዶ/ር አንያ ሻርማ የሰጡት

ምስክርነት ነበር። የእርሷ ምስክርነት በተጎጂዎች ስርአቶች ውስጥ ልብ ወለድ መርዝ መኖሩ ላይ ያተኮረ ሲሆን ይህ መርዝ ከጊዜ በኋላ የፕሮጀክት ናይቲንጌል የተገኘ ነው። ዶ/ር ሻርማ የመርዙን ትክክለኛ ኬሚካላዊ ቅንጅት በዝርዝር ገልፀው በጣም ገዳይ ባህሪያቱን እና የሚያስከትለውን ዘገምተኛ እና አሰቃቂ ውጤቶቹን አብራርተዋል። በከፍተኛ ደረጃ የተራቀቀ እና ስለ ቶክሲኮሎጂ የተሟላ ግንዛቤን በመግለጽ በጥንቃቄ የታቀደውን የመመረዝ ባህሪ ገለጸች። የእርሷ ምስክርነት በፕሮጀክት ናይቲንጌል እና በግድያዎች መካከል ያለውን ወሳኝ ግንኙነት አቅርቧል፣ ይህም በምርምር እና በተጎጂዎች ሞት መካከል ያለውን ግንኙነት በማያዳግም ሁኔታ አረጋግጧል። መከላከያው የእርሷን ትንተና ለመቃወም ሞክሯል, የብክለት ምንጮችን በማጉላት እና የናሙናዎቹ አስተማማኝነት ላይ ጥያቄ አቅርበዋል. ነገር ግን፣ የዶ/ር ሻርማስ ጥንቃቄ የተሞላበት ዘዴ እና እንከን የለሽ ምስክርነቶች ምርመራውን በመቋቋም በፕሮጀክቱ እና በወንጀሎቹ መካከል ቀጥተኛ የምክንያት ትስስር እንዳለ የዓቃቤ ህግን የይገባኛል ጥያቄ በማጠናከር።

የእነዚህ ምስክርነቶች ክብደት፣ ምንም እንኳን በግለሰብ ደረጃ ጉድለት ያለበት እና ለችግሮች የተጋለጠ ቢሆንም፣ ወደ ሴራ የሚያመለክት የጋራ ትረካ ፈጠረ። አቃቤ ህጉ የዲኤንኤውን ማስረጃ እንደ መሰረት በመጠቀም የእነዚህን የተበታተኑ ሂሳቦችን ክር በማጣመር ውስብስብ እና ገዳይ የሆነ ሴራ ወጥነት ያለው ምስል ገነባ። የግለሰቦች

ምስክሮች በመስቀለኛ ጥያቄ ውስጥ ሲንኮታኮቱ፣ የምሥክራቸው ድምር ውጤት፣ ከማይሻሩ ሳይንሳዊ ማስረጃዎች ጋር ሲደባለቅ፣ ጉዳዩን በቶርን ፋርማሲዩቲካልስ ቅሌት ውስጥ በተካተቱት ላይ ጉዳዩን አጠንክሮታል። ፍርድ ቤቱ በአንድ ወቅት ንፁህ ተጨባጭነት ያለው ቦታ ነበር ፣ የሰው ልጅ የፍላጎት ፣ የስግብግብነት እና የምስጢርነት የመጨረሻ ዋጋ የተጫወተበት መድረክ ሆኗል። የተጋጩ ሂሳቦችን እና የሳይንሳዊ እውነታን ክብደት ለማጣራት የተተወው ዳኞች የተከሰሱትን የወደፊት እጣ ፈንታ እና የፍትህ እጣ ፈንታ በእጃቸው ያዘ። የፍርድ ቤቱ ፀጥታ አሁን የተለየ ውጥረት ያዘ፣ የሚጨበጥ የተስፋ ክብደት በአየር ላይ የተንጠለጠለ፣ ወፍራም እና ከባድ እንደ ማስረጃው ነው።

የአቃቤ ህጉ ጉዳይ በጥሩ ሁኔታ እንደ ጥሩ የእጅ ሰዓት ስራ ዘዴ ተገንብቶ ያለማቋረጥ ወደፊት ሄደ። መሪ አቃቤ ህግ ማራ፣ በዳኞች ፊት ቆመ፣ ድምጿ የተረጋጋ ሆኖም ጠንካራ፣ በውስጧ ካለው አውሎ ነፋስ ጋር ፍጹም ተቃርኖ ነበር። እሷ ቲያትሮች ላይ አትመካ ነበር; ጥንካሬዋ በእሷ የክርክር ትክክለኛነት ላይ ነው ፣በማስረጃ ሽፋን ላይ ሽፋን የገነባው የማይናወጥ አመክንዮ ፣ እያንዳንዱ ክፍል ሌሎቹን ያጠናክራል ፣ የማይበጠስ የጥፋተኝነት ሰንሰለት ይፈጥራል።

የጉዳያቸው የማዕዘን ድንጋይ የሆነውን የ ማስረጃውን በድጋሚ በመመልከት ጀመረች። የዶ/ር ቫንስ ዲ ኤን ኤ በወንጀሉ መድረኮች መገኘቱ ብቻ ሳይሆን የተተከለበት

ጥንቃቄ የተሞላበት መንገድ ⍰ ለተሰላ አእምሮ ምስክርነት፣ ሆን ተብሎ ለማሳሳት የተደረገ ጥረት ነበር። ላልሰለጠነ አይን በቀላሉ የማይታወቁ ጥቃቅን ዱካዎች በትክክል ተቀምጠዋል፣ ይህም ከአጋጣሚ ያለፈ የረቀቀ ደረጃን ያሳያል። ማራ የፎረንሲክ ሳይንቲስቶችን ምስክርነት ጎላ አድርጎ ገልጿል፣ይህን የመሰለ ትክክለኛ አቀማመጥ በተፈጥሮ መከሰት ስታቲስቲካዊ አለመቻል ላይ አፅንዖት ሰጥቷል። ተከላካዮቹ መበከል ወይም ድንገተኛ ዝውውርን በመጥቀስ ማስረጃውን ለማጣጣል ያደረጉት ሙከራ ማራ በባለሞያ ምስክሮቻቸው ላይ ባደረገው ጥብቅ መስቀለኛ ጥያቄ ስልታዊ በሆነ መንገድ ፈርሷል። በሪፖርቶቻቸው ላይ ወጥነት የሌላቸውን ነገሮች በማሳየት እና እንደዚህ ባሉ ውስብስብ ጉዳዮች ላይ ልምድ እንደሌላቸው በማሳየት የአሰራር ዘይቤአቸውን ጉድለቶች አጋልጣለች።

ከዲኤንኤ፣ ማራ ያለምንም እንከን ወደ ፋይናንሺያል መዝገቦች ተሸጋግራለች፣ ቶርን ፋርማሲዩቲካልስን፣ ሴናተር ብላክዉድን እና ዶ/ር ቫንስን ያገናኘውን ውስብስብ የግብይቶች ድር በዝርዝር ገልጻለች። ተከታታይ ሰነዶችን ደረሰኞችን፣ የባንክ ሒሳቦችን እና የባህር ማዶ ሒሳቦችን የሕገወጥ የገንዘብ ፍሰትን ለመከታተል አቅርባለች። እነዚህ መዝገቦች ከበርካታ ክልሎች በትጋት የተሰበሰቡ የገንዘብ ዝውውሮችን፣ የታክስ ማጭበርበር እና ጉቦን የሚያሳይ አሰራርን ይፋ አድርገዋል። በማራ በጥንቃቄ የተከፋፈለ እያንዳንዱ ግብይት የፕሮጀክት

ናይቲንጌልን እውነተኛ ተፈጥሮ እና በልማቱ ዙሪያ ያሉትን ህገወጥ ተግባራት ለመደበቅ የተነደፈ በጥንቃቄ የተቀነባበረ እቅድ ያሳያል። እነዚህ ግብይቶች የሚፈጸሙበትን ጊዜ አፅንዖት ሰጥታለች፣ ከግድያዎቹ ጋር ያላቸውን ዝምድና በማሳየት፣ ገንዘቡ መረጃን ለማፈን፣ ምስክሮችን ለማጥፋት እና የተሳተፉትን ዝምታ ለመጠበቅ ጥቅም ላይ መዋሉን ጠቁማለች። መከላከያው እነዚህን ግብይቶች እንደተለመደው የንግድ ሥራ ለማሰናበት ያደረገው ሙከራ ስልታዊ የማጭበርበር እና የሙስና ሥዕልን የሚያሳዩ አሳማኝ ማስረጃዎች ብዙ ተከታትለዋል።

ከዚያም ማራ ወደ ምስክሩ ምስክሮች ውስጥ ገባች፣ አንድ ላይ እየሸመነች ሁለቱንም የሚያቀዘቅዝ እና የሚስብ ትረካ ፈጠረች። በእያንዳንዱ አካውንት ውስጥ ያሉትን አለመጣጣሞች ተናገረች፣ ጉድለቶቻቸውን እያወቀች ከነሱ ጥምር ሂሳቦች የወጣውን አጠቃላይ ንድፍ አጉልታለች። የኦልሰንን ምስክርነት ያቀረበችው እንከን የለሽ ትዝታ ሳይሆን ምስጢራዊነት እና ህገወጥ ተግባርን በተመለከተ የተበታተነ እይታ ነው። በኦልሰን ተአማኒነት ላይ የሚሰነዘረው የመከላከያ ጥቃት ማራ የማረጋገጫ ማስረጃዎችን በሰለጠነ አቀራረብ ተቃውሟል። በ ላይ ያልተለመደ እንቅስቃሴን የሚያሳዩ የደህንነት ካሜራ ምስሎችን ኦልሰን የምሽት ማድረስ እና አጠራጣሪ እንቅስቃሴዎችን የሚያረጋግጥ ቀረጻ አቅርባለች። እሷም ከቆሻሻ አወጋገድ ስርዓቱ የተገኙ የመረጃ መዝገቦችን

አቅርባለች፣ ይህም በኦልሰን በተገለጹት ጊዜያት ያልተለመደ ከፍተኛ የቆሻሻ መጠን ያላቸውን ምስክሮች በተዘዋዋሪ የሚደግፍ ነው።

በተመሳሳይ፣ ማራ የሰራ ጄንኪንስ ምስክርነት ድክመቶችን አምና፣ የቅናት እና የገንዘብ ተነሳሽነት መከላከያ ክሶችን ተናግራለች። ሆኖም ማራ እነዚህን የይገባኛል ጥያቄዎች ውድቅ የሚያደርግ ማስረጃ አቀረበች፣ የጄንኪንስ የረዥም ጊዜ ቁርጠኝነት በምርምርዋ ላይ ያሳየች እና ወጥ የሆነ የስራ ሪከርዷን በማሳየት፣ ለሳይንሳዊ ታማኝነት ያላትን ቁርጠኝነት በማሳየት እና በዚህም ማንኛውንም ድብቅ አላማዎች በመቀነሱ። በተጨማሪም ማራ ከዶክተር ቫንስ የተሰረዙ ፋይሎች የተመለሱ ተከታታይ ኢሜሎችን እና የጽሁፍ መልእክቶችን አቅርቧል። በፎረንሲክ መረጃ መልሶ ማግኛ በትጋት የተገኙት እነዚህ የኤሌክትሮኒክስ መገናኛዎች፣ ዶ/ር ቫንስ ተግባራቶቹን ለመሸፈን እና ምስክሮችን ለማስፈራራት እየጨመሩ ያሉ ተስፋ አስቆራጭ ሙከራዎችን አሳይተዋል። እነዚህ መልእክቶች የጄንኪንስ ምስክርነት በርካታ ገጽታዎችን አረጋግጠዋል፣ ይህም የመለያዋን ታማኝነት አጠንክሯል።

የኤልያስ ቶርን ምስክርነት መጀመሪያ ላይ በአብዛኛው ሁኔታዊ ነው ተብሎ የሚታሰበው ሌሎች ማስረጃዎችን በማጣመር አዲስ ክብደት ተሰጥቶታል። ማራ ሥነ

ምግባራዊ ያልሆኑ የንግድ ሥራዎችን ምልከታውን ከፋይናንሺያል መዝገቦች ጋር በማገናኘት አጠያያቂ በሆኑት ግብይቶች እና ቶርን ባነሳቸው ጉዳዮች መካከል ያለውን ቀጥተኛ ትስስር ያሳያል። የቶርን የደህንነት ጥሰቶች እና የቁጥጥር ተገዢነትን በስፋት ችላ ማለቷን የሚያረጋግጡ የውስጥ ኩባንያ ማስታወሻዎችን እና ኢሜይሎችን አቅርባለች። ይህ የማስረጃ ውህደት እንደሚያሳየው የቶርን ስጋት የተከፋ ዘመድ ጩኸት ብቻ ሳይሆን ጥልቅ ጉድለት ያለበት የድርጅት ባህል ትክክለኛ ምልከታ ነው።

የእንቆቅልሹ የመጨረሻ ክፍል የዶ/ር አንያ ሻርማ ምስክርነት ሳይናወጥ ቀረ። ማራ በፕሮጀክት ናይቲንጌል እና በገዳዮቹ መካከል ያለውን የማይካድ ትስስር አጠናከረ፣ የመርዛማውን ልዩነት እና በሁሉም ተጎጂዎች ውስጥ መገኘቱን አፅንዖት ሰጥቷል። የዶ/ር ሻርማን ግኝቶች ለማጣጣል የመከላከያ ሙከራዎችን በመቃወም የክርክራቸውን ጉድለቶች በዘዴ በማጋለጥ እና በቶክሲኮሎጂ ሪፖርቶች ውስጥ የተቀጠረውን ጠንካራ ዘዴ በማሳየት ተቃውመች። ማራ ከገለልተኛ የላቦራቶሪዎች ተጨማሪ ናሙናዎችን አቅርቧል፣ የዶክተር ሻርማን ግኝቶችን የበለጠ በማረጋገጥ እና በምርምር እና በወንጀሎቹ መካከል ያለውን ወሳኝ ግንኙነት አጠናክሮታል።

ማራ ንግግሯን የደመደመችው በአስደናቂ ሁኔታ በማደግ ሳይሆን በጸጥታና በማያወላውል እርግጠኝነት ነው። የተጎጂዎች፣ የቤተሰቦቻቸው እና ሕይወታቸው በሚያሳዝን ሁኔታ የተቆረጠባቸውን የፎቶግራፎች ተንሸራታች ትዕይንት አሳይታለች። እነዚህ ምስሎች ምንም ዓይነት ስሜት ቀስቃሽነት የሌላቸው, ብዙ ይናገራሉ. በመርከቧ ውስጥ ያሉ ሰዎች የፈጸሙት ድርጊት የሚያስከትለውን እውነተኛ የሕይወት መዘዝ ለዳኞች በማስታወስ ተጎጂዎችን ሰብአዊ አድርገዋል። የማስረጃው ክብደት በጥንቃቄ የተጠናቀረ፣ በጥብቅ የተመረመረ እና በጠንካራ ሁኔታ የቀረበው፣ በአየር ላይ ተንጠልጥሏል፣ የሚታይበት ሁኔታ በፍርድ ቤቱ ጸጥታ ጸጥታ አስተጋባ። አሁን ሙሉ ምስል የታጠቀው ዳኞች የፍርድ ውሳኔ የመስጠት ከባድ ስራ ገጥሞታል ይህም የተከሳሾችን እጣ ፈንታ የሚወስን እና ከሁሉም በላይ ደግሞ ለተጎጂዎች እና ለቅሶ ቤተሰቦቻቸው ፍትህ ይሰጣል። በፍርድ ቤቱ ውስጥ ያለው ፀጥታ ብዙ ተናግሯል ፣ የማይነገር የህይወት ክብደት ሚዛን ላይ ተንጠልጥሏል። በማራ በጥንቃቄ የተሰበሰበው የፍትህ የሰዓት ስራ ዘዴ ዑደቱን አጠናቅቋል። የመጨረሻው ምልክት ገና መምጣት ነበር።

ምዕራፍ 12፡ እውነትን መፈለግ

በፍርድ ቤቱ ውስጥ ያለው የሚዳሰስ ውጥረት ከራሱ አየር በላይ ተንጠልጥሏል። የአቃቤ ህግ ክስ በጥንካሬ የተቀነባበረ ፣የፎረንሲክ ማስረጃ እና አሳማኝ ምስክሮች

ሲምፎኒ ተጠናቋል። ለማራ ግን እውነትን ማሳደድ አላበቃም። ፍርዱ፣ በቅርብ ጊዜ፣ ልክ እንደ መሰላል ድንጋይ፣ ጊዜያዊ ውሳኔ በጣም ትልቅ፣ ውስብስብ በሆነ እኩልነት ተሰማው። የፕሮጀክት ናይቲንጌልን ውስብስብ ነገሮች በጥልቀት በጥልቀት በመረመረች መጠን፣ ላይኛው ክፍል ብዙም እንዳልተከሸፈ ተረዳች።

የመጀመርያው ምርመራ ወዲያውኑ ወንጀለኞች ላይ ያተኮረው እና ወዲያውኑ በተጎዱት ላይ ያተኮረ ሲሆን ከመጀመሪያውም መገመት ከማይቻል እጅግ በጣም ሰፊ እና ተንኮለኛ ሴራ ተገኘ። በቶርን ፋርማሲዩቲካልስ፣ በሴናተር ብላክዉድ እና በዶ/ር ቫንስ መካከል ያጋለጠችው ግኑኝነት የጠላው የበረዶ ግግር ጫፍ ብቻ ነበር። በጉዳዩ ዙሪያ ላይ ሹክሹክታ፣ አላፊ ጥላዎች፣ ለተጨማሪ ተሳትፎ የሚጠቁሙ፣ ገና ማንነታቸው ባልታወቀ ኃያላን ተጫዋቾች ላይ ነበር።

ከእንዲህ ዓይነቱ ሹክሹክታ አንዱ ከዚህ ቀደም ችላ ወደተባለው ዝርዝር ነገር አድርሷታል፡ ቶርን ፋርማሱቲካልስ የምርምር ውሂባቸውን ለማከማቸት የሚጠቀሙበት ልዩ አገልጋይ። በዘመናዊ ሳይንሳዊ ምርምር ተቋማት ውስጥ ብዙም ጥቅም ላይ ያልዋለ ፣ ያለፈው ዘመን ቅርስ ፣ ጊዜ ያለፈበት ሞዴል ነበር። ይህ ያልተለመደ ሁኔታ ፍላጎቷን አነሳሳ። በቴክኖሎጂ ብቃቱ የሚታወቀው የመድኃኒት አምራች ኩባንያ እንዲህ

ዓይነቱን ጥንታዊ ቴክኖሎጂ እጅግ በጣም ጥንቃቄ የተሞላበት መረጃ ለማግኘት ለምን ይጠቀማል?

በዓመታት ልምድ የተካበተው ግንዛቤ ለማራ እንደተናገረው ይህ ትንሽ የሚመስለው ዝርዝር የሴራው ጥልቅ ሽፋን ለመክፈት ቁልፍ ነው። የሰርቨር መሠረተ ልማት እና የኔትወርክ ቶፖሎጂን በትጋት እንደገና በመገንባት የኩባንያውን የአይቲ መዛግብት ውስጥ ገብታለች። የድሮው ሰርቨር ከዋናው ኔትወርክ የተቋረጠ በሚመስልበት ጊዜ ሁለተኛ ደረጃ ኢንክሪፕትድ የሆነ ግንኙነት እንዳለው ተረዳች። ይህ ሚስጥራዊ ግንኙነት ወደር የለሽ የግላዊነት ህግጋት ባለባቸው ሀገራት ወደሚገኝ የባህር ዳርቻ ሰርቨሮች አውታረመረብ አመራ።

ከእነዚህ የባህር ዳርቻ አገልጋዮች የተገኘው መረጃ ወንጀለኛ የመረጃ ወርቅ መሆኑን አረጋግጧል። የፕሮጀክት ናይቲንጌል የምርምር መረጃዎችን ብቻ ሳይሆን በ እና በተለያዩ አለም አቀፍ ድርጅቶች መካከል ሚስጥራዊ ግንኙነቶችን ጨምሮ በርካታ የመንግስት ኤጀንሲዎችን እና የግል ወታደራዊ ተቋራጮችን አካቷል። እነዚህ ግንኙነቶች የሙከራ ቴክኖሎጂዎችን ሽያጭ እና በድብቅ ወደ ተለያዩ የባህር ዳርቻ አካውንቶች ማስተላለፍን የሚያካትት የህገ-ወጥ ስምምነቶች መረብን አሳይተዋል።

የሴራው መጠን በጣም አስደናቂ ነበር። የፕሮጀክት ናይቲንጌል፣ ወንጀለኛ የምርምር ፕሮጀክት ብቻ አልነበረም። በጣም ትልቅ በሆነ የጂኦፖሊቲካል ጨዋታ ውስጥ ዱላ ነበር። መጀመሪያ ላይ ለታለሙ ግድያዎች የተዘጋጀው መርዝ መሳሪያ ታጥቆ ለከፍተኛ ተጫራች እየተሸጠ ሲሆን ይህም በምስጢር የተሸፈነ አለም አቀፍ የስውር ስራዎችን ፈጠረ። መጀመሪያ ላይ እንደ ገለልተኛ ክስተቶች የተገነዘቡት ግድያዎች፣ አሁን ለዚህ ድብቅ ተግባር ስጋት የሆኑትን እስትራቴጂካዊ መወገድ እንደሆኑ ተረድተዋል።

ከተገኙት መረጃዎች መካከል ልዩ የዲክሪፕት ቴክኒኮችን የሚጠይቁ የተመሰጠሩ መልእክቶች ይገኙበታል። ማራ ከክሪፕቶግራፈር እና የቋንቋ ሊቃውንት ቡድን ጋር ተማከረች ፣የተቆራረጡትን የእንቆቅልሹን ቁርጥራጮች አንድ ላይ እየፈለፈለ። መልእክቶቹ የተካተቱትን ሰዎች ማንነት በጥንቃቄ በመደበቅ ኮድ የተደረገባቸው ስሞች እና ተለዋጭ ስሞችን አውጥተዋል። የማታለል መጠኑ በጣም አስገራሚ ነበር⍰ በጥንቃቄ የተሰራ የውሸት ድር፣ በሴራው እምብርት ላይ ያሉ ኃያላን ተጫዋቾችን ለመጠበቅ ታስቦ የተሰራ ነው።

ከዲኮድ ከተደረጉት መልእክቶች አንዱ የማራን አከርካሪ የሚያንቀጠቅጥ ቃል "ፕሮጀክት ቺሜራ"ን ያመለክታል። የመጀመሪያ ደረጃ ጥናት እንዳመለከተው “ፕሮጀክት

ቺሜራ" የተለየ፣ እንዲያውም የበለጠ ትልቅ ዓላማ ያለው ተግባር - የዘረመል ምህንድስና ባዮ የጦር መሣሪያ ልማት ነው። አንድምታዎቹ በጣም አስፈሪ ነበሩ; ሊከሰቱ የሚችሉ ውጤቶች አስከፊ. የመጀመርያዎቹ ግድያዎች፣ ለከፋ ጥፋት ቅድመ ሁኔታ ብቻ ይመስሉ ነበር።

ይህ አዲስ መረጃ የምርመራውን ወሰን በእጅጉ ለውጦታል። ጉዳዩ ከአሁን በኋላ ቀላል የግድያ ሙከራ አልነበረም; ወደ ዓለም አቀፍ ክስተት ተለውጦ ነበር፣ ይህም ዓለም አቀፋዊ ችግሮች ሊኖሩት ይችላል። ማራ የኃላፊነት ክብደት በእሷ ላይ ሲጭንባት፣ ጉዳቱ በከፍተኛ ደረጃ መጨመሩን በመገንዘብ ተሰማት። የፍትህ ፍለጋ አዲስ አቅጣጫ፣ አዲስ አጣዳፊነት ይዞ ነበር።

የፕሮጀክት ሕልውና ግኝት ፈጣን እና ቆራጥ ምላሽ ያስፈልገዋል። ማራ, ከአለም አቀፍ ህግ አስከባሪ ኤጀንሲዎች ጋር በማስተባበር, በበርካታ ፋሲሊቲዎች ላይ ወረራ እና በርካታ ቁልፍ ተጠርጣሪዎችን በቁጥጥር ስር በማዋል ሁለገብ ምርመራ ጀምሯል. ከእነዚህ ወረራዎች የተሰበሰቡት ማስረጃዎች በባህር ማዶ አገልጋዮች ላይ የተገኘውን መረጃ የሚያረጋግጡ ሲሆን ይህም የተንሰራፋውን ሙስና እና የሰውን ህይወት በስርአት ያለውን ንቀት የሚያሳይ ነው።

የፐሮጀክት ቺሜራ ስራዎች መፈታታቸው ግን ፈታኝ ሆኖ ተገኝቷል። አውታረ መረቡ የተራቀቀ ነበር፣ ተሳታፊዎቹ በማታለል ጥበብ የተካኑ ነበሩ። ማራ ስልቶቿን ማላመድ ነበረባት፣ የጸረ-ኢንተለጀንስ ቴክኒኮችን አካሎች ወደ ሚስጥራዊነት ደረጃ ዘልቆ ለመግባት። እንቅስቃሴያቸውን አስቀድሞ መገመት፣ ስልቶቻቸውን መቃወም እና በየጊዜው ከሚለዋወጡት ስልቶቻቸው ጋር መላመድ አለባት። ይህ እልህ አስጨራሽ የቼዝ ጨዋታ ነበር፣ ከጠንካራ ጠላቶች ጋር የተጫወተበት፣ የሚሊዮኖች እጣ ፈንታ ሚዛን ላይ ተንጠልጥሏል።

በተመሳሳይ ጊዜ ማራ በመጀመሪያዎቹ ተጠርጣሪዎች ላይ ክስዋን መገንባቷን ቀጠለች። አዲሶቹ ማስረጃዎች ከፐሮጀክት ቺመራ ጋር በቀጥታ ባይገናኙም የአቃቤ ህግን ክስ በእጅጉ አጠናክሮታል። ከወንጀላቸው በስተጀርባ ስላለው መነሳሳት የበለጠ ሰፊ ግንዛቤን በመስጠት የተግባራቸውን ሰፊ አውድ ገልጧል። የመጀመሪያዎቹ ግድያዎች በዘፈቀደ የጥቃት ድርጊቶች አልነበሩም; በጣም ሰፋ ባለ፣ ይበልጥ አስከፊ በሆነ ጨዋታ ውስጥ ስልታዊ እንቅስቃሴዎች ነበሩ።

የፍርድ ሂደቱ ዘግይቷል, የአዲሱን ማስረጃ ውህደት በመጠባበቅ ላይ. ችሮታው በከፍተኛ ደረጃ ከፍ ያለ ነበር፣ እንድምታውም ሰፊ ነው። ማራ እና ቡድኗ እንቆቅልሹን አንድ ላይ ለማድረግ፣ ከፐሮጀክት ቺሜራ ጀርባ ያለውን

እውነት ይፋ ለማድረግ እና ወንጀለኞችን ለፍርድ ለማቅረብ ደከመኝ ሰለቸኝ ሳይሉ ሲሰሩ አለም በከባድ ትንፋሽ ተመልክቷል። እውነትን ማሳደድ፣ በአንድ ወቅት ተከታታይ ግድያዎችን የማጣራት ቀላል ጉዳይ፣ ከጊዜ ወደ ጊዜ ወደ ውድድር ተቀይሯል፣ የማይታሰብ የጥፋት ድርጊቶችን ሊፈጽም ከሚችል ጥላ ከለላ ድርጅት ጋር የሚደረግ ትግል። በአንድ ወቅት ለአንድ አሳዛኝ ክስተት የነበረው የፍርድ ቤት አዳራሽ አሁን የዓለም አቀፍ ቀውስ ማዕከል ለመሆን የተዘጋጀ ይመስላል። የፍርድ ቤቱ ፀጥታ በአንድ ወቅት የክርክሩን ጨዋነት የሚያንፀባርቅ፣ አሁን ግን በቋፍ ላይ ካለው አለም ውጥረት ጋር የሚያስተጋባ ይመስላል። የፍትህ የሰዓት ስራ ዘዴ የመጨረሻ ምልክት አሁን ከመጀመሪያዎቹ ወንጀሎች እጅግ የላቀ ጠቀሜታ አለው፣ ወደፊት ማራ በሴራ እና በማታለል የተሸፈነውን አለም ስትዞር በትከሻዋ ላይ ትልቅ ክብደት አለው። እውነትን ማሳደድ ለሰው ልጅ ህልውና ትግል ሆኗል።

እዚህ ግባ የማይባል የሚመስለው ዝርዝር የቀድሞው አገልጋይ የፓንዶራ ሳጥን ከፍቶ ነበር። አሁን፣ ማራ በተመሰጠሩ የመገናኛ ግንኙነቶች፣ የባህር ማዶ ሂሳቦች እና በኮድ ስሞች ውስጥ እራሷን ተንበርካክታ አገኘችው፣ እያንዳንዱ ክር ወደ የፕሮጀክት ቺሜራ የላብራቶሪ ልብ ውስጥ ጠልቆ ያስገባታል። የመጀመርያዎቹ ግድያዎች፣የምርመራዋ ዋና ነጥብ፣አሁን በሴራ ውቅያኖስ ውስጥ በጣም ሰፊ የሆነ ጠጠሮች ይመስሉ ነበር።

ከስፔሻሊስቶች ቡድን ጋር በመተባበር፣የማይተረጎሙ የሚመስሉ ክሪፕቶግራፈር፣የቋንቋ ሊቃውንት፣የተደመሰሱትን ፋይሎች እና የተደበቁ መንገዶችን በጥንቃቄ ከገነቡት የቋንቋ ሊቃውንት፣በኮምፒዩተር ፎረንሲክስ ባለሙያዎች በዲጂታል ዲትሪተስ ውስጥ ተጠምዳለች። ከፍተኛው የውሂብ መጠን እጅግ በጣም ብዙ ነበር፣ ዲጂታል ኤቨረስት ሄርኩሌያን ለመውጣት ጥረት ይጠይቃል። እያንዳንዱ ግኝት፣ እያንዳንዱ የተፈታ መልእክት፣ ሌላ የማታለል ሽፋን፣ ሌላው የሴራ ደረጃን ይፋ አድርጓል።

አንድ የተለየ ፋይል፣ «ፕሮጄክት ናይቲንጌል ንዑስ-አልፋ» የሚል መለያ ትኩረቷን ሳበው። በ ተወካዮች እና ከተለያዩ የመንግስት ኤጀንሲዎች የተውጣጡ የመንግስት ኤጀንሲዎች ኃላፊዎች ደህንነቱ በተጠበቀ ቦታ የተካሄዱ፣ በጥንቃቄ የተመዘገቡ፣ ነገር ግን የውይይቱ ይዘት በከፍተኛ ደረጃ ማስተካከያ የተደረገባቸው ተከታታይ ስብሰባዎች ምንም ጉዳት የሌላቸው የሚመስሉ ስብሰባዎችን ዘርዝሯል። ማራ ግን በቀላሉ ተስፋ አልቆረጠችም። በጥሞና በመተንተን፣ የተበታተኑ የውይይቶችን ቅንጣቢዎችን ማግኘት ቻለች፣ ሚስጥራዊ ስምምነቶችን እና በጣም ሚስጥራዊነት ያላቸው ቴክኖሎጂዎችን ስልታዊ ሽግግር የሚረብሽ ምስል በአንድ ላይ በመሳል።

የተገኙት የኦዲዮ ፋይሎች ጸጥ ያሉ ሹክሹክታዎች፣ ኮድ የተደረገባቸው ሀረጎች እና ቀጭን የተሸፈኑ ዛቻዎችን ይዘዋል። አንድ የተለየ ሐረግ ፣ ብዙ ጊዜ ተደጋግሞ ወጣ ፣ “የፊኒክስ ፕሮቶኮል” ። ይህ ለተወሰነው የፕሮጀክት ምዕራፍ ኮድ ስም ይመስላል፣ ይህ ምዕራፍ ከሌሎቹ በበለጠ ሚስጥራዊነት የተሸፈነ ነው። ተጨማሪ ምርመራ እንደሚያሳየው "የፊኒክስ ፕሮቶኮል" በጄኔቲክ ኢንጂነሪንግ ቫይረስ - ባዮ የጦር መሳሪያ ማራ ካጋጠማት ከማንኛውም ነገር የበለጠ ገዳይ እና ተንኮለኛ ነው ።

የሴራው ስፋት እጅግ አስደንጋጭ ነበር። የመጀመሪያዎቹ ግድያዎች ብቻቸውን አልነበሩም; ለፕሮጀክት ቺሜራ ለስላሳ አፈፃፀም ስጋት የሆኑትን ግለሰቦች ለማስወገድ በጥንቃቄ የተቀናጁ ነበሩ። የአለምአቀፍ የተጫዋቾች አውታረመረብ ከ እና ሴናተር ብላክዉድ አልፏል። የማታለል ድር ኃያላን የመንግስት ኤጀንሲዎችን፣ መድብለ ኢንተርናሽናል ኮርፖሬሽኖችን እና በወታደራዊ-ኢንዱስትሪ ግቢ ውስጥ ያሉ አካላትን ጨምር ነው። ማራ የዓለም ክብደት በእሷ ላይ ሲጫን ተሰማት, ወንጀልን መመርመር ብቻ እንዳልሆነ በመገንዘብ; የሥልጣኔን ገጽታ የሚያሰጋ ዓለም አቀፍ ሴራ እየፈታች ነበር።

ቫይረሱ የጦር መሣሪያ ብቻ እንዳልሆነ ተረዳች። የመቆጣጠሪያ መሰሪያ ነበር. በጥበብ እንዲሰማራ ታስቦ ነበር፣ ይህም ግልጽ ዱካ ሳይተው ሰፊ ሕመምና ሞት

አስከትሏል። ምልክቶቹ መጀመሪያ ላይ ስውር ነበሩ, በቀላሉ ለተለመዱ በሽታዎች ተሳስተዋል. ነገር ግን ከጊዜ በኋላ ቫይረሱ በሽታ የመከላከል ስርዓቱን ቀስ በቀስ በማዳከም ተጎጂዎቹን ለሁለተኛ ደረጃ ኢንፌክሽኖች እና በመጨረሻም ለሞት ይዳርጋል። በተጎጂዎች እና በቫይረሱ መካከል ግልጽ የሆነ ግንኙነት አለመኖሩ ቫይረሱን ለድብቅ ጦርነት ፍጹም መሳሪያ ያደርገዋል። የዕቅዱ ርህራሄ የለሽነት የማራን አከርካሪ አጥልቆታል። እነዚህ ወንጀለኞች ብቻ አልነበሩም; የዓለም አቀፋዊ መጥፋት ንድፍ አውጪዎች ነበሩ።

ዱካው ማራ የገንዘብ ምንጩን እና መድረሻውን ለማደብዘዝ በብልሃት ወደተቀየሱ የሼል ኮርፖሬሽኖች መረብ መርቷል። በነዚህ የሼል ኮርፖሬሽኖች በቢሊዮኖች የሚቆጠር ዶላሮች እየፈሰሰ ለቫይረሱ ልማት እና ማሰማራት የገንዘብ ድጋፍ በማድረግ ምርመራን ለማምለጥ የተነደፈ ውስብስብ የፋይናንሺያል ቤተ ሙከራ ፈጠረች። ዱካው ሆን ተብሎ የተደበቀ ነበር፣ ግብይቶቹ በጣም አስተዋይ የሆኑትን መርማሪዎች እንኳን ለማሳሳት ነው።

ገንዘቡን ተከትሎ ማራ የባህር ዳርቻ የባንክ ሂሳቦችን፣ የተደበቁ ንብረቶችን እና ማንነታቸው ያልታወቁ ታማኝ አውታረ መረቦችን ተገኘች። ዱካው ዓለምን አቋርጦ፣ የላላ የፋይናንሺያል ደንቦች ባሉበት አውራጃዎች ውስጥ

እየሸመና ነበር። ከአለም አቀፍ ህግ አስከባሪ ኤጀንሲዎች ጋር በመተባበር መረጃን በመለዋወጥ እና ውስብስብ የሆነውን የፋይናንስ ግብይቶች ድር ለመፍታት ጥረቶችን በማስተባበር ላይ ነች። ትብብሩ ምንም እንኳን አስፈላጊ ቢሆንም ከችግሮቹ ውጪ አልነበረም። አገራዊ ጥቅሞች፣ ፖለቲካዊ ጉዳዮች እና የቢሮክራሲያዊ እልህ አስጨራሽ እንቅስቃሴዎች በሁሉም አቅጣጫ እንቅፋት ፈጥረዋል።

ሆኖም ማራ ጸንታለች። የሚሊዮኖች ምናልባትም የቢሊዮኖች እጣ ፈንታ እውነትን በማጋለጥ ችሎታዋ ላይ የተመሰረተ እንደሆነ ታውቃለች። እያንዳንዷን ማስረጃ፣ እያንዳንዱን የተጠላለፈ ግንኙነት፣ እያንዳንዱን የገንዘብ ልውውጥ በጥንቃቄ እየመዘገበች ያለማቋረጥ እያንዳንዷን አመራር ተከታትላለች። ወንጀለኞችን ለፍርድ ለማቅረብ እና የቫይረሱን አስከፊ መስፋፋት ለመከላከል ባላት ጠንካራ ቁርጠኝነት ሌት ተቀን ትሰራለች።

ጫናው ከፍተኛ ነበር። ዛቻ፣ ማስፈራራት እና ምርመራዋን ለማጣጣል ሙከራዎች ነበሯት። ነገር ግን ማራ በቆራጥነት ኖራለች፣ የማይናወጥ ቁርጠኝነትዋ የሞራል ግዴታ ስላላት እና የእውነት አስፈላጊነት ላይ ባለው ጥልቅ እምነት ተገፋፍታለች። ወደ እውነት በቀረበች ቁጥር የበለጠ አደገኛ ሆነ። በአደገኛ መሬት ላይ እንደምትረግጥ ታውቃለች, ነገር ግን ወደ ኋላ ለመመለስ ፈቃደኛ አልሆነችም.

ቫይረሱ በመፈጠሩ ብቻ እንዳልሆነ የሚጠቁሙ ማስረጃዎችን አገኘች። ቀድሞውንም በአለም ዙሪያ በተመረጡ ቦታዎች ላይ ተሰማርቷል። ያልተለመዱ የበሽታ ወረርሽኞች የመጀመሪያ ሪፖርቶች ፣ መጀመሪያ ላይ እንደ ገለልተኛ ክስተቶች ፣ አሁን የሰፋ ፣ የበለጠ አስከፊ ዘመቻ የመጀመሪያ ምልክቶች እንደሆኑ ተረድተዋል። ማራ ቫይረሱ የበለጠ ከመስፋፋቱ እና አውዳሚውን አቅም ከማውጣቱ በፊት በፍጥነት እርምጃ መውሰድ እንዳለባት ታውቅ ነበር።

የእንቆቅልሹ የመጨረሻ ክፍል ያልተጠበቀ ምንጭ ነው፡ በፕሮጀክት ቺሜራ ላይ የሰራው ያልተከፋ ሳይንቲስት ነገር ግን በፕሮጀክቱ ግቦች እና እነሱን ለማሳካት በሚጠቀሙባቸው ዘዴዎች ተስፋ ቆርጦ ነበር። ሳይንቲስቱ ለህይወቱ እና ለሌሎች ህይወት በመፍራት ማራን ደህንነቱ በተጠበቀ ቻናል አነጋግሮ ስለቫይረሱ አቅም፣ የስርጭት ዘዴዎች እና ስለ ዋና ዋና ተዋናዮች ማንነት ወሳኝ ዝርዝሮችን ሰጥቷል።

ይህ መረጃ የሴራውን ስፋት እና ምኞት ሙሉ ምስል በመሳል የማራን ጥርጣሬዎች የመጨረሻ ማረጋገጫ ሰጥቷል። የሰው ልጅ ዋጋ ምንም ይሁን ምን ኃያላን ግለሰቦች ግባቸውን ለማሳካት የሚሄዱበት ረጅም ጊዜ የሚያልፍበት ጊዜ የሚቆይበት ጊዜ የሚያመለክት አሪፍ

ማገለጥ ነበር። አለም በአሰቃቂ ወረርሽኝ አፋፍ ላይ ቆማለች እናም ማራ ብቸኛ ተስፋዋ ነበረች። እውነትን ማሳደድ ዓለም አቀፋዊ ቀውስ ውስጥ እንድትገባ አድርጓታል። የግኝቶቿን ሙሉ ኃይል በአለም ላይ ለመልቀቅ ስትዘጋጅ የኃላፊነት ክብደት በእሷ ላይ ተጫነ። ሰዓቱ እየጠበበ ነበር፣ እና ችሮታው ከመቼውም ጊዜ በላይ ነበር። ችሎቱ የሚጠብቀው የግድያ ጉዳይ እልባት ለማግኘት ብቻ ሳይሆን የዓለምን እጣ ፈንታ ነው።

በጣም የተከፋው የሳይንስ ሊቃውንት ምስክርነት በጣም በተመሰጠረ ቻናል በኩል የሰጠው ወሳኙን የጎደለውን ክፍል አቅርቧል። የእሱ መለያ የማራ ግኝቶችን አረጋግጧል፣የፕሮጀክት ቺሜራን እውነተኛ ተፈጥሮ የሚያሳይ አሪፍ ምስል በመሳል። በቀላሉ ስለ ትርፍ ወይም የፖለቲካ ስልጣን አልነበረም; ዓለም አቀፉን ሕዝብ በባዮሎጂያዊ ጦርነት የመቆጣጠር ብርቱ ፍላጎት ነው። ሳይንቲስቱ ዶ/ር ኤልያስ ቫንስ በቫይረሱ እድገት ውስጥ ቁልፍ ሰው ነበሩ፣ነገር ግን ህሊናው በመጨረሻ አሸንፏል። የእሱ ምስክርነት የቫይረሱን ውስብስብ ዘዴዎች፣ የአተገባበሩን ስልቶች እና በፍጥረቱ ዙሪያ ያሉ የደህንነት ደረጃዎችን ዘርዝሯል። በመጪው ወረራ በዋጋ ሊተመን የሚችለውን የተደበቁ የላቦራቶሪዎች እና የአገልጋይ በታዎችን አቅርቧል።

በዚህ የማሰብ ችሎታ የታጠቀው የማራ ቡድን በፍጥነት ተንቀሳቅሷል። የመጀመሪያው እርምጃ አካላዊ ማስረጃዎችን ማረጋገጥ ነበር. ይህ በድብቅ ክትትል እና

ከፍተኛ ስጋት በሚፈጥር ወረራ መካከል ስስ ሚዛን እንዲኖር ያስፈልጋል። ለሳምንታት ያህል፣ በዶ/ር ቫንስ የተተዉ የፋርማሲዩቲካል መጋዘኖችን፣ ደህንነታቸው የተጠበቁ የምርምር ተቋማትን እና በገጠር ሞንታና የሚገኘውን ምንም ጉዳት የሌለው የሚመስለውን የግብርና ምርምር ጣቢያ ለሳምንታት ተቆጣጠሩ። ክትትሉ እጅግ በጣም ዘመናዊ ቴክኖሎጂ እና ጥሩ የድሮ የፖሊስ ስራዎችን መጠቀምን ያካትታል። የላቀ የሙቀት ኢሜጂንግ አቅም ያላቸው ዩኤቪዎች ሰማያትን ይቆጣጠሩ ነበር፣ እንቅስቃሴን በሰዓት ይቆጣጠሩ። ድብቅ ወኪሎች በየእለቱ የማሰብ ችሎታን ለመሰብሰብ እንደ ሰራተኞች እና የንግድ አጋሮች በመምሰል የቶርን ፋርማሲዩቲካልስ የውስጥ ክበቦችን ሰርገው ገቡ። ወኪሎቹ የሰራተኞች እንቅስቃሴን፣ የገንዘብ ልውውጦችን እና ግንኙነቶችን በጥንቃቄ መዝግበዋል። በድርጅት የስለላ የዓመታት ልምድ ያለው አንድ ወኪል፣ ስለ ፕሮጀክቱ ፋይናንስ እና ሰራተኞች ተጨማሪ ግንዛቤዎችን የሚሰጡ ወሳኝ ፋይሎችን በዘዴ በማውረድ የቶርን የውስጥ አገልጋይ ማግኘት ችሏል።

ክትትሉ ከስጋቶቹ ውጭ አልነበረም። ብዙ ጊዜ፣ ማራ እና ቡድኗ ለመገኘት በአደገኛ ሁኔታ ቀረቡ። በተለይ ውጥረት የበዛበት ወቅት በምሽት የክትትል ዘመቻ ወቅት ከደህንነት ጥበቃ ጋር ናፍቆት ነበር። ድንገተኛ የመብራት መቆራረጥ አካባቢውን ጨለማ ውስጥ ያስገባ ሲሆን ለጊዜው የመመልከቻ ቦታቸውን ትተው በጨለማ ጎዳናዎች እና

በኋለኛው ጎዳናዎች በመዞር ከመያዝ ለማምለጥ አስገድዷቸዋል።

ከክትትል ስራዎች ጋር ትይዩ፣ ማራ እና ቡድኗ ተከታታይ ያነጣጠሩ ቃለ መጠይቆችን አካሂደዋል። ይህ በፕሮጀክት ውስጥ ከተሳተፉ ቁልፍ ሰዎች ጋር መንገድ ያቋረጡ ግለሰቦችን ማነጋገርን ያካትታል። እነዚህ ቃለመጠይቆች የስነ-ልቦና መገለጫ ቴክኒኮችን እና ተዛማጅ መረጃዎችን ለማውጣት ጥንቃቄ የተሞላበት ጥያቄን ያካተቱ ናቸው። ማራ በፕሮፋይልነት ያላትን ሰፊ ልምድ በመቅሰም እውነትን ከማታለል የመለየት ችሎታ አዳበረች። የእርሷ አስተዋይ ግንዛቤ፣ ከባህሪ ሳይንስ እውቀቷ ጋር ተዳምሮ፣ በምስክሮች መለያዎች ውስጥ ያሉ አለመግባባቶችን እንድትለይ እና በጣም እምቢተኛ ከሆኑ ቃለመጠይቆች እንኳን ጠቃሚ መረጃ እንድታወጣ አስችሏታል። ከእነዚህ ግለሰቦች መካከል አንዳንዶቹ ከ ወይም ከኃያላኑ አጋሮቹ አጸፋውን በመፍራት መጀመሪያ ላይ ለመተባበር ያመነታሉ። ማራ ትብብራቸውን ለማረጋገጥ የማሳመን፣ የመደራደር እና አልፎ አልፎ የተሰላ ማስፈራራትን መጠቀም ነበረባት።

በመረጃ አሰባሰብ ሂደት ውስጥ በድብቅ የተከናወኑ ተግባራት ቀዳሚ ነበሩ። ልዩ የሰለጠኑ የኤጀንሲዎች ቡድን ሊሆኑ የሚችሉ ኢንቨስተሮች፣ አማካሪዎች እና እንዲያውም ቅር የተሰኙ የቶርን ፋርማሲዩቲካልስ

ተቀጣሪዎች፣ ሚስጥራዊነት ያለው መረጃ በማግኘት እና በድርጅቱ ውስጥ ካሉ ቁልፍ ሰራተኞች ጋር ግንኙነት መፍጠር። እነዚህ ወኪሎች ሽፋናቸውን ለመጠበቅ እና እምነትን ለመገንባት የተለያዩ ዘዴዎችን በመጠቀም የማታለል ባለሞያዎች ነበሩ። በክትትልና በቃለ መጠይቅ የተገኘውን መረጃ የሚያረጋግጡ እና የሚያሰፉ ማስረጃ በማሰባሰብ ግንኙነታቸውን በጥንቃቄ መዝግበዋል። አንድ ወኪል፣ አዲስ እድል የሚፈልግ ያልተከፋ ሳይንቲስት ሆኖ፣ በፕሮጀክት ቺሜራ ላይ ከሚሰሩ መሪ ሳይንቲስቶች አንዱ ከሆነው ከዶክተር አልብራይት ጋር መገናኘት ችሏል። በዚህ ስብሰባ ላይ ወኪሉ ስለ ቫይረሱ ልማት እና አጠቃላዩ እቅድ ጠቃሚ መረጃዎችን በዘዴ አቅርቧል፣ ጥርጣሬን ሳያስነሳ በችሎታ ውይይቱን ሸፍኗል።

በሼል ኮርፖሬሽኖች መረብ እና በባህር ማዶ ሂሳቦች አማካኝነት የተወሳሰበ የፋይናንስ መንገድ ከባድ ፈተና አቅርቧል። ማራ የገንዘብ ፍሰትን ለመከታተል የላቀ የፎረንሲክ የሂሳብ አያያዝ ዘዴዎችን በመጠቀም ከፋይናንሺያል መርማሪዎች ጋር ሰርታለች። የተራቀቁ ሶፍትዌሮችን በመጠቀም ሰፊ የመረጃ ቋቶችን ለመተንተን፣ ያልተለመዱ ግብይቶችን እና የገንዘብ ዝውውርን እና ህገ-ወጥ ተግባራትን የሚጠቁሙ አሰራሮችን በመለየት ነበር። ይህ ውስብስብ በሆነው ዓለም አቀፍ የባንክ ኔትወርኮች አማካኝነት ፈንዱን መከታተል፣ ሚስጥራዊ የፋይናንስ ኮድን መፍታት እና የገንዘቡን እውነተኛ አመጣጥ እና መድረሻ ለማድበስበስ

የተነደፉ ውስብስብ የሼል ኮርፖሬሽኖችን መፍታትን ያካትታል። በምርመራው በዓለም ዙሪያ በታክስ ማዕከሎች ውስጥ የሚገኙ እጅግ በጣም ብዙ የባህር ዳርቻ ሂሳቦችን አውጥቷል፣ በድብቅ እና በተወሳሰቡ የህግ ዝግጅቶች እንዳይመረመሩ ተደርጓል። የማራ ቡድን የፕሮጀክት ቺመራን የሚደግፈውን የፋይናንስ መሠረተ ልማት አጠቃላይ ምስል በመገንባት እያንዳንዱን ግብይት በጥንቃቄ መዝግቧል።

ምርመራው እየገፋ ሲሄድ, አደጋዎቹ በከፍተኛ ሁኔታ ጨምረዋል. ማራ እና ቡድኖቿ ትንኮሳ፣ ዛቻ እና አልፎ ተርፎም በህይወታቸው ላይ ሙከራዎች ተደርገዋል። ነገር ግን እውነትን ለማጋለጥ እና አለም አቀፍ ጥፋትን ለመከላከል ባደረጉት ቁርጠኝነት ተገፋፍተው ጸንተዋል። ጥረታቸውም በዶ/ር ቫንስ ተለይተው በታወቁ ቦታዎች ላይ እና ባደረጉት ጥልቅ ምርመራ ተከታታይ የተቀናጀ ወረራ ተጠናቀቀ። በጨለማ ሽፋን የተካሄደው ወረራ በጥንቃቄ ታቅዶ በትክክል ተፈጽሟል። የ መኮንኖች ቡድን እና የፎረንሲክ ባለሙያዎች ተቋማቱን ወረሩ፣ አስፈላጊ ማስረጃዎችን በማግኘታቸው እና በፕሮጀክት ቺሜራ ውስጥ የተሳተፉ ቁልፍ ግለሰቦችን በቁጥጥር ስር አውለዋል። ክዋኔው የተሳካ ነበር፣ ይህም በቶርን ፋርማሲዩቲካልስ እና በሴረኞች ላይ የማያዳግም ማስረጃ የሚያቀርቡ ወሳኝ ሰነዶችን፣ የኮምፒዩተር አገልጋዮችን እና የላብራቶሪ ቁሳቁሶችን ተይዟል።

በክትትል፣ በቃለ መጠይቆች፣ በድብቅ ኦፕሬሽኖች እና በፎረንሲክ ሒሳብ የተሰበሰቡት ማስረጃዎች የፕሮጀክት ቺመራን ወሰን እና ምኞቶች በግልፅ ያሳያሉ። ወንጀለኛ ድርጅት ብቻ አልነበረም። በአለም አቀፍ የበላይነት ላይ ያነጣጠረ በጥንቃቄ የታቀደ ሴራ ነበር። ቫይረሱ ራሱ አገሮችን ለማሽመድመድ እና የአለምን ህዝብ ለመቆጣጠር የተነደፈ ወደር የለሽ አጥፊ አቅም ያለው መሳሪያ ነበር። ማስረጃው እጅግ በጣም ብዙ ነበር, ስለ ሁኔታው ክብደት ምንም ጥርጥር የለውም. ሰዓቱ እየጠበበ ነበር, እና ማራ በጣም ከመዘግየቱ በፊት ይህን ሴራ ለማጋለጥ ዓለም በእሷ ላይ እንደሚተማመን ታውቃለች. እውነትን ማሳደድ ወደ ገደል አፋፍ ወሰዳቸው ነገር ግን ዝግጁ ነበሩ። ወንጀለኞችን ለፍርድ የማቅረብ ቀጣይ ምዕራፍ ተጠብቋል።

በጥንቃቄ የተሰበሰበው ማስረጃ፣ ወንጀለኛ የሆኑ ሰነዶች እና ዲጂታል መረጃዎች ተራራ፣ ውጊያው ግማሽ ብቻ ነበር። የቶርን ፋርማሱቲካልስ እና የጥላቻ አጋሮችን ኔትዎርክ ለፍርድ ማቅረብ የማራን የመቋቋም አቅም እና የቡድኖቿን አቅም ወሰን በሚፈትኑ መሰናክሎች የተሞላ የሄርኩሊያን ተግባር መሆኑን አረጋግጧል። የመጀመሪያው፣ እና ምናልባትም በጣም አስፈላጊው፣ መሰናክል በቶርን ፋርማሲዩቲካልስ የሚጠቀመው ከፍተኛ ኃይል እና ተጽዕኖ ነበር። የኩባንያው ድንኳኖች ወደ ሃይል ኮሪደሮች ዘልቀው ገቡ፣ ሎቢስቶች ወደ ሴናተሮች እና የኮንግሬስ አባላት ጆሮ በሹክሹክታ ሲናገሩ፣ ልገሳው

የፖለቲካ ማሽነሪዎችን ማርሽ አድርጓል። የሕግ ቡድናቸው፣ ከፍተኛ ኃይል ያለው የጠበቃ ሠራዊት፣ ደንበኞቻቸውን ለመጠበቅ ጥርስና ጥፍር ለመዋጋት ከወዲሁ እየተንቀሳቀሰ ነበር።

ማራ ለመጀመሪያ ጊዜ ማስረጃዎቹን ለፍትህ ዲፓርትመንት ለማቅረብ ያደረጋቸው ሙከራዎች ቀዝቃዛ የቢሮክራሲያዊ ሞገድ ገጥሟቸዋል። ፋይሎች ከጠረጴዛዎች ጠፍተዋል፣ የስልክ ጥሪዎች ምላሽ አያገኙም፣ እና ስብሰባዎች በሚስጥር ተሰርዘዋል። ስውር ግፊት፣ የተከደነ ማስፈራሪያው የማይካድ ነበር። ማራ ስር የሰደደ ሙስና፣ ከቶርን ፋርማሲዩቲካልስ ባሻገር፣ ወደ መንግስት እምብርት የተዘረጋው መበስበስን ጠረጠረች። አንዳንድ በ ውስጥ፣ በብሔራዊ ደህንነት ላይ የራሳቸውን ጥቅም በማስጠበቅ አደገኛ ጨዋታ እየተጫወቱ እንደሆነ ተረዳች። ስር የሰደደውን ቢሮክራሲ በማለፍ ሴራውን ለህዝብ የሚያጋልጥ የተለየ አካሄድ ያስፈልጋታል።

ይህም ማራን በፖለቲካ መጠቀሚያ እና በሕዝብ ግንኙነት ውስጥ ያለውን ጥቁር ውሃ ማሰስ የሚጠይቅ ተንኮለኛ ጎዳና እንድትከተል አድርጓታል። የ ን እጅ ለማስገደድ፣ ውስጣዊ ግጭቶች ቢኖሩም እርምጃ እንዲወስዱ ለማስገደድ በቂ ህዝባዊ ጫና መፍጠር አለባት። ይህም በጥንቃቄ የተመረጡ መረጃዎችን ለታመኑ ጋዜጠኞች፣ የተረጋገጠ የምርመራ ጋዜጠኝነት ልምድ ላላቸው እና ለእውነት ቁርጠኝነት ያላቸውን ግለሰቦች ማውለቅን

ያካትታል። ሂደቱ በአሰቃቂ ሁኔታ ቀርፋፋ እና በአደጋ የተሞላ ነበር። እያንዳንዱ መፍሰስ የተሰላ አደጋ ነበር፣ ቁማር ሴራውን ሊያጋልጥ ወይም አጠቃላይ ስራውን አደጋ ላይ ሊጥል ይችላል። ማራ በሂደት ላይ ያለውን የምርመራ ትክክለኛነት ሳይጎዳ ከህዝቡ ጋር የሚስማሙ ክፍሎችን ብቻ በመምረጥ መረጃውን በጥንቃቄ ማረም ነበረባት።

የተፈጠረው የሚዲያ ግርግር በጣም የሚያስደስት እና የሚያስደነግጥ ነበር። አርዕስተ ዜናዎች ዓለም አቀፋዊ ሴራ፣ ገዳይ ቫይረስ በማይጠረጠረው ዓለም ላይ ስለተከፈተው ጩኸት ጮኹ። ቶርን ፋርማሱቲካልስ መጀመሪያ ላይ ደፋ ቀና እያለ የተራቀቀ የመልሶ ማጥቃት ዘመቻ በመክፈት ማራን እና ቡድኗን ለማጣጣል በመጥረቢያ በመጥረቢያ በመጥረቢያ ቾልተኛ የሴራ ቲዎሪስቶች አድርጎ በመሳል። የኩባንያው ፒአር ማሽን በጥንቃቄ የተሰሩ መግለጫዎችን አውጥቷል፣ ሁሉንም ክሶች በመካድ እና እራሳቸውን የስም ማጥፋት ዘመቻ ሰለባ እንደሆኑ አሳይቷል። እርስ በርስ በሚጋጩ መረጃዎች የተጨማለቀው ሕዝብ ግራ በመጋባት ግራ ተጋብቶ ነበር። የማራ ቡድን ከቶርን ፋርማሲዩቲካልስ ጋር ብቻ ሳይሆን ከተሳሳተ መረጃ ማዕበል ጋር መዋጋት ስለሚያስፈልገው አቀበት ጦርነት ገጥሞታል።

የችግሩን ውስብስብነት መጨመር የቫይረሱን አመጣጥ እና አላማ ለማረጋገጥ ያለው ውስጣዊ ችግር ነበር። ቶርን ፋርማሲዩቲካልስ የህግ ቡድን ሁሉንም ክፍተቶች ተጠቅሞ ሂደቱን ለማዘግየት የተራቀቁ ህጋዊ ዘዴዎችን በመጠቀም ማስረጃውን ለማድበስበስ እና የምስክሮችን ታማኝነት በመቃወም። ቫይረሱ በአጋጣሚ የተገኘ በህጋዊ ሳይንሳዊ ምርምር የተገኘ ውጤት ሲሆን ይህም የህክምና ሳይንስን ድንበር በመግፋት ያልታሰበ ውጤት ነው ሲሉ ተከራክረዋል። ይህ ትረካ፣ ለማይታወቅ ሰው አሳማኝ ቢሆንም፣ ጥፋተኛነትን ለማጉደፍ እና የኩባንያውን ስም ለመጠበቅ ተብሎ በጥንቃቄ የተሰራ ውሸት ነው።

ከዚህም በላይ፣ መጀመሪያ ላይ ወሳኝ ምስክርነት የሰጠው ያልተማረረው ሳይንቲስት ዶ/ር ቫንስ በሚስጥር ጠፋ። የማራ ቡድን ተስፋ አስቆራጭ ፍለጋ ጀመረ፣ነገር ግን ጥረታቸው በውስብስብ የውሸት መሪዎች ድር እና ሆን ተብሎ የተሳሳተ መረጃ ተስተጓጎለ። ዶ/ር ቫንስ በ ጸጥ እንዲሉ የተደረገው ፍራቻ በቀላሉ የሚታይ ነበር። የሱ መጥፋቱ የህዝቡን ቅሬታ የበለጠ በማባባስ ሁኔታውን ወደ ከፍተኛ ቀውስ ለወጠው።

ይህ በእንዲህ እንዳለ በማራ እና በቡድኗ ላይ የሚደርሰው ዛቻ ተባብሷል። ጥላ ተጋርዶባቸዋል፣ ግንኙነታቸው ተቋረጠ፣ ቤተሰቦቻቸው ተፈራርቀዋል። ማራ በጠባብ ገመድ ላይ እንደምትራመድ ታውቃለች, አንድ የተሳሳተ

እርምጃ ወደ አስከፊ መዘዞች ሊመራ ይችላል. የምርመራውን ፍጥነት እየጠበቀች ያሉትን አደጋዎች በጥንቃቄ በመምራት በደመ ነፍስ እና በተሞክሮዋ ላይ ተመስርታለች። የጥበቃ እርምጃዎችን አጠናክራለች፣የጠባቂዎች ቡድን በመቅጠር እና ከባላጋራዎቿ አንድ እርምጃ እንድትቀድም አዘውትረህ ተግባሯን ትቀይራለች።

ከ ብቻ ሳይሆን ከመንግስት እና ከህግ አስከባሪዎችም ጭምር ጫናው ከፍተኛ ነበር። ማራ የውስጥ ተቃውሞ ገጥሟታል፣ ግኝቶቿን የሚጠራጠሩ ወይም ጥረቷን ለማዳከም ንቁ የሆኑ ባልደረቦች ነበሩ። እነዚህን አታላይ የፖለቲካ ሞገዶች በተሰላ ትክክለኛነት መምራት፣ በምትችልበት ቦታ ህብረት መፍጠርን፣ አስፈላጊ በሚሆንበት ጊዜ ግጭቶችን በማስወገድ እና በማይናወጥ አጋሮች ዋና ቡድን መታመንን ተምራለች።

የፋይናንስ ምርመራው መጀመሪያ ላይ ተስፋ ሰጭ የሆነ ቁልፍ የፋይናንስ መርማሪ ራሱን ችሎ የሚሠራ ግን ከማራ ቡድን ጋር ተቀናጅቶ በአፓርታማው ውስጥ ሞቶ ሲገኝ ነበር። የሞት ይፋዊ ምክንያት ራስን ማጥፋት ተወስኖ ነበር ነገርግን ማራ መጥፎ ጨዋታን ጠረጠረች። በአለም አቀፍ ፋይናንስ ከፍተኛ ችሎታ ያለው መርማሪው በቶርን ፋርማሲዩቲካልስ እና በአለም ላይ ባሉ በርካታ የታክስ ማዕከሎች የባህር ዳርቻ አካውንቶች መካከል

ያለውን ወሳኝ ግንኙነት በማግኘት ላይ ነበር። የእሱ ሞት ቀዝቃዛ መልእክት ላከ-አንዳንድ ኃይሎች ምስጢራቸውን ለመጠበቅ ምንም ነገር አያቆሙም።

ማራው መሰናክሎች እና ያልተቋረጠ ጫና ቢኖርባትም ለመከልከል ፈቃደኛ አልሆነችም። እሷ እና ቡድኖቿ በጥንቃቄ እንቆቅልሹን አንድ ላይ ማድረጋቸውን፣ እያንዳንዱን ማስረጃ በትጋት በመተንተን፣ እያንዳንዱን እርሳስ በማረጋገጥ እና ውሃ የማይገባበት መያዣ በጥንቃቄ በመገንባት ቀጠሉ። አዳዲስ ምስክሮችን ፈልገዋል፣ የተደበቁ ሰነዶችን አወጡ፣ እና በፋይናንሺያል መዝገቦች ውስጥ ጠለቅ ብለው በመቆፈር የማታለል እና ውስብስብ የገንዘብ ማጭበርበሮችን አጋልጠዋል።

የመቀየር ነጥቡ ሳይታሰብ መጣ። በቶርን ፋርማሲዩቲካልስ የመካከለኛ ደረጃ ስራ አስፈፃሚ የሆነ መረጃ ሰጭ፣ ማራን አነጋግሮ፣ ያለመከሰስ መብትን ለመከላከል ወሳኝ ማስረጃዎችን ለማቅረብ አቀረበ። ይህ ግለሰብ ለህይወቱ በመፍራት እና በኩባንያው ድርጊት በህሊናው የተመሰቃቀለው, የቫይረሱን ልማት, ምርመራ እና የማሰማራት እቅዶችን የሚገልጹ የውስጥ ሰነዶችን ማግኘት ችሏል. ሰነዶቹ ቫይረሱን ለአለም አቀፍ የበላይነት መሳሪያነት ለመጠቀም ያላቸውን ፍላጎት በማረጋገጥ የቶርን ፋርማሲዩቲካልስ ተጠያቂነት የማያዳግም ማረጋገጫ አቅርበዋል።

የመጨረሻው ግጭት የሕግ ውጊያዎች፣ የሕዝብ ችሎቶች እና የመገናኛ ብዙኃን ቁጥጥር አውሎ ንፋስ ነበር። ማራ እና ቡድኗ በጥንቃቄ የተሰሩትን የቶርን ፋርማሲዩቲካል መከላከያዎችን በዘዴ በማፍረስ ማስረጃዎቻቸውን አቅርበዋል። ህዝባዊ እምቢተኝነቱ ከጊዜ ወደ ጊዜ እየጨመረ በመጣው ማስረጃ እና የክህደት ስሜቱ እየተባባሰ የመጣው ህዝባዊ እምቢተኝነት እጅግ በጣም ሀይለኛ ሎቢስቶች እንኳን ችላ ሊሉት የማይችሉት ሃይል ሆነ። ቶርን ፋርማሲዩቲካልስ ከጊዜ ወደ ጊዜ እየጨመረ የሚሄድ የህግ ጫና እና የድርጅት መፈራረስ ስጋት ሲገጥመው በመጨረሻ ጥፋተኛነቱን አምኗል።

እውነትን ማሳደድ ከባድ፣ አደገኛ ጉዞ ነበር፣ ነገር ግን ማራ እና ቡድኗ በፅናት ቆይተዋል። ኃያላን ጠላቶችን ተጋፍጠው ነበር፣ አታላይ የፖለቲካ ምኅዳርን ተዘዋውረዋል፣ እና የማይታለፉ የሚመስሉ መሰናክሎችን አሸንፈዋል። በመጨረሻም፣ ለቁጥር የሚታክቱ ሰዎችን በማዳን እና ዓለምን በፍርሀት እና በቁጥጥር ስር ለማዋል የፈለጉትን ለፍርድ በማቅረብ እጅግ ግዙፍ የሆነ አለም አቀፍ ሴራ አጋልጠዋል። ድሉ የተከፈለው መስዋዕትነት እና በመንገዱ ላይ የጠፋውን ህይወት በማወቅ የመረረ ፣ነገር ግን የፅናት ሃይል እና የማይናወጥ እውነትን መሻት የሚያሳይ ድል ነበር።

የጠላፊው ምስክርነት፣ ትልቅ ትልቅ ግኝት ቢሆንም፣ የመንገዱ መጨረሻ አልነበረም። በረዥም እና አድካሚ ጉዞ ላይ ወሳኝ የሆነ መሰላል ነበር። ለራሱ ጥበቃ ሲል "ፊኒክስ" የሚል ስያሜ የተሰጠው ሥራ አስፈፃሚው ያቀረበው መረጃ፣ የተሰላ ክፋት እና ጨካኝ ምኞትን የሚያሳይ አሪፍ ምስል አሳይቷል። በቫይረሱ የተሰናከለው በአጋጣሚ አልነበረም; በጥንቃቄ ተዘጋጅቶ፣ መሳሪያ ተይዞ እና በማራኪ አከርካሪው ላይ መንቀጥቀጥ በሚያደርግ ትክክለኛ ትክክለኛነት ተሰማርቷል። ሰነዶቹ የቫይረሱ መፈጠርን ብቻ ሳይሆን የታለመላቸው ኢላማዎችንም ዘርዝረዋል፡- በተወዳዳሪ ፋርማሲዩቲካል ኩባንያዎች ውስጥ ቁልፍ ሰዎች፣ ተፅዕኖ ፈጣሪ ፖለቲከኞች እንቅፋት እንደሆኑ የሚታሰቡ እና መላውን ህዝብ እንኳን ሳይቀር የአለምን የበላይነት ለማሳደድ ይጠቅማሉ ተብሎ ይታሰባል። የሴራው መጠን በድፍረቱ በጣም አስደናቂ እና በአስተያየቱ ውስጥ አስፈሪ ነበር።

ከዚያ በኋላ የተካሄዱት የሕግ ጦርነቶች ከጦርነት በስተቀር ምንም አልነበሩም። ቶርን ፋርማሱቲካልስ በማራ ቡድን የቀረበውን የማይካድ ማስረጃ እና እየጨመረ የመጣውን የህዝብ ግፊት በመጋፈጥ ህጋዊ ጀግኖቹን ፈታ። ጠበቆቻቸው፣ ከፍተኛ የክስ ክርክር ያካበቱ፣ ሁሉንም ሊታሰብ የሚችል ስልቶች - ከሥርዓታዊ መዘግየቶች እና ቴክኒካዊ ተቃውሞዎች እስከ ገፀ ባህሪ ግድያ እና የስም ማጥፋት ዘመቻዎች - የማራ ቡድንን ለማጣጣል እና የህግ ሂደቱን ለማደናቀፍ ተጠቅመዋል። ስለ ፊኒክስ ተዓማኒነት ጥያቄ አቅርበዋል, በእሱ ተነሳሽነት እና እሱ

ያቀረባቸው ሰነዶች ትክክለኛነት ላይ ጥርጣሬን ፈጥረዋል. ሥነ ምግባራዊ ያልሆኑ ድርጊቶችን እና የፕሮቶኮል ጥሰቶችን በመጥቀስ በማራ ዘዴዎች ላይ ቅሬታ ሰንዝረዋል ። ጉዳዩን ሁሉ በፖለቲካ የተደገፈ ጠንቋይ አደን፣ ቶርን ፋርማሲዩቲካልን ለማጥፋት በሚፈልጉ የቅናት ተፎካካሪዎች የተቀናበረ የስም ማጥፋት ዘመቻ አድርገው ገለጹ።

ቀድሞውንም እርስ በርስ በሚጋጩ ትረካዎች የተሞላው መገናኛ ብዙሃን ለተወዳዳሪ ትረካዎች የጦር ሜዳ ሆነዋል። ቶርን ፋርማሲዩቲካልስ የህዝብ አስተያየትን ለመቅረፅ እና የማራን የይገባኛል ጥያቄዎችን ለማጣጣል ልምድ ያላቸውን የሚዲያ አማካሪዎች ቡድን በመቅጠር የተራቀቀ የህዝብ ግንኙነት ዘመቻ ጀምሯል። የአየር ሞገዶችን እና ኢንተርኔትን በጥንቃቄ በተዘጋጁ መልእክቶች አጥለቅልቀዋል, የምርምር ጥቅማጥቅሞችን አጽንኦት በመስጠት, የቫይረሱን አደገኛነት በማሳነስ, ማራን እንደ ግዴለሽ እና ኃላፊነት የጎደለው ግለሰብ በመሳል, በግል ፍላጎት እና በታዋቂነት ጥማት. ማራ እና ቡድኗ የህግ ፍልሚያ ብቻ ሳይሆን የአመለካከት ጦርነት፣ ሀይለኛ እና የማያባራ የመገናኛ ብዙሃን ጥቃት ፊት ለፊት ተአማኒነትን ለማስጠበቅ ሲታገሉ አገኙት።

ማራ ግን ለማስፈራራት ፈቃደኛ አልሆነም። ለእውነት የሚደረገው ትግል በፍርድ ቤት ስለማሸነፍ ብቻ

እንዳልሆነ ተረድታለች። የህዝብን ልብ እና አእምሮ ስለማሸነፍ ነበር። የሰውን ስነ ልቦና እና የትረካ ሃይል በመረዳት እንደ ፕሮፋይል ያላትን ልምድ ተጠቅማለች። የድርጊት የሰውን ዋጋ በማጉላት አሳማኝ የሆኑ አጸፋዊ ትረካዎችን ለመስራት ከቡድኗ ጋር ሠርታለች። በቫይረሱ የሚደርሰውን ስቃይ እና የቶርን ፋርማሲዩቲካልስ ስግብግብነት እና ምኞት የሚያስከትለውን አስከፊ መዘዝ በማሳየት የተጎጂዎችን ታሪኮች አካፍለዋል። የተሳሳቱ መረጃዎችን ዘመቻ በጥንቃቄ በመቃወም ውሸቱን በመበተንና እውነቱን ግልጽና አጭር በሆነ መንገድ አቅርበዋል።

ማራ በፎረንሲክ ሳይኮሎጂ ውስጥ ያለው ልምድ የፍርድ ቤቱን ውስብስብ ተለዋዋጭነት በመዳሰስ ረገድ እጅግ ጠቃሚ ነበር። ለዳኛ እና ለዳኞች ብቻ ሳይሆን ችሎቱን ለሚመለከተው ሰፊው ህዝብም ይግባኝ በማለት ማስረጃን እንዴት ማቅረብ እንዳለባት ተረድታለች። ሳይንሳዊ ማስረጃዎችን ከታዳሚው ስሜት ጋር በሚያመሳስሉ አሳማኝ ትረካዎች እየሸመነች አቀራረቦቿን በብቃት ሰራች። እሷ ሳይንሳዊ ግድየለሽነት እና የሰዎች ስቃይ የሚነዳ የድርጅት ስግብግብነት ሥዕል ሠራች። ፍርድ ቤቱ ማራ እና ቡድኖቿ የቶርን ፋርማሲዩቲካልስ ልብ-ቢስነት እና ቁጥጥር ያልተደረገበት የድርጅት ሃይል የሚያስከትለውን አስከፊ መዘዝ የሚያጋልጥበት የእውነት የመናገር መድረክ ሆነ።

ሙከራው ራሱ ማራቶን ነበር፣ ለወራት የዘለቀ።
እያንዳንዱ ቀን ጦርነት ነበር፣ ከቶርን ፋርማሲዩቲካልስ ህጋዊ ሰራዊት ጋር ያላሰለሰ ትግል እና የህዝብን ቦታ ያጥለቀለቀው የተሳሳቱ መረጃዎች። የማራ ቡድን ደከመኝ ሰለቸኝ ሳይል ሠርቷል፣ ሰነዶችን እያጣራ፣ ምስክሮችን ቃለ መጠይቅ በማድረግ እና ለእያንዳንዱ ቀን ሂደት በትኩረት ይዘጋጅ ነበር። ትክክለኛ እና በሚገባ የተደገፈ ክርክር ሲያቀርቡ ተረጋግተውና ተሰባስበው የተቃዋሚውን አማካሪ ጠብ አጫሪ ጥያቄ ገጠማቸው። ለእውነት እና ለፍትህ በነበራቸው ቁርጠኝነት የጸኑ ነበሩ።

ከቶርን ፋርማሲዩቲካል ከፍተኛ የሥራ ኃላፊዎች መካከል በአንዱ መስቀለኛ ፈተና ላይ ደረሰ። ማራ፣ ባላት ጥልቅ የመመልከቻ ችሎታ እና የሰውን ባህሪ በመረዳት ላይ በመተማመን፣ በአስፈፃሚው ምስክርነት ውስጥ ያሉ አለመግባባቶችን ገልጻለች። በተሰላ ጥያቄ፣ ተከታታይ ውሸቶችን እና ቅራኔዎችን አጋልጣለች፣ ይህም በሴራው ውስጥ አስፈፃሚውን አጋርነት አሳይታለች። ወቅቱ በችሎቱ ላይ ብቻ ሳይሆን በጉዳዩ ላይ በሕዝብ እይታ ላይም ለውጥ ያመጣል. ሚዲያው ይህንን ራዕይ በያዘው ጊዜ ትረካውን ወደ ቶርን ፋርማሲዩቲካል ለውጦታል።

የመጨረሻው ፍርዱ ለፍትህ ትልቅ ድል ነው። ቶርን ፋርማሲዩቲካልስ ማሴር፣ ማጭበርበር እና ግድያ ጨምሮ

በተለያዩ ክሶች ጥፋተኛ ሆኖ ተገኝቷል። ኩባንያው ፈርሷል፣ ንብረቱ ተያዘ፣ መሪዎቹም ረጅም የእስር ቅጣት ተጣለባቸው። የማራ ጽናት፣ ለእውነት ያላትን የማይናወጥ ቁርጠኝነት፣ እና የምርመራ ቴክኒኮችን የተካነነቷ ውጤት አስገኝቷል። ጉዳዩ በድርጅታዊ ብልሹነት ላይ ትልቅ ድል ሆነ፣ ይህም ከአቅም በላይ በሆኑ ዕድሎች ውስጥ የጽናት ሃይል ማሳያ ነው።

ነገር ግን በድል ውስጥ እንኳን, ለረጅም ጊዜ የሚቆይ የጭንቀት ስሜት ነበር. የፍርድ ሂደቱ ከቶርን ፋርማሲዩቲካልስ በላይ የተዘረጋውን ስር የሰደደ ሙስና አጋልጧል። ማራ ለእውነት የሚደረገው ትግል እንዳበቃ ያውቅ ነበር። አሁንም ብዙ ያልተመለሱ ጥያቄዎች ነበሩ፣ ለማሰር ብዙ የላላ መጨረሻዎች ነበሩ። እውነትን ማሳደድ የእድሜ ልክ ጉዞ መሆኑን ተረድታለች፣ በሙስና እና በተንኮል ሃይሎች ላይ የማያቋርጥ ንቃት ነው። እርስዋ እና ቡድኖቿ በጦርነት የተጎዱ ነገር ግን ያልተደበቁ፣ ነቅተው ለመቀጠል ወስነዋል፣ ፍትህን ለማስፈን በሚያደርጉት ጥረት የሚጠብቃቸውን ማንኛውንም ፈተና ለመጋፈጥ ተዘጋጅተዋል። ድሉ የነበራቸውን ቁርጠኝነት የሚያረጋግጥ ነበር፣ ነገር ግን ለእውነት የሚደረገው ትግል መቼም ቢሆን በእውነት እንደማይሸነፍ፣ ብቻ ሳይሆን፣ አንድ እርምጃ በአንድ እርምጃ እንደማይወስድ የሚያሳስብ ነው። ፍለጋው ቀጥሏል፣ ፍትህ ፍለጋ በስልጣን እና በስልጣን ማዕዘናት ውስጥ ተደብቀው ከሚገኙት የማይታዩ ጥላዎች ላይ ዘላለማዊ ንቁ። ልምዱ

በእያንዳንዷ የቡድኗ አባል ላይ የራሱን አሻራ ትቶ ነበር፣ የድካም ስሜት፣ ኩራት እና ስለ ሰው ልጅ ርኩሰት ጥልቀት ያለው ግንዛቤ፣ የሰው መንፈስ የማያወላውል እውነትን በማሳደድ ላይ ካለው የማይናወጥ ጥንካሬ ጋር ተቃርኖ ነበር። ለእውነት የሚደረገው ትግል፣ ተረድተው፣ መቼም በእውነት አላበቃም፤ እውነታውን ለማደናቀፍ እና ለማጣመም ከሚጥሩ ሃይሎች ጋር ያልተቋረጠ ጦርነት ነበር። ስለዚህም ድላቸው የቶርን ፋርማሲዩቲካል ፋብሪካዎችን መፍረስ ብቻ ሳይሆን ቁርጠኝነታቸውን ማረጋገጥ እና ለእውነትና ለፍትህ በሚደረገው ትግል ቁርጠኝነትን ማጠናከር ነው። ከፊታቸው ያለው መንገድ እርግጠኛ ያልሆነ፣ በተግዳሮቶች እና በተደበቁ አደጋዎች የተሞላ፣ ነገር ግን ሊመጣ የሚችለውን ማንኛውንም መሰናክል ለመቋቋም ዝግጁ ሆነው ነበር። የፍትህ ፍለጋው ቀጣይነት ያለው የማራቶን ውድድር እንጂ የሩጫ ውድድር እንዳልሆነ ያውቃሉ።

ምዕራፍ 13፡ የሥልጣን ቤተ-ሙከራ

የፍርድ ቤቱ ድል ባዶ ሆኖ ተሰማው፣ በጣም ሰፋ ባለ፣ ይበልጥ መሰሪ በሆነ ጨዋታ ውስጥ ጊዜያዊ የድል ጊዜ። የቶርን ፋርማሲዩቲካል ፋብሪካዎች መፍረስ ከፍተኛ ጉዳት እያስከተለ ማራ የወጣችውን የሙስና ገጽታ ብቻ ነክቶታል። በጥልቀት በገባች ቁጥር ከአንድ ኮርፖሬሽን አልፎ የተዘረጋውን ሴራ ተገነዘበች፤ በፖለቲካዊ የስልጣን ሽፋን ላይ ተጣብቋል። የህግ ውጊያው ከፍተኛ የመንግስት

እርከን ላይ የደረሰ የተፅዕኖ ንግድ፣ የጓሮ ክፍል ስምምነቶች እና ኩዊድ ፕሮ ዝግጅቶችን አጋልጧል።

የእሷ ምርመራ የዘመቻ ፋይናንሺያል መዝገቦችን፣ የፍላጎት መግለጫዎችን እና አጠራጣሪ በሆነ የጊዜ ገደብ ውስጥ ያለውን ህግ አውርዳለች። ቶርን ፋርማሱቲካልስ ከዋና ሴናተሮች እና ኮንግረስ አባላት ጋር ግንኙነት እንዳዳበረች ተረድታለች፣ በዘመቻ አስተዋፅዖ እና አትራፊ የማማከር ኮንትራቶች ሰጥቷቸዋል። እነዚህ ፖለቲከኞች በበኩላቸው፣ ቶርን ፋርማሲዩቲካልስ ከቁጥጥር ቁጥጥር፣ የማይመቹ ሪፖርቶችን በመቅበር እና ምርመራዎችን በማደናቀፍ በታቸውን ተጠቅመው ነበር። ማስረጃው መጀመሪያ ላይ ሁኔታዊ ነበር፣ የማይዛመዱ የሚመስሉ ክስተቶች ሞዛይክ፣ አንድ ላይ ሲጣመሩ፣ የሚረብሽ የሽርክና እና የሙስና ሁኔታን ያሳያል።

የማራ ቡድን ከቶርን ፋርማሲዩቲካልስ ወደ ተለያዩ የፖለቲካ እርምጃ ኮሚቴዎች እና የሎቢ ድርጅቶች የገንዘብ ፍሰት እና ተጽእኖ በመፈለግ እነዚህን ግንኙነቶች በጥንቃቄ መዝግቧል። ገንዘብን ለማጭበርበር እና የገንዘቡን እውነተኛ ምንጭ ለማድበስበስ የሚያገለግሉ የሼል ኮርፖሬሽኖች እና የባህር ማዶ አካውንቶችን መረብ አገኙ። የቶርን ፋርማሲዩቲካልን ከተጠያቂነት ለመጠበቅ በጥምረት የሚሰሩ ግለሰቦች እና ድርጅቶች ውስብስብ የሆነ የሴራው ጥልቀት አስገራሚ ነበር። የሱ መጠን እሷ እንኳን ከዓመታት ልምድ ጋር ከምትገምተው በላይ ነበር።

በተለይ አሳሳቢው ራዕይ ሴናተር ሃሪሰንን ያካትታል፣ የመድኃኒት ቁጥጥርን በፅኑ በመቃወም የሚታወቁትን ኃያል ሰው። የማራ ቡድን ሃሪሰን ከቶርን ፋርማሲዩቲካልስ ከፍተኛ የዘመቻ ልገሳ እና እንዲሁም ለልጁ የፋርማሲዩቲካል ሎቢስትነት በታውን ለቆ ከወጣ በኋላ ለልጁ ጠቃሚ የሆነ የማማከር ውል እንደተቀበለ፣ የቶርን ህገ-ወጥ ተግባራት ከመገለጡ ትንሽ ቀደም ብሎ አወቀ። ጊዜው አጠራጣሪ ነበር፣ ቢያንስ። ውሉ ለ"ስትራቴጂክ እቅድ" በሚመስል መልኩ ነበር፣ነገር ግን ውሎቹ ግልጽ ያልሆኑ እና የፋይናንስ ዝርዝሮቹ የተደበቁ ነበሩ። ከ የተገኙ የውስጥ ኢሜይሎች ኮንትራቱ በእውነቱ፣ ለሀሪሰን የፖለቲካ ጥበቃ ሽልማት መሆኑን አረጋግጠዋል።

ይህ ግኝት ማራ የፍትህ ስርዓቱን ውስንነት እንድትጋፈጥ አስገድዶታል። ቶርን ፋርማሲዩቲካልስ በወንጀል ተግባሯ በተሳካ ሁኔታ ክስ ብታቀርብም፣ ሰፊው የፖለቲካ ሴራ ብዙም ሳይነካ ቀረ። ጉዳዩ ያስቀመጠው ህጋዊ ቅድመ ሁኔታ የማይካድ ቢሆንም ጉዳዩን ያስቻለው የስርአት ሙስና ግን ቀጥሏል። ነጠላ ኮርፖሬሽን መውደዱ ምሳሌያዊ ድል እንደሆነ ተገነዘበች; እውነተኛው ትግል ወንጀላቸው ምንም ይሁን ምን በስልጣን ላይ ያሉትን ከለላ ከሚሰጠው ስር የሰደደ ስርአት ጋር ነበር።

ይህንን የፖለቲካ ማዘዋወሪያ ላብራቶሪ ለመዳሰስ ከፍርድ ቤት ውሱንነት የዘለለ የተለየ አካሄድ ይጠይቃል። ማራ እንደ ፕሮፋይል ያላት ችሎታ ወንጀለኞችን ለመያዝ በቀላሉ መሳሪያዎች እንዳልነበሩ ተገነዘበች; የፖለቲካ ምርመራ መሳሪያዎች ነበሩ። በሕዝባዊ ስብዕናቸው ውስጥ የማይስማሙ እና ተጋላጭነቶችን በመፈለግ የፖለቲከኞችን ባህሪ እና ዘይቤ ማጥናት ጀመረች። ንግግራቸውን፣ የጋዜጣዊ መግለጫዎቻቸውን እና የማህበራዊ ሚዲያ እንቅስቃሴዎቻቸውን በስውር ዓላማቸው እና አጀንዳዎቻቸው ላይ ፍንጭ በመፈለግ በጥንቃቄ ተንትኗቸዋል።

በ ጉዳይ ዝርዝሮች የተሞላው ህዝብ መልሶችን ለማግኘት ይጮህ ነበር። ማራ ይህንን የህዝብ ግፊት ለጥቅም ልትጠቀምበት እንደምትችል ተገነዘበች። በጥንቃቄ የተመረጡ መረጃዎችን ለታመኑ ጋዜጠኞች በማውጣት፣ ትረካውን በማጭበርበር የፖለቲካ ሽፋንን በማጋለጥ ፖለቲከኞች ለድርጊታቸው ተጠያቂ እንዲሆኑ ማስገደድ ትችላለች። ይህ የተሰላ አደጋ ነበር፣ መረጃን ለህዝብ በማቅረብ እና በሂደት ላይ ያለውን ምርመራ አደጋ ላይ ከመጣል በመዳን መካከል ያለው ስስ ጭፈራ።

ይህ የምርመራ ደረጃ የቶርን ፋርማሲዩቲካልስ የመጀመሪያ ፍለጋን ከማድረግ የበለጠ ልዩነትን ያካትታል። ይህ ከአሁን በኋላ ስለ ቀጥተኛ የፎረንሲክ

ማስረጃ አልነበረም; ውስብስብ የሆነውን የፖለቲካ ኃይል ቋንቋ መፍታት፣ ስውር ፍንጮችን፣ ያልተነገሩን ጥምረቶችን፣ እና እውነትን በዓይን የደበቁትን በጥንቃቄ የተገነቡ ትረካዎችን ስለመረዳት ነበር።

አንዱ ቁልፍ ስልቶቿ በፖለቲከኞች ይፋዊ መግለጫ እና በግል ተግባራቸው መካከል ባለው ልዩነት ላይ ማተኮር ነበር። ፖለቲከኞች እንቃወማለን ካሉት ኮርፖሬሽኖች ትልቅ የዘመቻ መዋጮ ሲቀበሉ የድርጅት ስግብግብነትን በይፋ ያወገዙበትን አጋጣሚዎች ጠቁማለች። በቁልፍ ሕጎች ላይ ድምፃቸውን በጥንቃቄ መዘገበች፣ ይህም ለሕዝብ ጥቅም ሲሉ ኃያላን ኮርፖሬሽኖችን የሚደግፉ ሕጎችን የሚደግፉ መንገዶችን አሳይታለች።

የማራ ቡድንም በሼል ኮርፖሬሽኖች እና በፒኤሲዎች አማካኝነት የገንዘብ ፍሰትን በመከታተል ወደ ጨለማው ገንዘብ አለም ገባ። የረቀቁ ቴክኒኮችን በመጠቀም ማንነታቸውንና ዓላማቸውን ለመደበቅ በድብቅ ገንዘብ ለፖለቲካ ዘመቻ ያካሂዱ ግለሰቦችንና ቡድኖችን ለይተዋል። ይህ የፋይናንሺያል መዝገቦችን፣ ህጋዊ ሰነዶችን እና የመስመር ላይ የውሂብ ጎታዎችን በጥንቃቄ መመርመርን የሚጠይቅ ጥንቃቄ የተሞላበት ሂደት ነበር።

የፖለቲካ ውድቀቱ ፈጣን እና ጨካኝ ነበር። በ ቅሌት ውስጥ ተባባሪ መሆናቸውን የሚያሳዩ ከበቂ ማስረጃዎች ጋር የተጋጠሙት ሴናተር ሃሪሰን፣ በሕዝብ ከፍተኛ ወቀሳ ውስጥ ሥልጣናቸውን መልቀቃቸውን አስታውቀዋል። ሌሎች ፖለቲከኞችም ተመሳሳይ መጋለጥን በመፍራት ከቅሌት ራሳቸውን ማራቅ ጀመሩ፣ በራሳቸው ሙያ ላይ የሚደርሰውን ጉዳት ለመገደብ ይሯሯጣሉ።

ትግሉ ግን ገና አልተጠናቀቀም። የሙስና ኔትዎርክ ዘልቆ ገባ፣ ድንኳኖቹ ከአንድ ሴናተር ወይም አንድ ኮርፖሬሽን ሊደርሱበት የማይችሉት ደረጃ ላይ ደርሷል። ማራ ይህ የታሪኩ የመጨረሻ ምዕራፍ እንዳልሆነ ያውቅ ነበር፣ ነገር ግን የለውጥ ነጥብ ብቻ፣ በመንግስት ውስጥ ግልፅነት እና ተጠያቂነትን ለማስፈን ትልቅ ፍልሚያ ቅድመ ዝግጅት ነው። ድሉ ትልቅ ግምት የሚሰጠው ቢሆንም የመጪውን ተግባር ስፋት፣ የተቃወመችውን የስርዓቱን ስፋት እና ፍትህን ለማስፈን ያለውን ረጅም መንገድ ለማስታወስ አገልግሏል። የውድቀት መዘዙ እጅግ በጣም ብዙ እንደሆነ ስለምታውቅ ከፍርድ ቤት ውሱንነት አልፎ ወደ ዲሞክራሲው እምብርት እየደረሰ በመሆኑ የኃላፊነት ክብደት በእሷ ላይ ተጫነ። ሥራዋ ገና መጀመሩን ተረድታለች። የስልጣን ቤተ-ሙከራ ሰፊ እና ውስብስብ ነበር፣ ነገር ግን እሷ ተንኮለኛውን ኮሪደሮችን በአንድ እርምጃ ለመዘርር ተዘጋጅታ ነበር። መንገዱ ረጅም እና አድካሚ ነበር፣ ነገር ግን ለእውነት የሚደረገው ትግል ምንም ዋጋ ቢኖረውም መታገል እንዳለበት ታውቃለች።

የሴናተር ሃሪሰን የስራ መልቀቂያ ደስታ ለአጭር ጊዜ ነበር። ድሉ በአጭር ጊዜ የሚያልፍ የፀሐይ ብርሃን በማዕበል ደመና ውስጥ ሲወጋ፣ በፍጥነት በሚያጠቃው ጨለማ ተዋጠ። ማራ ኃያላን ግለሰቦችን ብቻ ሳይሆን ተጠያቂነትን ለመቋቋም የተነደፈ ብቸኛ ቢሮክራሲ ስትታገል አገኘች። ብሔራዊ የጤና ተቋም ()፣ በአንድ ወቅት ታከብረው የነበረ ድርጅት፣ አሁን እንደ ምሽግ ተሰምቷታል፣ ግድግዳዎቹ በቀይ ቴፕ ተደራራቢዎች ተጠናክረው፣ ግርዶሽ እና ሥር የሰደዱ ፍላጎቶች ነበሩ።

የተወሰኑ የውሂብ ስብስቦችን፣ የውስጥ ማስታወሻዎችን እና የሰራተኞች ፋይሎችን ለማግኘት የመጀመሪያ ጥያቄዎቿ በበረዶ መዘግየቶች ተስተናግደዋል። በቀናት ውስጥ፣ ወይም በሰዓታት ውስጥ መከናወን የነበረባቸው ጥያቄዎች፣ ወደ ሳምንታት፣ ከዚያም ወራት ተዘርግተዋል። የሥርዓት መዘግየቶችን፣ የመረጃ ደህንነት ፕሮቶኮሎችን እና በመደበኛነት የሚስተናገዱትን የጥያቄዎች ብዛት በመጥቀስ፣ ኦፊሴላዊዎቹ ምላሾች ጨዋ፣ ይቅርታ የጠየቁ ነበሩ። ሆኖም፣ ማራ፣ በቢሮክራሲያዊ ማዛመጃዎች ላይ የዓመታት ልምድ ያላት፣ ቀጭን የተከደነውን እንቅፋት ለሆነው ነገር እውቅና ሰጠች። ይህ ብቃት ማነስ አልነበረም; ሆን ተብሎ ተቃውሞ ነበር።

የ ▯ ስራዎች መጠነ ሰፊ መሰናክል አረጋግጧል። እሱ የተንሰራፋ ድርጅት፣ የላቦራቶሪ ኔትወርክ ዲፓርትመንት፣ ክፍልፋዮች እና ንዑስ ኮሚቴዎች እያንዳንዳቸው የራሳቸው የውስጥ ተዋረድ እና የራሳቸው ቅድሚያ የሚሰጧቸው ጉዳዮች አሉት። የማራ ቡድን የሚፈልጓትን መረጃ ለመልቀቅ ስልጣን ያላቸውን ግለሰቦች በመለየት የድርጅታዊ ቻርቱን ለማሰስ በቀላሉ ሳምንታትን አሳልፏል። እያንዳንዱ እርምጃ ወደ ኋላ በሁለት ደረጃዎች የተገናኘ ይመስላል፣ ይህም ወደ ተስፋ አስቆራጭ የጥያቄዎች፣ ውድቀቶች እና የይግባኝ አዙሪት ይመራል።

በተለይ አንድ የሚያናድድ ምሳሌ ከቶርን ፋርማሲዩቲካልስ ጋር በጥርጣሬ የተቆራኘውን ፕሮጄክት ናይቲንጌል የሚል ስያሜ የተሰጠው ለተወሰነ የምርምር ፕሮጀክት የማግኘት ጥያቄን ያካትታል። የፕሮጀክቱ መሪ ሳይንቲስት ዶ/ር አልብራይት ከቶርን ጋር የመተባበር ታሪክ ያለው በሰነድ የተመዘገበ ሲሆን የውስጥ ኢሜይሎችም ከህጋዊ የማማከር ክፍያዎች በላይ የፋይናንስ ግንኙነት እንዳለ ጠቁመዋል። የማራ ቡድን የፕሮጀክት ናይቲንጌል የምርምር መረጃዎችን እና ተያያዥ ሰነዶችን ለማግኘት መደበኛ ጥያቄ አቅርቧል፣ከብሔራዊ ደህንነት ጉዳዮች እና የባለቤትነት ጥናት ፕሮቶኮሎች ጋር በመገናኘት ብርድ መካድ ብቻ ነው።

ማራ ይህን እገዳ ለማስቀረት ባለብዙ አቅጣጫ ስልት ተጠቀመች። መረጃውን ለማግኘት ያሉትን ሁሉንም የህግ መንገዶች በመጠቀም በርካታ የመረጃ ነፃነት ህግ () ጥያቄዎችን በአንድ ጊዜ አቀረበች። እሷም በ ውስጥ ካሉ ግለሰቦች ጋር ግንኙነት ማዳበር ጀመረች፣ ስለ ቁልፍ ተጫዋቾች እና በስርአቱ ውስጥ ሊሆኑ ስለሚችሉ አጋሮች በጸጥታ መረጃ ሰብስባለች። አንዳንዶች ለእሷ ጉዳይ ርህራሄ ነበራቸው፣ በተንሰራፋው ሙስና የሰለቻቸው መረጃ ሰጪዎች፣ ስራቸውን አደጋ ላይ ጥለው ሚስጥራዊ መረጃን ለቡድንዋ አሳልፈው ሰጥተዋል።

እነዚህ ያልተዘመረላቸው ጀግኖች ነበሩ፣ የሁኔታውን ክብደት የተረዱ እና እውነቱን እንድታጋልጥ ለመርዳት ከኦፊሴላዊው ቻናሎች ውጭ ለመስራት ፍቃደኛ የሆኑ ጸጥ ያሉ ዓመፀኞች ነበሩ። ወሳኝ የሆኑ የውስጥ መረጃዎችን አቅርበዋል ፣በኋላ ክፍል ስምምነቶች እና ያልተነገሩ ህብረቶች የ እና ሌሎች በስርአቱ ውስጥ ያሉ የስነምግባር የጎደላቸው ተጫዋቾችን የሚከላከሉ ናቸው። ከእንደዚህ አይነት መረጃ ሰጭ አንዱ፣ ሚስተር ሄንደርሰን የተባሉ የመካከለኛ ደረጃ ቢሮክራት፣ ከፕሮጀክት ናይቲንጌል ጋር የተያያዙ ሚስጥራዊ የፋይናንስ መዝገቦችን ስለያዘ ሚስጥራዊ አገልጋይ ስም-አልባ ጥቆማ ለማራ ሰጡ። ይህ መረጃ በዋጋ ሊተመን የማይችል በመሆኑ ማራ ኦፊሴላዊ ቻናሎችን እንድታልፍ እና የምትፈልገውን ወሳኝ መረጃ እንድታገኝ አስችሏታል።

ሆኖም የአገልጋዩን መዳረሻ ማግኘት በቂ አልነበረም። ውሂቡ የተመሰጠረው የተራቀቁ ስልተ ቀመሮችን በመጠቀም ነው፣ ይህም ልዩ የዲክሪፕት ችሎታን ይፈልጋል። የማራ ቡድን ምስጠራውን ለመስበር ሳምንታት የሰጠውን ከፍተኛ ችሎታ ያለው የኮምፒውተር ስፔሻሊስት ዶ/ር ራሚሬዝ ያካትታል። ሂደቱ በአሳዛኝ ሁኔታ ቀርፋፋ ነበር፣ እያንዳንዱ ግኝት አዲስ የደህንነት ፕሮቶኮሎችን ሲያጋጥማቸው እንቅፋቶችን ተከትሎ ነበር። ግፊቱ በጣም ትልቅ ነበር፣ አስቸኳይነቱ ይታይ ነበር። ኮዱን በመፍታት በየደቂቃው እንደ ዘለአለማዊነት ይሰማቸዋል፣ ይህም በማራ እና በቡድኗ ላይ ያለውን ከፍተኛ ጫና ይጨምራል።

ዲክሪፕት የተደረገው መረጃ የስምምነት እና የሙስና አስደንጋጭ ምስል አሳይቷል። ፕሮጀክት ናይቲንጌል፣ ምናልባትም ያልተለመደ የጄኔቲክ ዲስኦርደር አዳዲስ ሕክምናዎችን ለማዘጋጀት የተዘጋጀ የምርምር ተነሳሽነት፣ በእውነቱ፣ ገንዘብን ለማጭበርበር እና ደንቦችን ለማስቀረት ለተወሳሰበ እቅድ ቀጭን ሽፋን ነበር። ቶርን ፋርማሲዩቲካልስ የምርምር ዕርዳታውን ለህገወጥ የፋይናንስ እንቅስቃሴዎች እንደ ተሽከርካሪ በመጠቀም በሼል ኮርፖሬሽኖች እና በባህር ማዶ አካውንቶች በሚስጥር በሚሊዮን የሚቆጠሩ ዶላሮችን ወደ ፕሮጀክት ናይቲንጌል አስተላልፏል።

ማስረጃው የሚካድ አልነበረም። የፋይናንሺያል መዝገቦች ከቶርን ፋርማሲዩቲካልስ ባሻገር የተዘረጋውን ስር የሰደደ ሙስና አጋልጧል። ማራ አንድ ጉዳይ እንዳለባት ታውቃለች፣ በእርግጥ ፈንጂ፣ አሁን ግን ወደ ብርሃን ለማምጣት ትክክለኛውን መንገድ መፈለግ አለባት። ቀደም ሲል በፍርድ ቤት ውስጥ አንድ ውጊያ አድርጋ ነበር, ነገር ግን ይህ ውጊያ የተለየ ነበር. ይህ የጥላቻ ጦርነት ነበር፣ ከቢሮክራሲያዊው ጎልያድ ጋር የተደረገ ጦርነት፣ በወረቀት እና በሂደት መዘግየት እውነትን ለመቅበር የሚጥር።

የሚቀጥለው እርምጃዋ ቆራጥነት፣ ጥንቃቄ የተሞላበት እቅድ፣ እና ከቀድሞ ልምዷ እጅግ የላቀ የሆነ የፖለቲካ እውቀትን የሚሻ ነው። የፕሮጀክት ናይቲንጌል መጋለጥ የ መሰረትን እና መላውን መንግስት ያናውጣል። አደጋዎቹ በጣም ብዙ ነበሩ፣ ነገር ግን ማራ ውድቀት አማራጭ እንዳልሆነ አውቃለች። የኃላፊነት ክብደት በትከሻዋ ላይ፣ ስፍር ቁጥር የሌላቸው ግለሰቦች እጣ ፈንታ፣ የሳይንሳዊ ማህበረሰብ ታማኝነት እና የህዝብ ጤና የወደፊት እጣ ፈንታ ሚዛን ላይ ተንጠልጥሏል። ለፍትህ የሚደረገው ትግል ገና አልተጠናቀቀም። የስልጣን ቤተ-ሙከራ እሷ ከምትገምተው በላይ እጅግ የተወሳሰበ እና ተንኮለኛ እንደሆነ ተረጋግጧል። ነገር ግን ባገኘችው እውቀት ታጥቃ ማራ ይህን ውስብስብ እና ፈታኝ የሆነ መልክዓ ምድርን ለመቀጠል፣ በራሱ በስርአቱ እምብርት ውስጥ

የተደበቀውን እውነት ለመግለጥ ዝግጁ ነበረች። ትግሉ ገና መጀመሩን ተረዳች።

የኒቲንጌል ምስጠራን የመሰነጣጠቅ ደስታ ለአጭር ጊዜ የሚቆይ ነበር፣ በአስደሳች ግንዛቤ ተተካ፡ ውሂቡ፣ የተወገዘ ቢሆንም፣ ውጊያው ግማሽ ብቻ ነበር። በማራ ቡድን ውስጥ እየተንቀጠቀጡ ያሉት የውስጥ ግጭቶች አጠቃላይ ስራውን እንዳያደናቅፉ አስፈራርተዋል። ዶ/ር ራሚሬዝ፣ ድንቅ ነገር ግን ራሱን የቻለ የኮምፒዩተር ባለሙያ፣ በድካም እና በግኝቱ ክብደት ጥምረት እየተቀጣጠለ እየተሳሳተ መጣ። በእንቅልፍ እጦት የተገለጠው በአስደናቂ ማዕበል ውስጥ፣ በኃይለኛ፣ በማኒክ ኃይል ፍንዳታ ነው። የማራን ስልቶች መጠራጠር ጀመረ። በየቦታው ሴራዎችን አይቷል፣ የራሷ ቡድን አባላት እንኳን እንደተጣሱ በማመን።

ማራ፣ እሱ ያፏጫል፣ ድምፁ ተወጥሮ፣ አይኑ በፍርሃት ይንቀጠቀጣል፣ "ማንንም ማመን አንችልም። ይህ መረጃ በጣም ትልቅ ነው፣ በጣም አደገኛ ነው። ከኋላችን ይመጣሉ። እነሱ ዝም ያሰኙናል። የራሷን ፍርድ በማሰብ፣ የማያቋርጥ ንቃት የማይፈራ ነበር፣ ጥርጣሬው በድል አድራጊነታቸው ጠርዝ ላይ ተጣብቋል።

የውስጣዊው አለመግባባቱ ላይ ተጨማሪው በማራ እና በኤጀንት ጃክሰን መካከል ያለው የጦፈ ውጥረት ነው። ውጫዊ ደጋፊ ሆኖ ሳለ፣ ጃክሰን ስለማራ ከጊዜ ወደ ጊዜ

ያልተለመዱ ዘዴዎች ጥርጣሬን ያዘ። የሥርዓት ፍጡር፣ ሥርዓትንና የተደነገጉትን ፕሮቶኮሎችን ማክበርን ከፍ አድርጎ የሚመለከት ሰው ነበር። ማራ ህጎቹን ለማጣመም፣ አስፈላጊ ሆኖ ሲገኝም እነሱን ለመስበር ፈቃደኛ መሆኗ ከጃክሰን የበለጠ ጥንቃቄ የተሞላበት አካሄድ ጋር በእጅጉ ተጋጨ። የእሱ ስጋት ያለ አግባብ አልነበረም። ምርመራቸው የሕግ እና የስነምግባር ድንበሮችን እየገፋ ነበር ፣ እና እያንዳንዱ አደጋ በሚያስደንቅ ሁኔታ ወደ ኋላ ሊመለስ የሚችል ቁማር ነበር።

በስትራቴጂ ውይይታቸው ወቅት አለመግባባቶቹ ተባብሰዋል፣ ከጊዜ ወደ ጊዜ ግርግር እየፈጠሩ መጡ። የማራ ደፋር ዕቅዶች፣ ብዙ ጊዜ በሌሊት የሚፈለፈሉ፣ በአድሬናሊን የተቃጠሉ እና የማያቋርጥ ፍትህ ፍለጋ፣ ከጃክሰን ስልታዊ የተቃውሞ ክርክሮች ጋር ተገናኝተው፣ በፕራግማቲዝም እና ስር የሰደደ ውድቀትን መፍራት። "ማራ" አለ፣ ድምፁ ዝቅ ብሎ እና ለካ፣ "ወደ ቤተመንግስት መወርወር አንችልም። ትክክለኛ እቅድ፣ በፍርድ ቤት የሚቆም ህጋዊ ስልት እንፈልጋለን።" የእሱ ጥንቃቄ፣ አስፈላጊ ሆኖ ሳለ፣ ማራን ወደ ታች የሚጎትት መልሕቅ መስሎ ተሰምቷታል፣ ይህም ፍጥነቷን አግዶታል።

ግጭታቸው በስልት ብቻ አልነበረም; እነሱ የግለሰቦች እና የአሠራር ዘይቤዎች ግጭት ነበሩ። ማራ በተገለጠው የስርአት ብልሹነት ላይ በተነሳ የጽድቅ ቁጣ ተገፋፍቷት በሚባል የፍትህ ስሜት ተገፋፋች። በሌላ በኩል ጃክሰን ፕራግማቲስት ነበር፣ መረጋጋትን እና የተቋቋመውን ስርዓት ከፍ አድርጎ የሚመለከት ትጉ እቅድ አውጪ ነበር። እሱ ማራ እየተዋጋችበት ያለውን ሥርዓት ይወክላል፣ ያጋጠሟትን መሰናክሎች፣ ከውጭ ኃይሎች ብቻ ሳይሆን፣ ከራሷ ሹማምንቶች መካከል ያለማቋረጥ የሚያስታውስ ነው።

በስራ ግንኙነታቸው ላይ ያለው ጫና ለቀሪው ቡድን ግልጽ ነበር። ቀድሞ የተዋሃደ ግንባር ተሰብሮ የነበረ ሲሆን ይህም የመተማመን እና የመጠራጠር ድባብ ፈጠረ። የማራ ቡድን በአንድ ወቅት በጋራ አላማ የሚመራ የተቀናጀ አሃድ በትልቅ ስራቸው ክብደት እና ጫናው እየጨመረ ነበር። ስንጥቆቹ፣ አንዴ እምብዛም የማይታዩ፣ ወደ ክፍተት ገደል እየሰፉ ነበር። የውስጥ ፍንጣቂዎች ማራን አስፈራው፣ ይህ ክህደት ምርመራቸውን ሊያሽመደምድ እና ቡድኗን ለቅጣት ሊያጋልጥ ይችላል። ፓራኖያ እያንዳንዱን የሥራቸውን ገጽታ በመበከል እንደ ተላላፊ በሽታ እየተስፋፋ ነበር።

የሁኔታውን ውስብስብነት የጨመረው ሚስተር ሄንደርሰን፣ በ ውስጥ የማይታወቁ መረጃ ሰጪያቸው

ነበር። ወሳኝ ግንዛቤዎችን እና ሚስጥራዊነት ያለው መረጃ በመስጠት ጠቃሚ ሃብት መሆኑን አረጋግጧል። ነገር ግን ማንነቱ አለመታወቁ ተጠያቂ አድርጎታል። ማራ ከእሱ ጋር ያለውን ግንኙነት መቀጠል ነበረባት, ነገር ግን ደህንነቷን ለመጉዳት ወይም እሱን ለመበቀል ሊያጋልጥላት አልቻለችም. እያንዳንዱ ግንኙነት የተሰላ አደጋ ነበር፣ አስፈላጊ መረጃን በማግኘት እና ወሳኝ ምንጭን አደጋ ላይ በሚጥል መካከል ጠባብ የእግር ጉዞ።

የሥነ ምግባር ችግሮች እየበዙ ነበር። ማራ እራሷን ከሥነ ምግባር እና ከህጋዊነት ጥያቄዎች ጋር ስትታገል ተገኘች፣ ይህም ሊያስከትሉ ከሚችሉት መዘዞች ጋር የሚመጣጠን ቆራጥ እርምጃ አስፈላጊነትን ያለማቋረጥ በማመጣጠን ነበር። ትክክል እና ስህተት መካከል ያለው መስመር ከጊዜ ወደ ጊዜ እየደበዘዘ መጣ። ግፊቱ በከፍተኛ ደረጃ እየጨመረ ነበር, እና የኃላፊነት ክብደት እሷን ለመጨፍለቅ አስፈራራ.

እንቅልፍ የማትችለው የቅንጦት ዕቃ ሆነች። ሌሊቷን በሰነዶች ላይ እያሰላሰለች፣ መሪዎችን እያሳደደች እና በዙሪያዋ ያሉትን እርስ በርስ የሚጋጩ መረጃዎችን እና እርስ በርስ የሚጋጩ ግለሰቦችን ለማስታረቅ ስትሞክር አሳልፋለች። ቀኖቹ የስብሰባ፣ የድርድር እና የማያቋርጥ ትግል ከእጇ እየወጣ ያለውን ሁኔታ ለመቆጣጠር የምታደርገው ጥረት ብዥታ ነበር።

የቅርብ አጋሮቿ እንኳን የሚዋዥቁ ይመስላሉ። በመተላለፊያው ውስጥ የተዘበራረቁ ንግግሮች ነበሩ፣ ወደ ጎን እይታዎች እና የሚዳሰስ የጭንቀት ስሜት። በጣም የምታምናቸው ሰዎች ከጊዜ ወደ ጊዜ እየጨመረ ከሚሄደው አደገኛ ስራዋ ጋር መገናኘታቸውን የፈሩ መስሏቸው ወደ ኋላ የሚጎትቱ ይመስላሉ ። በቡድንዋ ውስጥ ያለው ውስጣዊ ግጭት በስትራቴጂ ላይ አለመግባባቶች ብቻ አልነበሩም; እነሱ ጥልቅ የሆነ የመረበሽ ስሜት ፣ የጥርጣሬ ስሜት እና የማይታወቅ ፍርሃትን አንፀባርቀዋል።

ማራ በቆራጥነት እና በፍጥነት እርምጃ መውሰድ እንዳለባት አወቀች። የውስጥ ክፍፍሎቹ በረዘመ ቁጥር ቡድኖቿ የበለጠ ተጋላጭ ይሆናሉ። እነሱን አንድ ለማድረግ፣ በተልእኮው ላይ ያላቸውን እምነት ለመመለስ እና አንድ ጊዜ ያስተሳሰራቸውን የጋራ ዓላማ ለማደስ መንገድ መፈለግ አለባት። የማስረጃው ክብደት የማይካድ ቢሆንም የውስጧ ግጭቶች ክብደት ግን የበለጠ ሸክም ሆኖ እየታየ ነው። የእውነት ፍልሚያው ከኃያል ተቋም ጋር ብቻ ሳይሆን መሠሪ በሆኑ የጥርጣሬ እና ያለመተማመን ኃይሎች ላይም ነበር፤ ውጊያው በውጪ ብቻ ሳይሆን በራሷ ቡድን ውስጥ ነበር። ውጊያው በጣም ሩቅ ነበር; እሱ የበለጠ ግላዊ፣ የበለጠ ቅርብ እና እጅግ በጣም አደገኛ ነበር። የስልጣን ቤተ-ሙከራ ውጫዊ መዋቅር ብቻ

አልነበረም፣ የራሷ ቡድን የተሰበረ መልክዓ ምድር ነጸብራቅ ሆኗል፣ እያንዳንዱ አባል የስኬት ወይም የውድቀት መንገድ።

ጥያቄው ፕሮጀክት ናይቲንጌልን እንዴት ማጋለጥ እንደሚቻል ብቻ አልነበረም። እርስዋ በምትዋጋው ብቸኛ የሙስና ሃይሎች ላይ የሚደረገውን ጦርነት ያህል ወሳኝ የሆነ የራሷን የውስጥ ግጭቶች ተንኮለኛ ሞገዶችን እንዴት እንደምትጓዝ ነበር። ይህ ግንዛቤ እሷን በአካላዊ ምት ኃይል ነካት። በዚህ ምርመራ ውስጥ መሪ ብቻ ሳትሆን ቴራፒስት፣ አስታራቂ እና ስትራቴጂስት፣ ከጉዳዩ ውስብስብ የህግ እና የፖለቲካ ሽንገላዎች ጋር በመታገል ደካማ ከሆኑ የሰው ልጅ አካላት ጋር ትታገል ነበር። የስልጣን ቤተ ሙከራ አካላዊ ወይም ተቋማዊ መዋቅር ብቻ አልነበረም። ከውስጥ እሷን ለመናድ ያስፈራራት የውስጥ ትግል ነፀብራቅ ነበር። ጨዋታው ህጋዊ እውቀትን እና የምርመራ ችሎታዎችን ብቻ ሳይሆን በሰዎች መካከል ባለው ከፍተኛ ጫና ውስጥ ሚዛኑን የጠበቀ ግንኙነት የመምራት ችሎታን የሚጠይቅ እጅግ በጣም የተወሳሰበ ነበር። የኃላፊነት ክብደት እሷን ሊያጨናንቃት፣ የተልእኮው ስኬት ወይም ውድቀት የሚመሰረተው በማስረጃዋ ጥንካሬ ላይ ብቻ ሳይሆን በራሷ ቡድን ውስጥ የተበላሹትን ጥምረቶች ለማስተካከል ባላት ችሎታ ላይ ነው። ለፍትህ የሚደረገው ትግል አዲስ እና ያልተጠበቀ አደገኛ ምዕራፍ ውስጥ ገብቷል።

ያላሰለሰ የፍትህ ፍለጋ ማራን ወደ ማ ኤልስትሮም እንድትገባ አድርጓታል። በቡድኗ ውስጥ ያለው ውስጣዊ ትርምስ አውሎ ንፋስ ነበር፣ ነገር ግን ውጫዊ ግፊቶቹ አውሎ ነፋሶች ነበሩ፣ ይህም በጥንቃቄ የተሰራውን ስትራቴጂዋን ለማጥፋት አስፈራርቷል። የመጀመርያው የመረጃ መፍሰስ፣ ፍላጎትን ለመሳብ ተብሎ በጥንቃቄ የተቀነባበረ የጠብታ ምግብ፣ በሚያስደንቅ ሁኔታ ወደኋላ ቀርቷል። ከቁጥጥር ውጭ የሆነ ትረካ፣ ታሪኩ በመገናኛ ብዙሃን መልክዓ ምድር ላይ ፈንድቶ ነበር፣ ሰደድ እሳት በመንገዱ ላይ ያለውን ሁሉ በላ። ስሜት ቀስቃሽ አርዕስተ ዜናዎች የመንግስትን ሴራዎች፣ የተደቆሱ ቅሌቶችን እና ከፍተኛ የስልጣን እርከን ላይ የደረሰውን ሰፊ የሙስና መረብ ይጮሃሉ። በመገናኛ ብዙኃን በኩል የሚደርሰው ጫና የማያቋርጥ፣ የመልሶች፣ ውንጀላዎች እና መላምቶች ከፍተኛ ነበር። እያንዳንዱ የዜና ዑደት አዲስ የመመርመሪያ ማዕበልን አምጥቷል, ማራ እና ቡድኖቿን የበለጠ ወደ ትኩረት ትኩረት ገፋች.

ዘጋቢዎች ሌት ተቀን ያደኗቸው ነበር፣ ጥሪዎቻቸው እና ኢሜይሎች የማያቋርጥ ውርጅብኝ። የማራ በጥንቃቄ የተቀረጹ፣ ትረካውን ለመቆጣጠር እና ለመቆጣጠር የተነደፉ፣ የተጠማዘዘ እና የተዘበራረቀ፣ ትርጉማቸው ከቀድሞ አድሎአዊ እና አጀንዳዎች ጋር እንዲመጣጠን ተዛብቷል። ጉልበቷን ያሟጠጠ እና ምርመራውን ለማደናቀፍ የሚያስፈራራውን የሲሲፊን ተግባር የተሳሳቱ ትርጓሜዎችን እና ግልጽ የፈጠራ ወሬዎችን ያለማቋረጥ ስትታገል አገኘች።

የፖለቲካ ምህዳሩም እንዲሁ ተንኮለኛ ነበር። የፕሮጀክት ናይቲንጌል መገለጥ በዋሽንግተን የእሳት ነበልባል ቀስቅሷል፣ ፖለቲከኞችን በፓርቲ መስመር በመከፋፈል ወደ ጎን እንዲቆሙ አስገደዳቸው። አንዳንዶች የፖለቲካ ነጥብ ለማስመዝገብ፣ ህዝባዊ ቁጣውን ተጠቅመው ቅሌትን ተጠቅመው የራሳቸውን አጀንዳ ለማስፈጸም እንደ እድል አድርገው ይመለከቱት ነበር። ሌሎች ማራ እየተዋጋ በነበረበት ስርአት ስር ሰድደው፣የግኝቶቹን ጠቀሜታ ለማሳነስ፣ታሪኩን ለመቅበር እና የራሳቸውን ጥቅም ለማስጠበቅ ደከመኝ ሰለቸኝ ሳይሉ ሰርተዋል። ማራ እራሷን በፖሊቲካ ተንከባካቢነት እና በጓሮ ክፍል ስምምነቶችን ስትዞር፣ የተገቡት ተስፋዎች በቀላሉ ሲጣሱ እራሷን በእሳቱ ውስጥ ተያዘች።

ለ ባለው የማያወላውል ድጋፍ የሚታወቀው ሴናተር ሃሪሰን በማራ እና በቡድንዋ ላይ ህዝባዊ ጥቃት በመሰንዘር በግዴለሽነት ለአደጋ እና ብሄራዊ ደህንነትን አደጋ ላይ ይጥላሉ። ርህሩህ በሆኑ የመገናኛ ብዙሀን አባባላቸው የሰጠው መግለጫ የፍርሀት ድባብ እና እርግጠኛ አለመሆንን በመፍጠር ህዝቡ በምርመራው ላይ ያለውን እምነት የበለጠ ሸርሽሯል። በአገር ወዳድነት እና በአሳቢነት ተሸፍነው በጥንቃቄ የተነገሩት ንግግሮቹ ማራን ለማጥላላት እና የሴራውን አጠቃላይ ሁኔታ

ከማጋለጡ በፊት ምርመራውን ለመዝጋት የተደረጉ ሙከራዎች ነበሩ።

በአንጻሩ፣ ተወካይ ዴቪስ፣ የመንግሥትን ግፍ በመተቸት የምትታወቀው ተራማጅ ድምፅ፣ ያልተጠበቀ አጋር ሆነ። የራሷን መድረክ ተጠቅማ ማራ እና ቡድኖቿን ለመከላከል፣ ሙሉ እና ግልፅ የሆነ ምርመራ እንዲደረግ በመገፋፋት፣ ተጠያቂነትን በመጥራት እና በፕሮጀክት ናይቲንጌል ለተጎዱት ፍትህ ጠይቃለች። የእርሷ ድጋፍ ወሳኝ ነበር፣ በፖለቲካ ተቃዋሚ ባህር ውስጥ የህይወት መስመር፣ ለሃሪሰን የማያቋርጥ ጥቃቶች የሚፈለገውን ሚዛን ይሰጣል። ሆኖም የዴቪስ ድጋፍ እንኳን የራሱ የሆነ ጫና ይዞ መጥቷል። መደበኛ መግለጫዎችን ፣መረጃዎችን ማግኘት እና ምርመራው ከፖለቲካዊ ወገንተኝነት ነፃ ሆኖ እንደሚቀጥል ማረጋገጫ ጠይቃለች።

ከዛም ከመደበኛው የፖለቲካ መዋቅር ውጪ የሚንቀሳቀሱ የጥላቻ ምስሎች ነበሩ። ማራ ማንነታቸው ያልታወቀ ማስፈራሪያ፣ በድብቅ መልዕክቶች እና በድብቅ በሚደረጉ ስብሰባዎች የሚተላለፉ ማስጠንቀቂያዎች ደርሰው ነበር። እነዚህ አስጸያፊ ግንኙነቶች እውነትን ለማግኘት ባደረገችው ጥረት ውስጥ ስላሉት አደጋዎች እንደ ቀዝቃዛ አስታዋሾች ሆነው አገልግለዋል። ከእነዚህ ማስፈራሪያዎች ጀርባ ያሉት ግለሰቦች ያልታወቁ ናቸው፣ ዓላማቸው ግልጽ ባይሆንም፣ የመጉዳት አቅማቸው ግን

አይካድም። እነሱ ከግንዛቤዋ ጫፍ በላይ የሚደበቅ ጸጥ ያለ፣ ሁሌም ያለ አደጋ፣ የማያቋርጥ ጥላ ይወክላሉ።

ግፊቱ ከፖለቲካና ከመገናኛ ብዙኃን አልፏል። የሳይንሳዊው ማህበረሰብ, መጀመሪያ ላይ ለመሳተፍ ያመነታ ነበር, አሁን ተከፋፍሏል. በማራ መገለጦች የተደፈሩ አንዳንድ ሳይንቲስቶች ምርመራውን በይፋ ደግፈዋል፣ ሌሎች ደግሞ በታማኝነት፣ በሙያዊ ግዴታ ወይም በፍርሃት የታሰሩ ግኝቶቹን ለማጣጣል ዝም አሉ ወይም በንቃት ሰርተዋል። ይህ በሳይንስ ማህበረሰቡ ውስጥ ያለው ክፍፍል እርስ በርስ የሚጋጩ አስተያየቶችን ግራ የሚያጋባ መልክዓ ምድር ፈጠረ፣ ይህም እውነታን ከልብ ወለድ፣ እውነትን ከፕሮፓጋንዳ ለመለየት አስቸጋሪ አድርጎታል።

ማራ እርስ በርሱ የሚጋጩ ፍላጎቶች በሸረረት ድር ውስጥ ተይዛ እያንዳንዷ ወደ ሌላ አቅጣጫ እየጎተተች አገኛት። የምትወስነው እያንዳንዱ ውሳኔ፣ የምትፈታው እያንዳንዱ መግለጫ፣ የምትወስዳቸው እርምጃዎች ሁሉ ተመርምረዋል፣ ተተነተኑ እና የሌሎችን ጥቅም ለማስከበር ተንቀሳቅሰዋል። እንደ ተመልካቹ አመለካከት በአንድ ጊዜ እንደ ጀግና ተመስክራለች እና እንደ ክፉ አጋንንት ተፈርዳለች። የሕዝብ አስተያየት ክብደት፣ የፖለቲካ ሽንገላ፣ እና ሁልጊዜም የሚታየው የጥቃት ዛቻ የማያቋርጥ እና የሚያደክም ግፊት ፈጠረባት።

በየጊዜው የሚፈጠረው የመረጃ፣የወነጀል እና የማስፈራሪያ ውርጅብኝ ጉዳቱን ማዳረስ ጀመረ። እንቅልፍ ማለቂያ በሌለው የሰአታት ትንተና፣ የስትራቴጂ ክፍለ ጊዜ እና የችግር አያያዝ ተተካ የሩቅ ትውስታ ሆነ። እራሷን ወደ ድካም አፋፍ እየገፋች በካፌይን እና በፍላጎት ላይ የበለጠ ትመካለች። በሙያዋ እና በግል ህይወቷ መካከል ያለው መስመሮች ደብዝዘዋል፣ ስራዋ የነቃችውን ጊዜ ሁሉ ይበላታል። ግንኙነቷ ተጎድቷል፣ በመጥፋቷ፣ በጭንቀትዋ እና በጭንቅላቷ ላይ በተንጠለጠለበት የማያቋርጥ ስጋት ተበላሽቷል።

በቡድንዋ ውስጥ ያሉ ውስጣዊ ግጭቶች በውጫዊ ግፊቶች ተባብሰዋል. የሚዲያው ግርግር የዶ/ር ራሚሬዝን ፓራኖያ ከፍ አድርጎታል፣ ጥርጣሬውን ወደ ሙሉ ውዥንብር ለወጠው። በሁሉም ቦታ ጠላቶችን አይቷል ፣ አጠቃላይ ምርመራው እንደተጣሰ ፣ እሱ ራሱ በትልቁ ጨዋታ ውስጥ ደጋፊ እንደሆነ አምኗል። ወኪል ጃክሰን፣ የመቼውም ጊዜ ፕራግማቲስት፣ የበለጠ ጥንቃቄ እያሳደገ፣ ፕሮቶኮሎችን በጥብቅ መከተልን በመጠየቅ፣ በህጋዊ እና በሥነ ምግባሩ ተገቢነት ላይ ባለው አፅንኦት የማራን ግስጋሴ አገዳ። በመካከላቸው ያለው ውጥረቱ መሰባበር ላይ ደረሰ፣ ክርክራቸው የሚፈነዳ እና በስሜታዊነት የተሞላ። በአንድ ወቅት የተዋሃደዉ ቡድን ተሰባበረ፣ በተናጥል የሚንቀሳቀሱ ግለሰቦች ስብስብ፣

የጋራ አላማቸዉ በዙሪያቸዉ በሚናፈዉ ውጫዊ ማዕበል ተሸርሽሯል።

ማራ በዚህ ተንኮለኛ መልክዓ ምድር ለመዳዝ የሚያስችል ስልት እንደሚያስፈልጋት ታውቃለች። የሚዲያ ትረካውን የምታስተዳድርበት፣ የፖለቲካ ጥቃቱን ለማስወገድ እና ቡድኗን በየጊዜው ከሚሰነዘረው የበቀል ስጋት ለመጠበቅ የሚያስችል መንገድ መፈለግ አለባት። ነገር ግን ስራው ሊታለፍ የማይችል መስሎ ነበር, ግፊቶቹ ከአቅም በላይ ናቸው. የስልጣን ቤተ-ሙከራ፣ ለምታገለው ተቋማዊ ሙስና ምሳሌያዊ፣ አካላዊ እና ስሜታዊ እውነታ፣ እርስ በርስ የሚጋጩ ፍላጎቶች እና የተደበቁ አደጋዎች ሙሉ በሙሉ እንድትበላት ያሰጋ ነበር። ለፍትህ የሚደረገው ትግል በጣም ሩቅ ነበር; ወደ አዲስ እና ይበልጥ አደገኛ ምዕራፍ ውስጥ ገብቷል፣ ውጊያው ከኃይለኛ ባላጋራ ጋር ብቻ ሳይሆን የማያቋርጥ የሕዝብ አስተያየት ኃይሎች፣ የፖለቲካ ሽንገላ እና ሁልጊዜም የሚታየው የጥቃት ሥጋት ጭምር ነው። ከፊት ያለው መንገድ ረጅም እና ተንኮለኛ፣ ባልታወቁ አደጋዎች እና ያልተጠበቁ መሰናክሎች የተሞላ ነበር። ነገር ግን ማራ ምንም እንኳን የኃላፊነት ክብደት ቢቀንስም እሺ ለማለት ፈቃደኛ አልሆነም። ለፍትህ፣ ለእውነት እና ለቡድኗ ታማኝነት ትግሉ ምንም ያህል ዋጋ ቢያስከፍላት ለማሸነፍ የቆረጠችበት ጦርነት ነበር።

የመጀመሪያው እርምጃ ጉዳትን መቆጣጠር ነበር. ማራ እሷ የሚዲያ የእሳት አውሎ ንፋስ ፊት ለፊት መዋጋት

አይችልም ያውቅ ነበር; አቅጣጫውን መቀየር አለባት። የፕሮጀክት ናይቲንጌልን የበለጠ ግርዶሽ የሚያሳይ ምስል ለተመረጡ ጋዜጠኞች ቅንጭብጭብ መረጃ በመመገብ፣ትረካውን ከስሜት ቀስቃሽነት በማራቅ እና በሳይንሳዊ እንድምታዎች ላይ በማተኮር በጥንቃቄ የተቀናጀ ቁጥጥር የሚደረግበት የክትትል ዘመቻ ጀምራለች። ይህም አጋሮቿን በጥንቃቄ በመምረጥ እና ኃላፊነት የሚሰማቸውን የጋዜጠኝነት ስራዎች የሚያሳዩትን በመሸለም ስስ ዳንስ ያስፈልጋታል። ከጥቂት የታመኑ ጋዜጠኞች ጋር በቅርበት ሠርታለች፣ በአቋማቸው ከሚታወቁ ግለሰቦች እና ጫጫታውን የመቁረጥ ችሎታቸው፣ ለአንዳንድ የምርመራ ገጽታዎች ልዩ መዳረሻ ሰጥቷቸዋል። እነዚህ በጥንቃቄ የተመረጡ ፍንጮች በፖለቲካዊ አንድምታ ላይ ብቻ ከማተኮር ይልቅ በፕሮጀክት ናይቲንጌል ዙሪያ ያሉትን የስነ-ምግባር ጉዳዮች የመፍታት አስፈላጊነትን የሚያጎላ ተቃራኒ ትረካ በማስተዋወቅ የበለጠ ስሜት የሚነኩ ታሪኮችን ለመቋቋም ረድተዋል።

በተመሳሳይ ጊዜ ማራ የፖለቲካውን የጦር ሜዳ በቀጥታ ማነጋገር ፈለገች። የሴናተር ሃሪሰን ጥቃቶች የማያቋርጥ ነበሩ፣ ነገር ግን ማራ በአደባባይ የጭቃ ውድድር ላይ ለመሳተፍ ፈቃደኛ አልሆነም። ይልቁንም ተጨባጭ ማስረጃዎችን በማቅረብ፣ ለሚመለከታቸው የኮንግረሱ ኮሚቴዎች ዝርዝር ሪፖርቶችን በማቅረብ እና የቡድኖቿን ውጤት በጥንቃቄ በመመዝገብ ላይ ትኩረት አድርጋለች። ይህ ስልት ከፖለቲካ አቀማመጥ ይልቅ እውነታዎችን

ለሚመለከቱ የኮንግረስ አባላት ይግባኝ ለማለት ያለመ ነው። ሃሪሰንን በግልፅ መጋፈጥ ግጭቱን እንደሚያባብስ እና ከምርመራው ይዘት ሊያዘናጋ ወደሚችል ትርኢት እንደሚለውጥ ታውቅ ነበር። የህግ ቡድንዋ ሰለቸኝ ሳይል ለሀሪሰን ክስ አጠር ያሉ እና አሳማኝ ምላሾችን በማዘጋጀት፣ የሰጡትን መግለጫዎች በጥንቃቄ በመበተን እና አመክንዮአዊ ስህተቶችን እና አለመጣጣሞችን በማጋለጥ ሰርቷል። ግቡ ሴናተሩ ፍትህን ለማደናቀፍ የሚያደርጉትን ግልፅ ሙከራ ለማሳየት ነበር።

ተወካይ ዴቪስ በዋጋ ሊተመን አልቻለም። የእሷ የማይናወጥ ድጋፍ፣ ከጠንካራ የፖለቲካ አቋሟ ጋር ተዳምሮ ለሃሪሰን ተጽእኖ ወሳኝ የሆነ ተቃራኒ ክብደት ሰጠ። ማራ ይህንን ግንኙነት አዳበረች ፣ ለዴቪስ መደበኛ አጭር መግለጫዎችን በመስጠት ፣ አስፈላጊ መረጃ እንዳገኘች በማረጋገጥ ፣ በተመሳሳይ ጊዜ የምርመራውን የፖለቲካ ገለልተኝነት ጠብቃለች። ይህ ስስ ሚዛን ነበር; ማራ የፓርቲ ተጽእኖ ሂደቱን እንዲያበላሽ በመፍቀድ የምርመራውን ትክክለኛነት ሳይጎዳ ዴቪስ ጠንካራ አጋር መሆኑን ማረጋገጥ ነበረባት። ከዴቪስ እና ከሰራተኞቿ ጋር ሚስጥራዊ የሆነ መደበኛ ስብሰባ የማራ ስትራቴጂ ወሳኝ ገጽታ ሆነ። እነዚህ ስብሰባዎች የመረጃ መጋራት ብቻ አልነበሩም። ማራ የፖለቲካ ምህዳሩን የገመገመበት፣ ሊፈጠሩ የሚችሉ መንገዶችን የሚዘጉ እና ለድንገተኛ

ሁኔታዎች የታቀዱበት ስትራቴጂካዊ ውይይቶች በጥንቃቄ የተደራጁ ነበሩ።

ማንነታቸው ያልታወቁ ዛቻዎች ቀጥለዋል፣ ይህም የሚያጋጥሙትን ስጋቶች የሚያስታውስ ነው። ማራ የደህንነት ፕሮቶኮሎችን አጥብቃለች፣ በራሷ እና በቡድኗ ዙሪያ የጥበቃ ሽፋን ጨመረች። ከኤፍቢአይ ጥበቃ አገልግሎት ዝርዝር ጋር በቅርበት ትሰራለች፣ መደበኛ ዝመናዎችን በመስጠት እና ሊከሰቱ የሚችሉ ስጋቶችን በመግለጽ። የዛቻዎቹ ዝርዝር ግልጽነት የጎደለው ቢሆንም፣ በጥንቃቄ ተዘግቦ እና ተንትኖ፣ በመጨረሻም ተጠያቂ ወደሆኑ ግለሰቦች ሊመራ የሚችል ፍንጭ ይሰጣል። ይሁን እንጂ ይህ ትንታኔ በጥብቅ ሚስጥራዊ መሆን ነበረበት, ስርጭቱ በቀጥታ በቡድኑ ጥበቃ ውስጥ ለተሳተፉት ብቻ የተገደበ ነው.

በቡድኑ ውስጥ የነበረው የውስጥ ትግል እንደ ውጫዊ ግፊቶች ፈታኝ ነበር። ማራ መግባባት እና መተማመንን በማሳደግ ላይ በማተኮር የቡድን ግንባታ ልምምዶችን ጀምራለች። ግልጽ ውይይትን በማበረታታት እና የእያንዳንዱን አባል ስጋቶች እና ጭንቀቶች ለመፍታት መደበኛ የውይይት መድረኮችን አካሂዳለች። እነዚህ ክፍለ-ጊዜዎች ዓላማው የምርመራውን ስሜታዊ ተፅእኖ ለመቅረፍ ብቻ ሳይሆን የስራ ሂደቱን ለማቀላጠፍ እና ትብብርን ለማሻሻል ጭምር ነው. የዶ/ር ራሚሬዝ

ፓራኖያ በጥንቃቄ ተይዞ ነበር፣ ማራ ጊዜ ወስዶ ስጋቱን ለማዳመጥ፣ ጭንቀቱን ለመፍታት እና ቡድኑ ለምርመራው ያለውን የጋራ ቁርጠኝነት አጠናከረ። የቡድኑን ስትራቴጂ ለማጠናከር እና ሊኖሩ የሚችሉ የህግ እዳዎችን ለመቀነስ የኤጀንት ጃክሰን ትጋት ገንቢ በሆነ መንገድ ተላልፏል።

ማራ የህዝቡን ግንዛቤ ወሳኝ ሚና ተገንዝቧል። በኮንፈረንስ እና በአቻ በተገመገሙ ጆርናሎች ላይ በተዘጋጁ ህትመቶች ላይ በጥንቃቄ በተዘጋጁ አቀራረቦች ከሳይንስ ማህበረሰቡ ጋር ተሳትፋለች። ይህ አካሄድ የመገናኛ ብዙሃንን የተዛባ መነፅር በማለፍ መረጃን በቀጥታ ለእኩዮቿ እንድታሰራጭ አስችሏታል። ገለጻዎቹ የፕሮጀክት ናይቲንጌልን ሳይንሳዊ ግኝቶች ለማብራራት ብቻ ሳይሆን በሳይንስ ማህበረሰቡ ውስጥ እያደጉ ያሉትን ስጋቶች ለመፍታት፣ የተያዙትን በማረጋገት እና በማመንታት የቀሩትን ድጋፍ ለማግኘት ጭምር አገልግለዋል።

ይህንን የላቦራቶሪ ኃይል ማሰስ ብልህነት እና ልምድ ብቻ ሳይሆን የበለጠ የሚጠይቅ ነው። የፖለቲካ ምኅዳሩን የቀረጹትን ያልተጻፉ ሕጎች፣ ስውር ፍንጮች እና ውስብስብ የግንኙነት ድር ግንዛቤን ጠይቋል። ማራ የተቃዋሚዎቿን እርምጃ ለመገመት ስለ ሰው ስነ-ልቦና ያላትን ጥልቅ ግንዛቤ ተጠቅማ ስልቶቻቸውን በእነሱ ላይ

አዙራለች። የፖለቲካ ጨዋታውን በችሎታ እና በትክክለኛነት ተጫውታለች ፣የሳይኮሎጂ እውቀቷን ተጠቅማ ትረካውን ለመምራት ፣ ቁልፍ ተዋናዮች ላይ ተጽእኖ ያሳድራል እና በመጨረሻም የምርመራውን አቅጣጫ ይቆጣጠራል።

ለፍትህ የሚደረገው ትግል ፖለቲካን፣ የሚዲያ ማጭበርበርን፣ ሳይንሳዊ ታማኝነትን እና የማያቋርጥ የጥቃት ስጋትን ወደ ሚያካትት ሁለገብ ግጭት ተሸጋግሯል። በማያወላዳ ቁርጠኝነት የታጠቀችው ማራ፣ ስለሰው ልጅ ባህሪ ያላትን ጥልቅ ግንዛቤ እና ልዩ ስልታዊ እውቀትዋን በመያዝ በእሷ ላይ የተነሱ ሀይሎች ዝም ሊያሰኙት ቢፈልጉም ሳይታክቱ እውነትን በመከታተል ላይ ነበሩ። እያንዳንዱ እርምጃ በአደጋ የተሞላ፣ ከፊት ያለው መንገድ ፈታኝ ሆኖ ቆይቷል። ሆኖም ማራ ለፍትህ፣ ለፕሮጀክት ናይቲንጌል ሰለባዎች እና ለወደፊት ለሥነ ምግባራዊ ሳይንሳዊ ምርምር የሚደረገው ትግል ሊዋጋ የሚገባው ጦርነት መሆኑን አውቃ በጽናት ቆመች። በአንድ ወቅት ከባድ እንቅፋት የነበረዉ የስልጣን ቤተ-ሙከራ አሁን ለመሸነፍ ፈታኝ ሆኖ ነበር፣ ይህም ለእውነት እና ለፍትህ ያላትን ፅናት እና የማያወላውል ቁርጠኝነት ማሳያ ነው። ትግሉ ገና ተጀመረ።

ምዕራፍ 14፡ የፍትህ ዋጋ

ያልተቋረጠ ግፊቱ ጉዳቱን መውሰድ ጀመረ። እንቅልፍ በቅንጦት ሆነ፣ በምሽት የስትራቴጂ ክፍለ ጊዜዎች እና በማለዳ አጭር መግለጫዎች መካከል በተቆራረጡ ፍንዳታዎች የተነጠቀ። በሙያዊ ህይወቷ እና በግል ህይወቷ መካከል ያለው መስመሮች ደብዝዘዋል፣ ወደ የማያቋርጥ የስራ ዑደት፣ ጭንቀት እና ሁልጊዜም የሚታየው የዘቻ ጥላ ተቀላቀለ። የማራ አፓርትመንት፣ በአንድ ወቅት መቅደስ፣ ጊዜያዊ የመድረክ ፖስት፣ ከሚቀጥለው ጦርነት በፊት ማረፊያ ቦታ ሆኖ ተሰማው። በአንድ ወቅት በጥንቃቄ የተያዘውን የአትክልት ቦታዋን ችላ ስትል አገኘች ፣ አሁን ያበቀሉት አበቦች በቸልታዋ ክብደት ውስጥ እየጠፉ ፣ የራሷን መንፈስ ሁኔታ እያንፀባርቁ።

በአንድ ወቅት የመጽናናትና የጥንካሬ ምንጭ ከሆነው ከዳንኤል ጋር የነበራት ግንኙነት በውጥረቱ ውስጥ ተሠቃየ። ረጅም ሰዓታት እና በምርመራው ዙሪያ ያለው የማያቋርጥ ሚስጥራዊነት በመካከላቸው ክፍተት ፈጠረ, ዝምታ በማይነገሩ ጭንቀቶች እና ብስጭት የተሞላ. በፀጥታ አፓርትመንት ውስጥ እርስ በእርሳቸው ይቀመጡ ነበር, ያልተነገረው ውጥረት በመካከላቸው ተጨባጭ መገኘት ነው. እራት በተቆራረጡ ምላሾች እና በመካከላቸው እያደገ ስላለው ርቀት በሰፊው በሚናገሩት የተዘበራረቁ እይታዎች የተከበበ ጨዋ ጉዳይ ሆነ። እሱ የሥራዋን አስፈላጊነት ተረድቷል, ነገር ግን ትኩረቷን, የእሷን መኖር, ያልተከፋፈለ ፍቅሯን ፈለገ. የምርመራው

ጥያቄ እሷን ሙሉ በሙሉ እየበላት ያለ ይመስላል፣ ችላ የተባለለት እና የመሳፈር ስሜት እንዲሰማው አድርጎታል።

ምሽቶች ብዙ ጊዜ ሰነዶችን በመቃኘት፣ መረጃዎችን በመተንተን እና ከቡድኗ ጋር ስትራቴጅ እስከ ምሽት ድረስ ያሳልፋሉ። የሳምንት መጨረሻ ቀናት፣ በአንድ ወቅት በፓርኩ ውስጥ ለመዝናናት ወይም ጸጥ ያለ እራት ለመመገብ ተዘጋጅታ የነበረች ሲሆን አሁን በምርመራው ተዋጠች፣ ይህም ለዘለአለም የድካም ስሜት እና ስሜቷ እንዲዳከም አድርጓታል። ቀላል ተድላዎችን ናፈቀች - ድንገተኛ ሳቅ ፣ የጋራ ፀጥ ያለ መቀራረብ ፣ በግንኙነቷ ውስጥ የመገኘት ቀላል ደስታ። የኃላፊነቷ ክብደት፣ የማያቋርጥ የአደጋ ስጋት፣ እና ለስኬት ያላሰለሰ ግፊት የግንኙነታቸውን መሠረት እየሸረሸረ፣ የመበታተን ስጋት ነበር።

ጓደኞቿም የአስጨናቂ ትኩረቷ ተጽዕኖ ተሰማቸው። በአንድ ወቅት ንቁ የሆነች ማህበራዊ ቢራቢሮ፣ ማራ ከማህበራዊ ስብሰባዎች አፈገፈገች፣ የስልክ ጥሪዋ እየቀነሰ፣ ምላሿ አጭር እና ሩቅ ነበር። ቁርጠኝነቷን፣ ለፍትህ ያላትን ቁርጠኝነት ተረዱ፣ ነገር ግን ሁልጊዜ ለሳቅ ጊዜ ያለው፣ የሚያለቅስበት ትከሻ፣ ሰሚ ጆሮ ያለው ጓደኛዋ ናፈቋት። የከፈለችው መስዋዕትነት ሙያዊ ብቻ አልነበረም; በሕይወቷ ውስጥ በሁሉም ዘርፍ ተዘርግተው ነበር ፣በእነሱ መነቃቃት ላይ የዋስትና ጥፋትን ትተዋል።

አካላዊ ጉዳቱ የማይካድ ነበር። ጨለማ ክበቦች ዓይኖቿን ደበደቡት፣ እንቅልፍ ለሌላቸው ምሽቶች እና የማያቋርጥ ጭንቀት ምስክር ነው። የምግብ ፍላጎቷ በመዳከሙ ያለማቋረጥ የድካም ስሜት እንዲሰማት አድርጓታል። የማያቋርጥ ጭንቀት በእሷ ላይ ይንቀጠቀጣል ፣ ለዘለአለም ጠርዝ ላይ ትቷት ፣ ለእያንዳንዱ ድምጽ ፣ ለእያንዳንዱ ጥላ በጣም ንቁ። ትንሿ የብር ሽጉጥ፣ ሁከት ሊፈጠር እንደሚችል እና ሁልጊዜም ለደህንነቷ ስጋት የሚሆንባትን ቋሚ ማሳሰቢያ መያዝ ጀመረች።

የዘወትር ዛቻዎች ምንም እንኳን ግልጽ ባይሆኑም የስነ ልቦና ስቃይ ጨምሯል። ማንነታቸው ያልታወቁ መልእክቶች፣ የተከደነባቸው ማስጠንቀቂያዎች፣ የመታየት ስሜት የማያስደስት ስሜት በሁሉም የደህንነት ስሜቷ ተበላሽቷል፣ ይህም በተንሰራፋ የመረጋጋት ስሜት ተተካ። የምርመራውን ውስብስብ ነገሮች ብቻ ሳይሆን ሁልጊዜም የሚታየውን የአደጋ ስጋት፣ ያለማቋረጥ ሊጎትታት የሚችል የጨለማ ግርዶሽ ማሰስ ነበረባት። ይህ የማያቋርጥ የንቃተ ህሊና ሁኔታ ፣ ከስር የተደበቀ ፍርሃት ፣ በእጆቿ መንቀጥቀጥ ፣ መዝለል ፣ ትኩረትን መሰብሰብ በአካላዊ ምልክቶች እራሱን አሳይቷል።

ምንም እንኳን የግል ወጪዎች ቢኖሩም, ማራ ለፍትህ ያላትን ቁርጠኝነት ሳትታክት ኖራለች. መስዋእትነቷን እንደ ኪሳራ ሳይሆን ለበለጠ ጥቅም እንደ ኢንቨስት አድርጋ ታየዋለች። የፕሮጀክት ናይቲንጌል ተጎጂዎች፣ ስቃያቸው፣ ጸጥ ያለ ድምፃቸው - እነዚህ ጥርጣሬዎች የማይታለፉ በሚመስሉበት ጊዜም እንኳ አካላዊ እና ስሜታዊ ጉዳቷን እንድትታገስ እና ትግሉን እንድትቀጥል ቆርጠዋለች። ፍትህን ማሳደድ ሙያ ብቻ አልነበረም; ሰውነቷን የሚበላ ጥሪት ነበር።

እሷ ለመደናቀፍ አቅም እንደሌላት ታውቃለች። የኃላፊነት ክብደት በጣም ትልቅ ነበር. ስፍር ቁጥር የሌላቸው የግለሰቦች ህይወት ሚዛን ላይ ተንጠልጥሏል፣ እጣ ፈንታቸው በእሷ ስኬት ላይ የተመሰረተ እውነትን በማውጣት እና አጥፊዎችን ለፍርድ በማቅረብ ነው። የነዚያን ተጎጂዎች ፊት፣ ተስፋቸውን እና ፍርሃታቸውን ? ቁርጠኝነቷን ለማቀጣጠል ይህን ምስል ይዛለች። ይህም ያለመንቀሳቀስ ዋጋ፣ የውድቀት መዘዝ፣ እና ትግሉን ለመቀጠል ምን ያህል አስፈላጊ እንደሆነ፣ ምንም እንኳን የግል ዋጋ ቢያስከፍል ምንጊዜም የሚያስታውስ ነበር።

በስራው ውስጥ ልዩ የሆነ ማጽናኛ አገኘች. የተወሳሰቡ እንቆቅልሾች፣ የተወሳሰቡ የማታለል ዘይቤዎች፣ እውነትን ፍለጋ ? እነዚህ ከግል ህይወቷ የማያባራ ጫና መራቅ የማምለጫ መንገድ ሆኑ። በማስረጃዎች ላይ በተደረገው

ጥንቃቄ የተሞላበት ትንታኔ፣ ያለማሰለስ እርሳሶችን በማሳደድ፣ ቁርጠኝነቷ በግንኙነቶቿ እና በደህንነቷ ላይ እየወሰደ ያለውን ጉዳት ለጊዜው እንድትረሳ የሚያስችለውን አይነት ሰላም አገኘች።

ማራ በዚህ ፍጥነት ላልተወሰነ ጊዜ መቀጠል እንደማትችል በጥልቀት ታውቃለች። የምትከፍለው የግል መስዋዕትነት ዘላቂነት የሌለው በመሆኑ ሙሉ በሙሉ እንድትፈጅ አስፈራራት። ነገር ግን ፍጥነት መቀነስ አልቻለችም; ዕጣው በጣም ከፍተኛ ነበር። እራሷን የበለጠ ገፋች ፣ ገደቧን እየገፋች ፣ ያላሰለሰ ጥረትዋ በመጨረሻ ፍትህን እንደሚያመጣ ፣ እየከፈለችው ያለው መስዋዕትነት በመጨረሻ ዋጋ ያለው እንደሚሆን ተስፋ ላይ ቆመች።

ስራዋ ለትልቅ ግብ አስተዋጾ እያደረገ እንደነበረ፣ በሌሎች ህይወት ላይ ተጨባጭ ለውጥ እያመጣች መሆኗን ማወቋ እሷን እንድትቀጥል ረድቷታል። ለግል መስዋዕትነቷ ከአቅም በላይ ክብደት እንደ ክብደት የሚያገለግል ጥልቅ የዓላማ ስሜት ነበር። ነገር ግን ስር የሰደደ ብቸኝነት ከባድ ብርድ ልብስ ሆነች፣ በአንድ ወቅት ሕይወቷ ውስጥ የነበረው ዝምታ አሁን ቋሚ ጓደኛ ይሆናል።

አንድ ጸጥታ የሰፈነበት ምሽት፣ በወረቀቱ ክምር እና በቋሚ የላፕቶፑዋ ጩኸት መሃል፣ እራሷን የከተማ መብራቶችን እያየች ስታገኝ አየችው፣ ቀስ በቀስ ራሷን የምታርቀውን አለም የሚያስታውስ። ከተማዋ፣ በአንድ ወቅት ደማቅ የህይወት ታፔላ የነበረች፣ አሁን የራቀች እና እንግዳ የሆነችበት፣ የምትኖርበት ቦታ ግን የእውነት የሌላት ቦታ ተሰምቷታል። ድካሙ ግልጽ ነበር፣ ጥልቅ ድካም በአጥንቷ ውስጥ ያረፈ፣ ፍትህ ፍለጋዋ በነፍሷ ላይ እየደረሰባት ያለውን ጫና የሚያሳይ ነው። እውነትን በማሳደድ ያላሰለሰችውን ጥረት የከፈለችውን ህይወቷን ለማደስ ለውጥ፣ አንድ ዓይነት ማስተካከያ እንደምትፈልግ ታውቃለች። ከፊቷ ያለው መንገድ እርግጠኛ አልሆነም ነገር ግን አንድ ነገር ግልፅ ነበር፡ ማራ ለፍትህ ያላትን ቁርጠኝነት ሚዛናዊ ለማድረግ እና የራሷን ደህንነት ለመጠበቅ እና ቀስ በቀስ የምታጣውን ህይወት እንደገና ለመገንባት አንድ የተበታተነች መንገድ መፈለግ አለባት። ለፍትህ የሚደረገው ትግል ገና አልተጠናቀቀም, ነገር ግን ለራሷ አእምሮ እና ደስታ ትግሉ እንዲሁ ነበር. በሁለቱ መካከል ያለው ሚዛን ስስ ዳንስ ነበር፣ መማር የጀመረችው።

ግፊቱ ተጫነ፣ በማራ ደረት አካባቢ እንደ ቪስ እየጠበበ። ፕሮጄክት ናይቲንጌልን ለመፍታት በተጠጋች መጠን፣ የተጠላለፈው የማታለል ድር ከመጀመሪያው ወንጀለኞች አልፎ መስፋፋቱን ተረዳች። በከፍተኛ ደረጃ ላይ ያሉ ቺግሮችን፣ በኃይል እና በተፅእኖ መረብ የተጠበቁ ግለሰቦችን የሚጠቁሙ ማስረጃዎችን አገኘች። የዚህ

ግንዛቤ ክብደት በጣም ትልቅ ነበር፣ እሷን ለማፈን የሚሰጋ ከባድ ሸክም። እነዚህን ግለሰቦች ማጋለጥ ዋጋ እንደሚያስከፍል ታውቃለች፣ ይህም ዋጋ ለመክፈል ፈቃደኛ መሆኗን ሙሉ በሙሉ እርግጠኛ ሳትሆን ነበር።

የእርሷ ቡድን፣ የቁርጥ ቀን እና አስተዋይ ወኪሎች ስብስብ፣ የራሳቸው የሞራል ችግሮችም ገጥሟቸዋል። ጠንካራ የሞራል ኮምፓስ ያለው ኤጀንት ዲያዝ ወሳኝ መረጃ ለማግኘት አጠያያቂ ስልቶችን ከመጠቀም ከሥነ ምግባራዊ አንድምታ ጋር ታግሏል። እሱ የማይናወጥ መርሆች ሰው ነበር, እና ይህ ጉዳይ ወደ ገደቡ ገፍቶበታል, የራሱን የሞራል ድንበሮች እንዲጋፈጥ አስገድዶታል. በተለይም ሊያስከትል የሚችለውን መዘዝ በጣም ከባድ በሆነበት ወቅት ጫፎቹ መንገዱን ያጸድቁ እንደሆነ ጠይቋል። ውስጣዊ ግጭቱ በፊቱ መስመር ላይ ተቀርጾ፣ በዓይኑ ድካም ውስጥ ይታይ ነበር።

በተመሳሳይ፣ ለዝርዝር ትኩረት በመስጠት የምትታወቀው ኤጀንት ቼን የተባለች ድንቅ ተንታኝ፣ ምርመራውን ለማፋጠን አንዳንድ ሕጎችን በማጣመም እራሷን እራሷን ችላለች። ከሥነ ምግባር አኳያ ግራጫ እንደሆነ ታውቃለች፣ ከስሕተት ጋር እንደሚዋሰን ታውቃለች፣ ነገር ግን የሁኔታው አጣዳፊነት እና ህይወትን የማዳን አቅም በአእምሮዋ ውስጥ ያለውን መተላለፍ የሚያጸድቅ ይመስላል። የውስጥ ክርክሯ ፀጥ አለ፣ ፀጥ

በሌለው የአዕምሮዋ ጥግ ላይ ጦርነት ተካሄደ። ሆኖም፣ በፅድቅዋም ቢሆን፣ የቆየ ጭንቀት ቀረ።

እነዚህ የሞራል ቅራኔዎች የአዕምሮ ልምምድ ብቻ አልነበሩም; የገሃዱ ዓለም ውጤቶች ነበራቸው። ያልተለመዱ ዘዴዎችን መጠቀም, እርሳሶችን በማመንጨት ረገድ የተሳካላቸው ቢሆንም, ለትችት እና ለህጋዊ ችግሮች የተጋለጡ ናቸው. የሥነ ምግባር አሻሚዎች በቡድኑ ውስጥ የማያቋርጥ የውጥረት ምንጭ ሆኑ፣ ይህም አንድነታቸውን ሊሰብር የሚችል ስንጥቅ ፈጠረ። በጋራ ስጋት እና የጋራ ዓላማ ውስጥ አንድ ላይ ያስተሳሰራቸው ትስስር አሁን ታይቶ የማይታወቅ ፈተና ገጥሞታል።

በተለይ አንድ አሳዛኝ አጣብቂኝ መረጃ ሊሰጥ የሚችል ሚካኤል የሚባል ሰው ሲሆን መረጃው ምርመራቸውን በከፍተኛ ደረጃ ሊያራምድ ይችላል። ሚካኤል ግን የጨለማ ያለፈ ታሪክ ነበረው፣ የወንጀል ,ታሪክ ታሪክ በሥነ ምግባር አጠያያቂ ቀለም ይስባል። ማራ እና ቡድኗ ከእርሱ ጋር የመተባበር፣ ሊከሰቱ የሚችሉትን አደጋዎች በመቀበል እና በራሳቸው የሞራል ደረጃ ላይ ስምምነትን በመቀበል ወይም የእሱን ጠቃሚ ግንዛቤዎች በመተው በምርመራቸው ላይ ትልቅ እንቅፋት የመፍጠር አሳዛኝ ምርጫ ገጥሟቸዋል።

የሚካኤልን እውቀት ለመጠቀም የተደረገው ውሳኔ የራሱ ውጤት አለው። ቡድኑ በፍትህ ፍትህ ፍለጋ እና በስነ ምግባሩ ግራጫ ቀጠና ውስጥ ከሚኖር ሰው ጋር መስማማት አስፈላጊነት መካከል አለመግባባት ተሰማው። ለበለጠ መልካም ነገር ሲሉ ድርጊታቸው በእነርሱ ዘንድ ከሚጸየፍላቸው ግለሰቦች ጋር እንዲገናኙ መገደዳቸው የሚያሳዝን ግንዛቤ ነበር።

ማራ በተሸከመቻቸው ሚስጥሮች እና ባደረገችው የሞራል ውርደት እየተሸከመች ራሷን ይበልጥ ተገልላ አገኘች። የውሳኔዎቿ ክብደት፣ ያልታሰቡ ውጤቶች ሊኖሩ የሚችሉበት ዕድል፣ በግል ህይወቷ ላይ ረጅም ጥላ ጥሏል። ዳንኤል፣ ቀድሞውንም የራቀ፣ አሁን የምትታገልባትን የውስጥ ውዥንብር እያወቀ ግራ በመጋባትና በጭንቀት ተቀላቀለች። የሥራዋን ውስብስብነት፣ በሥነ ምግባር የታነጹ ገመዶች እንድትራመድ የተገደደችበትን ነገር ሙሉ በሙሉ አልተረዳም ነገር ግን በመካከላቸው እየጨመረ ያለውን ርቀት ተሰማው፣ እያደገች ያለችውን ገደል ሙሉ በሙሉ ድልድይ ማድረግ አልቻለችም።

ከቅርቡ ቡድን ባሻገር ማራ የውጭ ጫናዎች ገጥሟታል። ተቆጣጣሪዎች ግልጽነት እና ተጠያቂነትን በመጠየቅ ዘዴዎቻቸውን ጠይቀዋል። የሕግ አማካሪ የሥርዓት

ጥሰቶች ሊኖሩ ስለሚችሉ ስጋቶች አንስተዋል። ምርመራው ማራ እና ቡድኗ በሚሰሩበት የግፊት ማብሰያ ላይ ሌላ ሽፋን ጨምሯል፣በሞራል እና በራስ ስሜታቸው ላይ የማያቋርጥ ጥቃት። የፕሮጀክት ናይቲንጌል ወንጀለኞችን ብቻ ሳይሆን የየራሳቸውን ተቋም ስርአታዊ ጫናዎች በመታገል በተለያዩ ጦርነቶች እየተዋጉ ነበር።

የማያቋርጥ የሥነ ምግባር ውዥንብር የማራ በራስ መተማመንን አሽቆለቆለ፣ በአንድ ወቅት የማይናወጥ ውሳኔ የነበረበትን በራስ መጠራጠርን አስተዋወቀ። ዘዴዎቿን፣ ፍርዷን እና የራሷን ስነ ምግባር ሳይቀር ተጠራጥራለች። መስመሮቹ ደበዘዙ, ጠርዞቹ ለስላሳ; በአንድ ወቅት ግልጽ የሆነ የፍትህ ፍለጋ የነበረው አሁን በሞራል ግራ መጋባት ውስጥ የተሸፈነ ይመስላል። የውሳኔዎቹ ክብደት፣ የመስማማት ሸክም ስሜቷን የተጋለጠ፣ የተጋለጠች እና ብቻዋን እንድትሆን አድርጓታል። ጥልቅ የሆነ የብቸኝነት ስሜት ተሰምቷታል፣ ለበለጠ ጥቅም ሲሉ በጣም አስፈላጊ በሆኑ የሞራል ውዝግቦች የተወለደ ጥልቅ ብቸኝነት።

ጉዳቱ ስሜታዊ ብቻ አልነበረም; አካላዊ ነበር። ያላሰለሰ ጫና፣ የማያቋርጥ ምርመራ እና ማለቂያ የሌለው የአስቸጋሪ ውሳኔዎች ፍሰት በጤንነቷ ላይ ከባድ ጉዳት አድርሷል። እንቅልፍ በእያንዳንዱ የንቃት ሰአታት በመጪው ጥፋት ስሜት ተሞልቶ በተበታተነ ፍንዳታ

የተነጠቀ ብርቅዬ ሸቀጥ ሆነ። የምግብ ፍላጎቷ ቀነሰ፣ ጉልበቷ ተሟጠጠ፣ ሰውነቷ ነፍሷን ለጎዳው የውስጥ ትርምስ መስታወት ነው።

ሆኖም፣ ብዙ የግል ወጪ ቢጠይቅም፣ ማራ ገፋችበት። የፕሮጀክት ናይቲንጌል ወንጀለኞችን ለፍርድ ማቅረብ፣ ሰፊ የሙስና መረብ በማጋለጥ እና ወደፊት የሚፈጸሙ ወንጀሎችን በመከላከል በትልቁ ግብ ላይ በማተኮር ስምምነቷን አረጋግጣለች። የተጎጂዎችን ምስል የሙጥኝ ብላ፣ ለፍትህ የሚያቀርቡት የዝምታ ልመና፣ የጥንካሬ ምንጭ፣ ያቆየችውን አላማ ለማስታወስ ነው።

ነገር ግን፣ የሚዘገይ ጥያቄ አስጨነቀዋት፡ በምን ወጪ? ፍትህን በማሳደድ ንጹሕ አቋሟን አጥልቃ ብትወድቅ ኖሮ ድሉ ከተገኘ መበከልና መራራ ጣዕም ይተዋል? በደግ እና በክፉ መካከል ያለው መስመር በአደገኛ ሁኔታ ደብዝዞ ነበር፣ እና ማራ እራሷን ለመጠበቅ ቃል በገባችበት ስርዓት ውስጥ እስረኛ ሆና መሃል ላይ ተገኘች። ፍትህን ፍለጋ ሁል ጊዜ ቀጥተኛ መንገድ ሳይሆን በስነ ምግባር ውዥንብር የተሞላ፣ በሥነ ምግባር የተወሳሰቡ ምርጫዎች፣ እና ለመታገል የታገለችውን መርሆች የማጣጣል አደጋ የተሞላበት ተንኮለኛ ጉዞ እንደሆነ ተገነዘበች። ማሳደዱን ቀጠለች፣ ነገር ግን በከባድ ልብ፣ ለጥፋተኝነት ጥፋተኛነቷ ልትከፍለው የምትችለውን ከባድ ዋጋ በጥልቀት በመገንዘብ።

ከፊታችን ያለው መንገድ እርግጠኛ ባልሆነ ሁኔታ የተሞላ ነበር፣የሞራል ኮምፓስ በማያባራ ግፊቶች ክብደት በትንሹ እየተንቀጠቀጠ ነበር። ማራ ይህ ጉዞ በማይሻር ሁኔታ እንደሚለውጣት ታውቃለች፣ እና ፀሀይ ስትወጣ፣ በጠረጴዛዋ ላይ ረዣዥም ጥላዎችን እየጣለች፣ የፍትህ ዋጋ በእውነት መክፈል የምትችለው መሆኑን ጠየቀች። የኤፍቢአይ ጽ/ቤት የፍሎረሰንት መብራቶች በማራ ውስጥ ለሚፈጠረው ጸጥታ ብጥብጥ እረፍት የለሽ ምላሽ ነበር። የምርመራው የመጀመሪያ አድሬናሊን ጥድፊያ፣ የማሳደዱ ደስታ፣ ከረዥም ጊዜ ጀምሮ ደብዝዞ ነበር፣ በአጥንቷ ውስጥ ዘልቆ በገባ ማኘክ ድካም ተተካ። እንቅልፍ የጦርነት አውድማ ነበር፣ ተከታታይ የተበጣጠሱ ፍጥጫዎች የማያቋርጥ የጭንቀት ማዕበል እና ያልተመለሱ ጥያቄዎችን ታግለዋል። በንቃተ ህሊና ማጣት ጊዜያዊ ጊዜያት ውስጥ እንኳን የፊት ጥላ - ተጎጂዎች ፣ ወንጀለኞች ፣ ባልደረቦችዎ በሥነ-ምግባር ግጭት ውስጥ ተይዘዋል - በህልሟ ውስጥ በመጨፈር የነቃ ሰዓቷን ዓይኖታል እና ደርቋል።

የውሳኔዎቿ ክብደት በእሷ ላይ ተጭኖባታል፣ ይህም አካላዊ ሸክም የማያቋርጥ ራስ ምታት እና በሆዷ ውስጥ የሚያቃጥል ባዶነት ነው። ምግብ ትንሽ ይግባኝ ተያዘ; ቀላል የመብላት ሥራ እንደ የቤት ውስጥ ሥራ ተሰማት፤ ሌላ ሥራ ከተሸከመቻቸው እጅግ በጣም ብዙ ኃላፊነቶች ጋር ተጨምሮበታል። ኃይሏ ስልታዊ በሆነ መንገድ እየተሸረሸረ፣ በጣም ቀላል የሆኑ ተግባራትን እንኳን

ሳይቀር በሚያስደንቅ የድካም ስሜት ተተካ። ራሷን በኮምፒውተሯ ስክሪን ላይ ዝም ብላ እያየች፣ ቃላቶቹ በአይኖቿ ፊት እየደበዘዙ፣ አእምሮዋ የተዘበራረቀ የግማሽ ሃሳብ እና ያልተፈቱ ውጣ ውረዶች።

የጭንቀት አካላዊ መገለጫዎች በስነ ልቦናዋ ላይ የደረሰውን የጠለቀ፣ የበለጠ ተንኮለኛ ጉዳት ነጸብራቅ ነበሩ። በራስ የመጠራጠር ፣ በህይወቷ ውስጥ እስከ ቅርብ ጊዜ ድረስ እንግዳ ፣ አሁን እሷን በተደጋጋሚ ጎበኘች ፣ በፀጥታ በሌሊት ሰዓታት ውስጥ ስውር ጥያቄዎችን እያንሾካሾኩ ። ትክክለኛ ውሳኔዎችን አድርጋ ነበር? የእሷ ዘዴዎች ትክክለኛ ነበሩ? ፍትህን በማሳደድ ረገድ ያላትን ታማኝነት በማበላሸት የማይታይ መስመር አልፋለች? ለእነዚህ ጥቂት ወራት ህይወቷን ሊገልፅ በመጣው የሞራል አሻሚዎች ቤተ ሙከራ ውስጥ መልሱ እሷን አጥታለች።

አለቆቹ ያላሰለሰ ክትትል በመከራዋ ላይ ሌላ ተጨማሪ ነገር ጨመረላት። ጥያቄዎቻቸው በፕሮፌሽናል ጨዋነት ተጎናጽፈዋል ነገር ግን ከስር ጥርጣሬዎች ጋር ተያይዘው በራስ የመተማመን ስሜቷን አጥተዋል። እያንዳንዱ ምርመራ፣ እያንዳንዱ ተጨማሪ ማብራሪያ ፍላጎት፣ አዲስ ቁስል ነበር፣ የቆዩ ጠባሳዎችን እንደገና ይከፍታል እና የተጋለጠ እና የተጋለጠ ስሜት ይፈጥርባታል። ድርጊቶቿን ለማስረዳት፣ ስልቶቿ ጤናማ መሆናቸውን ለማረጋገጥ

የማያቋርጥ ግፊት፣ በራስ የመተማመን ስሜቷን በማጉላት በቂ ያልሆነ ስሜት እንዲሰማት እና ያለማቋረጥ ወደ ውድቀት አፋፍ ላይ እንድትወድቅ አድርጓታል።

ማግለሉ ጥልቅ ነበር። ዳንኤል፣ አጋሯ፣ ስትፈታ ተመለከተ፣ አሳቢነቱ በዓይኑ ጎልቶ ይታያል፣ ነገር ግን የጭንቀቷን ጥልቀት በትክክል ሊረዳው አልቻለም። በመካከላቸው የተፈጠረውን ድካም፣ ጭንቀት፣ ስሜታዊ ርቀት አይቷል፣ ነገር ግን የስራዋ ውስብስብነት በምስጢር ተሸፍኖ በመቆየቱ አቅመ ቢስ እና ብስጭት እንዲሰማው አድርጎታል። በአንድ ወቅት ደመቅ ያለ ግንኙነታቸው አሁን የተሰባበረ፣ ደካማ ነገር በመውደቅ ዳር ዳር ዳር እያለ፣ በፕሮጀክት ናይቲንጌል ላይ በተደረገው የማያባራ ጥርነት ሰለባ ሆኗል።

በቡድኗ ውስጥ እንኳን, ስንጥቆች መታየት ጀመሩ. ያደረሱት የሞራል ድርድር፣ የዘሩባቸው ስነ-ምግባራዊ ግራጫ ቦታዎች በመካከላቸው የማይታዩ ግጭቶችን ፈጥረዋል። ያልተነገረው ውጥረቱ በአየር ላይ ተንጠልጥሏል, ቀደም ሲል ሥራቸውን የሚያሳዩትን ወዳጅነት እና የጋራ ድጋፍን ተክቷል. እያንዳንዱ አባል የየራሳቸውን የጥፋተኝነት እና በራስ የመጠራጠር ሸክም ተሸክመዋል፤ ይህ የጋራ ሚስጥር የግል ጭንቀታቸውን ለማጉላት ብቻ ነው።

የማይናወጥ የሞራል ኮምፓስ ያለው አንጋፋው ወኪል ዲያዝ በውስጥ ግጭት ተበላ። በዘዴዎቻቸው የስነምግባር አሻሚዎች፣ ሊኖሩ ከሚችሉ የህግ ምላሾች እና ያልተጠበቁ ውጤቶች ሊያስከትሉ ከሚችሉ አስጨናቂ ሁኔታዎች ጋር ታግሏል። ጸጥ ያለ ጭንቀቱ በቀላሉ የሚታይ ነበር፣ ጸጥ ያለ ጩኸት በስቶይሲዝም እና በማይናወጥ መርሆቹ በሚታወቅ ሰው ውስጥ ተይዟል።

ኤጀንት ቼን፣ ጎበዝ ተንታኝ፣ ወደ ስራዋ አፈገፈገች፣ በትንታኔዋ ዝርዝር ሁኔታ መጽናኛን አገኘች። ሆኖም ትክክለኛ ስሌት እና ውስብስብ የመረጃ ትንተና እንኳን ህሊናዋን የሚያናድድ ጥርጣሬን ዝም ሊያሰኘው አልቻለም። የተባባሪነቷ ሸክም ፣ የፈፀመችው ስምምነት ፣ መራራ ጣዕም ትቶታል ፣ ደስ የማይል ስሜት እንደ ሁለተኛ ቆዳ እሷ ላይ ተጣብቋል።

የስሜት ጉዳቱ ከቅርብ ቡድን በላይ ዘልቋል። ማራ እራሷን ከጓደኞቿ እና ከቤተሰቧ በጣም ርቃ አግኝታለች፣ የልምዷን ሸክም ማካፈል ሳትችል ሚስጥራዊ መረጃዎችን ሳታጋልጥ ወይም የምርመራውን ትክክለኛነት አደጋ ላይ ሳታደርስ። የማያቋርጥ ምስጢራዊነት ፣ ህይወቷን የመከፋፈል ፍላጎት ፣ ጥልቅ የብቸኝነት ስሜት ፈጠረ ፣ በአንድ ወቅት ድጋፍ እና መፅናኛ ከሚሰጧት ሰዎች ለይቷታል።

ሌሊቶቹ ማለቂያ በሌለው ላይ ተዘርግተው ነበር፣ በየሰዓቱ ከእንቅልፍ እጦት ጋር ይዋጋሉ፣ በምርመራው መናፍስት እየታመሰ ያለው እያንዳንዱ ጊዜያዊ እንቅልፍ። የማያቋርጥ ግፊት፣ የማያቋርጥ ራስን መጠራጠር እና ጥልቅ መገለል ተዳምረው ፍጹም የሆነ ስሜታዊ እና አካላዊ ድካም ፈጠረ። ማራ በአውሎ ንፋስ እንደያዘች፣ በራሷ ግርግር ይቅር በማይለው ማዕበል የተወዛወዘች፣ መድረሻዋ በማያቋርጥ አውሎ ንፋስ ተሸፍኖ እንደነበረች ተሰምቷታል። የፍትህ ዋጋ ከምታስበው በላይ እጅግ የላቀ መሆኑን ተገንዝባ ከጥፋተኞቹ ብቻ ሳይሆን ከነፍሷም ጭምር የተከፈለበት የማይለካ ዋጋ ነው። ከፊትዋ ያለው መንገድ ከፊቷ ተዘረጋ፣ በጨለማ ተሸፍኗል፣ እናም በዚህ አድካሚ ጉዞ ለመቀጠል፣ ወደ ፍጻሜው ለመድረስ እና አሁንም አንዳንድ የራሷን መምሰል ለመቀጠል ጥንካሬ እና ብርታት እንዳላት አሰባለች። ጥያቄው በአየር ላይ ተንጠልጥሏል፣ መልስ ሳታገኝ፣ ግን የጨንቀቷን ሁሉ ክብደት እየጨነቀች። የሁኔታዋ መጨረሻ በሚያስገርም ግልጽነት በእሷ ላይ ተቀመጠ። እሷም ዋጋው በጣም ውድ ከሆነ, ለመክፈል የምትችለው ዋጋ ከሆነ ጠየቀች. ከፊቷ ያለው መንገድ የማይቋረጥ መስሎ ነበር፣ የስሜታዊ ሻንጣዋ ክብደት በእያንዳንዱ ማለፊያ ቀን እየከበደ ይሄዳል። ለፍትህ፣ ለተጎጂዎች ወደፊት መዘርጋት አለባት፣ ነገር ግን በራሷ ደህንነት ላይ የሚደርሰው ጉዳት የማያቋርጥ እና የምትከፍለውን እውነተኛ ዋጋ የሚያስታውስ ነበር።

ሹክሹክታዎቹ በድብቅ የጀመሩት መሰሪ ጥርጣሬዎች ወደ ቀድሞው ውጥረት ወዳለው የ የባህርይ ትንተና ክፍል ከባቢ አየር ውስጥ ገቡ። ግልጽ ትችት አልነበረም፣ ገና። ይልቁንስ በባልደረባዎች ባህሪ ውስጥ ያለው ስውር ለውጥ ፣ ትንሽ የተገለለ እይታ ፣ የተቆረጠ የጥያቄ ቃና ተራ ጥያቄ መሆን ነበረበት። በአንድ ወቅት ማራን ያካተተው ተራ የመተላለፊያ መንገድ ጭውውት አሁን በዙሪያዋ የሚፈስ ይመስል በገለልተኛ ደሴት ላይ እንድትቀር አድርጓል። ያልተነገሩ ውንጀላዎች ከማንኛውም መደበኛ ተግሣጽ የበለጠ ኃይለኛ ነበሩ። እያንዳንዱ እርምጃ በአሰቃቂ መውደቅ አቅም በተሞላበት ጠባብ ገመድ እየተራመደች ነበር።

አለቆቿ በሙያዊ ተቆርቋሪነት ሽፋን ለብሰው ሥልጣናቸውን በዘዴ ማዳከም ጀመሩ። ለዝርዝር ዘገባዎች ጥያቄዎች፣ ከዚህ ቀደም መደበኛ፣ ጥብቅ ፈተናዎች ሆኑ፣ እያንዳንዱ ጥያቄ ድክመትን ለማጋለጥ ታስቦ ነበር፣ በአሰራርዋ ላይ ያለውን ጉድለት። በትብብር ውይይት ሽፋን የተሸፈኑት ስውር ቁፋሮዎች ምርመራዋን ለማጣጣል የተሰላ ሙከራ መስሎ ተሰምቷቸዋል። ግኝቶቿን በግልፅ እየተገዳደሩት አልነበሩም፡- ነገር ግን የማያቋርጥ የጥያቄዎች መጨናነቅ፣ ማለቂያ የለሽ የፍትህ ጥያቄዎች በራስ የመተማመን ስሜቷን ሸርሸረው፣ ሙያዊ ስሟን መሰረት በማድረግ። እሱ ቀርፋፋ፣ አሰቃቂ ሂደት፣ ታማኝነቷን በዘዴ የሚያፈርስ ነበር።

በተለይ ከረዳት ዳይሬክተር ሃይስ ጋር የተደረገ አንድ ልዩ ጭካኔ የተሞላበት ስብሰባ ማራን ስታምታታለች። እሱ እሷን በስነምግባር የጎደለው ድርጊት በቀጥታ አልወነጀላትም፣ ነገር ግን እንድምታው በአየር ላይ ተንጠልጥሏል፣ ግልጽ የሆነ የተቃውሞ ስሜት ክፍሉን አፍኖታል። ስለ "ያልተለመዱ ዘዴዎች", "የፕሮቶኮል መጣስ ሊሆኑ የሚችሉ" እና ወደፊት በሚደረጉ ምርመራዎች ላይ "ከፍተኛ ጥንቃቄ" እንደሚያስፈልግ ተናግሯል. በጥንቃቄ የተመረጡ እና ቀጥተኛ ውንጀላ የሌላቸው ቃላቶች ግን በቀጥታ በስራዋ ላይ ያነጣጠሩ ጩቤዎች ነበሩ። የተሸፈኑት ማስፈራሪያዎች ከማንኛውም ግልጽ ግጭት የበለጠ ውጤታማ ነበሩ; ለችግሩ መዘዝ የሚል ጥልቅ ፍርሃት እንዲፈጠር አድርገዋል።

ግፊቱ ጨመረ፣ የቅርብ ባልደረቦቿ ሳይቀሩ በአዲስ ማስጠንቀቂያ የተመለከቷት የሚመስል የመታፈን አካባቢ ፈጠረ። ወኪል ዲያዝ፣ በአንድ ወቅት ጠንካራ አጋር፣ አሁን የሚያመነታ ይመስላል፣ የማይናወጥ ድጋፉ በጥንቃቄ ርቀት ተተካ። የእሱ ዝምታ፣ ከማንኛውም ግልጽ ውግዘት በላይ፣ በቡድኑ ውስጥ ስላለው ተለዋዋጭ ሞገድ ብዙ ተናግሯል። ለማራ ባለው ታማኝነት እና እራሱን ከአወዛጋቢ ዘዴዋ ለማራቅ ባደረገው ጫና መካከል የተበጣጠሰ በራሱ ውስጣዊ ግጭት የተሸከመ ይመስላል።

ወኪሉ ቼን ፣ ጥንቁቅ ተንታኝ ፣ በውጫዊ ሁኔታ ደጋፊ ሆና ቆየች ፣ ነገር ግን በባህሪዋ ውስጥ ያሉ ስውር ለውጦች ችላ ሊባሉ የማይችሉ ነበሩ። በዓይኖቿ ውስጥ ያለው ሙቀት ደብዝዞ ነበር, በጠባቂነት ተተካ, ይህም እየጨመረ መምጣቱን ያመለክታል. በአንድ ወቅት የጥንካሬ እና የመከባበር ምንጭ የነበረው የጥንካሬ ትንታኔዋ አሁን ግን በመሰተፏ ሊያመጣ የሚችለውን አንድምታ የተጠነቀቀች ይመስላል። በመካከላቸው ያለው ያልተነገረ ውጥረት በአየር ላይ ተንጠልጥሏል፣ እራሳቸውን ያገኙበትን አደገኛ ቦታ በዝምታ እውቅና ሰጥተዋል።

በአንድ ወቅት የተስፋ ብርሃን በሆነው በፕሮጀክት ናይቲንጌል ላይ የተደረገው ምርመራ ተንኮለኛ ፈንጂ ነበር። ማራ ስጋቶቹን ገና ከጅምሩ ተረድታለች፡- ስነ ምግባራዊ ግራጫማ ቦታዎች፣ ሙያዊ ምላሽ ሊያመጣ ይችላል። ነገር ግን የግፊቱ ጥንካሬ፣ የማያቋርጥ ምርመራ፣ ያለማቋረጥ የመከበብ ስሜት፣ ከምትጠበቀው በላይ ነበር። እሷ የምትዋጋው ኃይለኛ እና ጨካኝ ድርጅት ብቻ ሳይሆን በራሷ ኤጀንሲ ውስጥ ያሉ ተንኮለኛ ሃይሎችንም ጭምር ነው፣ ውጫዊ ስጋቶችን እና የራሷን ታማኝነት እና ስም መሸርሸር እየታገለች።

የዓመታት የትጋትና የድካም ውጤት የሆነው ሥራዋን የማጣት ፍራቻ ያንገበግበዋል። የዲሲፕሊን እርምጃ ዛቻ አልፎ ተርፎም የመቋረጡ ነገር ያንዣበበበት፣ እያንዳንዷን

እንቅስቃሴዋን የሚያጅብ የማያቋርጥ ጥላ ነበር። ውጤቶቹ ከሙያ ህይወቷ አልፈው፣ የገንዘብ ደህንነቷን፣ በራስ የመተማመን ስሜቷን እና የወደፊት እጣ ፈንታዋን አደጋ ላይ ጥሏል። አሁን የተገነዘበችው የፍትህ ዋጋ ስሜታዊ እና ስነ ልቦናዊ ብቻ ሳይሆን ጥልቅ ግላዊ የሆነች ሲሆን ይህም በሁሉም የሕይወቷ ዘርፍ የተከፈለ መስዋዕትነት ነው።

ማግለሉ ተባብሶ ወደ ሙያዊ እና የግል ሽባነት እየገፋት ሄደ። ጉዳቱን በመፍራት የቅርብ ምስጢራዊ ጓደኞቿን ጨምሮ የምርመራዋን ዝርዝር መረጃ ለማካፈል ሳትፈልግ ቀረች። ሚስጥራዊነት ያለው መረጃ የማጋለጥ ፍራቻ፣ ሳታስበው ጉዳዮቿን ወይም የስራ ባልደረቦቿን ደህንነት አደጋ ላይ መጣል፣ የራሷን ዝምታ እስረኛ እንድትሆን አድርጓታል። በአንድ ወቅት የተከፈተው ከዳንኤል ጋር የመግባቢያ ቻናሎች፣ አጋሯ፣ ጠባብ፣ በመካከላቸው እየጨመረ ያለውን ገደል በሚያንጸባርቅ ባልተነገረ ውጥረት ተተካ። የጋራ ኑሯቸው፣ በአንድ ወቅት መሸሸጊያ፣ ባካሄደችው የማያባራ ጦርነት ሌላ የጦር አውድማ ሆናለች።

በየእለቱ የምስጢርነት ክብደት እየከበደ ሄደ፣የመገለል ስሜቷን በማጉላት እና በራስ የመጠራጠር ስሜት እንዲጨምር አድርጓል። እያንዳንዱ እርምጃዋ፣ እያንዳንዱ ውሳኔዋ፣ በጥንቃቄ እየተመረመረ፣ እየተበታተነ እና በእሷ

ላይ ሊጠቀምበት እንደሚችል እያወቀች ታግላለች። ሕይወቷን የሰጠችበት ሥርዓት በእሷ ላይ ሊታገል እንደሚችል መገንዘቡ የማቅለሽለሽ ማዕበል እና እንደገና የፍርሃት ስሜት አምጥቷል። እሷ ከአድናቸው ወንጀለኞች ባልተናነሰ ክህደት እና ብስጭት አስጊ በሆነበት ተንኮለኛ መልክዓ ምድር እየመራች ነበር።

ከጉዳዩ ጭንቀት ብቻ ሳይሆን ሙያዊ ተጽእኖ ስለሚያስከትልባት ፍራቻ እንቅልፍ ማጣት ጀመረች። ቅዠቶቹ በአንድ ወቅት በተጠቂዎች እና ወንጀለኞች ፊት ተሞልተው ነበር, አሁን የስራ ባልደረቦቿን ፊት ያጠቃልላሉ, አባባላቸው ጥርጣሬን, ጥርጣሬን እና አልፎ ተርፎም ክህደትን ያሳያል. የማያቋርጥ ግፊት፣ የውስጥ ግጭት እና የባለሙያ መጥፋት ስጋት ሙሉ በሙሉ ሊበላት የሚችል የጭንቀት አዙሪት ፈጠረ።

የፈፀመችው የስነምግባር ስምምነት፣ ፍትህን በማሳደድ ላይ እንደ አስፈላጊ ክፋቶች በአንድ ወቅት የተረጋገጠ፣ አሁን በሙያው መጨረሻ ላይ ሊሆኑ የሚችሉ የተሳሳቱ እርምጃዎች ሆኑ። የምትጠቀምባቸውን ዘዴዎች፣ የወሰዷትን አደጋዎች እና የከፈለችውን የሞራል ዋጋ ጠየቀች። ትክክል እና ስህተት መካከል ያለው መስመር ደብዝዟል፣ በራሷ ተስፋ መቁረጥ ጭጋግ እና ሁል ጊዜም በሚታየው የሙያ ውድመት ስጋት ተሸፍኗል። ምርመራው፣ በአንድ ወቅት የተከበረ የመስቀል ጦርነት፣

ወደ አታላይ ቁማር ተለውጦ ነበር፣ ጉዳቱ ከምትገምተው በላይ እጅግ የላቀ ነው።

ማራ የፍትህ ትክክለኛ ዋጋን መረዳት ጀመረች - የግል ግንኙነቶች መስዋዕትነት ፣ የአእምሮ እና የአካል ጤና መሸርሸር ፣ ሙያዊ መጥፋት አደጋ ፣ እና ጥረቷ ፍሬ ማፍራት ወይም አለመሆኑ እርግጠኛ አለመሆን። በማያቋርጥ እውነትን ፍለጋ እና በፕሮፌሽናል ስጋት መካከል በመጨናነቅ በቪስ ውስጥ ተይዛለች። ከፊት ያለው መንገድ በጨለማ ተሸፍኗል፣ እያንዳንዱ እርምጃ ቁማር ነው፣ እያንዳንዱ ውሳኔ የህይወቷን እና የስራዋን ሂደት በማይሻር መልኩ ሊቀይር የሚችል ጠቃሚ ነጥብ ነው። የኃላፊነት ክብደት፣ የጥርጣሬ ሸክም ሸክም፣ ሁሌም የሚታየው የፕሮፌሽናል ውድመት ዛቻ ተጭኖባት፣ አፍኖ ወደ ገደል ገፋት። በአንድ ወቅት ግልጽ ያልሆነ ጽንሰ-ሐሳብ የነበረው የፍትህ ዋጋ አስፈሪ እውነታ ነበር።

የራሷ ኤጀንሲ፣ ለመንከባከብ ቃል የገባችበት ተቋም፣ በእሷ ላይ በንቃት እየሰራ መሆኑን በመገንዘብ፣ አዲስ የበረዶ ፍርሃት በማራ በኩል ላከ። ድንገተኛ፣ ድራማዊ ክህደት አልነበረም፣ ነገር ግን ዘገምተኛ፣ ተንኮለኛ የእምነት መሸርሸር፣ በጥንቃቄ የተቀናጀ የስውር የማጥፋት ዘመቻ ብቻዋን እንድትሆን ያደረጋት። በአንድ ወቅት ለቁም ነገር ስትወስድ የነበረው ድጋፍ ጠፋ፣ በጥንቃቄ ርቀት ተተካ፣

የሚዳሰስ የጥርጣሬ ስሜት በአየር ላይ እንደ መርዛማ ጭጋግ ተንጠልጥሏል።

ሹክሹክታዎቹ ወደ ማጉረምረም ደረሱ፣ ጩኸቷ በድብቅ ቃና የሰማቻቸው ግልጽ ውይይቶች፣ የንግግሮች ቅንጭብጭ ንግግሮች እሷን እንደ ግድየለሽ፣ እንደማትተማመን፣ አልፎ ተርፎም የተረጋጋች እንድትሆን አድርጓታል። "...ያልተለመዱ ዘዴዎች...፣" "...አጠያያቂ ፍርድ...፣" "...መሸፋፈን የሚችል" የሚሉትን የአረፍተ ነገሮች ቁርጥራጭ ያዘች። በአንድ ወቅት ከባልደረቦቿ ጋር የነበራትን ግንኙነት የሚገልጽ ተራ ጓደኛ ጠፍቶ በጥንቃቄ በተሰራ የባለሙያ ርቀት ግድግዳ ተተካ። አልፎ ተርፎም ተራ ሰላምታዎች በጭንቀት የታጀበ ውጥረት ይሰማቻቸዋል።

መገለሉ የሚታፈን ብርድ ልብስ ነበር፣ በዙሪያዋ ተጠቅልሎ፣ ከሳንባዋ አየር እየጨመቀ። የጋራ ቦታዎችን፣ በአንድ ወቅት በቡድኖቿ ጉልበት ይጮህ የነበረውን ግርግር የሚበዛባቸው ኮሪደሮች፣ አሁን እንደ ጠላት ግዛት እየተሰማት ራሷን ከጋራ ቦታዎች መራቅ አገኘች። የራሷ አፓርትማ ዝምታ እንደ ጥላ ከተከተላት የማያቋርጥ የጥርጣሬ እና የጥርጣሬ ግርዶሽ መሸሸጊያ ስፍራ ሆነች። እንቅልፍ በእውነታው እና በፓራኖያ መካከል ያለውን ልዩነት በሚያደበዝዙ ቅዠቶች የተጨነቀች እምብዛም አቅሟ የማትችለው የቅንጦት ዕቃ ሆነች። ህልሟ የፕሮጀክት ናይቲንጌል ጥላሁን ገሠሠ ሥዕሎች እና የሥራ

ባልደረቦቿ የማይፀድቅ እይታ፣ ፊታቸው ወደ አለመተማመን እና የክህደት ጭንብል ጠመዝማዛ ድብልቅ ነበር።

በአካላዊ ጤንነቷ ላይ የሚደርሰው ጉዳት የሚካድ አልነበረም። ድካሙ አጥንት የበዛበት፣ የማያቋርጥ ድካም እንደ መሸፈኛ ተጠበቀ። የምግብ ፍላጎቷ ጠፋ፣ በሆዷ ውስጥ የማያቋርጥ ጩኸት ተተካ፣ የጭንቀት ቋጠሮ በየእለቱ እየጠነከረ ይሄዳል። ተግባሯን ለማስቀጠል በካፌይን ላይ የበለጠ ጥገኛ ሆና አገኘችው፣ ይህም ችግሩን የሚያባብሰው አደገኛ ክራንች ነው። በአንድ ወቅት እየደበዘዘች የነበረች ብርቱ፣ ጉልበታም ሴት፣ በገረጣ፣ በስዕል ተተካ፣ አይኖቿ በድካም እና በጭንቀት ተውጠዋል።

የስሜታዊነት ወጪውም የበለጠ ነበር። መለያዋ የሆነው የማይናወጥ በራስ የመተማመን ስሜት እየተንኮታኮተ ነበር፣ በእራስ መጠራጠር ተተካ። እያንዳንዷን ውሳኔ ሁለተኛ እየገመተች፣ በእያንዳንዱ ዝርዝር ሁኔታ እየተሰቃየች፣ በአእምሯዋ ንግግሮችን ስትደግም፣ አምልጦት ሊሆን የሚችለውን ፍንጭ እየፈለገች፣ ለፈጸማቸው ስህተቶች እራሷን አገኘች። በአንድ ወቅት ጥንካሬዋ የነበረው ጥንቃቄ የተሞላበት ተፈጥሮ አሁን አንካሳ ሸክም ሆኖ እሷን የራሷን ያላሰለሰ እራሷን የምትመረምር እስረኛ አድርጓታል።

ከዳንኤል ጋር የነበራት ግንኙነት ላይ ያለው ጫና በቀላሉ የሚታይ ነበር። የጋራ መግባባት፣ የግንኙነታቸው መሰረት የነበረው ያልተነገረለት ትስስር፣ በግፊቱ እየፈራረሰ ነበር። ደጋፊ ለመሆን ሞከረ ነገር ግን የምስጢሯ ሸክም ፣የማይነገር ፍርሃቷ ክብደት ፣በመካከላቸው የማይታለፍ አጥር ፈጠረ። የምትፈልገውን ማጽናኛ፣ በጣም የምትፈልገውን የማይናወጥ ድጋፍ መስጠት አልቻለም፣ ምክንያቱም እሱ ለእውነት መደበቅ አይችልም። በጥንቃቄ የተሰራው የዝምታዋ ግድግዳዎች ግንኙነታቸውን የሚያናጋ ስሜታዊ ርቀት ፈጠሩ።

በአንድ ወቅት የመጽናኛ ምንጭ የነበረው የፋይናንስ መረጋጋት አሁን አደገኛ የሆነ የገመድ የእግር ጉዞ ነበር። በሙያዋ ላይ ሊደርስ የሚችለው ኪሳራ፣ የዲሲፕሊን እርምጃ የመውሰድ እድል፣ ሌላው ቀርቶ መቋረጥ በወደፊቷ ላይ ረዥም ጥላ ጥሏል። የሞርጌጅ ክፍያዎችን፣ የህክምና መድን፣ ህጋዊ ክፍያዎችን እያንዣበበ ያለውን እድል ማስላት ጀመረች። ውጥረቱ የሚያዳክም ነበር፣ የአዕምሮዋን ሰላም የሚያደናቅፍ የማያቋርጥ፣ የሚያቃጥል ፍርሃት።

ከገንዘብ ነክ ጉዳዮች ባሻገር፣ ለራሷ ያላትን ግምት ከመሸርሸር ጋር ታገለች። የተነገሩትም ሆነ ያልተነገሩ ክሶች

ከራስ ወዳድነት ስሜቷ የተነሳ፣ ስራዋን የመራው በችሎታዋ ላይ ያላትን የማይናወጥ እምነት ጠፋ። ጥርጣሬው ወደ ነፍሷ ውስጥ ዘልቆ ገባ፣ ብቃቷን፣ ፍርዷን፣ ታማኝነቷን ሳይቀር ጠራጠረ። በአንድ ወቅት ጨካኝ ቁርጠኝነት እየደበዘዘ፣ በከባድ የብስጭት ስሜት ጨለመ።

በምርመራው ጊዜ ሁሉ ስትታገል የኖረችው የሥነ ምግባር ችግር አሁን እሷን ያሳዘናት ይመስላሉ፣ በምትወስነው ውሳኔ ሁሉ ላይ ረጅም ጥላ የሚጥል ነው። በአንድ ወቅት ፍትህን በማሳደድ ይጸድቁ የነበሩት ማግባባት፣ አሁን ጎልተው ታይተዋል፣ በከባድ የመመርመሪያ ብርሃን እና በራስ የመተማመን መንፈስ ተዛብተዋል። በአእምሮዋ ውስጥ የነበሩትን ክስተቶች ደግማ ተናገረች፣ ድርጊቶቿን ነቀፈች፣ አላማዋን ጠይቃለች፣ የሞራል ጋሻዋን ስንጥቅ ፈልጋለች። አሳዛኙ ራስን ማሰላሰል አድካሚ ነበር፣ የማያቋርጥ የጥርጣሬ ዑደት እና ራስን መወንጀል።

የምስጢሩ ክብደት ሊቋቋመው የማይችል ነበር። ሚስጥራዊነት ያለው መረጃን የመጠበቅ አስፈላጊነት ለአንድ ሰው ሚስጥራዊነት የመግለጽ፣ ሸክሟን ለመካፈል፣ በታመነ ጓደኛ ወይም የስራ ባልደረባችን ግንዛቤ ላይ መጽናኛ ለማግኘት ካለው ፍላጎት ጋር በማመጣጠን በጠባብ ገመድ እየተራመደች ነበር። ነገር ግን ክህደትን፣ ምርመራውን አደጋ ላይ የመጣል ፍርሃት፣

በእሷ ላይ ሊጠቀሙበት የሚችሉ መረጃዎችን ሳታውቁት የማጋለጥ ፍራቻ ዝም አላት። ብቸኝነት ታፍኖ ነበር፣ ጸጥታው ሰሚ አደናቀፈ።

የማያቋርጥ የመጋለጥ ዛቻ፣ የእርሷ ያልተለመደ ዘዴ ተቆፍሮ በእሷ ላይ ጥቅም ላይ ሊውል የሚችልበት ዕድል፣ እያንዳንዱን እንቅስቃሴዋን የሚያጨልመውን ሥር የሰደደ ጭንቀትን አባብሶታል። ከዚህ ቀደም ሚስጥራቸዉ የሰጠቻቸው የቅርብ ወዳጆቿ እንኳን ሙሉ በሙሉ ሊታመኑ እንደማይችሉ ታውቃለች። በጓደኛ እና በጠላት መካከል ያለው መስመር ደብዝዞ ነበር፣ ይህም ቀድሞውንም ለነበረው ሁኔታ ሌላ ውስብስብነት ጨመረ።

ፍትህን ፍለጋ፣ በአንድ ወቅት የተከበረ ጥሪ፣ አታላይ የጦር አውድማ ሆነ፣ እና ማራ ራሷን ይበልጥ ራሷን ማግለሏን፣ በራሷ ኤጀንሲ የውስጥ ትግል ውስጥ ተያዘች። ለፍትህ የሚደረገው ትግል አስከፊ ዋጋ ያስከፈለ ይመስል የግል ግንኙነቶች መስዋዕትነት፣ ሙያዊ ስም እና የራሷን የአእምሮ እና የአካል ደህንነትን ጨምሮ ዋጋ ያስከፈለ ይመስላል። ከፊቷ ያለው መንገድ እርግጠኛ አልነበረም፣ በጥርጣሬ እና በፍርሃት የተሸፈነ፣ እና ማራ የእውነት ዋጋ መሸከም የምትችለው ሸክም እንደሆነ ጠየቀች። ያላሰለሰ ግፊቱ፣ የማያቋርጥ ምርመራው፣ የበለሙያ መጥፋት ፍርሃት፣ ሁሉም ወደ መሰባበር ገፋቻት። የእውነት ዋጋ፣

በሚያስገርም ግልጽነት ተገነዘበች፣ ከምታስበው በላይ እጅግ የላቀ ነው። በፕሮፌሽናል ደረጃ ብቻ ሳይሆን በሰውነቷ ውስጥ የተከፈለ ዋጋ ነበር።

ምዕራፍ 15፡ አዲስ ንጋት

ጎህ ቀድቶ ሰማዩን ለስላሳ አፕሪኮት እና ፅጌረዳ ቀለም በመቀባት ማራ ላይ ለረጅም ጊዜ ተጣብቆ ከነበረው ጨለማ ፍጹም ተቃራኒ ነው። በረንዳዋ ላይ ተቀምጣለች፣ ከተማዋ በዙሪያዋ እየተነቃቀሰች፣ የሩቅ የሲረን ሲምፎኒ፣ የሚጮሁ አውቶቡሶች እና የቀደምት ወፎች ጩኸት ነበር። በእጇ ያለው ቡና ለብ ያለ፣ የተረሳ፣ ፓኖራማውን ትኩር ብላ ስትመለከት፣ የከተማው ገጽታ በቅርቡ ባጋጠማት ፈትል የተሸመነ ካሴት ታየ። ድካሙ ሙሉ በሙሉ አልተነሳም፣ ነገር ግን ጠንከር ያለ፣ ሽባ የሆነው ፍርሀት ወደ ኋላ ቀርቷል፣ ጸጥ ያለ ድካም፣ ጥልቅ የሆነ የባዶነት ስሜት ትቶ ነበር።

ያለፉት ጥቂት ወራት ክስተቶች በአእምሮዋ ተደጋግመው ታይተዋል፣ በዓይኖቿ ፊት የሚያብረቀርቅ የማያቋርጥ የፊልም ፊልም - ድብቅ ስብሰባዎች፣ የጥላቻ ምስሎች፣ ክህደቶች፣ የማያቋርጥ የመጋለጥ ፍራቻ። የተጠለፉትን ማስረጃዎች፣ የተጨበረበሩ መረጃዎችን፣ የምርመራዋን ሆን ተብሎ ለማዳከም የተደረጉ ሙከራዎችን አሰበች። የምታምናቸው፣ እንደ ባልደረቦቿ የምትቆጥራቸው፣ ጥረቷን ለማበላሸት በትጋት እንደሠሩ መረዳቷ ለመዋጥ

መራራ ክኒን ነበር። በቀላሉ የበለሙያ ውድቀት አልነበረም; ይህ ከባድ የእምነት ጥሰት ነበር፣ በኤጀንሲዋ ላይ ያላትን ሃሳባዊ ራዕይ ሰባበረ።

ቁጣው፣ በአንድ ወቅት ነጭ-የጋለ ቁጣ፣ ወደ ጥልቅ፣ የከረረ ቂም ቀዝቅዞ ነበር። የቆሰለው እንስሳ ዓይነ ስውር እና ድንገተኛ ቁጣ አልነበረም፣ ነገር ግን የተሰላ፣ ቁጥጥር የሚደረግበት ቁጣ፣ በእሷ ላይ የደረሰው በሌሎች ላይ እንደማይደርስ ለማረጋገጥ በጸጥታ ቆራጥነት የተነሳ። ዝም ብላ መልቀቅ እንደማትችል፣ ልምዷን መቅበር እንደማትችል እና እንዳልተከሰተ ማስመሰል እንደማትችል ታውቃለች። ፍትህ በአንድ ወቅት ከምታምንበት የበለጠ ሰፊ ፅንሰ-ሀሳብ እንደሆነ ተገነዘበች። ወንጀለኞችን ስለመያዝ ብቻ አልነበረም። ሥልጣናቸውን አላግባብ የተጠቀሙ፣ እንዲጸኑት ቃለ መሃላ የፈጸሙትን ሥርዓት ያበላሹትን ተጠያቂ ማድረግ ነበር።

የእሷ ነጸብራቅ ያለፈውን ብቻ አልነበረም; ስለወደፊቱ ነበር. ከፊቷ ያለው መንገድ እርግጠኛ አልነበረም፣ የመሬት ገጽታዋ በተሰበረ እምነት ፍርስራሹ ተሞልቷል። ህይወቷን ለመገንባት የሰጠችዉ ስራ ሚዛኑ ላይ ተንጠልጥሏል። የዲሲፕሊን እርምጃ የማግኘት ተስፋ፣ የማቋረጥም ቢሆን፣ በሀሳቧ ውስጥ የማያቋርጥ እና የማይፈለግ መገኘት ትልቅ ያንዣበበ ነበር። ነገር ግን ከፍርሃቱ ጎን ለጎን

አዲስ ቁርጠኝነት ሥር እየሰደደ ነበር፣ ከተስፋ መቁረጥዋ አመድ የተወለደ ጸጥ ያለ ጥንካሬ።

በመካከላቸው ስለወደቀው የዝምታ ውጥረት፣ የማይታለፍ ግርዶሽ ስለፈጠረው ያልተነገሩ ጭንቀቶች ስለ ዳንኤል አሰበች። የምስጢሯ ክብደት ግንኙነታቸውን ፈትኖታል, እስከ ገደቡ ድረስ. ማብራሪያ እንዳለባት ታውቃለች፣ የደረሰባትን ፈተና ለመረዳት መቻሏን፣ ነገር ግን ሙሉ እውነትን የመግለጽ ፍራቻ፣ የጀመረችውን ደካማ እድገት አደጋ ላይ መጣል፣ ዝም አለች። ጥፋቱ ከባድ ካባ ነበር፣ ልቧን እየከበደ፣ ነገር ግን የአስተዋይነት ፍላጎት፣ ሚስጥራዊነት ያለው መረጃ የመጠበቅ አስፈላጊነት፣ ዋነኛው ሆኖ ቆይቷል።

የገንዘብ ድክመቱም ከፍተኛ ነበር። የገቢዋ ኪሳራ፣ የህግ ውጊያዎች ተስፋ፣ እያንዣበበ ያለው የገንዘብ ውድመት ስጋት በወደፊቷ ላይ ረዥም ጥላ ጥሏል። ይህንን አዲስ እውነታ፣ ይህን እርግጠኛ ያልሆነውን መሬት ለመምራት፣ እንደገና መገንባት ያስፈልጋታል። በአንድ ወቅት የምታውቀው የተመቻቸ ኑሮ፣ ለቁም ነገር የምትወስደው የገንዘብ ዋስትና፣ አሁን የሩቅ ትዝታ ነበር፣ በተጋላጭነቷ ላይ በጠራ ግንዛቤ ተተካ።

ነገር ግን በዚህ እርግጠኛ ባልሆነ ሁኔታ ውስጥ እንኳን፣ የተስፋ ብልጭ ድርግም የሚል፣ የታደሰ የዓላማ ስሜት አገኘች። ልምዱ፣ እንደነበረው ሁሉ፣ ስለ ስልጣኑ ውስብስብነት፣ ስለ እምነት ደካማነት እና ስለ ሙስና መሰሪ ባህሪ እጅግ ጠቃሚ ትምህርቶችን አስተምሯታል። በአንድ ወቅት ከፍ ያለ ክብር ይሰጥባት የነበረችውን ተቋም ጥቁር ሆድ አጋልጦ ነበር፣ ይህም በተወለወለው ሽፋን ስር ተደብቀው የነበሩትን ጉድለቶች እና ጉድለቶች አሳይቷል።

ያጋጠሟት የሥነ ምግባር ችግር፣ ፍትህን ለማስፈን የፈፀመችው ስምምነት አሁን በአእምሮዋ ውስጥ ተቀርጾ ለእውነት ከፍተኛ ዋጋ ያለውን ዋጋ ለማስታወስ ያገለግላል። በመጥፎ እና በስህተት መካከል ባለው ጥሩ መስመር ላይ በመጨነቅ ፣በምርመራው ጨለማ ውሃ ውስጥ የሞራል ግልፅነትን በመፈለግ ከህሊናዋ ጋር ትታገል ነበር። ስህተት እንደሰራች ታውቃለች፣ ነገር ግን አላማዋ ሁል ጊዜ ንጹህ እንደሆነ፣ ድርጊቷ ምንም እንኳን ያልተለመደ ቢሆንም፣ በጥልቅ የፍትህ ስሜት እንደተመራም ታውቃለች።

ያጋጠማት ማግለል፣ ኃያላን ባላንጣዎችን ፊት ለፊት ብቻዋን የመሆን ስሜት፣ ከባድ ነገር ግን አስፈላጊ ትምህርት ነበር። ተጋላጭነቶቿን እንድትጋፈጥ፣ አቅሟን እንድትገነዘብ እና በውስጡ ያላትን ጥንካሬ እንድታደንቅ

አስገድዷታል። ከፊቷ ያለው መንገድ የማይታለፍ በሚመስልበት ጊዜም እንኳ የመቋቋምን አስፈላጊነት፣ ከጭንቀት ውስጥ እራስን የማንሳት እና ወደፊት የመፍጠር ችሎታን ተማረች።

የምስጢርነት ክብደት፣ ማንም ያልተረዳውን እውነት የመሸከም ሸክም ሊቋቋመው የማይችል ነበር። ነገር ግን በዚያ ዝምታ ውስጥ እንኳን፣ እንዳላት የማታውቀው ጥንካሬ አገኘች። የብቸኝነት ጉዞ ነበር፣ ብቻዋን መሄድ ያለባት መንገድ፣ ነገር ግን ስለ ራሷ፣ ስለ አቅሟ እና ስለ ፍትህ ዋጋ ጠለቅ ያለ ግንዛቤ እንድታገኝ ያደረጋት መንገድ ነበር።

ከስር ያለችው ከተማ መነቃቃቷን ቀጠለች ፣ ጎህ ወደ ብሩህ ፣ ብሩህ ቀን ገባ። እና ማራ ስትመለከት፣ የመረጋጋት ስሜት በእሷ ላይ ሰፍኗል፣ ያለፈውን ጸጥ ያለ መቀበል እና ስለወደፊቱ ጊዜ ያለው ጥንቃቄ የተሞላበት ብሩህ ተስፋ። ከፊቷ ያለው መንገድ ቀላል እንደማይሆን ታውቃለች። ተግዳሮቶቹ ግዙፍ ነበሩ፣ እንቅፋቶቹም ጉልህ ነበሩ። እሷ ግን በፍርሃት አልተዋጠችም። ቁጣው ቀዝቅዞ፣ በስቲል ቆራጥነት ተተካ፣ ጸጥታ ለፍትህ ለመታገል፣ ለራሷ ብቻ ሳይሆን ሌሎች በሷ ጫማ ውስጥ ሊገኙ የሚችሉ። ቆስላለች ነገር ግን አልተሰበረችም። ልምዱ ጥልቅ እና ዘላቂ ጠባሳ ትቶ ነበር፣ ነገር ግን በእሷ ውስጥ አዲስ ጥንካሬን፣ አዲስ የተገኘ ፅናትን፣ እና እውነት ምንም ያህል

የሚያምም ቢሆን፣ ሁልጊዜም የበላይ እንድትሆን ቁርጠኝነትን ፈጥሯል። አዲሱ ጎህ፣ ተረዳች፣ ተምሳሌት ብቻ አይደለም። እሱ የተስፋ ቃል ነበር፣ የማይበገር መንፈሷ ምስክር እና የአዲስ ጅምር ምልክት ነው። ትግሉ ገና መቋረጡን ታውቃለች፣ ግን ዝግጁ ነች። ንጋት የሷ ነበር።

ፀሐይ ወደ ሰማይ ከፍ ብላ ወርቃማ ጨረሯን በከተማይቱ ላይ ወረወረች። ማራ ወደ ውስጥ ገባች ፣ የአፓርታማዋ ሙቀት ከበባት። ሌላ ቡና ስኒ ራሷን አፍስሳለች፣ በዚህ ጊዜ ልትደሰትበት ወደምትችለው የሙቀት መጠን እንዲቀዘቅዝ አደረገች። መራራው ጣዕም የተማረችውን ከባድ ትምህርት አስታዋሽ ነበር፣ነገር ግን አዲስ ጅምርንም ያመለክታል። ጉዞው አድካሚ፣ በህመም፣ በብስጭት እና በክህደት የተሞላ ነበር። ነገር ግን ቁርጥ ውሳኔዋን ያጠናከረ፣ ትኩረቷን ያሰላ እና አሁን የምትከተለውን መንገድ ያበራላት ነበር። ለፍትህ የሚደረገው ትግል ብዙ ዋጋ አስከፍሏት ነበር፣ ነገር ግን በመጨረሻ፣ ጸጥ ወዳለ ጥንካሬ፣ ተቀባይነት እና አዲስ ቁርጠኝነት ወዳለበት ቦታ አመጣት።

ማስረጃው በእሷ ላይ የተደራረበ ቢመስልም ከጎኗ ለቆሙት ሰዎች፣ ላመኑባት ጥልቅ ምስጋና ተሰማት። ታማኝነታቸው፣ በእሷ ታማኝነት ላይ ያላቸው እምነት፣ በጨለማው ሰዓት ውስጥ የህይወት መስመር ነበር።

የምስጋና እዳ እንዳለባት ታውቃለች፣ በመጪዎቹ አመታት እከፍላለሁ ብላ የጠበቀችው ዕዳ።

ነገር ግን በጣም ጠቃሚ የሆነበት ዕዳ ለራሷ የተፈተነች፣ የተሞከረች እና በመጨረሻም እሷ ከምታምንበት በላይ ጠንካራ ለሆነችው የእርሷ ክፍል ነው። እሷ የተረፈች፣ በመከራ እሳት ውስጥ የተዋጠች ተዋጊ ነበረች። ልምዱ እርቃኗን ገፈፈ፣ ተጋላጭነቶቿን አጋልጦ፣ እና የራሷን አጋንንት እንድትጋፈጥ አስገድዷታል። ነገር ግን እሷ መኖሩ የማታውቀውን ጥንካሬን፣ ጽናትን፣ ቁርጠኝነትን ገልጦ ነበር። ጉዞው ጭካኔ የተሞላበት ነበር፣ ነገር ግን በመጨረሻ እሷን ቀይሮ፣ ከቀድሞ ማንነቷ አመድ አዲስ እና ጠንካራ የሆነ የራሷን ስሪት ፈጥሯል። እና በአዲስ ጎህ አፋፍ ላይ ስትቆም፣ በማያወላውል እርግጠኝነት፣ ወደፊት ለሚጠብቃት ለማንኛውም ፈተና ዝግጁ መሆኗን አውቃለች። ለፍትህ የሚደረገው ትግል ገና አልተጠናቀቀም, ግን እሷን ለመጋፈጥ, ለመታገል, ለማሸነፍ ዝግጁ ነበረች.

የመጀመሪያው እርምጃ በጣም ከባድ ነበር. ከማያቋረጠ የፍትህ ፍለጋ፣ ካለቀለት የቢዝነስ ስሜት መውጣት፣ እጅና እግር የመቁረጥ ያህል ተሰማው። ለወራት ህይወቷ በምርመራው ላይ ያተኮረ ነበር፣ ያለማቋረጥ እውነትን በማሳደድ ላይ። አሁን፣ ዝምታው ሰሚ ነበር፣ ባዶነቱም ጥልቅ ነበር። አዲስ ሪትም መፍጠር አለባት፣ ለዘመኖቿ

አዲስ መዋቅር፣ ሁሉንም የሚፈጅ ምርመራ የቀረውን ክፍተት የሚሞላ ነገር መፍጠር አለባት።

ቴራፒ አስፈላጊ ነበር. ጠቢብ፣ ርኅራኄ ዓይን ያላት ደግ ሴት፣ ዶ/ር አልብራይት የሕይወት መስመር ሆነች። ክፍለ-ጊዜዎቹ አስቸጋሪ ነበሩ፣ የሚያሰቃዩ ትዝታዎችን እየጎተቱ፣ የታገሠችውን አሰቃቂ ሁኔታ ተጋፍጠዋል። ማራ እራሷን ለመከላከል የሰራችውን የጠንካራ ዛጎል መልሳ እየላጠች እራሷን በንብርብር ስትፈታ አገኘችው። ሂደቱ አሰቃቂ ነበር፣ ቀርፋፋ፣ በሚያስደነግጥ የተቀበሩ ስሜቶች ቁፋሮ፣ ነገር ግን የዶ/ር አልብራይት ረጋ ያለ መመሪያ የራሷን የስነ-ልቦና ተንኮለኛ ገጽታ እንድትዳስስ ረድቷታል። ወደ ጭንቀት እና ድንጋጤ እንድትሸጋገር ያደረጓትን ቀስቅሴዎች ለይታ ማወቅ ተምራለች። ሀሳቦቿን እና ስሜቶቿን በገጹ ላይ በማፍሰስ ጆርናል ማድረግ ጀመረች፣ ጉዳቱን እንድታስተናግድ እና የፈውስ ሂደቱን እንድትጀምር የረዳት የካቶርቲክ ልቀት።

የፈውስ አካላዊ ገጽታም እንዲሁ ወሳኝ ነበር። እንቅልፍ, አንድ ጊዜ የማይታወቅ, ቀስ በቀስ ይመለሳል. በእግሯ አስፋልት ላይ በሚያደርገው ምት ምት መፅናናትን አግኝታ የአካል ብቃት እንቅስቃሴን በዕለት ተዕለት እንቅስቃሴዋ ውስጥ ማካተት ጀመረች፣ የኢንዶርፊን መለቀቅ ለቆሰለ መንፈሷ። ዮጋ ከአካሏ ጋር እንድትገናኝ፣ አሁን ባለው ቅጽበት እራሷን እንድትመሰርት፣ ከማያቋረጠ የውሸት አዙሪት እንድታመልጥ የረዳት

የማሰላሰል ልምምድ ሆነች። አካላዊ ጥረት፣ ለእያንዳንዱ አኳኋን የሚያስፈልገው ትኩረት፣ በውስጡ ከሚናወጠው የማያቋርጥ ማዕበል በጣም የሚፈለግ እረፍት ሰጥቷል። እራስን መንከባከብ ቅንጦት ሳይሆን አስፈላጊ መሆኑን በመገንዘብ ሰውነቷን በጤነኛ ምግቦች በመመገብ ጤናማ መብላት ጀመረች።

ሙያዊ ህይወቷን እንደገና መገንባት በጣም ከባድ ስራ ነበር። የደረሰባትን ክህደት እና ኢፍትሃዊነት የሚያስታውስ የምርመራው ጥላ አሁንም በእሷ ላይ ተንጠልጥሏል። በአንድ ወቅት የህይወቷ ስራ ሆኖ ከነበረው ተቋም ጋር ያለውን ግንኙነት በማቋረጥ ኤጀንሲውን ሙሉ በሙሉ ለመልቀቅ አስባ ነበር። ነገር ግን ሀሳቧ በከፍተኛ የኪሳራ ስሜት ሞላባት፣ ለፍትህ ያላትን ቁርጠኝነት ክህደት። በጥልቅ ለምታምንበት ሙያ እራሷን በመስጠቷ ክህሎቷን በማዳበር አመታትን አሳልፋለች።አሁን መተው እሷን ለማጥፋት ለፈለጉ ሃይሎች እጅ መስጠት ነው።

ይልቁንም ለመዋጋት ወሰነች, ነገር ግን በራሷ ፍላጎት. ህጋዊ መንገዶችን መመርመር ጀመረች, የመፍትሄ አማራጮችን ማሰስ. ሂደቱ አዝጋሚ፣አሰልቺ እና ውስብስብ ነገሮች የተሞላ ነበር፣ነገር ግን ለመከራዋ ተጠያቂ የሆኑትን ተጠያቂ ለማድረግ ጸጥ ባለ ቁርጠኝነት ተገፋፋች። በሲቪል መብት ረገጣ ላይ ከተሰማራ፣

እያንዳንዱን የስነምግባር ጉድለት፣ የደረሰባትን እያንዳንዱን የክህደት ድርጊት በጥንቃቄ በመመዝገብ ከታዋቂ ጠበቃ ጠየቀች። የሕግ ውጊያው ውድ ነበር፣ ነገር ግን በታሪኳ ከተነካ ጠበቃ እና ቁርጠኝነቷ የፕሮ ቦኖ ውክልና አግኝታለች።

በገንዘብ፣ እንደገና መጀመር ነበረባት። የሕግ ጦርነቱ፣ አስፈላጊ ሆኖ ሳለ፣ ሀብቷን እያሟጠጠ ነበር። በትልልቅ ተቋማት ውስብስብ ችግሮች እና እምቅ ሙስና ውስጥ የተዘፈቁትን ትናንሽ ኤጀንሲዎችን ለመርዳት እውቀቷን ተጠቅማ ነፃ የማማከር ስራ ሰራች። በአንድ ወቅት የምታውቀው ምቹ እና ደህንነቱ የተጠበቀ ህይወት አልነበረም፣ነገር ግን የዓላማ ስሜትን፣ እግሯን የምትመልስበት፣ ህይወቷን እንደገና ለመገንባት፣ ጡብ በጡብ እንድትሰራ አስችሏታል። ስራው ፈታኝ ነበር ነገር ግን ጠቃሚ ነበር, እሷን የተሳካላት, የእራሷን እጣ ፈንታ የመቆጣጠር ስሜት ይሰጣት.

ከዳንኤል ጋር የነበራት ግንኙነት ሌላው ትልቅ ፈተና ነበር። የምስጢሯ ክብደት በመካከላቸው የማይበጠስ ግድግዳ ፈጥሯል። መተማመኑ ተበላሽቷል፣ መቀራረቡ ፈርሷል። ስለ መከራው ለእሱ መንገር በጣም አሳዛኝ፣ ገጠመኙን እንደገና መመለስ የሚያሰቃይ ነው። እሷ ግን ሐቀኝነት ስላለባት፣ የወደፊት ሕይወታቸው የተመካው

የሚለያያቸውን ባሕረ ሰላጤ በማስተካከል ላይ እንደሆነ ታውቃለች።

አንድ ቀን አመሻሹ ላይ በረንዳ ላይ ተቀምጠው የከተማው መብራት ከስር እየፈነጠቀ ተናገረች። ቃላቶቹ በጅረት፣ በስሜት መሸፈኛ፣ ፍርሃት፣ ቁጣ፣ ክህደት እና በመጨረሻም ጥልቅ የተጋላጭነት ስሜት መጡ። ሁሉንም ነገር ነገረችው - ሚስጥራዊ ስብሰባዎች ፣ የተጠለፉ ማስረጃዎች ፣ ማበላሸት ፣ የመጋለጥ ፍርሃት። የህመሟን እና የትግልዋን ጥልቀት ገልጣ ነፍሷን ገፈፈች።

ዳንኤል በትዕግስት አዳመጠ፣ ፊቱ በጭንቀት እና በስሜታዊነት ተሞልቷል። በእሷ የኑዛዜ ማዕበል ውስጥ ያለ ጸጥ ያለ ድጋፍ በመስጠት እጇን ያዘ። እሷ ስትጨርስ እሱ ፕሊቱድ ወይም ባዶ ማረጋገጫዎችን አላቀረበም። ይልቁንም፣ የእቅፏን ሙቀት፣ የማይናወጥ የፍቅሩ ጥንካሬ እንዲሰማት በማድረግ በቀላሉ አስጠጋት። የረጅም ጊዜ የፈውስ ጉዞ ጅምር ፣ መተማመንን እና መቀራረብን መልሶ የመገንባት መንገድ ነበር ፣ ግን ከወራት በኋላ ለመጀመሪያ ጊዜ ማራ የተስፋ ብልጭ ድርግም የሚል ስሜት ተሰማት ፣ የይቻላል ስሜት።

የመልሶ ግንባታው ሂደት ቀጥተኛ አልነበረም። መሰናክሎች፣ የጥርጣሬ ጊዜያት እና የተስፋ መቁረጥ

ጊዜያት ነበሩ። ያለፈው ክብደት እሷን ለመጨፍለቅ የሚያስፈራራበት ጊዜ ነበር, ተመሳሳይ ስህተቶችን የመድገም ፍራቻ የማይታለፍ በሚመስልበት ጊዜ. ነገር ግን በዚህ ሁሉ፣ የተማረችውን ትምህርት የሙጥኝ አለች⍰ የመቻልን አስፈላጊነት፣ የይቅርታ ሀይል እና የማያወላውል ፍትህን ፍለጋ።

ባልተጠበቁ ቦታዎች ⍰ በጸጥታ በማሰላሰል ጊዜ፣ ከስራ ቦታ ጉዳት የተረፉ ሰዎችን ባቀፈ አነስተኛ የድጋፍ ቡድን አጋርነት፣ ትንሽ የእፅዋት አትክልት ቦታዋን በመንከባከብ፣ የዘራችውን ዘር እያበቀለ እና እያደገች በመመልከት መፅናናትን አገኘች። እነዚህ ትናንሽ እራስን የመንከባከብ ተግባራት፣ እነዚህ ጸጥ ያለ የማሰላሰል ጊዜያት መንፈሷን አሳድጓታል፣ ውሳኔዋንም አበረታት። ጥንካሬዋ አንዴ ተሟጦ እንደ ጠንካራ መሰረት በራሷ ላይ እየገነባች በዝግታ ተመለሰች።

የህግ ሂደቱ ተዘረጋ፣ ትዕግስትዋን እና ቁርጠኝነቷን የሚፈትሽ ቀርፋፋ፣ አድካሚ ሂደት። እሷ ግን ለፍትህ ያላትን ቁርጠኝነት በጽናት ቀጥላለች። ጉዳዩ የራሷን ትግል ብቻ ሳይሆን ሙስናው እንዲባባስ ያደረጉት የስርአት ችግሮች ምልክት ሆነ። ሥልጣንን አላግባብ መጠቀም ዓይናቸውን ጨፍነው ለነበሩት ሰዎች የተሃድሶ ጥሪ ሆኖ አገልግሏል።

በመጨረሻም እውነት አሸንፏል። ሂደቱ አድካሚና የተራዘመ ቢሆንም የሕግ ትግሉ ፍጻሜውን ያገኘው ለእርሷ የገንዘብ ማካካሻ ብቻ ሳይሆን ዝግጅቶቹ እንዲፈጠሩ ያስቻሉትን የሥርዓት ችግሮች ለመፍታት ኤጀንሲው አስገድዶታል። ድሉ መራራ ነበር፣ የጽናት ጽናቷን እና ለፍትህ ያላትን ቁርጠኝነት የሚያሳይ፣ ነገር ግን ዋጋውን የሚያስታውስ ነበር።

ንጋት በእውነት ደርሷል። ድንገተኛ፣ አስደናቂ ለውጥ አልነበረም፣ ነገር ግን ቀስ በቀስ የታየ፣ ጸጥ ያለ የተስፋ አበባ በማዘግየት ጠባሳ መካከል ነበር። ማራ ከመቼውም ጊዜ በበለጠ ከጨለማው ጠንክራ፣ ጥበበኛ እና ቆራጥነት ወጥታለች። አዲስ መንገድ፣ አዲስ ዓላማ፣ ለራሷ የታደሰ ስሜት አግኝታለች። ለፍትህ የሚደረገው ትግል ገና አላበቃም አሁን ግን ለመትረፍ ብቻ ሳይሆን ለመበልጸግ ተዘጋጅታለች።

የእጽዋት አትክልት፣ በረንዳዋ ላይ የተቀመጠች ትንሽ የአረንጓዴ ጥፍጥ፣ መቅደስ ሆነች። የባሲል እና ሮዝሜሪ ጠረን ፣ በጣቶቿ ስር ያለው የቀዝቃዛ ምድር ስሜት ፣ በአሁኑ ጊዜ እሷን መሠረት አድርጓታል ፣ አሁንም አልፎ አልፎ ሊውጣት ከሚሰጋው ከሚሽከረከሩ ጭንቀቶች ጋር ፍጹም ተቃራኒ ነው። እያንዳንዷ ትንሽ ቡቃያ፣ እያንዳንዱ ለስላሳ አበባ፣ አንድ እርምጃ ወደፊት የሚያመለክት ሲሆን ይህም በራሷ ውስጥ እያሳደገች ያለችውን የመቋቋም

አቅም ያሳያል። በእጽዋት ማሳደግ እና በገዛ መንፈሷ መንከባከብ መካከል እንግዳ የሆነ ትይዩ አገኘች፣ ጸጥታ የሰፈነበት፣ ለወራት ተሰምቷት የማታውቀው የሰላም ስሜት እንደገና እንድትገናኝ የረዳት።

የድጋፍ ቡድኑ በዋጋ ሊተመን አልቻለም። ታሪኳን ለሌሎች ሰዎች በማካፈል በስራ ቦታ ላይ የሚደርሰውን ጉዳት መሰረ ባህሪ፣ የክህደት መነጠል ልምድ፣ ትልቅ እፎይታ ነበር። ለደካማነቶቿ እውቅና ለመስጠት፣ ለረጅም ጊዜ ስትለብስ የነበረውን የጥንካሬ ጭንብል ለማፍሰስ አስተማማኝ ቦታ ነበር። የሌሎችን ታሪክ ማዳመጥ፣ የራሷን ስቃይ በድምፃቸው መስማት፣ ብቻዋን እንዳልሆነች፣ ልምዷ የተለየ እንዳልሆነ፣ ስሜቷ ትክክል እንደሆነ እንድትገነዘብ ረድታለች። የጋራ ልምዶቿ የአብሮነት ትስስርን፣ የማህበረሰብ ስሜትን ፈጥረዋል ይህም ቁርጠኝነቷን አጠናክራለች። ጉዳቱ የሚገለጥባቸውን ስውር መንገዶች፣ ድል እንኳን ሙሉ በሙሉ ሊሰርዘው የማይችለውን ጥላ ጥላ ተረድተዋል። ተግባራዊ ምክሮችን፣ የመቋቋሚያ ዘዴዎችን እና ከአዘኔታ ያለፈ ጥልቅ የመተሳሰብ ስሜትን አካፍለዋል። ይህ የሕይወት መስመር ነበር፣ ፈውስ ጉዞ እንጂ መድረሻ እንዳልሆነ፣ እና በፍርስራሹ ውስጥ እንኳን ተስፋ ማግኘት እንደሚቻል የሚያስታውስ ነበር።

የነጻ የማማከር ስራዋ አደገ። የቀድሞ አሰሪዋን ያሠቃየቻው በቢሮክራሲያዊ እልህ አስጨራሽ እና የሙስና

አቅም ያልተሸከሙ ትናንሽ ኤጀንሲዎች እውቀቷን በደስታ ተቀብለዋል። ወጣት ወኪሎችን በማስተማር፣ በወንጀል መገለጫዎች ውስብስብነት በመምራት፣ የንድፈ ሀሳባዊ እውቀት እና የተግባር ልምድ በማዋሃድ እርካታ አግኝታለች። የተወሳሰቡ ጉዳዮችን በመፍታት ችሎታዋን ተጠቅማ በሌላ መንገድ የተረሱ ተጎጂዎች ላይ ፍትህን በማምጣት ተደሰተች። ካለፉት ችግሮች እና ክህደቶች ነፃ የሆነችውን ሙያዊ ማንነቷን ለማስመለስ ፣ በራሷ ፍላጎት ስኬትን እንደገና ለመለየት እድሉ ነበር። ስራው ከምትወደው መስክ ጋር ያለውን ግንኙነት እንድትቀጥል አስችሎታል, በተመሳሳይ ጊዜ እሷን ሊያጠፋት ከቀረበው መርዛማ አካባቢ እራሷን በማራቅ. ንዴቷን እና ብስጭቷን ወደ ፍሬያማ ስራ በማዛወር ችሎታዋን ለበጎ አድራጊነት ተጠቅማለች እናም ይህን በማድረጓ የተወሰነ ፈውስ አገኘች።

የዳንኤል ትዕግስት እና የማይናወጥ ድጋፍ ለማገገም የማዕዘን ድንጋይ ነበሩ። የግንኙነታቸውን ውስብስብ መልክዓ ምድር በቅንነት እና በመተሳሰብ ዳሰሱ፣ የመተማመን ጡብን በጡብ መልሰው ገነቡ። ያጡት መቀራረብ በዝግታ ተመልሷል፣ በመከባበር እና በመግባባት መሰረት ተጠናከረ። ከታሪኳ አሳዛኝ ገፅታዎች አልራቀም ፣ በትኩረት አዳመጠ ፣ ያለፍርድ ድጋፍ ሰጠ። ቀስቅሴዎቿን ለይቶ ማወቅን ተማረ እና በአስቸጋሪ ጊዜያት እንድትጓዝ ረድቷታል። ግንኙነታቸው መናኸሪያ ሆነች፣ ፍርድን ሳትፈራ ወይም እምቢታ ሳትፈራ ለጥቃት

የምትጋለጥበት ቦታ ሆነ። የእነርሱ ትስስር ጥንካሬ፣ የተስፋ እና የጽናት ምልክት ነበር። ከመቼውም ጊዜ በበለጠ ጥልቅ ግንኙነት በመፍጠር በግልጽ እና በሐቀኝነት መግባባትን ተምረዋል።

የህግ ጉዳይ ለወራት የተራዘመ ሂደት መጀመሩን ቀጥሏል። ማራ እያንዳንዱን ዝርዝር ሁኔታ፣ እያንዳንዱን የስነምግባር ጉድለት፣ ፍትህን ለማደናቀፍ የሚደረገውን ጥረት ሁሉ በጥንቃቄ ዘግቧል። በሲቪል መብቶች ጥሰት ልምድ ያካበተው ጠበቃዋ በአቋሟ እና በጉዳዮዋ ጥንካሬ በጣም ተደንቋል። አብረው ሠርተዋል፣ ብዙ ማስረጃዎችን በማሰባሰብ፣ በግል ፈተናዋ ላይ ብቻ ሳይሆን ሊፈቱ ስለሚገባቸው የሥርዓት ጉዳዮችም ጭምር ነው። የህግ ውጊያው በጣም አድካሚ ነበር ነገር ግን በቆራጥነት ቆመች, ተጠያቂዎችን ተጠያቂ ለማድረግ ባደረገችው ቁርጠኝነት ጥንካሬ አግኝታለች. የሕግ ትግሉን እንደ መድረክ ተጠቅማ በትልልቅ ተቋማት ውስጥ እየተንሰራፋ ያለውን የሙስና ችግር እና ድርጊቱን ለመቃወም ደፋር በሆኑ ግለሰቦች ላይ የሚያደርሰውን ተፅዕኖ ትኩረት እንድታገኝ አድርጋለች።

ታሪኳን ለጋዜጠኞች እና ተሟጋች ቡድኖች በማካፈል በይፋ መናገር ጀመረች። የተሐድሶ ጠበቃ ሆነች፣ ዝም ለተባሉት ድምፅ። እውነትን ለስልጣን ለመናገር ፈቃደኛ መሆኗ የተስፋ እና የጽናት ምልክት እንድትሆን

አድርጓታል፣ ሌሎችም ወደ ፊት እንዲመጡ እና የራሳቸውን ታሪክ እንዲያካፍሉ አነሳስቷታል። መድረክዋን ተጠቅማ ሙስናን ያስቻሉትን የስርአት ችግሮች ግንዛቤ ለማስጨበጥ እና ለውጦች እንዲደረጉ በመምከር መረጃ ሰጪዎችን ለመጠበቅ እና ተጠያቂነትን ለማረጋገጥ። ትችት እና ጥርጣሬ ደረሰባት፣ ነገር ግን እውነትን መናገሯን ቀጠለች፣ በእያንዳንዱ ማለፊያ ቀን ድምጿ እየጠነከረ ይሄዳል።

የመጨረሻው ሰፈራ ለእሷ ብቻ ሳይሆን ተመሳሳይ ግፍ ለደረሰባቸው ሁሉ ትልቅ ድል ነው። ከፍተኛ የገንዘብ ማካካሻዎችን አካትቷል, ነገር ግን ከሁሉም በላይ, ኤጀንሲው ወደፊት ሊከሰቱ የሚችሉትን ክስተቶች ለመከላከል የስርዓት ለውጦችን እንዲተገብር አስገድዶታል. ሰፈራው ለሙስና እና ለስልጣን መባለግ ዓይናቸውን ላጡ ወገኖች የተሃድሶ መነሻ ሆኖ አገልግሏል። ድሉ መራራ ቢሆንም፣ የድፍረቷን፣ የፅናትዋን እና ለፍትህ ያላትን የማያወላውል ቁርጠኝነት ማረጋገጫ ነበር። የሚታዩትም የማይታዩም ጠባሳዎቹ ቀርተዋል፣ አሁን ግን የፅናት ጠባሷ ምስክር ሆነዋል፣ ተዋግታ ያሸነፈችውን ጦርነት ያስታውሳል።

አዲሱ ንጋት ምሳሌያዊ ብቻ አልነበረም; የሚለው እውነታ ነበር። ማራ ከመቼውም ጊዜ በበለጠ ከጨለማው ጠንክራ፣ ጥበበኛ እና ቆራጥነት ወጥታለች። አዲስ

መንገድ፣ አዲስ ዓላማ፣ ለራሷ የታደሰ ስሜት አግኝታለች። ለፍትህ የሚደረገው ትግል ገና አልተጠናቀቀም, ነገር ግን እሷ ለመትረፍ ብቻ ሳይሆን ለመልማት ዝግጁ ነበረች. እራሷን መንከባከብን ከእለት ተእለት ተግባሯ ጋር በማዋሃድ ሙያዊ ህይወቷን ከግል ደህንነቷ ጋር ማመጣጠን ተምራለች። የድንበርን አስፈላጊነት እና ለአእምሮዋ እና ለአካላዊ ጤንነቷ ቅድሚያ የመስጠት አስፈላጊነት ተረድታለች። በግንኙነቶቿ፣ በስራዋ እና በጸጥታ በማሰላሰል ጊዜያት መጽናናትን አግኝታለች። የእጽዋት አትክልት ማደጉን ቀጠለ፣ ይህም የእድገቷን እና የጥንካሬዋን ትንሽ ነገር ግን ኃይለኛ ማሳሰቢያ ነው። በደመ ነፍስዋ መተማመንን፣ ለትክክለኛው ነገር መቆምን እና ተስፋ አለመቁረጥን ተምራለች። መጪው ጊዜ እርግጠኛ አልነበረም፣ ነገር ግን በድፍረት፣ በጸጋ እና በጸጥታ በራስ የመተማመን ስሜት ገጠማት። ሰላምን ያገኘችው በመርሳት ሳይሆን በመቀበል፣ በማስኬድ እና በመጨረሻም የደረሰባትን ጉዳት በማለፍ ነው። ጉዞው አድካሚ ነበር፣ ነገር ግን ንጋት በመጨረሻ ተቋረጠ፣ እና ማራ ከፊት ያለውን ሁሉ ለመቀበል ተዘጋጅታ ነበር።

ሰፈራው የገንዘብ ድል ብቻ አልነበረም; ምሳሌያዊ ነበር። ኤጀንሲው በአንድ ወቅት የማይገሰስ የሚመስለው የስልጣን ምሽግ፣ የማራን ስራ እና ህይወቷን ሊያጠፋው በተቃረበው የስርአት ሙስና ውስጥ ተባባሪነቱን አምኖ ስህተቶቹን አምኖ ለመቀበል ተገዷል። በሕዝብ ዘንድ የተሰሳቱ ድርጊቶችን መቀበል፣ ተጨባጭ ማሻሻያዎችን ተግባራዊ ለማድረግ ቁርጠኝነት፣ በመሬት ገጽታ ላይ

ጉልህ ለውጥ አሳይቷል። ሥር የሰደዱ ተቋማት ሳይቀሩ ተጠያቂ ሊሆኑ እንደሚችሉ ማሳያ የጽናት ኃይል ማሳያ ነበር። የዚህ ድል እንቆቅልሽ ከማራ የግል ጉዳይ በላይ በመዝለቁ ሌሎች መረጃ ነጋሪዎችን ወደ ፊት እንዲመጡ በማነሳሳት አሁን ያለውን ሁኔታ እንዲቃወሙ እና በድርጅታቸው ውስጥ ፍትህ እንዲሰፍን እንዲታገሉ አበረታቷቸዋል።

በሰፈራው ዙሪያ የሚዲያ ሽፋን ሰፊ ነበር፣ የግለሰቦችን ትግልም ሆነ በጨዋታው ውስጥ ያሉትን ሰፊ የስርዓት ጉዳዮችን የሚያሳይ ነበር። ማራ እምቢተኛ ግን ኃይለኛ የተቃውሞ ምልክት ሆናለች፣ ታሪኳ በተለያዩ ዘርፎች ስፍር ቁጥር የሌላቸውን ግለሰቦች አነሳስቷል። የራሷን ግላዊ ፈተና ከማሳየት ይልቅ የተሃድሶ መልዕክቷን የሚያጎሉ ማሰራጫዎችን በመምረጥ በአደባባይ ዝግጅቷን በጥንቃቄ አስተዳድራለች። ሙስናን እንዲያብብ በሚፈቅደው የስርአት ተጋላጭነቶች ላይ አተኩራ፣ ጥብቅ ቁጥጥር፣ የበለጠ ግልጽነት እና የተሻሻለ የመረጃ ጠቋሚ ጥበቃን በመደገፍ። መልእክቷ በጥልቅ አስተጋባ።

ከአድቮኬሲ ቡድኖች ጋር የሰራችው ስራ በከፍተኛ ደረጃ ተስፋፍቷል። እውነትን ለስልጣን መናገር ስነ ልቦናዊ እና ስሜታዊ ጉዳት ላይ ግንዛቤዎችን በመስጠት መረጃ ሰጪዎችን ለመጠበቅ ከተዘጋጁ ድርጅቶች ጋር በመተባበር እራሷን አገኘች። ሌሎች ተመሳሳይ

ሁኔታዎችን ለመዳሰስ የሚረዱ መሳሪያዎችን በማስታጠቅ የማታለል እና የማስገደድ ዘዴዎችን በማወቅ እውቀቷን አካፍላለች። እሷ ዝምታ እና የተገለሉ ሰዎች መካሪ፣ መሪ እና የተስፋ ብርሃን ሆናለች። ልምዷን ለማካፈል ፈቃደኛ መሆኗ፣ ድሎች እና እንቅፋቶች፣ በሹክሹክታዎች መካከል ጠንካራ የማህበረሰብ እና የጋራ መደጋገፍ እንዲፈጠር ረድታለች። የጋራ ልምድን የመለወጥ ሃይል ጠንካራ ምስክር ነበር።

የፍሪላንስ ስራው ማደግ ቀጠለ። ወጣት ወኪሎችን በማማከር፣ እውቀቷን እና ልምዷን ያለመርዘማ የስራ አካባቢ ያለ ገደብ እና ጫና በማካፈል ትልቅ እርካታ አግኝታለች። እሷም የስነምግባር መርሆችን እና ሂሳዊ የአስተሳሰብ ክህሎትን በማፍራት ላይ ያተኮረች ሲሆን ይህም በስራቸው ውስጥ ያሉትን ውስብስብ ነገሮች በቅንነት እና በድፍረት እንዲመሩ ያስችላቸዋል። እራሷን የመንከባከብን አስፈላጊነት አፅንዖት ሰጥታለች እና የመቃጠያ ምልክቶችን በመገንዘብ በራሷ አድካሚ ጉዞ የተማረችውን ትምህርት። ይህ መማክርት የፈውስ ሂደቷ ዋና አካል ሆነች፣ ይህም ጉልበቷን ወደ አወንታዊ እና ተፅእኖ ያለው ነገር እንድታሰራ አስችሎታል። ሌሎች የህግ አስከባሪ አካላትን የስነምግባር ፈተናዎች እንዲዳስሱ መርዳት ጥልቅ አላማ እና እርካታ የሚሰጥ መሆኑን ተገንዝባለች።

ከዳንኤል ጋር የነበራት ግንኙነት እየጠነከረ ሄደ። የማገገሚያዋን ውስብስብ ነገሮች አንድ ላይ በመዳሰስ እርስ በርስ የማይናወጥ ድጋፍ እና መግባባት ሰጡ። የጋራ ልምድ እርስ በርስ ያላቸውን ቁርጠኝነት በማጠናከር ጥልቅ ትስስር ፈጥሯል። የፈውስ እና የእድገት ሂደትን በመገንዘብ ትናንሽ ድሎችን አከበሩ. ግንኙነታቸው አስተማማኝ መሸሸጊያ፣ ከአውሎ ነፋስ የተቀደሰ፣ የፍቅራቸው ጽናት ማሳያ ሆነ። በይበልጥ በግልጽ እና በታማኝነት መነጋገርን ተምረዋል፣ ይህም የመተማመን መሰረት በመገንባት ወደፊት የሚያጋጥሟቸውን ፈተናዎች በጋራ ለመቋቋም አስችሏቸዋል። አንዳቸው ለሌላው ያላቸው ቁርጠኝነት የጥንካሬ እና መነሳሻ ምንጭ ሆነ፣ በህይወት ውስብስብ ነገሮች መካከል የተስፋ ምልክት ሆነ።

በረንዳዋ ላይ ያለው የእጽዋት አትክልት ማበቡን ቀጥሏል፣ ይህም የእድገት እና የመታደስ ምልክት ነው። እያንዳንዷ በጥንቃቄ የምትንከባከበው ተክል አንድ እርምጃ ወደፊት የሚያመለክት ሲሆን ይህም የእርሷን የመቋቋም እና ህይወት የመንከባከብ ችሎታ ቃል በቃል እና በምሳሌያዊ አነጋገር ነው. በሁከት መካከል ያሳደገችው ትንሽ፣ ጸጥታ የሰፈነባት የሰላም ጊዜያት፣ ከራሷ ጋር የምትገናኝበት እና መጽናኛ የምታገኝበት መቅደስ አስታዋሽ ነበር። የእጽዋት ጠረን፣ የአፈርን ረጋ ያለ ንክኪ፣ በችግር ጊዜ እንኳን የነበረውን ቀላል ውበት እና ዘላቂ ጥንካሬን በማስታወስ የመሬት አቀማመጥን አቅርቧል።

መጪው ጊዜ እርግጠኛ አልሆነም ነገር ግን ማራ በአዲስ እምነት ተቀበለችው። ጠባሳው ቀርቷል፣ አሁን ግን የክብር መለያዎች ሆነዋል፣ የጉዞዋ ማረጋገጫ። ለአእምሮዋ እና ለአካላዊ ደህንነቷ ያለውን ጠቀሜታ በመገንዘብ እራሷን መንከባከብን ከእለት ተእለት ተግባሯ ጋር ማቀናጀትን ተምራለች። በሙያዊ ህይወቷ እና በግል ህይወቷ መካከል ጤናማ ሚዛን ጠብቃለች፣ ለራሷ ፍላጎቶች ቅድሚያ በመስጠት እና ጤናማ ድንበሮችን አቋቁማለች። ደህንነቷ ቅንጦት እንዳልሆነ ተረድታለች፣ ነገር ግን ለፍትህ ትግሏን ለመቀጠል እና አወንታዊ ለውጥ ለማምጣት የሚያስችል መሰረታዊ አካል።

የእርሷ ቅስቀሳ ከህግ ስርዓቱ በላይ ዘልቋል። ከትምህርታዊ ተቋማት ጋር ተሳትፋለች፣ ልምዷን ለተማሪዎች እና ተመራማሪዎች በማካፈል፣ በሳይንሳዊ ምርምር እና ህግ አስከባሪ ላይ የስነምግባር ጉዳዮችን አስፈላጊነት በማሳየት። የስነምግባር ምግባርን፣ ሂሳዊ አስተሳሰብን እና የስርዓት አድሏዊነትን የማወቅ እና የመፍታትን አስፈላጊነት የሚያጎሉ የተሻሻሉ የስልጠና መርሃ ግብሮችን ደግፋለች። በሳይንስ ማህበረሰቡ ውስጥ የተጠያቂነት እና ግልጽነት ባህልን በማዳበር እውቀትን ፍለጋ ከሥነ ምግባራዊ ታማኝነት ዋጋ የሚወጣ አለመሆኑን በማረጋገጥ ታምናለች።

የስራዋ ተጽእኖ ማደጉን ቀጠለ፣ ድምጿ ከጊዜ ወደ ጊዜ ፖሊሲን በመቅረፅ እና ተሀድሶን በማስፋፋት ላይ ተፅዕኖ ያሳድራል። አስተዋይዎቿን እና ልምዶቿን ከተለያዩ ተመልካቾች ጋር በማካፈል የምትፈለግ ተናጋሪ ሆነች። ለስርአት ለውጥ የሚደረገው ትግል መድረሻ ሳይሆን ቀጣይ ሂደት መሆኑን በመረዳት ለፍትህ ያላትን ቁርጠኝነት ቆርጣለች። ተግዳሮቶቹ ገና እንዳልተጠናቀቁ በመገንዘብ ነቅታ ኖራለች፣ነገር ግን ፅናትዋ፣ ድፍረቷ እና ለፍትህ ያላት የማይናወጥ ቁርጠኝነት ጸንቷል።

የማራ ታሪክ ጠንካራ ትረካ ሆነ፣ ይህም ዘላቂው የሰው መንፈስ ችግርን በማሸነፍ እና በጨለማ ጊዜ ውስጥ እንኳን ተስፋን ለማግኘት ያለውን አቅም የሚያሳይ ነው። ሌሎች የራሳቸውን ድምጽ እንዲያገኙ እና ለትክክለኛው ነገር እንዲታገሉ ያነሳሳ ታሪክ የጽናት፣ ድፍረት እና ፍትህን የመሻት ታሪክ ነበር። በአስደናቂ ፈተናዎች ውስጥ እንኳን ጥንካሬን፣ ፈውስ እና በመጨረሻም ብሩህ የወደፊት ተስፋን ማግኘት እንደሚቻል አስታዋሽ ነበር። አዲስ ጎህ ፣ በአንድ ወቅት የሩቅ ህልም ፣ በመጨረሻ ፣ በቆራጥነትዋ በማይናወጥ ብርሃን እና ለፍትህ ያላትን የማይናወጥ ቁርጠኝነት አብርቷል። የእርሷ ጉዞ የጽናት ሃይል ማሳያ ነበር፣የወደፊት ተስፋ ያለው ሀይለኛ መልእክት ተጠያቂነት እና ስነምግባር የታነፁ ብቻ ሳይሆኑ እውነታዎች ናቸው።

ከከተማው ውጭ ያለው ጸጥ ያለ ጫጫታ ላለፈው አመት ህይወቷን ከበላው የእንቅስቃሴ አውሎ ንፋስ ጋር ፍጹም ተቃርኖ ነበር። ፀሀይ በሞላበት አፓርታማዋ ውስጥ ተቀምጣ፣ የላቬንደር እና የሮዝሜሪ ጠረን ከሰገነት የአትክልት ስፍራዋ አየሩን ሞላው፣ ማራ እራሷን እንድታንፀባርቅ ፈቀደች። አቧራው ረግፎ፣ የሕግ ውጊያው ተጠናቀቀ፣ እና የመገናኛ ብዙኃን ብስጭት ጋብ ብሎ ጥልቅ የመረጋጋት ስሜት ትቶ ነበር። ነገር ግን በእርካታ የተወለደ ፀጥታ አልነበረም; እውነተኛውን የድል ዋጋ እና የተማሩትን ጥልቅ ትምህርቶች የሚገልጥ ጭሱ ከተጣራ በኋላ የጦር ሜዳ ጸጥታ የሰፈነበት ነበር።

ይህ ድል የገንዘብ ማካካሻ ጉዳይ ብቻ አልነበረም። በፍትህ መልክዓ ምድር ላይ ትልቅ ለውጥ ነበር። የሰፈራው በቀላሉ ለእሷ ድል አልነበረም; ሙስናን ያጎለበተ እና የጠላፊዎችን አፍ ያዘጋ ስርዓት ላይ የተቀዳጀ ድል ተምሳሌታዊ ነው። በኤጀንሲው ውስጥ ያለውን የስርአት ሙስና ብቻ ሳይሆን የራሷን ተጋላጭነት እና ፅናት እንድትጋፈጥ ያስገደዳት የአካላዊ እና የስሜታዊነት ፅናትዋን የፈተነ አረመኔያዊ ትግል ነበር።

የተማረችው ትምህርት ከጉዳይዋ ዝርዝር ጉዳዮች በላይ ሰፋ። እጅግ በጣም የተከበሩ ተቋማትን ሳይቀር ሊሰርጽ ስለሚችለው ውስብስብ የስነምግባር ድርድር ጥልቅ ግንዛቤ አግኝታለች። እውነትን ፍለጋ፣ መስመራዊ መንገድ ሳይሆን ውስብስብ እና ብዙ ጊዜ ተንኮለኛ፣ እንቅፋትና

ያልተጠበቁ መንገዶች የተሞላበት ጉዞ መሆኑን ተረዳች። ምሁራዊ ጥንካሬን ብቻ ሳይሆን የማይናወጥ የሞራል ድፍረትን እና ለታማኝነት የማይታክት ቁርጠኝነትንም ጠይቋል።

ወደ መጀመሪያዎቹ የምርመራ ቀናት፣ የመነሻውን ጥርጣሬ፣ የማስፈራራት ስውር ሙከራዎች እና እውነትን ለመቅበር ያላሰለሰ ግፊቶችን አስባለች። እነዚህ ስልቶች፣ አንዳንድ ጊዜ ስውር ቢሆኑም፣ ሆን ተብሎ ትረካውን ለመቆጣጠር እና ተቃውሞን ለማፈን የተደረጉ ሙከራዎች ነበሩ። እነዚህን ዘይቤዎች በመገንዘብ እና የተሳተፈውን የስነ-ልቦና ማጭበርበር በመረዳት የምርመራውን ተንኮለኛ በታ ለመምራት ችሎታዋ ወሳኝ ሆነ። ለራሷ ብቻ ሳይሆን ሌሎች ሰለባ እንዳይሆኑ ለመርዳት እነዚህን ዘዴዎች መለየትን ተምራለች።

የጉዳዩ ሳይንሳዊ ገጽታዎች በተለይ አብርሆች ነበሩ። ጎበዝ ተመራማሪዎችን፣ እውቀትን ለመከታተል ከወሰኑ ግለሰቦች ጋር ትሰራ ነበር፣ነገር ግን የገንዘብ ድጋፍ፣ የሙያ እድገት እና የተቋማዊ ታማኝነት ጫናዎች የስነምግባር ደረጃዎችን እንዴት እንደሚጥሉ በራሷ አይታለች። የተማረችዉ መሰረተ ልማታዊ ግኝቶች አንዳንድ ጊዜ የስነምግባርን አስፈላጊነት ሊጋርዱ ይችላሉ።

ማራ የጠንካራ የአቻ ግምገማን ወሳኝ ጠቀሜታ፣ በመረጃ አሰባሰብ እና ትንተና ላይ ግልፅነት አስፈላጊነት እና የጥቅም ግጭቶችን እውቅና የመስጠትን አስፈላጊነት ተገነዘበች። የእነዚህ ጥበቃዎች አለመኖር ወደ የተዛባ ምርምር፣ የተዛባ መረጃ እና በመጨረሻም የእውነትን መዛባት እንዴት እንደሚያመጣ አይታለች። የዚህ የተዛባ ተጽእኖ ብዙ መዘዝ እንደሚያስከትል፣ የፖሊሲ ውሳኔዎችን፣ የህዝብ ጤናን እና የግለሰቦችን ህይወት ሊጎዳ እንደሚችል ታውቃለች። ይህ ግንዛቤ በሳይንሳዊ ምርምር ውስጥ ጥብቅ የስነምግባር መመሪያዎችን ለመምከር፣ በምርምር ሂደቱ ውስጥ ተጠያቂነትን እና ግልፅነትን ለማረጋገጥ ያላትን ቁርጠኝነት አጠናክሮታል።

የእርሷ ልምምዶች የጠቋሚ ጥበቃን ወሳኝ አስፈላጊነት አጽንኦት ሰጥተዋል። እውነትን ለስልጣን መናገር የሚያስከትለውን ግዙፍ ግላዊ ስጋቶች፣ ማህበራዊ መገለልን፣ ሙያዊ መዘዞችን እና ስሜታዊ ጉዳቶችን በራሷ ታውቃለች። እሷ እድለኛ ነበረች; የእሷ ጉዳይ ከፍተኛ የሚዲያ ትኩረት እና የህዝብ ድጋፍ አግኝቷል። ነገር ግን ሌሎች ብዙዎች፣ ያን ያህል ዕድለኛ እንዳልሆኑ ታውቃለች። ብዙዎች በዝምታ ተሰቃይተዋል፣ ድምፃቸው አልተሰማም፣ ታሪካቸው አልተነገረም። ይህ ማወቋ ለጠንካራ የጠላፊዎች ጥበቃዎች ለመሟገት ያላትን ቁርጠኝነት አቀጣጠለው፣ ይህም ስህተትን ለማጋለጥ ለሚደፍሩ ግለሰቦች የበለጠ ደህንነቱ የተጠበቀ አካባቢ ፈጠረ።

ይህ አዲስ ግንዛቤ ከሳይንሳዊው ዓለም በላይ ዘልቋል። በህግ አስከባሪ አካላት ውስጥ ስላሉት የስነምግባር ችግሮች፣ ህግን በማክበር እና የግለሰብ መብቶችን በማስጠበቅ መካከል ስላለው ስስ ሚዛን፣ በምርመራዎች ላይ ስውር ተጽዕኖ ሊያሳድሩ ስለሚችሉ አድልዎዎች፣ እና ስልጣንን አላግባብ የመጠቀም እድል ላይ ስታሰላስል አገኘች። የድርጅትን ባህል መቀየር ከግለሰብ ማሻሻያ በላይ እንደሚያስፈልግ በመረዳት የእነዚህን ጉዳዮች ስርአታዊ ባህሪ ተገንዝባለች። መሠረታዊ የአስተሳሰብ ለውጥ፣ ግልጽነት፣ ተጠያቂነት፣ እና የማይመቹ እውነቶችን ለመጋፈጥ ፈቃደኛ መሆንን አስፈልጓል።

የእሷ ነጸብራቅ እራሷን የመንከባከብን አስፈላጊነት እንድታስብም አድርጓታል። የሚታየውና የማይታዩ ጠባሳዎችን ጥሎ፣አስጨናቂው ጉዞው ብዙ ጉዳት አስከትሎ ነበር። ረጅሙ ሰአታት፣ ከፍተኛ ጫና፣ የስሜት ጫና ⍰ ሁሉም እሷ ቀድማ ላላሰበችው የማቃጠል ደረጃ አስተዋጽዖ አበርክተዋል። በምርመራው ላይ የሚደርሰውን አካላዊ እና ስነ ልቦናዊ ጉዳት በቀላሉ መገመት አልተቻለም። የፈውስ ሂደቱ ቀጥተኛ መንገድ አልነበረም; እራስን ርህራሄ፣ መረዳት እና የሌሎችን እርዳታ ለመቀበል ፈቃደኛ መሆንን የሚጠይቅ ረጅምና ጠመዝማዛ መንገድ ነበር።

ከዳንኤል ጋር የነበራት ግንኙነት ለማገገም ትልቅ አስተዋፅኦ ነበረው። የጋራ መደጋገፍ፣ ያጋጠሟቸውን ፈተናዎች በጋራ መረዳታቸው የጥንካሬ መሰረት ነበር። የበለጠ በግልጽ መግባባትን, ድክመቶቻቸውን ለመጋራት እና በመንገዶ ላይ ትናንሽ ድሎችን ማክበርን ተምረዋል. ጉዟቸው የጠንካራ ግንኙነቶችን አስፈላጊነት እና በችግር ጊዜ ፍቅር እና ርህራሄን የመለወጥ ኃይልን አሳይቷል ። አንዳቸው ለሌላው ያላቸው ቁርጠኝነት በማዕበል መካከል የተስፋ ብርሃን ነበር።

በረንዳዋ ላይ ያለው የእጽዋት አትክልት የጽናትዋ ምልክት ሆኖ ቆይቷል፣ ይህም ህይወትን በጥሬው እና በምሳሌያዊ አነጋገር የመንከባከብ ችሎታዋን የሚያሳይ ተጨባጭ ማስታወሻ ነው። እያንዳንዱ ተክል ወደፊት አንድ እርምጃን ይወክላል፣ በፈውስ እና በመታደስ ጉዞዋ ውስጥ ትልቅ ምዕራፍ ነው። እነዚህን እፅዋት የመንከባከብ ተግባር የመሠረት ስሜትን ፣ ከራሷ ትልቅ ነገር ጋር ግንኙነት አቅርቧል።

የወደፊቱ ጊዜ እርግጠኛ አልሆነም ነገር ግን በአንድ ወቅት ሸባ ያደረጋት ፍርሃት በአዲስ የዓላማ እና የተስፋ ስሜት ተተካ። ልምዷ በግል ብቻ ሳይሆን በሙያዋ ለውጦታል። አሁን እውቀቷን እና እውቀቷን ተጠቅማ ትርጉም ያለው ለውጥ እንዲመጣ ለመደገፍ፣ ሌሎች በመረጡት የስራ

መስክ ስነ ምግባራዊ ፈንጂዎች እንዲሄዱ ለመርዳት ቆርጣለች። እሷ እውነት እና ፍትህ የሰፈነበት፣ ተጠያቂነት ትክክለኛ ብቻ ሳይሆን እውን የሆነበት አለም ለመፍጠር ቆርጣለች።

የጥብቅና ስራዋ ቀጠለ፣ ወደ ዩኒቨርሲቲዎች የበለጠ እየደረሰች፣ የእንግዳ ትምህርቶችን በመስጠት እና ከፕሮፌሰሮች እና ተመራማሪዎች ጋር በትብብር ፕሮጄክቶች ላይ ተሰማርታለች። ለቀጣዩ የሳይንስ ሊቃውንት የሥራውን ሥነ ምግባራዊ ውስብስብ ነገሮች እንዲዳስሱ የሚያስችል ጠንካራ የሥልጠና መርሃ ግብሮችን በመምከር ሥነ-ምግባራዊ ጉዳዮችን በሳይንሳዊ ምርምር ውስጥ ማካተት አስፈላጊ መሆኑን ገልጻለች። በህግ አስከባሪ ስልጠና ውስጥ የስነ-ምግባር ታሳቢዎችን በማዋሃድ ረገድም ታግሳለች።

የሥርዓት ለውጥ በአንድ ጀምበር እንደማይመጣ ታውቃለች። ያለውን ሁኔታ ለመቃወም ቀጣይነት ያለው ቁርጠኝነት፣ ንቃት እና የማያቋርጥ ፈቃደኝነትን ይጠይቃል። ነገር ግን የማራ አዲስ በራስ የመተማመን ስሜቷ፣ ፅናትዋ እና ለፍትህ ያላት የማይናወጥ ቁርጠኝነት ተስፋዋን እንዲጨምር አድርጓል። ጠባሳዎቹ ቀርተዋል፣ ነገር ግን የጥንካሬዋ፣ የፅናትዋ እና ጠንክሮ የተሸለሙ ትምህርቶች አስታዋሾች ሆነው ወደ ሴትነቷ እንድትሆን ያደረጓት።

ድምጿ ከብደት እንዳለው፣ ታሪኳ ከሌሎች ጋር እንደሚመሳሰል ተረድታለች። ከተለያዩ ታዳሚዎች ጋር መገናኘቷን ቀጠለች፣ መልእክቷ የተጠያቂነት እና የስነምግባር ምግባር ጠንካራ ጥሪ ነው። ሌሎች እንዲናገሩ ለማነሳሳት፣ ኢፍትሃዊነትን ለመቃወም እና በችግር ጊዜም ቢሆን እውነትን ለመከታተል ድፍረት ለማግኘት ፈለገች።

የማራ ታሪክ የተስፋ ብርሃን ሆኖ ነበር፣ ይህም የሰው መንፈስ እንቅፋቶችን ለማሸነፍ እና በታላቅ ፈተናዎች ውስጥ እንኳን ትርጉም ለማግኘት ያለውን ዘላቂ ችሎታ የሚያሳይ ነበር። ይህ የፅናት፣ የጽናት እና ፍትህን የማሳደድ ታሪክ ነበር - ምዕራፍ በምዕራፍ እየቀጠለ እያንዳንዱ አዲስ ገፅ የራሱን ተግዳሮቶች እና እድሎች የሚያመጣ ታሪክ ነበር። እሷም የተማረችውን ትምህርት ታጥቃ ከፊት ለፊት ልትጋፈጣቸው ተዘጋጅታለች። የበለጠ ፍትሃዊ እና ስነ ምግባር የሰፈነበት አለም ለመመስረት የሚደረገው ትግል ገና አልተጠናቀቀም ነገር ግን ማራ ከማይናወጥ ቁርጠኝነትዋ ጋር አንድ ቀን ትግሉን ለመቀጠል ተዘጋጅታ ነበር።

www.ingramcontent.com/pod-product-compliance
Lightning Source LLC
LaVergne TN
LVHW090258210926
848480LV00001B/66